# ஞாலம்

தமிழ்மகன்

விலை : ரூ.335/-

மின்னங்காடி

பதிப்பக வெளியீடு - 50

**ஞாலம்** / நாவல்

ஆசிரியர் : தமிழ்மகன் ©

முதல் பதிப்பு : 2023

வெளியீடு : மின்னங்காடி பதிப்பகம்
24, அண்ணா 3-வது குறுக்குத் தெரு,
அவ்வை நகர், பாடி, சென்னை - 50.

**Rs.335/-**

**Gnalam / novel**

Author : Tamilmagan ©

First Edition : 2023

Published by : Minnangadi Publications
24, Anna 3rd Cross Street,
Avvai Nagar, Padi, Chennai - 50

Website : www.minnangadi.com

Mail : minnangadipublications@gmail.com

Phone : 72992 41264

Wrapper design : Gopi prasnna

***ISBN : 978-93-92973-57-4***

# ஆசிரியர் குறிப்பு

**பிறப்பு, படிப்பு, பணி**

- தமிழ்மகன் என்கிற பா.வெங்கடேசன் சென்னையில் 1964-ல் பிறந்தவர்.
- படிப்பு; B.Sc., M.A. மாநிலக் கல்லூரி, சென்னைப் பல்கலைக்கழகம்.
- 1989 தொடங்கி போலீஸ் செய்தி, தமிழன் நாளிதழ், வண்ணத்திரை, தினமணி, குமுதம், குங்குமம், ஆனந்த விகடன் இதழ்களில் 2019 வரை பணியாற்றியவர்.
- மாநிலக் கல்லூரியில் படித்தபோது 'பூமிக்குப் புரியவைப்போம்', 'ஆறறிவு மரங்கள்' என இரண்டு கவிதைத் தொகுதிகள் வெளியாகின.
- இளைஞர் ஆண்டையொட்டி, 1984-ல் டி.வி.எஸ். நிறுவனமும் இதயம் பேசுகிறது இதழும் இணைந்து நடத்திய போட்டியில் இவரது 'வெள்ளை நிறத்தில் ஒரு காதல்' புதினம் முதல் பரிசு பெற்றது. இதயம் பேசிறது இதழில் தொடராக வெளியானது. அரசியல் விமர்சகர் சின்னக்குத்தூசி தேர்வு செய்தார். இதுவும் கல்லூரி படிக்கும்போதே நிகழ்ந்தது. பேராசிரியர்கள் இரா.இளவரசு, கவிஞர் மு.மேத்தா, பொன். செல்வகணபதி, இ.மறைமலை, பி.சிவகுமார் போன்றோர் ஆசிரியர்களாக, – வழிகாட்டிகளாக அமைந்தனர்.

**விருதுகள்**

- 1984-ல் இதயம் பேசுகிறது - டி.வி.எஸ் நிறுவனம் நடத்திய போட்டியில் 'வெள்ளை நிறத்தில் ஒரு காதல்' நாவலுக்கு விருது.
- 'மொத்தத்தில் சுமாரான வாரம்' குறுநாவல் தி.ஜானகிராமன் நினைவுப் போட்டியில் தேர்வுசெய்யப்பட்டது. 1986-ல் தேர்வு செய்தவர் எழுத்தாளர் அசோகமித்திரன்.
- இவர் எழுதிய மானுடப் பண்ணை நாவல் 1996-ல் தமிழக அரசின் விருது பெற்றது.
- 'எட்டாயிரம் தலைமுறை' சிறுகதைத் தொகுப்பு 2008-ம் ஆண்டுக்கான தமிழக அரசின் விருது பெற்றது.
- எழுத்தாளர் சுஜாதா நினைவு அறிவியல் புனைகதை விருது (2008).
- 'வெட்டுப்புலி' நாவல் (2009) கோவை ரங்கம்மாள் நினைவு விருது,

ஜெயந்தன் அறக்கட்டளை விருது பெற்றது.

- ‘ஆண்பால் பெண்பால்’ நாவலுக்கு (2011) விகடன் விருதும் ஜி.எஸ். மணி நினைவு விருதும் கிடைத்துள்ளன.

- ‘வனசாட்சி’ நாவல் (2012) சுஜாதா அறக்கட்டளை விருது, மலைச்சொல் விருதுகள், அமுதன் அடிகள் விருது ஆகியன பெற்றது.

- ‘வேங்கை நங்கூரத்தின் ஜீன் குறிப்புகள்’ நாவலுக்கு கனடா இலக்கியத் தோட்ட புனைவு இலைக்கிய விருது (2017) பெற்றார்.

- ‘படைவீடு’ நாவல் (2021) வென்றுமண்கொண்டார் விருது, சௌமா விருது, வள்ளுவப் பண்பாட்டு நடுவம் விருது, உலகத் தமிழ்ப் பண்பாட்டு மைய விருது ஆகியன பெற்றது. 2022-ம் ஆண்டுக்கான மலேசிய இலக்கிய அமைப்பான கே.ஆர்.சோமா அறக்கட்டளை விருது பெற்றது. இது 10.000 அமெரிக்க டாலர்கள் விருது தொகைகொண்டது.

- திராவிடர் கழகத்தின் பெரியார் விருது (2014), விஜய் டி.வி ‘நீயா? நானா?’ வழங்கிய இலக்கிய விருது (2016) உள்ளிட்ட பல விருதுகள் பெற்றவர்.

**எழுதிய நூல்கள்**

- ‘பூமிக்குப் புரியவைப்போம்’, ‘ஆறறிவு மரங்கள்’ இரண்டும் கவிதைத் தொகுப்புகள்.

- ‘வெள்ளை நிறத்தில் ஒரு காதல்’ (1984), ‘மானுடப் பண்ணை’ (1996), ‘சொல்லித் தந்த பூமி’ (1997), ‘ஏவி. எம். ஸ்டூடியோ ஏழாவது தளம்’ (2007), ‘வெட்டுப்புலி’ (2009), ‘ஆண்பால் பெண்பால்’ (2011), ‘வனசாட்சி’ (2012), ‘ஆபரேஷன் நோவா’ (2014), ‘தாரகை’ (2016), ‘நான் ரம்யாவாக இருக்கிறேன்’ (2018), ‘படைவீடு’ (2020), ‘பிரம்மராட்சஷ்’ (தொடாதே துரத்து) (2021) ஆகியவை இவரது நாவல்கள்.

- ‘எட்டாயிரம் தலைமுறை’ (2008), ‘சாலை ஓரத்திலே வேலையற்றதுகள்’ (2006), ‘மீன்மலர்’ (2008), ‘அமில தேவதைகள்’ (‘அமரர் சுஜாதா’) (2013), ‘மஞ்சு அக்காவின் மூன்று முகங்கள்’ (2014) இவரது சிறுகதைத் தொகுப்புகள்.

- இவருடைய நூல்கள் பலவும் முனைவர் பட்டத்துக்கும் ஆய்வு பட்டயங்களுக்கும் எடுத்தாளப்பட்டுள்ளன. கல்லூரிகளில் பாடமாக வைக்கப்பட்டுள்ளன.

- திரைப் பிரமுகர்கள் பற்றிய அரிய செய்திகளைச் சொல்லும் திரை ('செல்லுலாயிட் சித்திரங்கள்') (2009), நூற்றாண்டு கண்ட தமிழ்ச் சிறுகதைகளை அறிமுகப்படுத்தும் 'தமிழ்ச் சிறுகதைக் களஞ்சியம்' - (2013) ஆகிய கட்டுரைத் தொகுப்புகளும் இவர் படைப்புகள். சென்னையின் வரலாற்றை 'மெட்ராஸ் நல்ல மெட்ராஸ்' (2016) என்ற பெயரில் எழுதியிருக்கிறார். விகடன் இணைய இதழில் வெளிவந்து பெரும் வரவேற்பைப் பெற்றது.

- ஆனந்த விகடனில் வெளியான 'ஆபரேஷன் நோவா' (2014), ஜூனியர் விகடனில் வெளியான 'நான் ரம்யாவாக இருக்கிறேன்' (2018) ஆகிய அறிவியல் புனைகதைகள் பெரும் வாசக வரவேற்பைப் பெற்றன. திரையுலகைப் பின்னணியாகக்கொண்டு தாரகை என்ற நாவலை எழுதியுள்ளார்.

- ராணி வார இதழில் 'ஒரு ஊர்ல ஒரு ராணி' என்ற தொடர்கதை 2022-ம் ஆண்டு வெளிவந்தது.

**திரைத்துறை பணிகள்**

- புகழேந்தி தங்கராஜ் இயக்கிய 'உள்ளக்கடத்தல்', 'ரசிகர் மன்றம்', தயாரிப்பாளர் சி.வி.குமாரின் 'பீட்ஸா (மம்மி -3)', 'கொற்றவை' உள்ளிட்ட திரைப்படங்களுக்கு வசனம் எழுதியுள்ளார். 'நான் ரம்யாவாக இருக்கிறேன்', 'ஆபரேஷன் நோவா' நாவல்கள் சினிமாவுக்காக ஒப்பந்தமாகியுள்ளன. ஏராளமான திரைக்கதை விவாதங்களில் இடம் பெற்றவர். தங்கர் பச்சான் இயக்கிய 'கருமேகங்கள் கலைகின்றன' என்ற திரைப்படத்தின் விவாதங்களில் இடம் பெற்றார்.

**குடும்பம்**

தந்தை க.பாலகிருஷ்ணன் M.A., கவிஞர். திருக்குறள், சிலப்பதிகாரம் நூல்களுக்கு உரை எழுதியவர். - தாய் பார்வதி. மனைவி திலகவதி.

மகன் மாக்ஸிம் - மருமகள் த.சந்தியா. பேத்தி அகல்விழி.

மகள் அஞ்சலி - மருமகன் ஸ்ரீதர். பேரன்கள் அதியமான், அகிலன்.

**தொடர்புக்கு:**
**writertamilmagan@gmail.com**
**7824049160**

# முன்னுரை

## நீண்ட சரித்திரத்தின் ஒரு துளி!

கதை படிக்க வேண்டும் என்கிற ஆர்வம் ஒரு நல்ல அனுபவத்தைப் பெற வேண்டும் என்பதாகத்தான் காலம் காலமாகத் தகித்தபடியிருக்கிறது. நல்ல அனுபவம் என்பதில் கருத்தாழம், வரலாறு, மொழி அளுமை, எதிர்பாராத திருப்பம் எனப் பலவற்றையும் எதிர்பார்க்கிறார்கள்.

அதற்காகவே நல்ல கதைகளை மக்கள் தேடித் தேடிப் படிக்கிறார்கள். அப்படிப் படிக்கு வாசகன், தனக்கு நேர்ந்த ஒரு தனிப்பட்ட அனுபவத்தைப் பகிர்ந்துகொள்ள முனையும்போது ஓர் எழுத்தாளன் பிறக்கிறான். தான் இதுவரை தேடி அலைந்த கதையைக் கண்டுபிடிக்க இயலாமல், தானே அந்தக் கதையை எழுதிப் பார்த்துவிட நினைக்கிறான். ஒரு கதை அதன் எழுத்தாளனையே முதல் வாசகனாகக் கொள்கிறது. நான் அப்படித்தான் நினைக்கிறேன். எனக்குப் பிடிக்கிற மாதிரி ஒரு கதையை எனக்காக நானே எழுதுகிறேன்

என்னுடைய எல்லாக் கதைகளையும் ஒன்றாக சேர்த்து ஒரே நாவலாக ஆக்கிவிட முடியும். என் எல்லா கதைகளுக்கும் ஒரு தொடர்ச்சி இருக்கிறது. கூர்ந்து படித்த வாசகர்கள் அதைக் கண்டு உணரலாம். அதை வரிசைப்படுத்துவதும் தொடர்புபடுத்துவதும் 'மகாபாரத' வேலையாக இருக்கும்.

வரலாற்றின் பக்கங்களை நாவல்களாக மாற்றுகிற புனைவு பித்து எனக்கு உண்டு. 20-ம் நூற்றாண்டின் கதையை 'வெட்டுப்புலி' ஆக்கினேன். 'ஆண்பால் பெண்பால்' என்றேன். 'வனசாட்சி' என்றும் சொல்லிப் பார்த்தேன். மூன்று நாவல்களும் பேசியது அந்த ஒரு நூற்றாண்டின் கதையைத்தான்.

இது 19-ம் நூற்றாண்டின் கதை. நியாயம் கேட்டுப் போராடிய ஓர் உண்மை மனிதனின் கதை. 19-ம் நூற்றாண்டின் முழு நீளத்திற்கும் வாழ்ந்த மனிதர். அவர் வாழ்ந்த வீட்டைச் சுற்றி இருந்த ஒரு மைல் தூரத்தில்தான் அன்றைய சென்னைப் பட்டணத்தின் அத்தனை மாற்றங்களும் நிகழ்ந்தன.

பெரியாரும் அண்ணாவும் பாவேந்தர் பாரதிதாசனும் பன்மொழிப் புலவர் அ.கி.பரந்தாமனாரும் பெரியார் தொண்டர் ஆனைமுத்து ஐயாவும் பேராசிரியர் வீ.அரசுவும் இன்னும் பலரும் போற்றிய ஒரு மாமனிதன் கதை இது. வரலாற்றுப் பிழையால் வஞ்சிக்கப்பட்ட விவசாயிகளின் கதை. நிலத்தின் கதை. ஞாலத்தின் கதை.

நில உரிமைப் போராட்டத்தில் தன் வாழ்க்கை முழுவதும் போராடியவர் அத்திப்பாக்கம் வேங்கடாசல நாயகர். அவர் செய்த புரட்சி அன்றைய காலகட்டத்தில் யாரும் எதிர்கொண்டிருக்க முடியாத துணிச்சல் மிக்க செயல்.

ஒன்று, இங்கு பாதிக்கப்பட்ட மக்களின் மண் உரிமைக்கானது. இன்னொன்று, மக்களின் மத உரிமைக்கானது. இன்றைக்கு சற்று ஏறத்தாழ 160 ஆண்டுகளுக்கு முன்னால் இதையெல்லாம் ஒரு தனிமனிதன் பேசியிருக்கிறார் என்பது சாதாரண செயல் அல்ல. பெரியார் அவர்கள் இவரைப் 'பேரறிஞர்' என்று கொண்டாடுகிறார். இவர், எழுதிய 'பாயக்காரிகளுக்கும் மிராசுதாரர்களுக்குமான விவாதம்' என்ற நூலையும் 'இந்துமத ஆசார ஆபாச தர்ஷினி' என்ற நூலையும் ஆழ்ந்து படிக்கும் போது வஞ்சகத்தால் வீழ்த்தியவர்களை, பொய் சம்பிரதாய சடங்குகள் மூலம் ஏமாற்றுபவர்களைக் கண்டு மிகுந்த கொந்தளிப்பை ஆவேசத்தை வெளிக்காட்டி இருப்பது தெரிகிறது. இந்தக் கதை எழுதுவதற்கான முதல் காரணம் அது.

இரண்டாவது காரணம் அவர் வீட்டைச் சுற்றித்தான் முழு சென்னை பட்டணமும் உருவாகியிருக்கிறது என்பது.

சென்னையின் முதல் ரயில் அவர் வீட்டுக்கு அருகிலிருந்து தொடங்குகிறது. நாணயங்கள் அவர் வீட்டு அருகிலே அச்சடிக்கப் படுகின்றன. அச்சுத் துறை அவர் வீட்டுக்கு அருகே தொடங்கப் படுகிறது. பக்கிங்காம் கால்வாய் அவர் வீட்டுகக்கு அருகே வெட்டப் படுகிறது. சுப்ரீம் கோர்ட் உருவாகிறது. சென்னையின் துறைமுகம் உருவாகிறது. கோத்வால் சாவடி மார்க்கெட் உருவாகிறது. அன்றைய சென்னையின் மையப் பகுதியாக இருந்த ஏழு கிணறு ஒரு குறியீடாக உள்ளது. இவர் வீட்டுக்குப் பக்கத்து தெருவில் ராமலிங்க அடிகளார் வாழ்ந்தது கதையின் இன்னொரு சரித்திர துணை.

அவருக்கு ஒரு குடும்பத்தை உருவாக்கவேண்டியதுதான் என்னுடைய வேலையாக இருந்தது. அவர் ஒரு துறவியைப் போல முழு நேரமாக இந்தப் பணிகளை செய்திருக்கிறார். அவருக்கு குழந்தைகள் இருந்திருக்க வாய்ப்பு இல்லை. 1940 முதற்கொண்டு பெரியாரும் இன்னும் சிலரும் அத்திப்பாக்கம் வேங்கடாசல நாயகர் பற்றிப் பத்திரிகைகளில் விளம்பரம் கொடுத்தும்கூட

யாரும் தொடர்பு கொள்ளவில்லை. அவருக்கு நேரடி வாரிசுகள் இல்லாததை இதைக்கொண்டும் உறுதிப்படுத்திக்கொள்ள முடிகிறது. குழந்தையைத் தத்து எடுத்து வளர்ப்பதிலே ஈடுபாடு இல்லாதது அவருடைய குறிப்பிலிருந்து தெரிகிறது. அப்படி தத்தெடுத்து வளர்த்து ஏதோ மனக்கசப்பு நேர்ந்து இருக்கக்கூடும். அதனாலேயே ரத்தினம் என்ற கற்பனைப் பாத்திரத்தை உருவாக்க நேர்ந்தது. அவருடைய குடும்பம் தவிர்த்த மற்ற தகவல்கள் அனைத்தும் வரலாற்று உண்மைகள்.

இந்த நாவலை எழுதுவதற்கு எனக்குப் பெரிதும் உதவியாக இருந்தது தோழர் ஆனைமுத்து பதிப்பித்த இரண்டு நூல்கள். அதைத் தொடர்ந்து பேராசிரியர் வீ.அரசு, கவிஞர் பழமலய் அவர்கள் தொகுத்த நூல்களும் உதவியாக இருந்தன. நண்பர் ரெங்கையா முருகன் கொடுத்து உதவிய தத்துவ விவேஷினி தொகுப்பு நூல்கள் முக்கியமானவை. நூல் ஆக்கத்திற்கு ஆலோசனைகள் வழங்கிய ஆய்வறிஞர் பொதிய வெற்பன், எழுத்தாளர் வாலாசா வல்லவன், ஊடகவியலாளர் ராஜா வாசுதேவன், சித்த மருத்துவர் வேலாயுதம், சித்தர் திருத்தணிகாசலம், நூலை முழுமையாக வாசித்து ஆலோசனைகள் வழங்கிய எழுத்தாளர் பாலு சத்யா உள்ளிட்ட அனைவருக்கும் என்னுடைய நன்றிகள்.

அத்திப்பாக்கம் என்கிற கிராமம் எங்கே இருக்கிறது என்பதற்காக எனக்காக அலைந்து திரிந்த நூற்றுக்கணக்கான நண்பர்களுக்கும் என் நன்றியைத் தெரிவித்துக்கொள்கிறேன். பணி நெருக்கடிக்கு இடையே மிக சிறப்பான அட்டைப்படம் வழங்கிய கோபி பிரசன்னா குழுவினருக்கு என் அன்பு.

தமிழர்கள் இந்த நூலை வாங்கிப் படித்து வரலாற்று அனுபவம் பெறுவார்கள் என்ற நம்பிக்கை எனக்கு இருக்கிறது. அன்றைய சூழலில் சாதி வகித்த பாத்திரம் என்ன, தமிழர்களின் இன்றைய பொருளாதார நிலைக்கு, நாவல் வழி விளக்கம் என்ன என்பதையும் சிந்திக்க இந்த நூல் உதவும் எனவும் நம்புகிறேன். முப்பது ஆண்டுகளில் நிகழ்ந்துவிட்ட விவசாய அநியாயத்தைச் சீர்படுத்த, தன் வாழ்நாளெல்லாம் போராடிய மனிதனின் ரத்தமும் சதையுமான இந்த வரலாறு அதைச் சாத்தியப்படுத்தும்.

**அன்புடன்,**

**தமிழ்மகன்**

**11.12.2023**

சிந்தனையாளர் தோழர் வே.ஆனைமுத்து அவர்களுக்கு இந்த நூலை உரித்தாக்குகிறேன்.

# காக்ரேன் கால்வாய்

1

பழவேற்காட்டிலிருந்து சுண்ணாம்பு கிளிஞ்சல்களைப் படகில் ஏற்றிக்கொண்டு காக்ரேன் கால்வாயில் பயணப்பட்டபோது நள்ளிரவு ஆகிவிட்டது. சுண்ணாம்புக் கல் வருவது தடைப்படும் போதெல்லாம் கிளிஞ்சல்களைத் தேடி இங்கே வரவேண்டியிருந்தது. திருவண்ணாமலை, சேலம், கிருஷ்ணகிரி பகுதிகளிலிருந்து மழைக் காலங்களில் ஒரு வண்டியும் வராது. பழவேற்காடு சிப்பிகளை வைத்துத்தான் வியாபாரத்தை ஓட்ட வேண்டும். சென்னையில் சுண்ணாம்புத் தேவை அதிகமாகிக் கொண்டே இருந்தது. 'கறுப்பர் நகரத்துக்கு வெள்ளையடித்தவர்' என்று யாரேனும் பின்னாளில் தன்னை அடையாளப் படுத்துவார்கள் என வேங்கடாசல நாயகர் நினைத்தார். நினைக்க நன்றாக இருப்பதெல்லாம் நிறைவேறிவிடுகிறதா எனவும் உலகின் நியாயத்தை சிந்தித்தார். அதனால்தான் நடப்பதெல்லாம்

நன்மைக்கே என ஒரு சித்தாந்தம் உலகிலே உலவத் தொடங்கி யிருக்க வேண்டும். நல்லதே நடக்கவைக்க சில 'பிராயசித்தங்கள்' உள்ளன என சோதிடச் சுவடிகளை உருவாக்கினார்கள். நல்லது.

தலைப்பாகையை அவிழ்த்துத் தலைக்கு முட்டுக்கொடுத்து ஆகாயத்தைப் பார்த்தபடி படுத்தார் வேங்கடாசல நாயகர். முழு நிலவு, அந்திச் சூரியன் அளவுக்கு ஒளி பாய்ச்சியது. படகின் கூடவே அதுவும் நகர்ந்து கொண்டிருப்பது போன்ற மாயத் தோற்றம். மேகங்கள் அதே இடத்தில் நகராமல் நிற்பதை அறிவு ஏற்றுக்கொண்ட பிறகு மாயத் தோற்றமும் நம்புவதற்கு வசதியாகத்தான் இருந்தது.

காக்ரேன் கால்வாயில் உவர்ப்பு நீரோட்டம்தான் என்றாலும் சரக்கு ஏற்றிச் செல்வதற்கு வாகான நீர்ப்பாதை. கால்வாயில் நீர் சுரப்பு குறைந்திருக்கும் காலங்களில் கரையோரத்தில் உப்பு படிந்து கிடந்தது. நிலவொளியில் வெள்ளிபோல ஒளிர்ந்தது உப்பு. இதுவும் ஒரு மாயத் தோற்றம்.

எல்லா மாயங்களையும் மக்கள் அறிவு இப்படித்தான் தவறாக ஏற்றுப் பழகிவிட்டது. தனக்குத் தானே மனதில் சொல்லிக்கொண்டார். இத்தனை அறிவுச்செல்வம் மிக்க தமிழ்க் கூட்டம் இப்படி ஆட்டு மந்தையாகக் கிடப்பது நீரின் சலசலப்போடு நினைவிலும் சலசலப்பை உண்டாக்கியது. அதற்காக இப்படியா தறிகெட்டுப் போய் தரையில் கிடந்து புரளும்? தமிழ்நாட்டுக்கு இப்படியொரு சாபக்கேடா என்று வருந்தியபோதும் துக்கம் மேலிட கூடவே அவரை அறியாமல் சிரிக்கவும் செய்தார்.

"என்ன நாயகரே சிரிக்கிறீங்க?" முன்புறத்தில் அமர்ந்து துடுப்பு போட்டுக்கொண்டிருந்த படகோட்டி சிரித்தான்.

"அழுது தொலைக்கலாம்னு பாத்தா சிரிப்பு வந்து தொலைக்குது. என்னத்த சொல்றது?" என்றார் நாயகர்.

"அதெப்படிங்க சாமி, அழவேண்டியதுக்குச் சிரிப்பீங்க?" படகோட்டிக்கு ஆர்வமாகிவிட்டது.

"ஒரே நாள்ல பன்னண்டு பொண்ணுகளைக் கல்யாணம் பண்ணான் ஒருத்தன். கல்யாணமே பண்ணிக்காம தனியா சேத்துக்கிட்ட பொம்பளைங்க தனி. மொத்த பேரையும் கல்யாணம் பண்ணி ஒருத்தி கூடயாவது ஒழுங்கா குடித்தனம் பண்ணானான்னு தெரியல. ரெண்டு வருஷத்துல செத்துப் போனான். ஒரே வீட்ல, ஒரே நாள்ல டஜன் கணக்குல தாலி

அறுத்துட்டு நிக்குதுங்க. அதுல சிலது உடன்கட்டை ஏறிச் சாகப் போறேன்னு ஆர்ப்பாட்டம் பண்ணுதுங்க."

"வாத்தியாரே நீங்க யாரைச் சொல்றீங்க?" படகோட்டி புரியாமல் கேட்டான்.

படகில் ஒரே ஒரு சிம்னி விளக்கு மட்டும் வானத்து நிலவுக்கு எளிய போட்டியாக எரிந்தது. இந்த வெளிச்சங்களெல்லாம் அவன் முகக்குறிப்பைக் காணப் போதுமானதாக இல்லை.

"சரபோஜி ராசா ரெண்டாம் சிவாஜி * செத்துப்போனாரே, அவரத்தான் சொல்றேன். குழந்தை இல்லாமபோயிடப் போகுதுன்னு ஒரேயடியா பன்னண்டு பொண்ணுங்க தலையிலயா மண்ணள்ளிப் போடுவான்? இப்ப அத்தனையும் தாலியறுத்துட்டு நிக்குதுங்க... வப்பாட்டிங்க கதறல் தனிக்கதை" நாயகர் அழுவதா, சிரிப்பதா எனத் தவித்ததை அவனால் இப்போது ஓரளவுக்கு அனுமானிக்க முடிந்தது. ஏதோ யோசனையில் ஆழ்ந்தவன் போல இருந்தான் படகோட்டி. படகின் பின்புறத்தில் துடுப்பு போட்டுக்கொண்டிருந்தவன், "அத்தனை பேரைக் கல்யாணம் பண்ணாரே... ஒருத்தருக்காவது கொழந்த பொறந்துதா? வாத்தியாரே?" எனக் கேட்டான்.

"வாரிசு இல்லங்கிறதுதானே இப்ப பிரச்னை? வாரிசு இல்லாத ராஜ்ஜியம் பிரிட்டிஷ் அரசாங்கத்துக்குச் சொந்தம்னு இல்ல சட்டம் போட்டு வெச்சுருக்காங்க." வேங்கடாசல நாயகர் சொன்னவிதத்தில் விரக்தி வெளிப்பட்டது.

"நமக்கென்ன சாமி? ராமன் ஆண்டாலும் ராவணன் ஆண்டாலும் நாம உழைச்சாத்தான் சோறு கஞ்சி. இதோ இந்த ராத்திரில தூக்கத்த தொலச்சுட்டு சுண்ணாம்பு மேல படுத்துக்கிட்டு வர்றீங்க. இந்த நெடியும் இந்தச் சூடும் இந்தக் குளிரும் இதுல கிடைக்கிற லாபத்துக்கு ஈடாவுமா?" முன்னால் இருந்த படகோட்டி தத்துவம் பேசினான்.

'ராமன் நல்ல அரசன்... ராவணன் கெட்ட அரசன்... இதில் யாரோ ஒருத்தன் ஆண்டுட்டு போவட்டும் என்பது என்ன மாதிரியான மனநிலை? கெட்டவன், கேடு கெட்டவன் யார் ஆண்டாலும் பரவாயில்லை என்று எப்போது முடிவெடுத்தான் இந்த தத்தி தமிழன்?'

படகு திடீரென ஆடி நின்றது. "ஏம்பா என்ன துடுப்புப் போடறே நீ?" என்றார் தனக்கு வலதுபுறம் கம்பு வைத்து தள்ளிக் கொண்டிருந்தவனைப் பார்த்துக் கேட்டார் வேங்கடாசலம்.

"மன்னிச்சுக்கங்க ஐயா…" என தலை கவிழ்ந்து நின்றான்.

"இவன் ஊருக்கு புதுசு ஐயா.. ஆரணி பையன்." இன்னொரு படகோட்டி அனுதாபம் கோரும்படி சொன்னான்.

ஆரணி பையனை நோக்கி அமர்ந்து, கூர்ந்து பார்த்தார்.

"ஏம்பா வந்துட்டே?" என்றார்.

"கத்துக்குவேன் யா.." அவர் கேட்பார் என நினைத்த கேள்விக்கான பதிலை சொல்லிவிட்டு, "ஏதோ பொழைக்க வழி தெரியாம வந்துட்டேன்.." என்றான்.

"ஏன் வந்துட்டேன்னு கேக்கறேன்.."

"குத்தகை வாரம் குடுக்க முடியலயா. எங்க நெலத்தெல்லாம் புடுங்கிட்டு பாயக்காரின்னு சொல்லிப்பூட்டானுங்க. சொந்த நெலத்துல குத்தகைக்கு வேலை பாக்குற நிலைம யாருக்கும் வரக் கூடாதுங்க." சொல்லும்போதே அவனுக்கு நா தழுக்க ஆரம்பித்துவிட்டது. சமாளித்துச் சொல்லி முடித்தான்.

அவனைத் தேற்றும் வழி தெரியவில்லை. கண்ணை மூடி யோசனையில் ஆழ்ந்தவர், களைப்பினாலும் நெடுநேரம் கடந்து விட்ட படியாலும் தூங்குவதற்கு முற்பட்டார். தூக்கம் பிடிபட வில்லை. நழுவிக்கொண்டேயிருந்தது. குளுமையான காற்று வீசி, அவருடைய தலைமுடியை அலைபாய வைத்துக்கொண்டிருந்தது. குடுமியை அவிழ்த்து காற்றாடட்டும் என விட்டிருந்தார். உப்புக் காற்றுடன் சுண்ணாம்பு தூள் பறந்து உடம்பிலும் உடையிலும் படிந்து அயர்ச்சியை அதிகரித்தது. வழக்கமாகக் கிளிஞ்சல் எடுத்துச் செல்ல அவர் வர மாட்டார். அதற்கெல்லாம் நிறைய ஆட்கள் இருந்தனர். போன முறை வந்த சரக்கில் சற்றே வறுபடாத கிளிஞ்சில்களாக இருந்தன. கொஞ்சம் லேவா தேவி வேலையுமிருந்தது. அதனால்தான் வந்தார்.

படகோட்டிகள் இருவரும் ஐயா தூங்கிவிட்டார் என வேறு கதை பேசி சிரித்துக்கொண்டிருந்தனர். "நூறு பேரைக் கல்யாணம் பண்ணாலும் தாது இருந்தாத்தானே குழந்தை பொறக்கும்? அவனுக்கே தெரிய வேணாம்? என்னமோ இவன் கல்யாணம் பண்ண எல்லா பொம்மனாட்டியும் மலடின்னு நினைச்சுட்டானா?" குறிப்பாக இந்த ஆராய்ச்சியில் அவர்கள் பேச்சு போய்க்கொண்டிருந்தது.

கடந்த முந்நூறு ஆண்டுகளாக தெலுங்கு நாயக்கர்களும் இருநூறு ஆண்டுகளாக மராட்டிய சரபோஜிகளும் ஆண்டு கொண்டிருப்பதும் இவர்களுக்குக் குழந்தைகள் இல்லை

14 | ஞாலம்

யென்பதால் அதை பிரிட்டிஷ்காரன் பிடுங்கிக்கொள்வதும் கடைத் தேங்காயை வழிப்பிள்ளையாருக்கு எடுத்து உடைக்கிற கதையாக இருந்தது. சொல்லப்போனால் தேங்காயும் அந்தக் கடைக்காரனுக்குச் சொந்தமில்லை. தமிழ்நாட்டுத் தேங்காயை எடுத்து நாயக்க அரசர்களும் மராட்டிய அரசர்களும் நவாபுகளும் கடை போட்டதைக் கேட்கவே நாதியில்லாமல் போய் விட்டது. இப்போது அப்படிக் கடைபோட்டவனிடமிருந்து இன்னொருத்தன் பிடுங்கிக்கொண்டு போகிறான். இந்த பூமியைச் சொந்தம் கொண்டாடிய எத்தனையோ அரச சரித்திரங்களைப் படித்திருந்தாலும் இங்கே... 'இந்தியா' என்று சொல்லப் படுகிற இந்தப் பகுதியிலே அதுவும் இந்த தமிழ்நாட்டுப் பிராந்தியத்திலே நடக்கிற அக்கிரமங்கள் சகிக்க முடியாதவையாக இருந்தன.

வியாபாரம் செய்யவந்த 24 கம்பெனிக்காரர்கள் சேர்ந்து ஒரு நாட்டையே பிடித்து ஆண்டார்கள். ஏதோ இந்த இரண்டு வருடங்களாக பிரிட்டிஷ் ராணி கன்ட்ரோல் வந்தது, கேட்டிலும் ஒரு கௌரவமாக இருக்கிறது. இதையெல்லாம் ஒரு பயலும் கேள்வி கேட்க வகையில்லாமல் இருக்கிறார்கள். மூவேந்தர்களின் ஆட்சி நடந்த நேரத்தில் தமிழ் நாட்டில் இந்த ராமன், ராவணன் மனப்போக்கு இருந்திருக்க வாய்ப்பே இல்லை.

தமிழ்நாட்டை அதற்கு சம்பந்தமே இல்லாதவர்கள் ஆளத் தலைப்பட்ட நேரத்திலேயே இந்த 'ராமன் - ராவணன்' மனப் போக்கு ஏற்பட்டிருக்க வேண்டும். எவனோ ஆள்கிறான். வேறு எவனோ அதைப் பிடுங்கிக் கொள்கிறான். இதிலே நமக்கு என்ன வந்தது என்பதே இந்த எளியோர் களின் தத்துவத்தின் அடிநாதமென நினைத்தார். அப்படி தன்னால் ஒதுங்கியிருக்க முடியாத காரணத்தினாலேதான், இந்த நிலம் ஏதோ ஒரு வகையில் உண்மையாகவே யாருக்கேனும் பாத்தியதைப்பட்டிருக்கிறதா என்ற ஆராய்ச்சியில் அவர் இறங்க வேண்டியதானது.

நாளை சென்னைப் பட்டணத்தின் சுப்ரீம் கோர்ட்டில் சரபோஜி சிவாஜி மகராசாவின் பன்னிரண்டு மனைவிமார்கள் தங்கள் வாழ்வாதாரத்தைக் குறித்து மனு ஒன்றைக் கொடுத்திருப்பதையும் அது விசாரணைக்கு வருவதையும் நாயகர் ஒருவாறு அறிந்திருந்தார். நாளை கோர்ட்டில் நடக்கும் அந்த விசாரணையை அவசியம் நேரில் சென்று கவனித்துவர வேண்டும் என எண்ணியிருந்தார். மராட்டிய ராஜாவின் குடும்ப வழக்கு பிரிட்டிஷ் நீதிபதிகளால் அலசப்படப் போகிறது. சம்பந்தமே இல்லாமல் அது சென்னைப் பட்டினத்தில் நிகழப் போகிறது. இந்த அக்கிரமங்களைத் தமிழ் மண்ணிலே யாரும் யோசிக்கிறார்களா

என்பதுகூடத் தெரியவில்லை. முந்நூறு, நானூறு ஆண்டுகளாகவே இதைப் பற்றி யோசிக்கும் வகையற்று - திராணியற்றுப் போய்க் கிடக்கிறார்கள். இந்த மண் நிஜத்தில் யாருக்குச் சொந்தம் என்பதை ஆதாரங்களோடு வாதிடுவதற்குத் தயாராக இருந்தார் நாயகர். இவ்வளவு குழப்பங்கள் ஓடிக்கொண்டிருக்கும் மனப் போராட்டத்தின் நடுவே அவரால் உறங்கவா முடியும்?

“இந்தக் காவாய நெல்லூர் வரைக்கும் தோண்டிக்குனு போறானுங்களாமே?” படகோட்டி தன் சவாரிப் பாதை நீண்டு கொண்டே போவதை உறுதிப்படுத்திக்கொள்வதற்காகக் கேட்டான்.

“இனிமே இதுக்குப் பேரே காக்ரேன் காவான்னு வெச்சுட்டானுங்க. அவர் போட்ட பிளான்தான் இது. வெள்ளைக் காரனுங்க நினைச்சா புதுசா ஒரு ரோடு போடறான். புதுசா ஒரு ஆறு போடறான். புதுசா ரயில் வுடறான்.” படகோட்டிகள் ரெண்டு பேரும் கொம்பை ஊன்றிப் படகைத் தள்ளுகிறார்களோ, இல்லையோ வாயிலிருந்து வார்த்தையைத் தள்ளிக் கொண்டிருந்தார்கள்.

“வடக்கால நெல்லூர்... தெக்கால மரக்காணம் வரைக்கும் கொண்டு போவனுங்கறது கவர்னரோட திட்டம்.” இன்னொருவன் விவரமாகப் பேசினான்.

“ரயில் ரோடு வேலை வாலாஜா பேட்டை வரைக்கும் முடிஞ்சு போச்சாமே?”

“இவன் ஒருத்தன். தெனமும் பொகைய கக்கிகுனு கூவிக்கினு போவுதே... ரயில் ரோடு வேலை முடிஞ்சுடுச்சுன்னு சொல்றே?”

“அதாம்பா சொல்றேன். நம்மல்லாம் ரயில்ல போவ முடியுமா? டிக்கெட் போடறானாமே...” பேச்சை மாற்றினான்.

“எவ்ளடா இருக்கப் போவுது? ஒரு நடை போய்ப் பாத்துடணும்டா.”

“இந்த படக வித்துதான் ரயில்ல போவணும். அதெல்லாம் நமக்கு சரிப்பட்டு வராதுடா.”

“நீ என்னமோ பெரிய விஷயமா சொல்றே... நம்ம கருவாட்டு ராமசாமி... ராயபுரத்திலருந்து திருவள்ளூருக்கு ரயில்லதான் போய் வர்றான்...”

“ரயில் வுட்டு நாலு வருஷம் ஆகிப் போச்சு. நானு ஒரு நா ஒரு பொழுது போனதில்லையே?”

“காசு... ரெண்டணா இருந்தா போதும்... மனசுதான் ஒணும். காசு போனா போவுதுன்னு எல்லாத்தையும் ஒரு தபா பாத்துடணும். புரியுதா?”

“சரிடா... ஆனா அத பாத்தாவே பயமா இருக்குடா.”

“பயந்தா நடக்குமா? நாடு ஃபுல்லாவே ரயில் வுடப் போறானுங்களாம். மொதல்ல நம்ம வூர் வழியா ரயில் வுட்டுருக்கானுங்க. பெருமயா ஒரு நடை போய் வர வேணாமா?”

“சரிடா... சரிடா. நாளைக்கே போய் வந்துடலாம். திருவள்ளூர் போயிட்டு அன்னைக்கே திரும்பிடலாமா?”

“காலைல ரயில் புடிச்சா மத்தியானம் திருவள்ளூர். திரும்ப அதே ரயிலு ராத்திரி ராயபுரம் திரும்பும். அதுல ஏறி உக்காந்தா விடிய காத்தால ராயபுரம் வந்துடலாம்.”

“அப்ப சரிடா... கண்ட நாய் பேய்லாம் ‘ரயில்ல போயிட்டு வந்தேன்’னு சொல்லுது. நாளைக்கே நாமளும் போய் வந்துடுவோம்... வாத்தியார் அசிங்கமா கேக்கப்போறாரு... ‘இன்னுமாடா ரயில பாக்காம இருக்கீங்கீங்க. நாட்டுப் பொறத்தானுங்களா’ன்னு கேலி பண்றத்துக்குள்ள போயிடுவோம்.”

“நாம நடுப் பட்டணத்துல இருக்கம்... நம்மள எவன் சொல்லுவான்?”

“திருவள்ளூர்ல இருந்து ரயில்ல வந்து எறங்குற நாட்டுப் பொறத்தான் சொல்லுவான்.”

இருவரும் சிரித்தனர்.

விடியற்காலை மூலகொத்தளம் படகுத்துறைக்கு வந்து சேர்ந்தபோது நாயகரின் ஆட்கள் வண்டி மாடுகளோடு காத்திருந்தனர். படகை, துறையிலேயே கயிற்றைப் போட்டுக் கட்டி நிறுத்தினான் படகோட்டி. பழவேற்காடு, திருப்பாலைவனம், சின்னக் காவனூர், பொன்னேரி, பகுதிகளிலிருந்து காய்கறிகள், இலைக்கட்டுகள் இப்படியாகப் படகில் வந்து இறங்கியிருந்ததால் அங்கே ஆட்கள் நடமாட்டம் சற்றே அதிகமாக இருந்தது. உப்பு, கருவாடு ஏற்றிவந்த படகுகள் இருபதுக்கும் மேலே தள்ளு முள்ளு பட்டுக்கொண்டிருந்தன. கீழே இறங்கி சற்றே ஒதுங்கி நின்று தன் ஜிப்பாவின் அடிப் பகுதியைப் பிடித்துத் தூக்கி பல்லில் கடித்தபடி இடுப்பிலே பார்த்தார். இடுப்பிலே ஒரு துண்டை நான்காக மடித்துக் கட்டியிருந்தார். நாயகர் சட்டையை உயர்த்தி இடுப்புக் கவசத்தில் கையை வைத்தார் என்றால் அனைவருக்கும் படியளக்கப் போகிறார் என்று

அர்த்தம். பணம், காசை பத்திரமாக வைக்க வேண்டுமென்றால் அதுதான் தோதான இடம் என்பது அவருடைய கணிப்பு. ராணி படம் போட்ட ரூபாய் நோட்டுகளையும் காலணா, அரையணா காசுகளையும் அழகாக அதிலே சுருட்டி மடித்துக் கட்டியிருப்பார். கோவணம் அவிழ்ந்தாலும் அவிழ்ந்து விழும், அந்தத் துண்டு அவிழாது. அப்படியொரு முடிச்சுப் போட்டு வைத்திருப்பார். அவர்களுக்கான படகு கூலியை இடுப்பிலே சுற்றிக் கட்டியிருந்த துண்டை அவிழ்த்து எடுத்துக்கொடுத்தார். அவருடைய உயரம், உடல்வாகு எல்லாம் ஆகிருதியாக இருந்தன. அந்த உடம்புக்கு அப்படித்தான் அமைய வேண்டும் போல இருந்தது மீசை. அறுபது வயதைக் நெருங்கிவிட்டாலும் இளைஞனுக்கான மிடுக்கு குறையவில்லை. கழுத்து வழியாக தலை நுழைத்துப் போடும் அவருடைய சட்டையில் மூன்று தங்கப் பொத்தான்கள் இருந்தன.

"ஆளுக்கு ரெண்டணா. திருவள்ளூர் போய்ட்டு வர்றதுக்கு." நாயகர் தான் தூங்காமல்தான் இருந்தேன் என்பதை அறிவிக்கும் விதமாக சிரித்தார்.

"ஐயா... நீங்க தாராளமாத்தான் கொடுப்பீங்க. சந்தோஷம்யா" என்றான் ஒரு படகோட்டி. இன்னொரு படகோட்டியோ, "உங்ககிட்ட பேசிக்கிட்டு வர்றதே சன்மானம்தான். இது இனாமா கிடைக்கிறதுதாங்கய்யா" என்றான்.

நாயகர் சிரித்தபடி அவனை முதுகில் தட்டிக்கொடுத்துவிட்டு வெள்ளை வேட்டி, சட்டைக்கு பாதகம் ஏற்படாவண்ணம் நறுவிசாகத் தாவி சற்று மேடான பகுதியில் போய் நின்றார். ஐயா படகிலிருந்து இறங்குகிற வரை காத்திருந்த ஆட்கள், சுட்ட கிளிஞ்சல்களைப் படகிலிருந்து கூடைகளில் அள்ளிப்போட்டு மாட்டுவண்டிகளிலே கொண்டுபோய்க் கொட்டினர். அதற்குள் கண்ணபிரான், மாணிக்கம், ரஞ்சிதம் ஆகியோரோடு அவருடைய மகள் ரத்தினம் என அவருடைய சூளை ஆட்கள் பலரும் வந்து சேர, வேலை வேகமாக நடக்க ஆரம்பித்தது.

"நீ ஏம்மா வந்தே?" என்றார் ரத்தினத்தைப் பார்த்து.

தாவணியில் அந்த அதிகாலையில் அத்தனை லட்சணமாய் இருந்தாள். ஆவணி முடிந்தால் பதினேழு வயது.

"ராவெல்லாம் தூங்காமயா வந்தே?" என பதிலாக ஒரு கேள்வி கேட்டாள்.

"கோயி தூக்கம்தான்... இவனுங்க எங்க தூங்க விடறானுங்க?"

என்றார்.

"ஏண்டா எங்க அப்பாவ தூங்கவிடலயாடா?" என்றாள். படகில் வந்தவர்களை நோக்கி.

"பெரியவங்கள அப்படி வாடா போடான்னு சொல்லக் கூடாதும்மா."

"கொழந்தையிலர்ந்து அப்பிடிதான கூப்புடுது. அதுதான் எங்களுக்கும் புடிக்குது வாத்தியாரே." படகோட்டி தன் காவியேறிய பற்களைக் காட்டி சிரித்தான்.

"மன்னிச்சுக்கண்ணா. எனக்கு அப்படியே பழக்கமாயிடுச்சுணா" என்றாள் ரத்தினம்.

"அவனுக்குப் புடிக்குது. உனக்குப் பழக்கமாய் போச்சு. இதுக்கு இன்னா முடிவு?" என்றபடியே நடக்க ஆரம்பித்தார் நாயகர். ரத்தினமும் பின்னாலேயே ஓடிவந்தாள். "அப்பா நா சூளைக்குப் போறேன்" என்று சொல்லிவிட்டு தந்தையின் அனுமதிக்காகக் காத்திருக்காமல் ஒத்தவாடை சாலையில் யானை கவுனி நோக்கி ஓடினாள்.

அவிழ்த்து விட்டிருந்த தலைமுடியை இழுத்து ஒரு முடி போட்டுவிட்டு, தலைப்பாகையைக் கட்டிக் கொண்டார். அவள் ஓடுவதைப் பார்த்துவிட்டு, "டேய் மழ வர்றாப்ல இருக்கு. ஒரு பொட்டு தண்ணி படாம கொடோன்ல போய் சேக்கணும். கித்தான போட்டு பத்திரமா மூடி கொண்டுபோங்க" என்று ஆள்காரர்ளை நோக்கிக் குரல் கொடுத்தார்.

"ஒரு சிப்பி நனைஞ்சாலும் ஏன்னு கேளுங்க" என உரிமையாக சொல்லிவிட்டு வேகமாக கிளிஞ்சல்களை வாரிக் கொண்டு வந்தான் கோதண்டம். அவன்தான் மொத்த வண்டி மோட்டையும் நிர்வகிப்பவன். விசுவாசி.

"நீங்க எதுக்கு இந்த பா ராத்திரியில தும்பு தூசியில படகுல போய் வர்றீங்க? அதான் நாங்க இருக்கோம் இல்ல?" என்றான்.

"அது இல்லடா. போன தடவ பேர் பாதி பாழாப்போச்சு. அனுப்பினதுல சுண்ணாம்பு பாதின்னா சிப்பி பாதி கெடந்தது. ஒண்ணும் பாதியுமா போட்டு அனுப்புறான். ஆள் நேர்ல போய் சொன்னாத்தான் கொஞ்சம்னா சுத்தமா போடுவான். இனிமே இன்னொரு ஆறு மாசத்துக்கு ஒழுங்கா போட்டு அனுப்புவான். ஜனங்க அப்படித்தான இருக்காங்க?"

"அதுவும் சரிதான். சுண்ணாம்புக் கல் லோடு ஒழுங்கா வந்தா

இந்த பழவேற்காடு பஞ்சாயத்து நமக்குத் தேவையே இல்ல.” நாயகரிடம் சொல்லுவதாக அவனுக்கே சொல்லிக்கொண்டு போனான் கோதண்டம்.

செஞ்சி, திருவண்ணாமலை பக்கமிருந்து சுண்ணாம்புக் கல் குவாரிகளிலிருந்து லோடு ஒழுங்காக வருவதில்லை. அப்படியே வந்தாலும் வீடு கட்டுவதற்கு சுண்ணாம்புக் கல்லும் வெள்ளை அடிப்பதற்கு கிளிஞ்சல் சுண்ணாம்பும்தான் நாயகரின் பரிந்துரை.

தயாராக இருந்த பொட்டி வண்டியில் போய் அமர்ந்தார் வேங்கடாசல நாயகர். கஞ்சித்தொட்டி ஆஸ்பத்திரியை நோக்கி பொட்டி வண்டி நகர, பின்னால் பதினாறு மாட்டுவண்டிகளில் சுட்ட கிளிஞ்சல்கள் பின்தொடர்ந்தன. கிழக்கு வானில் சூரிய கிரணங்கள் செந்நிறமாகப் பாய்ந்துகொண்டிருந்தன.

* தஞ்சை அருகிலுள்ள திருவையாறு என்னும் ஊரில் ஆற்றங்கரையோரம் கல்யாண மகால் என்ற பெயரில் மாளிகை ஒன்றை இரண்டாம் சரபோஜி மன்னன் (1798-1832) கட்டினான். இம்மாளிகை யினுள் மன்னனின் காமக்கிழத்தியர் தங்க வைக்கப்பட்டிருந்தனர். ‘கல்யாண மஹால் மகளிர்’ என இங்குத் தங்க வைக்கப்பட்ட பெண்கள் அழைக்கப்பட்டனர்.

இரண்டாம் சிவாஜி (1832-1855) என்ற மன்னனின் மனைவியர் எண்ணிக்கை இருபதாம். அத்துடன் தஞ்சை நகரில் ‘மங்கள விலாசம்’ என்ற பெயரில் அரண்மனையொன்றைக் கட்டி அதில் தன் காமக் கிழத்தியரைத் தங்க வைத்திருந்தான். இவர்களின் எண்ணிக்கை நாற்பத்தியெட்டு ஆகும். இப்பெண்கள் ‘மங்கள விலாச மகளிர்’, ‘மங்கள்வாச மகளிர்’ என்ற பெயர்களில் அழைக்கப்பட்டனர்.

இம்மன்னன் இறந்தபோது நாற்பத்திரண்டு மங்கள விலாச மகளிர் இருந்ததாகவும், இவர்கள் மராட்டியர், பிராமணர், கவரை நாயுடு, கிறித்தவர் எனப் பலதரப்பட்டவர்கள் என்றும் கல்வெட்டாய்வாளர் செ.இராசு குறிப்பிட்டுள்ளார்.

# சுப்ரீம் கோர்ட்

## 2

ஏழு காணிக்கு மேல் விரிந்து கிடந்தது அந்தத் தோட்டம். பெரும்பாலும் காய்கறிகள்தான் அதில் பயிரிடுவார்கள். வெங்கடகிரி ராஜா தோட்டம். அதற்கு நேர் எதிரே இருந்தன ஏழு கிணறுகள். மக்களின் தண்ணீர் பிரச்னையைத் தீர்த்துவந்த ஈரச் சுரப்பிகள். பூமி மாதாவின் மார்புக் கலசம். ஏழு கிணற்றுக்குப் பின்புறச் சுவரையொட்டி நீண்ட பாதை. பாதைக்கும் சுவருக்கும் இடையே இருந்த பகுதியில்தான் சுண்ணாம்புக் கிடங்கு. அதைத் தொடர்ந்து வண்டி மாடுகள் கட்டிவைக்க மாட்டுக்கொட்டகை. அதற்கு அருகே மாட்டுவண்டிகள். கிரிகோரி தெருவுக்கு ஒரு தெருவிட்டு வீராசாமி தெரு. அந்தத் தெருவைக் கடக்கும்போது அவரையும் அறியாமல் தெருவை ஒரு நோட்டம் பார்த்தார். அமைதியே உருவமாய் ராமலிங்கம் எதிர்ப்படுவான். இந்தச் சிறிய வயதில் பொறுமைக்கடலாக மாறிவிட்டவன். இப்போதெல்லாம்

அவரை நினைக்கும் போதும் 'அவன் இவன்' என நினைக்கக் கூடாது என மனம் சூளுரைத்தாலும் குழந்தைப் பிராயத்திலிருந்து பார்த்ததால் 'அவர்' எனச் சொல்வதுதான் அந்நியமாக இருந்தது. பெயர் பெற்ற சமய பிரசங்கி. பேசினால் கேட்டுக்கொண்டே இருக்கலாம்.

கடவுளின் பெயரால் நடக்கும் பல்வேறு அக்கிரமங்களைப் பேசிப் பேசி மனம் நொந்துபோய் இருந்த நேரத்தில் ராமலிங்கம் செய்துவரும் இறைப்பணி புதிய வாசலைத் திறந்துவிட்டதுபோல இருந்தது. ராமலிங்கத்தின் அப்பாவுக்கு சிதம்பரம் பக்கத்தில் மருதூர் என்பது சொந்த ஊர். ராமலிங்கம் பிறந்த சில காலத்திலேயே அவனுடைய அப்பா இறந்துவிடவே, அவனுடைய அம்மா குழந்தை, குட்டிகளோடு தன் தாய் வீடான சின்ன காவனூருக்கு வந்துவிட்டார். சின்ன காவனூர், பொன்னேரிக்குப் பக்கத்தில் இருக்கிறது. ராமலிங்கத்தின் மூத்த அண்ணன் சபாபதிக்கு சமய சொற்பொழிவு செய்யும் திறமை இருந்ததால் இங்கே வந்து சேர்ந்தார். வந்த நாளிலே இருந்து சபாபதியும் நன்றாகவே பழகிவிட்டார். மிஷனரி பள்ளி வாத்தியார் என்ற மரியாதை. எதிர்ப்படும் நேரங்களில் இரண்டொரு வார்த்தை பேசிவிட்டுப் போவது வழக்கமாதலால் கண்ணுக்கெட்டிய தூரம் வரை சபாபதியோ, ராமலிங்கமோ தென்படுகிறார்களா எனப் பார்த்தார். விபூதி பட்டை போட்டுக்கொண்டு அதிகாலையிலேயே திருவொற்றியூரோ, கந்த கோட்டமோ போயிருப்பார்கள்.

மாடுகளின் கழுத்து மணிகள் மீண்டும் நாயகரின் கவனத்தைத் திருப்பின. நிறுத்தப்பட்ட வண்டிகளிலிருந்து சுண்ணாம்பு கூடைகளில் இறக்கப்பட்டு, கிடங்குக்குள் சேர்க்கப்பட்டன. மழைத்தூறலுக்கு முன்பு வண்டிகளில் இருந்த சுண்ணாம்பு அனைத்தும் கிடங்குக்குப் போய்ச் சேர்ந்தன. சென்னை வீடுகளின் வெள்ளைச் சுவர்களுக்கு நாயகர்தான் காரணமாக இருந்தார். இவரிடமிருந்தே சில்லறை வியாபாரிகள் சுண்ணாம்பு வாங்கிச் சென்றனர். பழவேற்காட்டிலிருந்து சுண்ணாம்பு லோடு எடுப்பதில் ஆபத்திருந்தது. மழை, காற்று போன்ற இயற்கையின் ஆவேசங்கள் ஒரு பக்கம். பெரிய முதலீடு தேவைப்பட்டது. ஒரு லோடு ஏற்றி வருவதென்றால், சில நேரங்களில் 50 ரூபாய் வரை ஆகிவிடும். மழை, வெள்ளங்களுக்குத் தப்பி வந்துவிட்டாலும் கிடங்கு, வண்டி மாடு, ஆட்கள் முதலீடு தேவைப்பட்டது. பல ஆபத்துகள் நிறைந்த தொழில் என்பதால், எடுத்துச் செய்ய யாருமில்லை. யாரும் முன்வராத வேலைகளை இழுத்துப்

போட்டுச் செய்வதில் நாயகருக்கு எப்போதுமே தனி ஈடுபாடு இருந்தது.

வண்டி மேட்டைக் கடந்து கிரிகோரி தெருவில் பொட்டி வண்டி நுழைந்தது. முதல் வீடு வேங்கடாசல நாயகருடையது. வாசலையொட்டி இரண்டு பக்கமும் திண்ணைகள். அகன்ற புழங்கிடம். நான்கு அறைகள் அதிலே பிரியும். பின் பக்கம் சமையற் கட்டு. அதையொட்டி குளிக்க ஏதுவாக ஒரு மறைப்பு.

பொட்டி வண்டிச் சத்தம் கேட்டு நாயகரின் பாரியாள் சீதா லட்சுமி வெளியே வந்தார். பாம்படம் தோள்பட்டை வரை தொங்கிக்கொண்டிருந்தது. 'ஊரிலேயே பெரிதாகக் காது வளர்த்தவள் இவள்தான்' என்று பெயர் ஏற்பட்டுவிட்டது. வெற்றிலைக் காவி ஏறிய உதடும் கழுத்திலே தொங்கும் பவழ மாலையும் அவளுக்கு சீதா லட்சுமி என்ற பெயர் எவ்வளவு பொருத்தமாக இருக்கிறது என்று நினைப்பார். அடுத்த நொடியே 'சீதா பிராட்டிய நேர்ல பாத்தவன் மாதிரியே நினைக்கத் தோணுதே எப்படி' என்பதையும் நினைப்பார்.

"எதுக்கு இப்பிடி ராத்தூக்கம் கெட்டு வேலை பாக்குறீங்களோ... கோதண்டம் போனா போதாதா?" என்றார் அம்மணி. வேங்கடாசல நாயகருக்கும் சீதாலட்சுமிக்கும் பத்து வயசு வித்தியாசம் என யாராவது சொல்ல முடியுமா? வேங்கடாசல நாயகரின் உடற்கட்டோ, சீதா லட்சுமி கணவனிடம் காட்டும் பவ்யமோ அந்த வித்தியாசத்தைக் குறைத்துவிட்டது என்றுதான் சொல்ல வேண்டும்.

"போதாதுன்னு தெரிஞ்சுதானே போயிட்டு வர்றேன்... எனக்கின்னா விளையாட்டா இது?" எனச் சிரித்தார் வேங்கடாசலம்.

"வாத்தியார் உத்தியோகம் பாத்த வரைக்கும் அலைச்சல் இல்லாம இருந்த. எப்ப வேலையவிட்டு வந்தயோ அதோட ஆயிரம் வேலைய இழுத்துப் போட்டுக்கிட்ட."

அவள் பெருமைப்படுகிறாளா, குறை சொல்கிறாளா என்கிற பொருள் விளங்கா மையத்தில் ஒரு புன்சிரிப்பைச் சிந்திவிட்டு, சட்டையைத் தலைவழியே அவிழ்த்துக் கொடியில் போட்டுவிட்டு, "தண்ணி எடுத்து வைம்மா" என்றார்.

அவர் சொல்லி முடிப்பதற்குள் பெரிய பித்தளை குண்டானில் தண்ணியைத் தூக்கி வந்து முற்றத்தில் வைத்தாள்.

"முந்தானையில புடிச்சு தூக்காதேனு எத்தனை வாட்டி

சொல்றேன். ஏன் கரி கந்தைய பக்கத்துல வெச்சுக்க மாட்டியா? ரத்தினம் எதுக்கு சூளைக்கு ஓடுது இப்ப?"

அதற்கு அவள் பதிலே சொல்லவில்லை. கொதிக்கும் குண்டான் தண்ணியை அடுப்பிலிருந்து முந்தானையை வைத்துப் பிடித்துக் கொண்டு வருவது அவளுடைய பழக்கம். முகம் துடைக்க, கரி கந்தையாகப் பயன்படுத்த, சாமி படம் துடைக்க என அந்த முந்தானையும் பல அவதாரம் கண்டது.

"குளிச்சுட்டு கோர்ட் வரைக்கும் போயிட்டு வந்துடறேன்."

"ஐயா சாமி... உனக்கு மட்டும் எங்கருந்துதான் இவ்ளோ ஆர்வமும் சக்தியும் பொறக்குதோ..?"

"நீயும்தான் வாயேன் கோர்ட்டுக்கு."

"பொம்பளைய கோயில் குளத்துக்குக் கூட்டிட்டுப் போன்னா... கோர்ட்டுக்கு கூப்புடுறியே?"

"கோயிலுக்கா?" என்றார் நாயகர்.

"முனுசாமி அண்ணன் வரட்டும். அவர்தான் சாமி இல்ல, பூதம் இல்லன்னு உங்கள ரொம்ப மாத்திட்டார்."

"என்னை யாரும் மாத்த முடியாது. நானா மாறினாத்தான் உண்டு. அது முனுசாமிக்கும் தெரியும். உனுக்கும் தெரியும். இப்பகூட வர்ற வழியில ராமலிங்கம் இருக்கானான்னு பாத்துட்டுத்தான் வந்தேன். சாமி இல்லைன்னா அவனைத் தேடுவனா? என் சாமி, எந்த சாமின்னு தெரிஞ்சா இப்படிப் பேச மாட்டே!"

"ஆளாளுக்கு ஒரு சாமி... அதெப்படி?"

"என் சாமிக்கு உருவம் கிடையாது. உருவம்லாம் சாமியப் பத்தி தெரியாதவங்களுக்குத்தான். சரியா?"

"நூத்துல ஒரு வார்த்தை!" என்றபடி சமையல் கட்டுக்குள் போனாள் சீதா.

நாயகர் முற்றத்தில், கொடியில் மேல் துண்டைப் போட்டு அதையே மறைப்புபோலசெய்து குளிக்க ஆரம்பித்தார். குளிப்பதற்கு அதுதான் இடம். சீதா லட்சுமி குளிப்பதாக இருந்தால் வெளிக்கதவு வரை சாத்தவேண்டியிருக்கும். ஆம்பளை குளிப்பதாக இருந்தால் அதெல்லாம் தேவையில்லை. வேங்கடாசல நாயகர் குளித்து முடித்து, துண்டை இடுப்பில் கட்டிக்கொண்டு, கோவணத்தை அவிழ்த்து அலசிப் பிழிந்து காயப்போட்ட நேரத்தில் முனுசாமி நாயகர் வந்து சேர்ந்தார்.

“வெளிய எங்கயாவது போயிட்டியோன்னு நினைச்சுக்கிட்டே வர்றேன்.”

வேங்கடாசல நாயகரைவிட பத்து வயது இளையவர் என்றாலும் பழக்கத்தில் உணர்வில் ஒரு வயதினர்போல இருக்கும் அவர்களின் பேச்சு. கொஞ்சம் ஆங்கில மோகம் உண்டு. அதனால் டரவுசர் சட்டை போடும் ஆசையெல்லாம் ஏற்பட்டு, முரட்டு கித்தான் சட்டையும் வேட்டியும் கட்டும் அளவுக்கு வந்திருக்கிறார்.

“பழவேற்காடு போயிட்டு இப்பத்தான் வந்தேன். என்னப்பா அப்படியொரு அவசரம்?” என்றார் வேங்கடாசல நாயகர்.

“சொல்றண்ணா... அறிவியல்பூர்வமா மக்களை சிந்திக்க வெக்கணும். ஒரு பத்திரிகை ஆரம்பிக்கலாம்னு திட்டம். ப்ராட்லா கிட்ட இருந்து லெட்டரு வந்துருச்சு. இங்கிலாந்து நாத்திக சங்கத்துல நம்ம சங்கத்தைப் பதிவு பண்ணியாச்சு.”

“அடேங்கப்பா. பெரிய விஷயம்யா. ஆரம்பிச்சுடுவோம். இந்த ஜனங்களுக்கு ஏதாவது செய்யணும்டா தம்பி. சுப்ரீம் கோர்ட்ல * இன்னைக்கு சிவாஜி ராஜாவோட வழக்கு. அவரோட பொண்டாட்டிங்க பன்னண்டு பேரும் கூட்டா சேந்து கேஸ் போட்டிருக்காங்க. அது என்னாகுதுன்னு பாக்கலாம். நாத்திக சங்கம் பத்தி இப்ப இதுவும் பேச வேண்டாம். கோர்ட்டுக்கு போய்கிட்டே பேசுவோம். எம் பொஞ்சாதி வந்தா கத்துவா...”

“என்னத்துக்கு?”

“சாமி இல்ல... பூதம் இல்லன்னு சொல்லிக்கிட்டு வர்றாரூன்னு உம் மேல கோவமா இருக்கா.”

“அண்ணிய நா பாத்துக்குறேன்.”

“வாப்பா” என்றபடி வந்தாள் சீதா. இவ்வளவையும் கதவோரமாக நின்று கேட்டிருப்பாளோ என வேங்கடாசல நாயகருக்கு ஓர் ஐயம் ஏற்பட்டு, மறைந்தது. சீதாவைப் பார்த்தால் கண்டுபிடிக்க முடியாது. அழுத்தக்காரி.

‘முனுசாமி நாயகர் வரட்டும்...’ என்று அவள் கொந்தளிப்பதும் வந்ததும் பாசம் பொழிவதும் கல்யாணம் ஆகிவந்த காலம் தொட்டு தொடர்கிற பாசக்கூத்து.

“அவரும் இப்பத்தான் வந்தாரு ராசா. ரெண்டு பெருமே சாப்பிட வாங்க.”

“நான் சாப்புட்டுட்டுதா வந்தன் அண்ணி. அவருக்குக் குடு.”

“கூழ் ஒரு லோட்டா குடிச்சா ஒண்ணும் குறைஞ்சுட மாட்ட.” முனுசாமி நாயகரின் பதிலுக்காகக் காத்திருக்காமல் அவருக்கும் ஒரு லோட்டாவை நீட்டினாள்.

“கடவுள் நம்பிக்கை இல்லைன்னு என் மேல கோபமா அண்ணி?” என்றார் முனுசாமி.

“எனுக்கின்னா தெரியும் ராசா... ஜனங்க நல்லா இருக்கணும்னா சாமி வோணும்ல?”

“நல்லா குழப்பறியே அண்ணி.. ஜனங்க நல்லா இருக்காங்களா இப்போ?”

“பாவம் ஏதோ கெடக்குதுங்க.”

“அப்போ கடவுள் இல்லன்னு ஒத்துக்கிறீயா?”

கன்னத்தில் போட்டுக்கொண்டாள் சீதா. இன்னொரு லோட்டா கூழை ஊற்றி நீட்டியபடி, “நா அப்படியா சொன்னேன்? ஜனங்க நல்லா இருக்கணும்னு சொன்னேன்” என்றாள்.

உரையாடலை ரசித்தபடி சொம்பில் இருந்த கூழை முழுவதுமாகக் குடித்துவிட்டுக் கீழே வைத்தார் வெங்கடாசலம்.

“நான் ஒண்ணு சொல்லட்டா... கடவுள் ஜோதி வடிவானவர். நம்ம ராமலிங்கம் சொல்றது அதுதான். அருட்பெரும் ஜோதி. சாமிக்கு எத்தனை பேருங்க? எத்தனை உருவங்க? இதெல்லாம் எதுக்கு? ஊரை ஏமாத்தத்தான். கும்பாபிஷேகம்னு பாலையும் தயிரையும் பழத்தையும் செலைமேல கொட்றாங்க. திதி, கருமாந்தரம், காரியம், பூ சுத்தறேன், புட்டு சுத்தறேன்னு எத்தனை சடங்கு? இதத்தான் வேணாங்கிறேன். சரியா? ஜனங்க நல்லா இருக்கணும்னு சீதா சொல்றதும் நான் சொல்றதும் ஒண்ணுதான்.”

வேங்கடாசலம் சொல்லி முடித்ததும் முனுசாமி சிரித்தார். “இத்தனைக்கும் அண்ணனைவிட ராமலிங்கம் 25 வயசு சின்னவர்” என்றார் தொடர்ந்து.

“அதுக்காக? பெரியோரை புகழ்தலும் இலமே... இளையோரை இகழ்தல் அதனினும் இலமே!”

“சரி அண்ணா... ஜோதி வடிவானவர்னு சொன்னா. ஜோதிக்கு அபிசேகம் பண்ணனும்னு வருவாங்க... அல்மைட்டி இன் எனி ஃபார்ம்ஸ் விட்ச் நீட்ஸ் த பியூப்பிள் அட்மிரேஷன்ஸ்.” முனுசாமியின் ஆங்கில மோகம் எட்டிப் பார்த்தது.

“நோ. சம் பியூப்பிள் மேக் மணி இன் த நேம் ஆஃப் காட்.” என்றார் வேங்கடாசலம்.

"இப்பிடி பேசுனா எனக்கு இன்னா புரியும்?" சீதா குறுக்கிட்டாள்.

"கடவுள் பேரைச் சொல்லி ஜனங்கதான் ஏமாத்துறாங்கன்னு சொல்றாரு அண்ணி."

'அப்படி ஏமாத்தறவங்கள நாம ஒண்ணும் பண்ண வேண்டியதில்ல. கடவுளே பாத்துப்பாரு தம்பி... சொன்னா கேக்க மாட்டேங்கிறாரு. யார்கிட்டயாவது வம்புக்கு நிக்கறாரு."

"கடவுள்தான் தண்டிக்க மாட்டேங்கிறாரே அண்ணி... அதனால் தான் கேக்கறாரு."

"இந்தப் பிறவில இல்லன்னா அடுத்த பிறவில தண்டிப்பாருண்ணா. ஏழு பிறவி இருக்கில்ல?"

"அண்ணா... நாம ரெண்டு பேரும் பேசறது வேற. இவங்க பேசறது வேற. எல்லாத்துக்கும் ஒரு ஏற்பாடு செஞ்சு வெச்சுட்டுத் தான் ஏமாத்தவே ஆரம்பிச்சிருக்காங்க."

வேங்கடாசலம் வேகமாகத் தலையசைத்து சிரித்தார்.

* சென்னையில் சிங்கார வேலர் மாளிகை இருக்கும் இடத்தின் பின்புறம் அன்று இருந்த கோர்ட், சென்னை மாகாணத்தின் சுப்ரீம் கோர்ட் எனப்பட்டது.

# ராஜாவின் மனைவிமார்கள்

## 3

கடற்கரைக்கு எதிரே சுப்ரீம் கோர்ட். வஞ்சனை இல்லாமல் காற்று வீசியது. கடற்கரையிலிருந்து வெகு தூரத்தில் நிற்கும் கப்பல்களிலிருந்து கட்டுமரங்களில் சரக்குகளை இறக்கிவந்து கரை சேர்ப்பது பெரும்பாடாகத்தான் இருந்தது. வேறு வழியில்லை. சென்னையிலே துறைமுகம் அவர்களுக்குத் தோதுப்படவில்லை என்பதுதான் வேங்கடாசல நாயகரின் கருத்து. இயற்கையான துறைமுகம் இல்லை அது. நட்ட நடு கடற்கரையில் துறைமுகத்தை உருவாக்க நினைத்தது பெரும் தவறு. கரையில் வந்து நிற்பதற்கான ஆழம் அங்கே இல்லை. இருந்தாலும் விடாப்பிடியாகக் கப்பல்களை வெகு தூரத்திலே நிற்கவைத்து, சிறு படகுகள் மூலம் கரைக்கு சரக்குகளை மீனவர்களின் உதவியுடன் கொண்டுவந்து சேர்த்தனர். ஏராளமான படகுகள் கரையில் இருந்தன. வந்து இறங்கிய

சரக்குகளை, ஏற்ற இருக்கும் சரக்குகளை அதிகாரிகள் சரிபார்த்துக்கொண்டிருந்தனர். 'ரெண்டு மாசம், மூணு மாசம் ஆகுதுணா இதுங்க லண்டன் போய் சேர்றதுக்கு. இப்பத்தான் ஒரு காவா வெட்டிக்னு இருக்கானுங்க எகிப்துல. ஆப்ரிக்காவ சுத்தாம குறுக்கால போறதுக்கு" என்றார் முனுசாமி.

'சூயஸ் காவாங்குறாங்களே அதுவா?" என்றார் வேங்கடாசல நாயகர். இரண்டு பேருக்குமே லண்டன் போகும் கப்பல் எவ்வளவு நாட்கள் பயணம் செய்கிறது என்பதில் தனிப்பட்ட ஈடுபாடு ஒன்று இருந்தது. நேஷனல் செக்குலர் சொசைட்டியை உருவாக்கிய ப்ராட்லாவைத் தொடர்புகொள்வதற்குக் கடிதங்கள் அனுப்ப வேண்டும். அது மூன்று மாதங்கள் கழித்துத்தான் அவருக்குப் போய் சேருகிறது. அவர் பதில் எழுதினால் இங்கே வந்து சேருவதற்கு மூன்று மாதங்கள். அரை வருஷம் ஓடிப்போகிறது. கடவுள் இல்லை என்பதைப் பிரசாரம் பண்ணுவதற்கு ப்ராட்லா என்று ஒருவன் சங்கம் ஆரம்பித்திருக்கிறான். மிகவும் துணிச்சலான சங்கம்தான். அதைப்போல ஒரு சங்கம் இங்கே தொடங்க வேண்டும். நாத்திக கொள்கையைப் பரப்ப பத்திரிகை நடத்த வேண்டும் இதுதான் முனுசாமியின் ஒரே லட்சியம். வேங்கடாசலத்துக்கும் அதிலே பங்கு இருக்க வேண்டும் என்பது முனுசாமி நாயகரின் அவா. "இந்துமத ஆசார ஆபாச தர்ஷினின்னு ஒண்ணு எழுதிக்னு வர்றன். அதை அப்பிடியே போடு பத்திரிகைல" என்பார்.

"ஐயா உள்ள போய் நிறுத்தட்டுங்களா?" என்றான் வண்டியோட்டி மாணிக்கம்.

"அப்பிடிதான் செய்" என்றார் வேங்கடாசல நாயகர்.

கோர்ட் வளாகத்துக்குள் நுழைந்தது வண்டி. பெரும் கூட்டத்தால் அது நிறைந்திருந்தது. இறந்துபோன அரசனின் மனைவிகள் கொடுத்த பிராது என்பதால், மக்களுக்கு அந்த வழக்கிலே ஆர்வமிருந்தது. ராணிகளைப் பார்க்கிற ஆர்வம்தான் முக்கால்வாசிப் பேருக்கு. நாயகர் அவர்கள் பதினொரு மணி வாக்கில் அங்கே வந்தார். பொட்டி வண்டியை அசோக மரத்தடியில் நிறுத்தினான் மாணிக்கம். வண்டியிலிருந்து இறங்கி, துண்டை உதறித் தோளில் போட்டுக்கொண்டு சுற்றும் முற்றும் பார்த்தார். கோர்ட்டில் தோட்ட வேலை பார்க்கும் பரந்தாமன் ஓடி வந்தான்.

"ஐயா வாங்க. சோமசுந்தர நாயகர் அப்பமே வந்துட்டார். கோர்ட்ல உங்களுக்கு உட்கார எடம் போட்டு வெச்சுருக்காரு."

"சரிடா. நா பாத்துக்குறேன்" என்றபடி பெரிய எட்டுவைத்து வேகமாக நடந்தார். கோர்ட் வாசலில் குழுமி நிற்க வேண்டாமென, காவலர்கள் தடுத்துக்கொண்டிருந்தனர். நாயகரின் தோற்றத்தைப் பார்த்து காவலர்கள் தாமாகவே ஒதுங்கி நிற்க, பரந்தாமனும் வழி விடும்படி கேட்டுக்கொண்டு முன்னால் ஓடினான்.

"ஏதோ பரந்தாமன் காட்டிய வழி" எனச் சூழ்நிலை சாதகமாக அமைந்துவிட்டதை கிசுகிசுப்பாக சொன்னார் வேங்கடாசலம். வழக்கு நடக்கும் இடத்தில் பார்வையாளர்களுக்குப் போட்டிருந்த நீளமான பெஞ்சில் சோமசுந்தரத்தைப் பார்த்தார். அவர் பார்வையாலேயே 'வாங்க' என்றார். நீதிபதியையும் வக்கீல்களையும் பார்த்தபடி அவர் அருகே சென்று அமர்ந்தார்.

அரசர் சிவாஜியின் 12 மனைவிமார்களில் சிலர் கோர்ட்டுக்கு வரவில்லையென்பது தெரிந்தது. முன்னரே வந்துவிட்ட சோமசுந்தரத்துக்கு ஏதேனும் தெரிந்திருக்கும் என யூகித்து அவரைப் பார்த்தார்.

"என்ன சோமு, பிராது கொடுத்தவங்க எல்லாரும் வரலையா?"

"எல்லாம் அப்படியே மாறிப்போச்சு. விசாரணையைக் கவனி. அப்புறம் சொல்றேன்." மெல்லிய குரலில் புன்னகையினூடே சொன்னார்.

"மனு கொடுத்த பதினைந்து பேரில் எட்டு பேர் மனுவை வாபஸ் வாங்கிவிட்டதால் மீதமிருக்கும் ஏழு பேரின் மனுவை மட்டும் விசாரணைக்கு எடுத்துக்கொள்ள வேண்டும் என்கிறீர்களா?" ஆங்கிலேயரான நீதிபதி, ஆங்கிலேயரான பப்ளிக் பிராசிக்யூட்டரைப் பார்த்து ஆங்கிலத்தில் வினவுவது தெரிந்தது.

"பதனைஞ்சு பேரா, பன்னண்டு தானே?" நீதிபதி தவறாகச் சொல்வதைச் சுட்டும்விதமாக மெதுவாகக் கேட்டார் நாயகர்.

"பொண்டாட்டிங்க 12 பேர். சேத்துக்கிட்டவங்க மூணு பேர்." வார்த்தையிலும் கை ஜாடையிலுமாகச் சொன்னார் சோமசுந்தரம். எல்லாம் புரிந்துவிட்டதென சோமசுந்தரத்தைப் பார்த்தார் வேங்கடாசலம். அர்த்தபுஷ்டியான சிரிப்பு. வேங்கடாசலத்துக்கு அடுத்து அமர்ந்திருந்த முனுசாமிக்கும் சோமசுந்தரம் சொன்னது கேட்டிருக்க வேண்டும். தனக்கும் கேட்டுவிட்டதை வெளிப்படுத்தும்விதமாக இருவருக்கும் கேட்கும்படியாகச் சிரித்தார்.

நீதிபதி கேட்ட கேள்விக்கு ஏதோ பேப்பரை ஆதாரம் போல

நீட்டி, "ஆமாம் மிலார்ட்" என்றார் வழக்கறிஞர். "மனுவை வாபஸ் செய்தவர்களின் பெயர்கள் இதில் உள்ளன."

நீதிபதி அதை வாங்கிப் படித்தார். அதில் எட்டுப் பேரின் பெயர்கள் இருந்தன.

பப்ளிக் பிராசிக்யூட்டர் எழுந்தார்.

"மிலார்ட். நம்மிடம் முதலில் மனு கொடுத்த 15 பேரில் வாபஸ் வாங்கிய எட்டுப் பேரின் பெயர்களின் பட்டியலை மதிப்புக்குரிய வழக்கறிஞர் உங்களிடம் கொடுத்திருக்கிறார். அதில்தான் இப்போது சிக்கல்."

நீதிபதி தன்னுடைய உருண்டையான வெண்ணிற முகம் சற்றே சுருங்கி என்ன சொல்லவருகிறார் என்பதாகப் பார்த்தார். அரசு வழக்கறிஞர் தன்னுடைய ஃபைலிலிருந்து ஒரு தாளை எடுத்து வாசித்தார்.

"மிலார்ட்... முதலில் மனு கொடுத்த 15 பேரின் பெயர்கள் இவை: சையம்பா, உமாம்பா, ஜயதம்பா, ஜிஜாயி, தீபாம்பா, ராமகுமாராம்பா, சுகுணாம்பா, அபரூபாம்பா, யசவந்தம்பா, அனசாம்பா, கௌராம்பா, அருணாம்பா, ஸுகுமாரம்பா, கிரிஜாம்பா, சீமாம்பா."

அதேநேரத்தில் நீதிபதியின் உதவியாளர் அந்தப் பதினைந்து பேரின் பெயர்ப் பட்டியலை எடுத்து நீதிபதியிடம் நீட்டினார். அரசு வழக்கறிஞர் வாசித்த பெயர்கள் சரியாக இருப்பதை ஆமோதித்து, 'அதற்கு என்ன இப்போது' எனப் பார்த்தார்.

"மிலார்ட். இப்போது வழக்கை வாபஸ் வாங்கிக்கொண்ட எட்டுப் பேரின் பெயர்களைப் படிக்கிறேன். சுந்தராயி, தராயி, பராயி, பங்காயி, சம்பராயி, ஜமராயி, கௌராயி, வஸராயி. இந்தப் பெயர்கள் எதுவுமே மனு கொடுத்தவர்கள் பெயர்ப் பட்டியலில் இல்லை என்பதை உங்களுக்குத் தெரிவிக்கக் கடமைப்பட்டுள்ளேன்."

நீதிபதி அவசரமாக இரண்டு தாள்களையும் ஒப்பிட்டுப் பார்த்துவிட்டு "இந்த எட்டு பேர் யார்?" என்றார் வழக்கறிஞரைப் பார்த்து. வந்திருந்த மனைவிமார்களையும் பார்த்தார்.

வந்திருந்த ஏழு பெண்களுமே இரண்டு மூக்குத்திகள், காதிலே தோடுகள், கோப்பு என்று ஒரே சீராக, சராசரியாக அணிந்திருந்தனர். கழுத்திலே தங்க ஆபரணங்கள் தொங்கிக் கொண்டிருந்தன. பட்டுச்சேலையால் தலையில் முக்காடிட்டு அமர்ந்திருந்த பெண்கள் ஏதோ தங்களுக்குள் பேசிக்

கொண்டிருப்பது அவர்களுடைய அசைவுகளை வைத்து தெரிந்தது. அவர்கள் அசையும் தருணங்களில் ஆபரணங்கள் எழுப்பும் சலசலப்பு ஓசை நீதிமன்றம் முழுதும் எதிரொலித்தபடி இருந்தது.

சொல்ல முடியாமல் நெளிந்தார் வழக்கறிஞர். தயங்கி, "மிலார்ட். அந்த எட்டுப் பேர்தான் இந்த எட்டுப் பேர். அவர்களுக்கு வைத்த பெயர் வேறு. செல்லப் பெயர் வேறு. மனு கொடுத்தபோது உண்மைப் பெயரைச் சொன்னார்கள். வாபஸ் வாங்கும்போது செல்லப் பெயரில் மனு கொடுத்துவிட்டார்கள்."

பப்ளிக் பிராசிக்யூட்டர் சிரித்தார். "மிலார்ட் இவர்கள்தான் அவர்கள் என்பதை எப்படி நம்புவது?"

அந்தக் கேள்வியில் நியாயம் இருப்பதை நீதிபதி முகபாவனையில் வெளிக்காட்டினார். வாதியின் வழக்கறிஞரைப் பார்த்தார்.

"உண்மைப் பெயர் எது, செல்லப் பெயர் எது என்பதற்கெல்லாம் ஆதாரம் வேண்டும். இந்த எட்டுப் பேரும் எதற்காக வாபஸ் வாங்கினார்கள்... யாரேனும் மிரட்டினார்களா என்பது தெரிய வேண்டும். குறிப்பாக சுவீகாரம் எடுத்து அரசாள முடியுமா எனக் கேட்டிருக்கிறார்கள். அதற்கு சட்டத்தில் இடமில்லை என்பதைத் தெரிவித்துவிடுங்கள். வேண்டுமானால், மாதா மாதம் நிவாரணத் தொகை வழங்க சட்டத்தில் இடம் இருக்கிறது. நிவாரணம் பெறுவோர் ராஜாவின் மனைவிமார்தான் என்பதை நிரூபிக்க ஒழுங்கான ஆதாரங்கள் கொடுக்க வேண்டும். ஆதாரங்களோடு வாருங்கள்." நீதிபதி கறாராகச் சொல்லிவிட்டார்.

"அடுத்த விசாரணையின்போது மற்ற எட்டுப் பேரும் நேரில் வர வேண்டும். இல்லையாயின், வழக்கைத் தள்ளுபடி செய்துவிடுவேன்." பிரிட்டிஷ் ராஜாங்கத்தின் நீதிபதி இவ்வளவு கருணையுடன் பேசுவதே புண்ணியம்தான்.

"யெஸ் மிலார்ட்."

"வழக்கை 1860, ஆகஸ்ட் மாதம் 12-ம் தேதிக்கு ஒத்திவைக்கிறேன்."

"யெஸ் மிலார்ட்."

அவசரமாகக் காகிதங்கள் இங்கும் அங்கும் பரிமாறப்பட்டன. நீதிபதி செயற்கையாகப் பொருத்தப்பட்ட தன் நரைத்த தலைமுடி கேசம் சரிந்துவிடாதபடிக்கு, அதிகம் குனியாமல் எழுந்து நிமிர்ந்த நிலையிலேயே நடந்து சென்றார். அவருக்கு இரண்டு பக்கமும் காவலர்களும் டவாலியும் பின்தொடர்ந்தனர்.

சோமசுந்தரமும் வேங்கடாசலமும் எழுந்தனர். “என்னமோ நடக்கப்போகுதுன்னு வந்தேன்... எல்லாம் சப்புன்னு முடிஞ்சு போச்சே.” அலுத்துக்கொண்டார் வேங்கடாசலம்.

“சப்புன்னு முடியல. நீ வர்றதுக்கு முன்னாடி பப்ளிக் பிராசிக்யூட்டர் தெளிவா சொல்லிட்டான். வாரிசு இல்லாத ராஜாங்கம் சட்டப்படி கம்பெனி ஆட்சிக்கு வந்துவிட்டது. இந்த வருஷம் பிரிட்டிஷ் ராணியின் நேரடி ஆட்சிக்குக் கீழ நம்ம நாடும் வந்தாச்சு. கம்பெனி ஆட்சி போட்ட சட்டப்படி ஒட்டுமொத்த இந்தியாவும் இப்ப ராணி கன்ட்ரோல்ல. ‘அரச குடும்பத்துக்குக் கருணை அடிப்படையில் மாதாந்தரத் தொகை நிர்ணயிக்கப்பட்டு வழங்கப்படும்’னு சொல்லிட்டான். அதத்தான் இந்தப் பொண்டாட்டிகள் அனுபவிச்சு வரவேணும். ராஜாவோட பொண்டாட்டிகளுக்கு பென்ஷன் கொடுப்பான். அதான் சங்கதி. பொண்டாட்டிக பேரையெல்லாம் படிச்சாங்களே கேட்டியா?”

“ஆமா.” அதில் என்ன வில்லங்கம் எனப் பார்த்தார். முனுசாமிக்கும் ஒன்றும் புரியவில்லை.

“அதுல அதிகம் வயசானவ சம்பராயி... அவளுக்கு வயசு 20. கொறைஞ்ச வயசுக்காரி சுந்தராயி. அவளுக்கு வயசு 12.” *

“இந்த நாடு என்னவாகப் போகுதுன்னு தெரியலையே.” தலையில் அடித்துக்கொண்டார் வேங்கடாசல நாயகர். “கொறைஞ்சது பதினஞ்சு வயசு ஆனாத்தான் பொண்ணுங்களுக்கு கல்யாணம்னு சட்டம் கொண்டாரணும். இல்லன்னா பத்து வயசுலயே தாலி அறுத்துட்டு வூட்ல ஒக்காந்திருக்கிற கொழந்தைகளை நாம காப்பாத்தவே முடியாது.”

“நம்ம மண்ணும் போச்சு. மரியாதையும் போச்சு. இதை யெல்லாம் யார்கிட்ட சொல்லி அழறதுன்னும் தெரியல.” நாயகர் முகம் இறுக்கமாக இருந்தது.

முனுசாமி நாயகர் திருவல்லிக்கேணியில் ஒரு வேலை இருப்பதாக கோர்ட்டிலிருந்து தெற்காகப் போனார்.

மதியம்போல வீடு வந்து சேர்ந்த நாயகரும் சோமுவும் சாப்பிட்டு விட்டு, வெளியே திண்ணையிலே படுத்தார்கள். எதிரே பெரிய வேப்பமரத்துக் காத்து சுகமாக வீசியது. வேங்கடசாலத்தின் மனம் மராட்டியர்கள் தமிழ்நாட்டுக்குள் காலடி எடுத்து வைத்த காலத்துக்குள் பயணித்துவிட்டது.

பிற்காலச் சோழகர்கள் நலிவிலும் நலிவடைந்து தீவுக் கோட்டையில் தஞ்சமடைந்து சிறிய கோட்டையில்

கரையோரத்தில் இருந்த நூறு கிராமங்களைத் தங்கள் கட்டுப்பாட்டுக்குள் வைத்திருந்த கதையெல்லாம் அவர் அறிந்ததுதான். தஞ்சைத் தரணியும் பெருவுடையார் கோயிலும் கங்கை கொண்ட சோழபுரமும் நாயக்க மரபினர் ஆட்சியின்கீழ் இருந்தன. கி.பி. 1535 முதல் 1675 முடிய 140 ஆண்டுகள் நாயக்க மரபினர்தான் ஆண்டனர்.

அதற்கு அடுத்த வருஷத்திலேயே மராத்தியரான ஏகோஜி என்ற வெங்கோஜி, தஞ்சை நாயக்கர் ஆட்சியைச் சூழ்ச்சியால் ஒழித்துக்கட்டிவிட்டு, தீவுக் கோட்டையிலிருந்து ஆளத் தொடங்கினான். இந்நிகழ்விலிருந்து தஞ்சையில் மராத்தியர் ஆட்சி தொடங்கி, 1855 முடிய நீடித்தது. ஆங்கிலேயர் ஆட்சியின்போது ஆங்கில ரெசிடன்ட்டின் கட்டுப்பாட்டிற்குள் மராத்தியர் ஆட்சி இருந்தது.

"அதென்னது மோடி டாகுமென்ட்டு *ன்னு சொன்னாங்களே?" என்றார் சோமசுந்தரம்.

"தஞ்சை மராத்தியர் ஆட்சியில் அரசு டாகுமென்டெல்லாம் மராத்தி மொழியில எழுதியிருக்காங்க. ஆனா எழுதின எழுத்து பேரு 'மோடி எழுத்து'. அதனால அதை 'மோடி ஆவணம்'னு சொல்றாங்க."

"மோடியா?"

"மோடணே என்றால் மராட்டி மொழியில 'உடைசல்'னு அர்த்தம். அதுலருந்து 'மோடி' பாஷை வந்ததா சொல்வாங்க. யாரு நம்ம சத்யநாராயணா ராவ்தான். என்கூட வேலை பாத்த வாத்தியார்."

"ஏன்... நல்லா தெரியுமே?" என்றார் சோமு.

"மோடி எழுத்துங்கிறது தேவநாகரி எழுத்த உடைச்சு சிதைச்சு உருவாக்கினதுன்னு சொல்வாரு."

"எதுக்கு நாயகரே இப்படிலாம் எழுதி வெச்சுருக்காங்க?"

"தேவநாகரி வரிவடிவத்தை வெச்சு எழுதியிருந்தாலும் அதுல பல எழுத்துகளைக் குறைச்சுட்டாங்க. அது மட்டுமில்ல... அதுல குறில், நெடில் வித்தியாசங்களும் இல்லை. படிச்சுப்பார்த்து அந்த இடத்துல என்ன அர்த்தம் வரணும்னு படிக்கிறவங்களே புரிஞ்சுக்கணும். அதில ஒரு சிறப்பு என்னன்னா காயிதத்துல இருந்து பேனாவ எடுக்காம தொடர்ச்சியா வேகமா எழுத முடியும். சத்ரபதி சிவாஜி காலத்துல இருந்தே வரலாற்றுக் குறிப்பு, கடிதப் போக்குவரத்து, நாட்குறிப்பு, வரவு செலவுக்

34 | ஞாலம்

கணக்கு எல்லாமே மராட்டி மொழியில எழுதினாங்க. ஆனா மோடி எழுத்துல எழுதியிருக்காங்க. மோடி எழுத்த படிக்க எல்லாராலயும் முடியாது. சில பேரால மட்டும்தான் இதைப் புரிஞ்சுக்க முடியும். அரசியல் ரகசியங்களை மத்தவங்க தெரிஞ்சுக்காம இருக்கவும் லகுவாகிப் போச்சு."

"இது வேறயா?" என்றார் சோமு.

* கா.ம.வேங்கடராமையா எழுதிய தஞ்சை மராட்டிய மன்னர் கால அரசியலும் சமுதாய வாழ்க்கையும் நூலில்...

கி.பி.1676 தொடங்கி 1855 வரையிலான மோடி ஆவணங்கள் மூட்டைகளாகக் கட்டிப் பாதுகாக்கப்பட்டு வந்தன. 1746-க்கு முந்தைய ஆவணங்கள் டெல்லிக்கும் சென்னைக்கும் எடுத்துச் செல்லப்பட்டுவிட, எஞ்சிய காலத்து ஆவணங்கள் தஞ்சை சரஸ்வதி மகால் நூலகத்தில் பாதுகாக்கப்பட்டன. தஞ்சை சரஸ்வதி மகாலில் இடம்பெற்றிருந்த மோடி ஆவணங்கள் தமிழில் மொழிபெயர்க்கப்பட்டு மொத்தம் ஐம்பத்தொன்பது தொகுதிகளாக உள்ளன. இவை தவிர ஏனைய மூலப்படிகள் தமிழில் மொழியெர்க்கப்படாமல் மோடி எழுத்து வடிவிலேயே உள்ளன. அவற்றில் என்ன இருக்கிறதென்பது இன்னும் தெரியவில்லை.

# வேடிக்கை உலகம்

4

இந்த ஊரில் எதை வேண்டுமானாலும் வேடிக்கை காட்டலாம் போலிருக்கிறது. நேற்று ஒருத்தன் குரங்க தூக்கிட்டு வந்தான். ‘ஆடுறா ராமா... ஆடுறா ராமா’ன்னு சொல்லி ஆட்டம் காமிச்சிட்டு ஏதோ தம்பிடி வாங்கிட்டு ஓடினான்.

இன்னைக்கு ஒருத்தன் கரடியைப் பிடிச்சிட்டு வந்திருக்கிறான். என்னதான் வாயைப் புடிச்சு இறுக்கிக் கட்டி இருந்தாலும் அது திமிறிட்டு ஓடுனா அதோட நகத்துக்கு நாலு பேரைக் கிழிச்சு தொங்க போட்டுடும்’ என மனதிலே அச்சப்பட்டார் வேங்கடாசலம்.

“ஏண்டா இதெல்லாம்? கரடிய வெச்சு என்ன வித்தையா காட்டுற?”

“வயித்துப் பொயப்பு” என்றான் கரடிக்காரன்.

“எங்கடா புடிச்ச இத?”

“நாகலாபுரம் காட்டுல சாமி.”

“பரிதாபமா இருக்குடா. இதைக்கொண்டு போய் விட்டுடுடா.”

“என்னைப் பாத்தா பாவமா இல்லியா சாமி?”

“அதுக்கில்லடா. கொழந்தீங்கள கடிச்சு வெக்கப் போவுது..”

“இதுவே கொழந்தைதான் சாமி. குழந்தை மாதிரியே கிடக்கும்.”

கரடியின் கன்னத்தில் அழுத்தமாக ஒரு முத்தமிட்டுக் கொஞ்சினான்.

“போதும்டா. இப்டி கட்டி வெச்சா அப்புறம் எப்படிடா சாப்பிடும்?”

“அதெல்லாம் ஒரு வித்தையா பண்ணுவேன் சாமி. அது வாயில நான் உசுரு கோல்தானே போட்டு வெச்சுருக்கேன்? சிகுரா தவ்ளோ நீக்கி வுட்டுட்டு சாப்பிட ஏதாச்சும் குடுப்பேன். உசுரு கோல் நம்ம கையிலதான இருக்குது? அப்பிடியே இறுக்கிட வேண்டியதுதான்...”

அவனவன்... அவனவன் சாமர்த்தியத்திலும் தைரியத்திலும் வாழ்ந்துகொண்டிருக்கிறான்.

குழந்தைகளின் சத்தம் அதிகமாக இருந்தது. தேவையே இல்லாமல் கரடியின் முன்னும் பின்னும் தவிப்புடன் ஓடிக்கொண்டிருந்தன. குழந்தைகளின் சத்தம் கேட்டு சீதா வெளியே வந்தாள். வந்தவள், குழந்தைகளை அதட்டி வீட்டுக்கு அனுப்புவாள் என்று பார்த்தால் அவளும் கரடியை ஆர்வத்துடன் பார்த்துக் கொண்டிருப்பதை கவனித்தார் வேங்கடாசலம். அந்தக் கூட்டத்தில் ரத்தினமும் உற்சாகம் பொங்க ஓடிக்கொண்டிருந்தாள்.

“ஏம்மா, பராக்கு பாக்குறதுக்கு ஒரு அளவு கிடையாதா? குரங்கு, பூனை, நாய் எல்லாத்தையும் போய் பாப்பீங்களா?” என உரக்கக் குரல் கொடுத்ததும்தான் சீதாவும் ரத்தினமும் நிலைக்கு வந்தனர்.

“குரங்கு, பூனை எல்லாம் நாங்க ஏன் பார்க்கிறோம்? கரடிங்கறதால போய் பார்த்தோம். எதையுமே பாக்காம எங்களை வெச்சிருக்கே நீ. ஒரு கோயில் திருவிழாவுக்குப் போக முடியல. கோயில் கிடையாது. ஆம்பளைங்க எல்லாம் திருநீறு பட்டைய போட்டுக்குனு நாமத்தைப் போட்டுக்னு எவ்வளவு லட்சணமா கோயிலுக்குப் போறாங்க. ஒரு வெள்ளிக்கிழமை, சனிக்கிழமையானா இந்த ஊட்டுல ஏதாவது பூஜை உண்டா?”

“நான் உங்கள கோயிலுக்குப் போக வேணான்னு சொல்லலையே... என்னால வர முடியலன்னு சொல்றன்.”

“ரெண்டும் ஒண்ணுதான்” என்றாள் சீதா.

“போன வாரம் ஒருத்தன் குரங்க கூட்டிட்டு வந்து வீடு வீடா பொம்பளைங்களுக்கெல்லாம் பேன் பாக்குறேன், பேன் பாக்குறேன்னு வித்தை காட்டினான். குரங்கு என்னடான்னா பொம்னாட்டிங்க தலைல இருந்து பேனைப் பிடிச்சு பிடிச்சு வாயில போட்டு மெல்லுது. அதைப் பாக்க ஒரு கூட்டம். இதெல்லாம் என்ன கண்றாவி? தலைய நல்லா ஈறு வளி சீப்பு போட்டு வார்னா பேன் போவப் போவுது. இதுக்கு ஒரு குரங்கு வேற தேவையா? பேன் புடிக்கிறது ஒரு பொழைப்பா... நீயே சொல்லு.”

“ஜனங்களுக்குப் பொழுதுபோறது எப்பிடி? எதையோ ஆசையா பாத்து சந்தோஷப்படுதுங்க. உனுக்கின்னா இப்போ?” என்றாள் சீதா. அவள் உரிமையாகக் கேட்க வேண்டும் என்பதற்காகவே இப்படியான வாய்ப்புகளை வழங்குவதில் வேங்கடாசலத்துக்கு ஓர் ஆனந்தம்.

“வீட்ல பொண்ணுக்கு ஜாதகம் எழுதணும். கொசப்பேட்டை வரைக்கும் போயிட்டு வரலாம்னு இருக்கிறன்.”

“கோபால் ஐயர் வீட்டுக்கா? அவன்தான் நமக்கு பத்து குழந்தை பிறக்கும்னு ஜாதகம் குறிச்சுக் கொடுத்தவன். 10 பொருத்தம் கரெக்டா இருக்கு. 10 குழந்தை பிறக்கும்னு சொன்னான். என்ன ஆச்சு? அவனை நம்பிப் போறே?”

“சரி, நீங்களே ஒரு நல்ல ஜோசியக்காரனா சொல்லுங்க.”

“இந்த கிரகம் இங்க இருந்தா இன்னாருக்கு இந்தப் பலன் கெடைக்குன்னு சொல்றாங்க. கோடிக்கணக்கான மைல் தூரத்துல் இருக்குற நட்சத்திரம், இங்க முத்தியாலு பேட்டைல பொறந்தவனுக்கு நல்ல காலத்தைக் குடுக்கும்னா எப்பிடி? தோராயமா சொல்லுவான். ‘பிசினஸ் ஆரம்பிச்சா நல்லா வரும். கொஞ்ச நாள் கஷ்டப்பட வேண்டியிருக்கும். கொஞ்சம் பக்குவமா பேசணும். ஏழரை சனி புடிச்சிருக்கு, கொஞ்சம் ஜாக்கிரதையா இருக்கணும். அடுத்த வருஷம் கடை தொடங்கலாம், அமோகமா வரும். ஆனா ஜாக்கிரதையா இருக்கணும். இப்பிடி..... எல்லாம் கலந்து கலந்து சொல்வாங்க. இதுக்கு எதுக்கு அவங்க? எல்லாத்தையுமே முன்னாடி சொல்லிட முடியும்னா அப்புறம் சாமி எதுக்கு?”

“உன்கிட்ட பேசிப் புண்ணியம் கிடையாது. ஜாதகம் எழுதலைன்னா இப்ப எவனும் பொண்ணு தேடி வர மாட்டான். திருவத்தூர்ல ஒருத்தர் இருக்காராம்.”

“ஏண்டி, ஒரு காலத்துல ராஜாதான் ஜாதகம் பாப்பான். நம்ம ஆட்சி நல்லா விருத்தி ஆகுமா, நம்ம ராஜ்ஜியம் நிலைச்சு நிக்குமான்னு பார்த்துக்கிட்டு கிடப்பான். அவனுக்கு ஆரம்பிச்சு வெச்சாங்க. இப்ப இவ்வளவு ஜோஸியன் இருக்கான். எங்க போவான்? நம்ப வீட்டுக்குள்ள வந்துட்டான். உனுக்கு ஜாதகம் பாக்கிறன், அவனுக்கு ஜாதகம் பாக்கிறேன்னு அலையறான். ஜாதகம் பாக்க போனியன்னா பதனைஞ்சு பலன் சொல்லுவான். அதுல குருட்டாம்போக்குல ரெண்டு பளிச்சிடும். அன்னைக்கே சொன்னார்னு நீயும் நம்புவே. மீதி பதிமூணு பலிக்கலைன்னு நீயும் நெனச்சு பார்க்க மாட்டே. எப்படியோ, போயிட்டு வாங்க.”

“இந்த ஆள் சொல்றது ரொம்ப சரியா இருக்குனு சொல்றாங்க.”

“வெள்ளக்காரன் எப்ப ஊர விட்டுப் போவான்னு சரியா ஒரு தேதி சொல்ல சொல்லு பாக்கலாம். சரி. எந்த ஜோசியக்காரன பாக்கணுமோ பார்த்துட்டு வாங்க. கைய பாத்து ஒருத்தன் சொல்றான்.. நட்சத்திரம் பார்த்து சொல்றான்.. கிரகத்தைப் பார்த்து சொல்றான். அப்புறம் பல்லி விழுந்தா, காக்கா கத்தினா பலன் சொல்றான். பட்சி ஜோசியம்னு சொல்றான். கருங்குருவி பறந்து போனா ரோட்டைக் கட்டிட்டு போயிடுச்சுன்னு ஒருத்தன் கல்யாணத்தையே நிறுத்திட்டான் தெரியுமா?”

“இது எங்க நடந்தது?”

“ஆமாண்டி நேத்து பொன்னுசாமி போனான்ல... மாப்பிள பாக்குறதுக்கு. போற வழியில ஒரு கருங்குருவி குறுக்க பறந்து போச்சாம். மேற்கொண்டு பயணம் போவாம வழியிலயே அப்படியே ஒக்காந்துட்டான். கருங்குருவி வழிய கட்டிடுச்சுன்னு அர்த்தமாம். மறுபடியும் அதே குருவி போனது மாதிரியே திரும்பி வந்தாத்தான் அந்த ரோட்டில போகணுமாம். இப்படி ஒரு சாங்கியம். அன்னைக்குப் பார்த்து அந்தக் குருவி திரும்பவே இல்ல. அது எந்த கம்பங் கொள்ளையில மேயப் போச்சோ? மாப்பிள்ளை ‘செரி கிடையாது’ன்னு இவனும் வீட்டுக்குத் திரும்பிட்டான். இப்டில்லாமா பொண்ணு பாப்பாங்க?”

சீதா விழுந்து விழுந்து சிரிக்க ஆரம்பித்தாள்.

“எந்தக் குருவி ரோட்டைக் கட்டினாலும் பரவால்ல. எம் பொண்ணுக்கு சீக்கிரம் மாப்பளை பாரு” என்றாள் சிரிப்பினூடே.

# சுண்ணாம்பு காளவாய்

5

ஐந்து மணிக்கு சேவல் கூவுகிறதோ, இல்லையோ... ரத்தினம் எழுந்து விடுவாள். வாசல் பெருக்கி, கோலம் போட்டு அப்பாவுக்கு அண்டாவில் தண்ணீர் காய வைத்து இறக்கிவைப்பாள். கூழோ, பழையதோ கூடையில் எடுத்துக் கொண்டு சூளைக்குக் கிளம்பிவிடுவாள். புத்தி தெரிந்த நாளிலிருந்து அவளுக்கு அதுதான் விளையாட்டு இடம், வேலை இடம் எல்லாம்.

சூளையிலே ஆட்கள் முற்பகல் நேரத்திலேதான் வருவார்கள். சுண்ணாம்புகள் உடைப்பது பிரதான வேலை. வண்டியில் வந்து கொட்டிவிட்டு செல்லும் சுண்ணாம்புக் கற்கள் பாறாங்கல் போல உருண்டு கிடக்கும்.

ஒரு பாறையை உருட்டிச் சின்ன சின்ன கற்களாகக்

சுத்தியலில் நறுக்கிப்போடுவார்கள். அந்த இடத்தை சுத்தமாகப் பெருக்கி வண்டி மாடுகளின் சாணிகளை வாரி ஓரிடத்தில் போட்டு, வைக்கோல், உமி திரட்டிப்போட்டு வரட்டி தட்டிக் காயவைப்பாள்.

உடைத்த சுண்ணாம்புக் கற்களை அடுப்புக்கரியோடு போட்டு கொளுத்திவிடுவாள்.

சூடு ஏற ஏறப் பால் நிறத்தில் சுண்ணாம்பு பிரிந்து நிற்கும். மெத்தென்று இருக்கும் சுண்ணாம்புத்தூளை பாண்டுகளில் எடுத்துக்கொண்டு போய் சீமை ஓடு வைத்து நீளத்துக்குக் கட்டப் பட்ட கிடங்குகளிலே போடுவதற்கு ஆட்கள் வருவார்கள். சுண்ணாம்பை வாங்கிச் செல்வதற்கு வண்டிகள் வரிசைகட்டி நிற்கும்.

நகரி, நாகலாபுரம், செங்கல்பட்டு, திருவண்ணாமலை இங்கெல்லாமிருந்து சுண்ணாம்புப் பாறைகள் மாட்டுவண்டியில் வரும். சிலர் சுவருக்குப் பூசுவதற்கு கிளிஞ்சல் சுண்ணாம்புதான் வேண்டும் என்பார்கள். அதற்கு பழவேற்காட்டிலிருந்து கிளிஞ்சல்கள் வந்து இறங்கும்.

ஒன்பது மணிக்கு மேல் ஆகிவிட்டால் சாயங்காலம் சூரியன் மறைகிற வரை ஜகஜகவென்று கூட்டம் தள்ளுமுள்ளாக இருக்கும்.

சூளையை ஒட்டி ஒரு கிணறும் ஏற்றம் போட்டு நீர் இறைப்பதற்கு இரட்டை மாடுகளும் அங்கே இருக்கும். திரும்பின பக்கமெல்லாம் மாடுகளும் மனிதர்களும்தான். இவர்களால்தான் அங்கே வேலை நடந்துகொண்டிருந்தது.

ரத்தினம் எவ்வளவு காலையில் எழுந்து எல்லா வேலையும் செய்வதைக் கண்டு எல்லோரும் ஆச்சர்யப்படுவார்கள். சீதா மிகவும் பெருமையாகச் சொல்வாள்.

அவளுக்கு காலா காலத்தில் ஒரு கல்யாணம் செய்து வைக்காமல் இன்னமும் 'குழந்தை குழந்தை' என்று கொஞ்சிக் கொண்டிருப்பது மட்டும்தான் சீதாவுக்கு வருத்தமாக இருந்தது. நாயகர் வீட்டில் வேலை பார்த்துக்கொண்டிருந்த பத்மாவதி பிரசவத்தின்போது இறந்துபோக, அந்தக் குழந்தை ரத்தினம், சீதாவின் அரவணைப்பிலேயே வளர்ந்தது. அவர்களின் உறவினர் வீடு எதுவும் அருகில் இல்லை. இதுதான் சாக்கு என்று ரத்தினத்தின் அப்பன் பாண்டுரங்கனும் தள்ளியே இருந்து விட்டான். எப்பவாவது மாடு கன்று போட்டதாகச் சொல்லி கடும்பு பால்கொண்டு வருவான். அப்புறம் பாலும் இல்லை.

ஆளும் இல்லை. இன்னொருத்தியைக் கட்டிக்கொண்டு எங்கோ போய்விட்டான். பிள்ளை இல்லாதவர்களுக்கு தெய்வம் கொடுத்த வரம் என்று சீதாவும் சந்தோஷமாக வளர்க்கத் தொடங்கிவிட்டாள். பின்னாடி எப்பவாவது அவள் அப்பன் வந்து பிரச்னை செய்யப்போகிறான் என வேங்கடாசலம் பலமுறை சொல்லிப் பார்த்துவிட்டார். வருஷங்கள் ஓட இனி அவன் வர மாட்டான் என வேங்கடாசலமும் அந்தக் கவலையை விட்டுவிட்டார்.

ரத்தினம் அவ்வளவு காலையில் சூளைக்கு வருவதற்கு இன்னொரு காரணமுமிருந்தது. அது ரத்தினத்திற்கும் கமலை ஓட்டும் சிங்காரத்துக்கும் மட்டும்தான் தெரியும். ஏனென்றால் இரண்டு பேருமே காலை சூரியன் உதிக்கும் முன்பே அங்கே வந்துவிடுவார்கள். வேலையிலே இருந்த ஈர்ப்பு மட்டும்தானா அது? பதினாறு, பதினெட்டு பருவத்தில் அது வேறு என்னவாக இருக்க முடியும்?

சிங்காரத்தின் மீது அவளுக்கு இருந்த காதல் அப்படிப்பட்டது. முதலாளி வீட்டுப் பெண் என்று சிங்காரம் எவ்வளவோ ஒதுங்கிப் போயும் ரத்தினம் அவனைத் தன் பக்கம் இழுப்பதற்குப் படாத பாடுபட்டுக்கொண்டிருந்தாள்.

"ஏம்பா செவலை இந்தக் கூடையைக் கொஞ்சம் தூக்கித் தலை மேல வெய்யேன்" என்று அழைத்தாள்.

சிவப்பு மாடுகளை செவலை என்பதுபோல சிவப்பாக இருந்த சிங்காரத்தை செவலை என்று கேலி செய்வது ரத்தினத்தின் வழக்கம். அப்போது அங்கு வேறு யாருமே இல்லை. மெல்லிய இருட்டு. வானம் மப்பும் மந்தாரமுமாக இருந்தது. அவர்களேகூட நிழல்கள்போலதான் இருந்தார்கள்.

கூடையைத் தூக்கி ரத்தினத்தின் தலை மீது இருந்த சும்மாடுமீது வைத்தான் சிங்காரம். முந்தானையையே சுருட்டி சும்மாடு கோலியிருந்தாள். சிங்காரம் கூடையை அவள் தலையில் வைத்த சீரில், தலையிலிருந்த சும்மாடு நழுவி கீழே விழ, வெறும் ரவிக்கையுடன் நின்றுகொண்டிருந்தாள்.

சிங்காரம் ஒரு தடுமாற்றத்துடன் அவளை முழுமையாகப் பார்த்துக்கொண்டிருந்தான்.

அவனுடைய தடுமாற்றத்தை அறிந்த ரத்தினம் நாணத்தோடு சிரித்தாள். அது இயற்கையாக எழுந்த நாணம். அதற்கு முன்னால் அதற்கு வெட்கப்பட வேண்டும் என்பதுகூட அவளுக்குத்

தெரியாது. கரையிலே பிறந்த ஆமை, கடலை நோக்கி நடக்கத் தொடங்குவது போன்ற இயற்கை.

ஒரு காதல் இப்படித்தான் தெரிவிக்கப்பட்டது. ரத்தினம் அவளுக்குத் தெரிந்த மொழியில் தன் காதலைத் தெரிவித்தாள் என்றுதான் சொல்ல வேண்டும். காலையில் அவர்கள் அங்கே வந்துவிடுவதற்கும் அந்தக் காதலே காரணமாகியிருந்தது. இந்த சம்பவம் நடந்து ஆறு மாதங்கள் ஆகிவிட்டன. ஒவ்வொரு காலையும் காதல் காலை. காலையில் யார் முதலில் களத்துக்கு வருவது என்பதில் ஓர் அறிவிப்பில்லாத போட்டி. சிங்காரம் அவளுக்குப் பிடிக்குமே என இலந்தை, பனம்பழம், பனக்கிழங்கு என ஏதாவது எடுத்து வருவான். கஞ்சியோ, கூழோ அவள் கொண்டு வருவாள். பகிர்ந்துகொள்வார்கள்.

இருட்டு விலகும் நேரத்திற்கு முன்னால் அவர்கள் அங்கே வருவதற்கு ஒவ்வொரு நாளும் ஏங்கிக்கொண்டிருப்பார்கள்.

காலை அங்கே ஒரு சகஜமான நிலை வந்துவிடும். எல்லோரும் அவரவர் வேலை என்று இருந்தார்கள்.

வேங்கடாசல நாயகர் வந்தார். இருப்பு நிலவரங்களைப் பார்த்துவிட்டு கணக்குப்பிள்ளையிடம் பேசினார். அவருக்கு வேறு வேலைகள் சுழன்று வரும். கோபால் நாயகர், மாசிலாமணி முதலியார், முனுசாமி நாயகர், நாகப்பன் என வந்து விடுவார்கள். பொதுவாக மக்கள் எப்படியெல்லாம் சீரழிந்து கொண்டிருக்கிறார்கள் என்பதுதான் அவர்கள் பேச்சின் சாரமாக இருக்கும். மக்களுடைய மூடநம்பிக்கையைப் பற்றி பேசுவது என்றால் இவர்களுக்குக் கொள்ளைப் பிரியம். பொழுது போவதே தெரியாது. வேங்கடாசல நாயகருக்கு மன்னவேடு நில ஆராய்ச்சியில் கவனம் திரும்பிய பிறகு அது கூடுதல் பணியாக இருந்தது.

“லிஸ்ட் போட்டுக்கிட்டு வேலை செய்யறியே அண்ணா. இன்னைக்கு எந்த ஊரு?” என்று கேட்டார் முனுசாமி.

“கவரப்பேட்டை, கும்மிடிப்பூண்டி, பெரியபாளையம்னு ஒரு சுத்து போறேன்” என்றார் வேங்கடாசலம்.

“சரிண்ணா. வெய்ய ஏர்றதுக்கு முன்னாடி போறதான?”

“வண்டியிலதான போறன்” என்றார் வேங்கடாசல நாயகர்.

செம்மர இருசு போட்டு, தேக்கு மரத்தால் செய்த அருமையான வண்டி. அதில் பயணம் செய்வதே ஒரு வரம் போல இருக்கும். வண்டிக்குள் ஏறி உட்கார்ந்து கொக்கியை எடுத்து

மாட்டிவிட்டார் என்றால் வில்லு வண்டி அம்பாகப் பறக்கும். சூளையிலிருந்து வெளியே செல்லும் முன்பு ரத்தினத்தைப் பார்த்தார்.

"அம்மா ரத்தினம், வெய்ய ஏறிப்போச்சு. நீ வூட்டுக்குப் போ" என்றார்.

"சரிப்பா" என்றாள் ரத்தினம்.

எழும்பூரில் பெரும்பகுதி காடாக இருந்தாலும் நடுவிலே ஓடும் அந்த ஆற்றிலே இறங்கி குளிப்பதற்குக் கொடுத்து வைத்திருக்க வேண்டும். எழும்பூர் குப்பத்திலிருந்து சிலர் குளிக்க வருவார்கள். துணி துவைக்க ஆற்றின் ஓரத்திலே கிராவல் கல் இருப்பதால் அடித்து துவைக்க நல்ல வசதியாக இருக்கும். சிங்காரத்திற்கு சிந்தாதிரிப்பேட்டை அருகே வீடு என்பதால் எப்போதும் அங்குதான் குளியல். ஆற்றில் இந்தக் கரைக்கும் அந்தக் கரைக்கும் உள்நீச்சல் போட்டுக்கொண்டிருந்தான் சிங்காரம். ஊரும் ஆறும் ஒட்டாமல் ஓடிக்கொண்டிருக்கும் இடமாக இருந்ததால் கூவம் ஆற்றையொட்டி இருந்த சாலையில் வண்டி நடமாட்டம் அபூர்வம்தான். ஆற்றங்கரையிலிருந்தது ஓர் அரச மரம். அதன் அடியிலே கேட்பாரற்றுக் கிடந்த லிங்க வடிவ சிவபெருமான், சிங்காரத்தின் வேட்டிக்கும் மேல் துண்டுக்கும் காவலாக இருந்தார்.

சிங்காரம் இங்குதான் இருப்பான் என்று ரத்தினத்தூக்குத் தெரியும். 'கழுத கெட்டா குட்டிச் சுவரு' என்பாள். அதுக்கு தெரிஞ்சதெல்லாம் ஒண்ணு சூளை... இன்னொண்ணு கூவம்.

ரத்தினம் அவனைத் தேடி கூவம் கரைக்கு வந்த நேரத்தில் ராமலிங்கம் அங்கே வந்தார். வேப்பேரி செல்லும்போது அங்கே இளைப்பாறி செல்வது வழக்கம். அரச மரத்தினடியில் இருந்த கருங்கல் பலகையின் மீது அமர்ந்தார். அவரைக் கவனிக்காமல் துள்ளியபடி ஓடிவந்த ரத்தினம் ஆற்றிலே சிங்காரம் குளித்துக்கொண்டிருப்பதையும் கரையிலே தம் வீட்டுக்குப் பக்கத்துத் தெருவிலே வசிக்கும் சாமியார் அங்கே அமர்ந்திருப்பதையும் பார்த்து, துணி துவைக்க வந்தவள்போல சிங்காரம் குளித்துக்கொண்டிருந்த இடத்துக்கு சற்றுத் தள்ளி தான் கொண்டு வந்த துணிகளை நீரிலே சவுக்காரம் இட்டு ஊற வைத்து சிறிது நேரம் காத்திருந்தாள். சிங்காரம் அவளை நெருங்கி நீந்தி வந்து சாமியாரைப் பார்த்ததும் விலகி, குளிக்க ஆரம்பித்தான்.

'தருமமிகு சென்னை...' என வாயாற வாழ்த்திய அவருக்கே

சென்னையின் மீது கடுமையான எரிச்சலும் வேதனையும் ஏற்படுத்திய சம்பவங்கள் பல நிகழ்ந்துவிட்டன. குறிப்பாக, திருவொற்றியூர் செல்லுவதையே சில காலங்களாக நிறுத்தி விட்டார். தண்டையார்பேட்டை ஏரியைக் கடக்கும்தோறும் இவரைப் பெண்பிள்ளையென சீண்டி விளையாடும் ஆடவர் பெருத்துவிட்டனர். பெண்கள் சிலரும் 'வாடி, போடி' என அழைத்து சேட்டை செய்தனர். வேட்டியால் தலை முதல் கால் வரை மூடிக்கொண்டு அவர் நடந்து செல்வது கேலிக்குரிய நடத்தையாக மாறியிருந்தது. சிலர் அவர் வருகைக்காகக் காத்திருந்து கிண்டல் செய்வதை அறிந்து வருந்தினார். ஒற்றியூர் ஈசனை நினைக்கும்தோறும் சென்று காண முடியவில்லையே என வருத்தமாக இருக்கும். இப்போது இங்கும் தொல்லை ஏற்படுமோ என அஞ்சினார். ஆற்றிலே இருக்கும் இளைஞனையும் கரையிலே இருக்கும் இளம்பெண்ணையும் பார்த்தார். பிறகு, அமைதியாக செங்கல்வராயர் தோட்டம் நோக்கி நடக்க ஆரம்பித்தார்.

சாமியார் கண்ணிலிருந்து மறையும் வரைக் காத்திருந்த சிங்காரம், ரத்தினத்தை நோக்கி நீந்தி வந்தான். "குளிக்கலாம் வர்றியா?" என்றான்.

"அய்ய... ஆசையப் பாரு." என்றாள். "அந்த சாமியாரு எங்க வீட்டுப் பக்கத்துலதான் இருக்காரு. பார்த்தா அவ்வளவுதான்." இது அவளே ஏற்படுத்தித் தரும் வாய்ப்புபோல அமைந்தது.

"அவர்தான் போயிட்டாரே..?" என்றான் சிங்காரம்.

"வேணாம். வேணாம்... குளிச்சது போதும், கௌம்பு."

"நீதானே நீச்சல் கத்துக்கணும்னு சொன்னே?"

"சொன்னே.. ஆனா, பயமா இருக்குதே?" இது இரண்டாவது வாய்ப்பு.

நீரிலிருந்து பாய்ந்து வந்தவன், சரேலென அவளை அணுகி தூக்கிக்கொண்டு தண்ணீரில் பாய்ந்தான்.

"குளிருது" என நடுங்கியவள். மெல்ல அவன் கரத்துக்குள் கட்டுப்பட்டுப் போனாள்.

யாருமற்ற நண்பகல் நேரத்து ஆற்றில் அவர்கள் நீந்த ஆரம்பித்து, இருவருக்குமே குளிர்விட்டுப்போனது.

கரைக்கு வந்து இருவரும் உடை மாற்றவேண்டியிருந்தது. துணிகளைப் பிழிந்து போடுவதற்காக அவனை ஆற்றிலேயே இருக்கச் சொல்லிவிட்டு, அவள் மட்டும் அரச மரத்தடிக்கு

வந்தாள். ரவிக்கையைக் கழற்றும்போது அவளுக்கு அது பாதுகாப்பான இடம்தானா என யோசனையாக இருந்தது. சுற்றும் முற்றும் பார்த்துவிட்டுக் கழற்றிப் பிழிய ஆரம்பித்தாள். அப்போது சிங்காரம் தாவி வந்து நின்றான். அவள் விரட்டுவதற்கு கையை ஓங்க, கட்டியிருந்த பாவாடையும் நழுவி விழ, அப்படியே கூனிக் குறுகி அமர்ந்தாள் ரத்தினம். அதேநேரத்தில் கோவணத்தோடு நின்றிருந்த சிங்காரம், அவனுடைய வேட்டியால் அவளைப் போர்த்திவிட நெருங்கினான். இருவருமே நிர்வாணக் கோலத்தில் இருப்பது போன்ற தோற்றம். அப்போது அங்கே மின்னல் அடிக்கவே இருவருமே பயந்துபோயினர்.

வேகமாக ஆடைகளை உடுத்தி, துணிகளை துவைக்காமலேயே கூடையிலே போட்டுக்கொண்டு வேகமாக அங்கிருந்து வீட்டை நோக்கி ஓடினாள் ரத்தினம். சிங்காரம் அவளைத் தடுக்கவில்லை.

## டெயில்போர்டு காமரா
### 6

**மோ**டி டாகுமென்ட்டைப் பற்றி சோமசுந்தரம் கேட்டாலும் கேட்டான்... நாயகருக்கு சிந்தனை தஞ்சை மராட்டிய ராஜாங்கம் தொடங்கி, பூர்வீக மராட்டியம் வரை ஓடி அடங்கியது. கும்மிடிபூண்டியிலிருந்து வீட்டுக்கு வந்து ஒரு வாய் கஞ்சி குடித்ததும் மராட்டிய மோடி செய்திகள் தெரிந்தவர்களைப் பற்றி யோசிக்கத் தொடங்கினார்.

நாயகருக்குத் தலை வெடித்துவிடும் சங்கதியாக மாறிவிட்டது. நாயகர் வேலை பார்த்த மிஷன் பள்ளிக்கூடத்தில் மராட்டிக்காரர் சத்திய நாராயண ராவ் மட்டும்தான் திரும்பத் திரும்ப நினைவுக்கு வந்தார். மண்ணடி அருகே அவருடைய வீடு இருந்தது. நாயகர் பள்ளி வாத்தியார் வேலையிலிருந்து விலகி வந்து சுண்ணாம்புத் தொழிலில் இறங்கி ஐந்து ஆண்டுகள் ஆகிவிட்டன. இப்போது

அதே வீட்டில்தான் இருக்கிறாரா, போனால் உதவுவாரா என்ற சந்தேகங்களுடன் இருந்தார்.

நூற்றைம்பது ஆண்டுக்காலம் தமிழகத்தை மராட்டியர்கள் ஆண்டிருந்தாலும் சத்திய நாராயண ராவ் வீடு ஆண்ட பரம்பரையின் அடையாளம் இல்லாமல் இருக்கும். இத்தனைக்கும் சத்திய நாராயண ராவின் அப்பா இரண்டாம் சிவாஜியின் அரண்மனையில் காரியதரிசியாக இருந்தவர்.

எதையும் ஆறப்போடக் கூடாது. அப்போதே முடிக்க வேண்டும் என்பதில் முயற்சி உடையவராக இருப்பார் நாயகர்.

காலையில் முதல் வேலையாக, "சீதா, அங்க மாணிக்கம் இருக்கானா பாரு?" என்றார்.

"திண்ணையிலதான் ஒக்காந்திருக்கேன் நாயகரே!" என அவனிடமிருந்தே பதில் வந்துவிட்டதால், சீதாம்மா, "எங்க போறதுக்கு உத்தேசம்?" என்றாள்.

"பக்கத்துலதான். ராவ் தெரியும்ல? என்கூட பள்ளிக்கூடத்துல வேலை செஞ்சாரே?"

"அவருக்கு என்ன இப்போ?"

"அவருக்கு ஒண்ணுமில்ல... அன்னைக்கு கோர்ட்டுக்குப் போய் வந்தேனே அது சம்பந்தமா பேசிட்டு வரணும்."

"வேலையவிட்டு நின்னா எல்லாரும் ராமா, கிருஷ்ணான்னு கோயில் குளத்துல போய் உக்காந்து கெடக்கறாங்க. நீ ஒரு ஆளுதான் புது வேலையில சேந்தாப்ல அல்லும் பகலும் ஓடிக்னே இருக்கே."

"கிட்டயும் நெருங்க விட மாட்டே. மனுஷனுக்கு ஏதாச்சும் ஒரு வேல வேணாமா?" என்றார் கிண்டலாக.

"கெழவனுக்கு ஆசையப் பாரு. அறுபது வயசுல பேசுற பேச்சா இது?"

"வெள்ளைக்காரனப் பாருடி... அறுபது வயசுல கல்யாணம் பண்றான்... கொழந்த பெத்துக்கிறான். இங்கதான் இல்லாத சிங்கநாதம். நாட்டுப் பொறத்தா."

"நா பட்டணம்தான். நீதான் பட்டிக்காடு. என்னது? அத்திப்பாக்கம். ஊர் பேரப் பாரு. உங்க ஊர்ல மாட்டுவண்டி இருக்குதா.. ரோடு இருக்குதா.."

"ரோசத்த பாரு. பட்டணத்துல பொறந்தா போதுமா?

படிப்புதான் முக்கியம்."

"அது ஒண்ணுலதான் தப்பிச்சுக்குனு வர்றே." சீதா பெருமையாகச் சிரித்தாள்.

"வெள்ளக்காரனுக்கே பாடம் சொல்லித் தருவேன் தெரிஞ்சுக்கோ."

"ஐயா சாமி. வேணும்னா வெள்ளக்காரன் மெரியா இப்ப ஒரு கல்யாணம் பண்ணிக்கோ... நானா வேணான்றேன்?"

"ஏண்டி உன்ன விட்டுட்டு இன்னொருத்திய ஏறிட்டும் பாப்பனா நானு? சிவாஜின்னு ஒரு ராசன் 12 கல்யாணம் பண்ணியிருக்கான். ஒண்ணுத்துக்கும் கொழந்த கிடையாது. அவன் செத்ததும் எல்லாம் வெதவையாகி நிக்குதுங்க. அதுல ஒரு பொண்டாட்டிக்கி இப்பத்தான் 12 வயசாம். இது தவிர அந்தப்புரத்தில ஒரு இருவது முப்பது தொடுப்புங்க..."

"சே இந்தக் கருமத்தல்லாம் என்கிட்ட சொல்லாத... நீ மாணிக்கத்தக் கூட்டிக்னு வண்டி எடுத்துக்கிட்டு கௌம்பு."

சீதாவின் முகத்தைப் பார்த்தார். கெட்டதை நினைக்காத, கெட்டதைக் காதில் வாங்காத மனம் அவளுக்கு. நல்லதை மட்டுமே கேட்டு வளர்ந்தவளின் தீட்சண்யமான முகம். அதிலும் மஞ்சள் பூசி, குங்குமம் வைத்துவிட்டாளானால் சாட்சாத் சீதா தேவிதான்.

"சரி பொஞ்சாதி. போயிட்டு வர்றேன்." சிரித்துக்கொண்டே கொக்கியில் மாட்டிவைத்திருந்த குடையை எடுத்துக்கொண்டு, கொடியில் போட்டிருந்த மேல் துண்டை எடுத்துத் தோளில் போட்டார்.

வெளியே மாணிக்கம் பொட்டி வண்டியை உட்கார வசதியாக புதிய வைக்கோல் போட்டு, மேலே சமக்காளம் விரித்து தயாராக வைத்திருந்தான்.

"மாணிக்கம், மண்ணடி போகணும்" என்றார்.

"சரிங்கய்யா."

ஒத்த மாட்டுவண்டியென்றாலும் மயிலக் காளை. ஆறேழு வயசுதான் இருக்கும். மாணிக்கத்துக்கும் மயிலக் காளைக்கும் அப்படியொரு நெருக்கம். காளையின் மனவோட்டத்தை மாணிக்கமும் மாணிக்கத்தின் மனவோட்டத்தை மயிலக் காளையும் அட்சர சுத்தமாக அறிந்து வைத்திருந்தார்கள். மாணிக்கத்துக்கு நாற்பது வயதுக்கும் ஒன்றிரண்டு வயது

கம்மிதான். என்றாலும் அதைவிட அதிக வயதுபோல தோற்றம் கொண்டவன். பதினைந்து வயதில் ஒரே ஒரு பெண் குழந்தை வைத்திருக்கிறான். சம்சாரம் சீக்காளி. வீட்டில் இருப்பதை விடவும் தர்மாஸ்பத்திரியில்தான் அதிகமாக இருந்தாள்.

வண்டியில் ஏறி அமர்ந்த கையோடு, "எப்பிட்றா இருக்கா?" எனக் கேட்டு வைத்தார்.

"உக்கும்.. கெடக்குது" என்று மட்டும் சொன்னான் மாணிக்கம்.

"வண்டிய சூளைக்கு ஓட்டு. லோடு ஏதாச்சும் வந்துச்சான்னு பாத்துட்டு போவோம்."

தலையை அசைத்தபடி, "ஹே..." என்றான் மாட்டை நோக்கி.

செங்கல்சூளை வேலைகள் ஒரு பக்கம் என்றால், சுண்ணாம்பு சூளை இன்னொரு பக்கம். சுண்ணாம்புப் பாறைகளை ஜல்லியாக உடைக்கும் பெண்கள், உடைத்த சல்லிகளைக் காளவாயில் இட்டு கரிக்கட்டைகளைப் போட்டு எரியவிடும் வேலையில் சிலர் என பம்பரமான தொழில் கூடம். அந்த இடத்துக்கே சூளை என்று பெயர் வைத்துவிடும் அளவுக்குப் பரபரப்பு அங்கே காணப்பட்டது. சுட்ட சுண்ணாம்பை சலித்து, கூடைகளிலே நிரப்பிவைக்கும் பெண்கள் இருந்த பகுதியைப் பார்த்தார் வேங்கடாசல நாயகர்.

"ரத்தினம் வரலையா... வீட்டுலயும் பாக்க முடியல. வெடி காலைல பொறப்பட்டு போறா. பாத்து நாளாகிப் போச்சே?" சுண்ணாம்பு சூளையிலிருந்து சுண்ணாம்பு லோடு ஏற்றிக்கொண்டிருந்த கண்ணபிரானிடம் கேட்டார் வேங்கடாசல நாயகர்.

அவன் பதில் சொல்வதற்கு ஏனோ தயங்குவதுபோல தோன்றவே, "அது காலங்காத்தால வருது. ஜனங்க வந்ததும் போயிடுது" என்றார் கணக்குப் பிள்ளை ராமசாமி.

"எதுக்குடா யோஜன பண்றே... ராமசாமி சொல்றதுக்கு முன்னாடி நீ ஏன் சொல்லல?"

"நீங்க வேற ஐயா... நீங்க கேட்டதே புரியல. எந்த ரத்தினம்னு யோசனை ஓடுச்சு. அதுக்குள்ள கணக்கு புள்ள சொல்லிட்டாரு. அவ்ளதான்..."

"சரிடா... ஏதோ சொல்ல வேணாம்னு நினைக்கிறியோன்னு கேட்டேன்..."

கண்ணபிரான் மெதுவாக நாயகர் அருகில் வந்து ஏதோ

சொன்னான். முதலில் நாயகர் காதில் அது விழவில்லை. அது யாருக்கும் தெரியக் கூடாத ரகசியமாக இருக்காது என நாயகர் நம்பினார். ஆகையால் அது காதில் விழாததைக் கண்டு கொள்ளாமல் வேங்கடாசலம் வேலையாட்களை நோட்டம் பார்த்தார். கண்ணபிரான் ரகசியம் சொல்வதற்கு சமயம் பார்த்தான்.

“என்னடா... சொல்றத சத்தமா சொல்லு” என்றார்.

அவன் சுற்றும் முற்றும் பார்த்துட்டு பெரிய பீடிகை செய்தான். பிறகு மேலும் மெல்லிய குரலில் ஏதோ சொன்னான்.

அவன் அப்படிச் செய்பவன் அல்ல. நாயகரிடம் மிகவும் மரியாதையும் பணிவாகவும் பேசுபவன்தான். அவன் இப்படி நடந்துகொள்கிறான் என்றால் ஏதோ இருக்கிறது என்று உன்னிப்பாகக் கேட்க எண்ணி, அவன் வாயருகே காதை நீட்டினார்.

“செங்கல்சூளைல சிங்காரமிருக்கான், இல்ல.”

“இவன் ஒருத்தன். நான் என்ன கேக்கிறன்.. இவன் என்ன சொல்றாம் பாரு. எதையாவது ஒளறிக்கிட்டுக் கிடப்பான். ரத்தினம் எங்கன்னு கேட்டேன். போடா இங்கதான் எங்கயாவது இருக்கும் பாரு.” அவன் சொன்னதைப் பொருட்படுத்தாமல் அனுப்பி வைத்தார்.

“நெசாமாத்தான்யா சொல்றேன்” என்றான் ஒன்றுமே சொல்லாமல்.

“என்னடா மாணிக்கம். இவன் என்ன சொல்றான்... உனுக்கு எதாவது புரியுதா?”

“அவன் கெடக்கிறான் விடுங்கய்யா. வானத்துக்கும் பூமிக்கும் முனியசாமி நின்னுகிட்டு இருந்ததைப் பார்த்திருக்கிறேன்னு சொன்னவந்தானே?” என எடுத்துக்கொடுத்தான் மாணிக்கம்.

“எனக்குத் தெரிஞ்சதை சொல்லிடலாம்னு நினைச்சேன் ஐயா.”

“நான் என்ன கேட்டேன்? எம் புள்ள எங்கன்னு கேட்டேன். நீ எதுக்கு சிங்காரத்த இழுக்குறே?”

“இல்ல ஐயா. சிங்காரத்துக்கூட பேசிக்னு இருந்துது.”

“சரி. அதுக்கின்னா இப்போ? இதை ஒரு ராஜாங்க ரகசியமா நினைச்சுக்கிட்டு திரியாத. அதை அப்படியே விட்டுடு.” கண்டிப்புடன் சொன்னார் வேங்கடாசல நாயகர்.

நாயகருக்கு உண்மையிலேயே இந்த சந்தேகத்தின் நியாயம் புரியவே இல்லை.

முன்பு ஒரு முறை சூளையில் அவனும் அவளும் பேசிக்கொண்டு வருவதை நினைவுபடுத்திப் பார்த்தான் மாணிக்கம். வேங்கடாசல நாயகர் எடுத்து வளர்த்த குழந்தை அது. ஒருவேளை கண்ணபிரான் சொல்வதில் ஏதாவது உண்மை இருக்குமா என யோசித்தான் மாணிக்கம். அது உண்மையாக இருந்தால் அதைத் தாங்கிக்கொள்ளும் பக்குவம் வேங்கடாசல நாயகருக்கு இருக்குமா எனவும் நினைத்தான். நாயகர் அவ்வளவு நம்பிக்கையாக ரத்தினம் குறித்த சந்தேகத்துக்கு இடம் தராமல் உறுதியாகச் சொன்னதைக் கலைக்கும் தைரியம் மாணிக்கத்துக்கும் இல்லை.

'ஏதோ நல்லா இருந்தா சரி' என்று மனதுக்குள் சொல்லிக்கொண்டான்.

மெல்லிய குரலில் கண்ணபிரானிடம், "சரி சரி விடு. யார்கிட்டயும் சொல்லிட்டு இருக்க வேணாம். இதுக்கு கண்ணு காது மூக்கு வாய் எல்லாம் வெப்பானுங்க. ரத்தினத்தைப் பார்த்தா நானும் எடுத்து சொல்றேன். சீதாம்மா காதுலயும் போட்டு வைக்கிறேன்" என்றான் மாணிக்கம்.

அந்த நேரம் கோட்டையில் கட்டட வேலை நடப்பதாக 'போட்டோகார' வில்லியம்ஸ் அங்கே வந்தான்.

"என்னப்பா ஒவ்வொரு தடவையும் நீதான் வர? முன்ன ராபர்ட் வருவானே?" என்றார் வேங்கடாசலம்.

"இந்த பில்டிங் வொர்க் முடியுற வெர்க்கும் நான்தான் வர வேண்ட்டிருக்கும். பில்டிங் பூஸ் வேலை நடக்து. முட்டை, சாதிக்காய் எல்லாம் வண்டி வண்டியா வந்தாச்சு. செட்டியார் டைப் வொர்க்ல பில்டிங் நடக்து. கோட்டையில ஒரு சர்ச் இருக்கில்ல. ஐ மீன் தேவாலயம்... அதுக்குத்தான் இத்னையும்" என்றான் சிரித்தபடி.

"போன முறை பேசினதுக்கு இப்ப எவ்வளவோ பரவால்ல.." என்றார் வேங்கடாசலம். அவருடைய ஆங்கிலம் காரணமாக வில்லியம்ஸூம் அவரை மிகவும் மதிப்பான். அதே நேரத்தில் நாயகரிடம் தமிழில் பேசி வெரிகுட் வாங்க வேண்டும் என சவால் விட்டிருந்தான்.

வேங்கடாசல நாயகர் பரவாயில்லை எனப் பாராட்டியது அவனுக்குப் பெருமையாக இருந்தது.

“இங்க எனிபடி நோஸ் தட் கைன்ட் ஆஃப் பூச்சு வேலை?” என்றான்.

“கிட்டத்தட்ட எல்லாருக்குமே தெரியும். அங்கதான் ஆள் இருக்குன்னு சொல்றியே?”

“யெஸ்... யெஸ். பட் க்விக்கா முடிக்கணும். அதனாலெதான்...” என்றபடி அவனே யாரையோ கண்டுபிடித்து அழைத்துச் செல்வதுபோல தேடினான்.

“கண்ணபிரானுக்குக்கூட தெரியும். கூட்டிட்டுப் போறியா?”

“ஓ எஸ்... ஓ எஸ். அடுத்த தடவை வரும்போது சொல்றேன். இன்னும் ரெண்டு பேர் கூட சொல்லுங்க” என்றபடி குதிரையில் தாவி ஏறி உட்கார்ந்தான் வில்லியம்ஸ்.

வில்லியம்ஸ் கழுத்தில் எப்போதும் ஒரு கேமரா தொங்கிக் கொண்டிருக்கும். அதில் அவன் ஒரு முறையும் புகைப்படம் எடுத்துப் பார்த்ததே இல்லை. கேட்டால், போட்டோகிராபி மிகவும் செலவானது என்பான்.

உள்ளே கோட்டட் பிளேட் இருக்கும். பிளேட்டை இருட்டில் வைத்துதான் பிராஸஸ் செய்ய வேண்டும் என்பான். போட்டோ எடுப்பது என்றால் கேமராவைக் கருப்புத் துணி போட்டு மூடி வைப்பதும் துணிக்குள் தலையைவிட்டு படம் பிடிப்பதும் நடக்கும். படம் எடுக்கும்போது புகை கக்கும் ஒரு விளக்கு எரிந்து அடங்கும். இது ஓரளவுக்குத் தூக்கிச் சுமக்கக் கூடியதாக இருந்தது. எப்படியும் இரண்டு வீசம் தேறும். ‘லண்டனிலேயே இதை இன்னும் பலர் பார்த்திருக்க மாட்டார்கள். அதற்குள் நான் வாங்கிவிட்டேன்’ என்பான் பெருமையாக.

இன்று என்ன நினைத்தானோ குதிரையைவிட்டு இறங்கி வந்து, “ஐயா அப்படியே வண்டி பக்கத்துல நில்லுங்க” என்றான். குதிரையின் பக்கவாட்டில் கட்டிவைத்திருந்த ஒரு முக்காலியை இறக்கிவைத்தான். அதன் மேல் மரத்தால் ஆன காமராவை வைத்து, கொல்லன் பட்டறையில் இருக்கும் துருத்திபோல அதை விரித்தான். இன்றுதான் அந்த காமராவை முழுமையாகப் பார்த்தார் வேங்கடாசல நாயகர். அதை இவ்வளவு தூரம் விரிக்க முடியுமா என வியப்பு.

“இது டெயில்போர்டு காமரா.” காமரா மீது கருப்புத் துணியைப் போர்த்தி தன் தலையை அதற்குள் நுழைத்து, ஓலைத் தடுப்பு ஓட்டையின் வழியே பார்ப்பதுபோல பார்த்தான்.

பிறகு அவரை இப்படியும் அப்படியுமாக விலகி நின்று

பார்த்தான். ஏதோ ஒன்று குறைகிற மாதிரி இருந்தது. பிறகு அவனாகவே வண்டியில் இருந்த அவருடைய புத்தகம் ஒன்றை எடுத்துவந்து அவர் கையில் கொடுத்து, "உங்க கையில இந்த புக் வச்சுக்கோங்க" என்று படம் எடுத்தான் வில்லியம்ஸ். கறுப்புப் போர்வைக்குள் புகுந்து படம் எடுத்தான்.

"அடுத்த வாரம் வரும்போது போட்டோ கொண்டு வரேன்" என்று சொல்லிவிட்டு கண்சிமிட்டி சிரித்தான். அவனுடைய காமிரா உருப்படிகளை பழையபடி எடுத்துவைத்துகொண்டான். அவன் குதிரை கடற்கரை நோக்கிப் பறந்தது.

# மோடி ஆவணம்
## 7

வில்லியம்ஸ் சூளையைவிட்டு அகலும் வரை அவனையே பார்த்துக்கொண்டிருந்தார் வேங்கடாசலம். பிறகு, "மாணிக்கம்..." என்றார். அவன் தோளில் இருந்த சித்தாடைத் துண்டை தலையில் கட்டிக்கொண்டு வண்டியை நாயகரை நோக்கி ஓட்டி வந்தான்.

வண்டி சக்கரம் சாலையில் உரசிக்கொண்டிருந்தது. சூளையிலிருந்து கந்த கோட்டம் நோக்கி செம்மண் பாதையில் சரளைக் கற்களில் வண்டி நகர்ந்துகொண்டிருந்தது.

"ஐயா இந்தத் தோட்டம் பேரு தெரியும்ல. கன்னிகா பரமேஸ்வரி தோட்டமாம். பக்கத்துல அந்தப் பேர்ல ஒரு கோயில் இருக்கறதால அப்பிடி பேர் வெச்சுட்டாங்க."

ரத்தினம் பற்றிய யோசனையில் இருந்த நாயகர் தலையை

தமிழ்மகன் | 55

வெளியே நீட்டிப் பார்த்தார். அதற்குள் வண்டி இவ்வளவு தூரம் வந்துவிட்டதா என ஆச்சர்யமாக இருந்தது.

"உனக்கு யாருடா இந்தக் கதைய சொன்னது?" என்றார்.

"நம்ம வண்டி மோட்லதான்... எல்லாம் வண்டிக்கார மூட்டு பசங்க."

"ஒரு பத்து வருஷத்துல கதைய மாத்திப்புட்டானுங்களே... இந்தத் தோட்டத்துப் பேரு கூரகாய கோமாட்ல தோட்டா.* கூர காய தோட்டம்ன்னா காய்கறித் தோட்டம்னு அர்த்தம். தெலுங்கில் அப்படிச் சொல்வாங்க. கஞ்சித்தொட்டி ஆஸ்பித்திரிக்கு பக்கத்துல இருக்கிற தோட்டம் மெரிதான் இதுவும். எல்லாம் கோமுட்டி செட்டிங்க தோட்டம். இரண்டு காணி தேறும். வெள்ளைக்காரங்க இப்போ ஜார்ஜ் கோட்டையைத் தாண்டியும் கம்பெனிகள், தேவாலயங்க கட்டிக்னு இருக்கானுங்க இல்ல. இங்க வந்து எதனா மாதா கோயில கட்டிடப் போறானுங்கன்னு இங்கே கன்னிகா பரமேஸ்வரி கோயில் ஒண்ணைக் கட்டி வெச்சுட்டாங்க. வெள்ளைக்காரங்க நம்ம இந்து கோயில்ங்க மேல கை வெக்கறது இல்ல. தோட்டம் பக்கத்துல கோயில் கட்டினது அதுக்குதான். இந்தத் தோட்டம் கால காலமா இருக்குது. கூரகாய கோமுட்டி தோட்டம். கோயில் இப்ப வந்தது. இப்ப அதுவும் மாறி கோத்வால் சாவடி மார்க்கெட் ஆக்கிட்டானுங்க. சுத்துப்பட்டுல எங்க இருக்கிற காய்கறியும் இங்க கொண்டாந்து விக்கிறதா ஏற்பாடு. கல்யாணம் கச்சேரின்னா இங்க வந்து மொத்தமா வாங்கிக்கலாம். சில சில்லறை வேபாரிங்க இங்க வந்து வாங்கிட்டுப் போய் அவனவன் இருக்குற தெருவுல கடை போட்டு விக்கிறாங்க."

"சரிங்க ஐயா" என்று மட்டும் சொன்னான் மாணிக்கம். ஐயாவின் பேச்சில் அவனுக்கு அத்தனை மதிப்பு. உளறு வாயனாக மேற்கொண்டு ஏதாவது சொல்லிவிடக் கூடாது என்ற உணர்வு அது.

"நீ நெனைச்சு பாத்திருப்பியா இவ்ளோ பெருசா காய்கறிக் கடை வரும்னு?"

"இல்ல ஐயா. இப்பகூட நான் கடைல போய் வாங்கினது இல்லய்யா. வாழக்கா, புளியம்பழம், வெங்காயம், கத்திரிக்கா, மொளகா இருந்தா போதும். வீட்டு பின்னாடி இந்த நாலு செடிய நட்டு வெக்க முடியாதா? இதுக்கு எதுக்கய்யா இவ்வளோ பெரிய கடைத் தெரு?"

"இப்பிடியே இருக்குமாடா? நம்ம தெருவுலயே சில பேரு மரத்த வெட்டிட்டு வீட்டைக் கட்டிட்டான். அப்புறம்? காய்கறின்னா

56 | ஞாலம்

கடைக்குத்தான் போகணும்."

"ஆமாங்க ஐயா." நீங்கள் சொல்வதை முழுமையாக ஏற்கிறேன் என்ற தொனி அது. பேச்சை வளர்க்கவும் விவாதிக்கவும் மாணிக்கம் ஏற்ற ஆள் இல்லை. வேங்கடாசலம் அமைதியாக இருந்துவிட்டார்.

சத்திய நாராயண ராவின் வீட்டைக் கண்டுபிடிப்பது கடினமாக இல்லை. சுப்ரீம் கோர்ட்டையொட்டி உள்ளே ஒரு பர்லாங் போனால் கோயில். காளிகாம்பாள் கோயிலுக்குப் பக்கத்திலேயே தெருவின் இரண்டு பக்கத்திலும் மராட்டி குடும்பங்கள் சில இருந்தன. மராட்டிய மன்னன் சிவாஜி வந்து வழிபட்ட கோயில் என்ற பெருமையும் அவர்களுக்கு இருந்தது.

நாயகரைப் பார்த்ததும் ராவுக்கும் மகிழ்ச்சியாகிவிட்டது. மீசை இல்லாமல் ஒல்லியாக உயரமாக லேசாகக் கூன் போட்டு நடப்பவர். பள்ளிக்கூட கூரை, தலையில் இடித்துவிடும் என்று பயந்தே குனிந்து நடக்க ஆரம்பித்து ஒருவித நிரந்தரக் கூன் ஏற்பட்டு விட்டது என பள்ளியில் பேசுவார்கள். அது காதில் விழுந்தாலும் ஒரு சிரிப்புடன் கடந்துவிடுவார். பரந்த மனசு. யாரையும் வறுத்திப் பார்க்காத மனிதர்.

"பக்கத்துலதான் இருக்கோம். பாத்துக்க முடியலையே?" என்றார்.

காளிகாம்பாள் கோயில் போய் வந்திருப்பார் என்று தெரிந்தது. வீடே கோயிலின் நீட்சி போலத்தான் இருந்தது. நாற்காலியில் உட்கார்ந்ததுமே கோயில் குங்குமம் இட்டுக்கொள்ள வழங்கினார் ராவ்.

கோயிலுக்குப் பக்கத்தில் வசிப்பது மராட்டிய மண்ணிலேயே வாழ்கிற பெருமை போன்றது அது. தரைத் தளத்தில் அழகிய மர வேலைப்பாடுகள் நிறைந்த வீடு. தேக்கு திராவிகள் போட்டு அதன் மேலே ஒரு சிறிய மாடியுமிருந்தது. வீட்டுக்குள்ளேயே தாழ்வாரத்தில் பாத்திரங்கள் தேய்க்கும் இடத்தையொட்டி படிக்கட்டு மாடிக்கு வழிகாட்டியது.

"லெஃப்ட் கையில எழுதினான்னு ஒரு பையனை நம்ம கணபதி வாத்தியார் அடிச்சு சாகடிக்கப் பாத்தாரே... நீங்க மட்டும் தடுக்கலன்னா செத்தேபோயிருப்பான்" என்று பள்ளி சம்பவத்தை நினைவுபடுத்தினார் ராவ். நாயகர் தலையசைத்து, சிரித்தார்.

'பீச்சாங்கைல எழுதினா துரதிர்ஷ்டம்'னு கணபதி ஆசிரியருக்கு நம்பிக்கை. பையனைப் போட்டு விளாசினார். இரண்டு

பிரம்புகள் நைந்து உடைந்ததே தவிர பையனால் வலது கையால் ஒரு வார்த்தைகூட எழுத முடியவில்லை. மணல் கொட்டி எழுதி, பையனின் கை விரல் தேய்ந்துபோனதுதான் மிச்சம். வேங்கடாசல நாயகர் இடது கைப் பழக்கம் என்பது மூளையின் செயல்பாடு என விளக்கி கணபதியின் கண்ணைத் திறந்தார். பையனின் உயிரைக் காப்பாற்றினார். கணபதி வாத்தியார் ஒத்துக்கொள்ளவே இல்லை. “அதெப்படி பீச்சாங்கைல சாப்புடுவானா?” என்று புலம்பினார். மிஷன் ஸ்கூல் தலைமை ஆசிரியர் வந்துதான் நிலைமையை சீராக்கினார். அவர் பிரிட்டிஷ்காரர். இடது கையால் ஸ்பூனில் சாப்பிடுவார். ‘நானே இந்தக் கைலதான் சாப்பிடுறேன்’ என விளக்கமும் தந்தார். ‘இந்தக் கண்றாவியெல்லாம் பாக்க வேண்டியிருக்கே’ எனப் புலம்பிக்கொண்டே இருந்தார் கணபதி.

பல ஆண்டுகள் கழித்து ஒரு மனிதனைப் பார்க்கும்போது அவனை சம்பந்தப்படுத்திப் பார்ப்பதற்கு சுயமாக ஒரு சம்பவம் நினைவுக்கு வருகிறதே... அதுதான் அந்த மனிதனுக்கான அடையாளம். அதே சமயத்தில் அதை நினைத்துப் பார்க்கும் மனிதனுக்கும் அதுதான் அடையாளம். நினைத்துப் பார்க்க நல்ல சம்பவங்கள் இருக்க வேண்டும். அதைத்தானே ஒருவன் நினைக்க முடியும்? கெட்ட சம்பவங்கள் அதிகமிருந்தாலும் அன்னபட்சி மாதிரி நல்லதைத் தேடி எடுத்து நினைக்க வேண்டுமே? ஆக, அது நினைத்துப் பார்ப்பவனின் மனதையும் பொருத்ததாக மாறிவிடுகிறது.

மாவீரர் சிவாஜியின் கதையையும் இந்த இரண்டாவது சிவாஜியையும் ஒப்பிட்டுப் பேச்சை ஆரம்பிக்கலாம் என்பதுதான் நாயகரின் திட்டம். அதற்காகத்தான் வந்தார். சத்யா நாராயணா ராவின் நேரத்தைப் பாழாக்காமல் நேரடியாகக் கேள்விக்கு வந்தார்.

“சிவாஜி இறந்த பிறகு ஆட்சி பிரிட்டிஷ் பக்கம் போயிடுச்சே. அவங்க மனைவிமாருக்கும் இனிமே சிரமம்தானா? நேத்து கோர்ட்டுக்குப் போய் பாத்துட்டு வந்தேன். அதான் தெரிஞ்சுக்கலாம்னு...” நாயகர் ராவின் முகத்தை நோக்கினார்.

“நாயகரே இதுக்கெல்லாம் உங்களுக்கு நேரம் இருக்கா? நானே கோர்ட்டுக்குப் போய் பாக்கல. இத்தனைக்கும் என் வீட்ல இருந்து ஒரு கல் தூரம்கூட இல்ல.”

“ஒரு ஆர்வம்தான்” சுருக்கமாகச் சொன்னார் நாயகர்.

“எப்போ தீவுக்கோட்டைய* விட்டாங்களோ அப்பவே

இவங்க சரிவு ஆரம்பிச்சுடுச்சு நாயகரே. பிரெஞ்சுகாரன், பிரிட்டிஷ்காரன்னு மாத்தி மாத்தி அந்தக் குட்டியூண்டு கோட்டை மேல குண்டு போட்டு ஆட்டம் போட்டாங்க. க்ளைவ் காலத்திலேயே தீவுக்கோட்டை கதை முடிஞ்சுபோச்சு." ராவின் பேச்சில் அலுப்பும் இயலாமையும் வெளிப்பட்டன.

"தீவுக்கோட்டை கடைசியா சோழ ராஜாக்கள் ஆண்ட இடம். தஞ்சாவூரே மராட்டி அரசர்கள் கைக்கு வந்துட்ட பிறகு தீவுக்கோட்டைலாம் எம்மாத்திரம்?"

ராவ் அவசரமாகத் தன் டேபிளில் துழாவி எடுத்து ஒரு பேப்பரைக்கொண்டு வந்தார்.

"மோடி ரெக்கார்டுனு சொல்லுவாங்க நாயகரே... அது டைப்பான எழுத்து. அரசாங்க விவகாரங்களை அப்பப்ப இப்படித் துண்டு பத்திரிகையா அச்சடிச்சு மராட்டி குடும்பங்களுக்குக் குடுப்பாங்க. மோடி எழுத்துல இருக்கிறத மராட்டி எழுத்துல கொடுக்கிறதால ஏதோ கொஞ்சம் புரியும்." அந்த மராட்டி பத்திரிகையை அருகே காண்பித்தார்.

நாயகர் அதைப் பார்த்துவிட்டு, "எனக்கு மோடி எழுத்தும் தெரியாது. மராட்டியும் தெரியாது. நீயே சிலத படிச்சுக் காட்டேன்."

அதற்காகவே காத்திருந்தது போல, ஜன்னல் ஓரமாக வெளிச்சம் பார்த்து உட்கார்ந்து, ராவ் படித்துக்காட்ட ஆரம்பித்தார்.

"இது ரெண்டாவது சிவாஜி காலத்தில சிலருக்குப் போட்ட அபராதங்கள்..."

"அதுதான் முக்கியம். படிங்க."

"அரிசிக்காரி நனைந்துபோன அரிசியை விற்றதினால் அபராதம் 2 பணம் விதிக்கப்பட்டது.' இது வருஷம் 12.1.1784-ல. 'தட்டான் மகாதேவனிடம் சிப்பாய்கள் நகைகள் செய்வதற்குக் கொடுத்ததில் தங்கத்தைத் திருடினதினால் அவனுக்கு அபராதம் பணம் 1'. - இதுவும் அதே வருஷத்துல.

பொய் சாட்சி சொன்னவனுக்குச் செய்த தண்டனை விவரம்:

... அவனுக்குக் காலில் விலங்கு போட்டு ஒரு வருஷம் வரையில் அவனிடமிருந்து மராமத்து வேலை வாங்குவது என்றும் பின்பு விடுதலை செய்கிற நேரத்தில் அவனைத் தண்டோராவுடன் 4 வீதிகளில் சுற்றவைத்து, அவனுடைய முழங்காலுக்குக் கீழே பிரம்பால் 6 அடிகள் வீதம் ஒவ்வொரு வீதிக்கும் அடிகள் ஆறு அடித்துவிட்டுவிடுகிறது.- இது 1845-ல.

மராட்டி எழுத்துகளைக் கற்பிக்கிற சாமா சாரியர் வீட்டுக்குச் சென்று சீக்கிரமாக வராமலிருந்ததினால் பள்ளிப் பையன்கள் வெளியே வந்து சாக்கடையில் விழுந்து காயப்பட்டதினால் அபராதம் 6 பணம் வாங்கப்பட்டது.- 34- ல.

கொத்தவால் செய்தி - இரவில் ரோந்து செய்து கொண்டிருக்கையில் புவாஜி போஸ்லேயின் வீட்டில் திருடின தாண்டவராயன் என்பவனை, கம்பத்திற்கட்டி பிரம்பினால் 12 அடி அடித்து விடப்பட்டது.

வீரராகு பிள்ளை என்பவரின் மகளை நீலகண்டர் மற்றும் முப்பத்திரெண்டு பேர் பலவந்தமாகத் தாலிகட்டிய வழக்கில் குற்றம்சாட்டப்பட்டவர்களுக்கு உடலை வருத்தும் 'சரீர தண்டனை விதிக்கப்பட்டது. இதையெதிர்த்து அவர்கள் முறையீடு செய்தனர். அதில் சரீர தண்டனை உறுதிசெய்யப்பட்டது. இதையெதிர்த்து அவர்கள் மேல் முறையீடு செய்து 'அர்த்த தண்டனை' என்ற பெயரில் தண்டம் விதிக்கப்பட்டு சரீர தண்டனையிலிருந்து விடுவிக்கப்பட்டனர். இது தொடர்பாக வீரராகு பிள்ளை, மன்னருக்கு முறையீடு செய்துள்ளார். நீதி வழங்குவோர் வடமொழி சாஸ்திரங்களை தம் விருப்பத்திற்கேற்ப விளக்கம் செய்வதுண்டு என்பது தெரியவருகிறது."

மூச்சுவிடாமல் படித்துக்கொண்டே போனார் ராவ். இயற்கை உபாதையாக இடையிலே ஒரு தும்மல் போட்டார். அந்த அதி அற்புத தருணத்தைப் பயன்படுத்திக்கொண்டார் நாயகர்.

"இன்னும் இருக்கா?" என்பதை, போதும்போல சொன்னார் நாயகர்.

ராவ், "நீங்க ஆசையா கேப்பீங்களேன்னு படிக்க ஆரம்பிச்சுட்டேன்" என்றார்.

"எனக்கும் ஆசைதான். அதுக்கு இன்னொரு நாள் சாவகாசமா வர்றேன். நா இன்னொரு வேலையா வந்தேன்."

"எப்ப வேணும்னாலும் வாங்க நாயகரே! ஒரு சமயம் தமிழ்லயும் ஒரு சஞ்சிகை வந்துச்சு. அது இருக்கான்னு பாக்கிறேன்."

இங்கும் அங்கும் கண்களாலும் கைகளாலும் பரபரத்தவர், "பாலாஜீ!" என்று குரல் கொடுத்தார். பாலாஜி என்பவன் ஆறடி உயரத்தில் 20 வயசு பையன். சத்ய நாராயண ராவை அச்சு வார்த்ததுபோல இருந்தான். மாடியிலிருந்து தலை இடித்துக்கொள்ளாமல் இறங்கி வந்தான்.

"தமிழ்ல ஒரு சுவடி வந்துச்சே... மராட்டிய மன்னர்கள் செஞ்ச

தானம் பத்தி."

"என் ரூம்ல இருக்குப்பா."

"அதைக்கொண்டாந்து ஐயாகிட்ட குடு."

பாலாஜி போன வேகத்திலேயே அந்தப் பத்திரிகையைச் சுருட்டிக்கொண்டு வந்தான்.

அது புதிதாக வந்த நூலாக இருக்கும் என்று தெரிந்தது. எட்டு பக்கங்கள் கொண்ட மெல்லிய நூல் அது. தமிழ்நாட்டில் வாழும் மராட்டியர்கள் சரபோஜியின் பெருமைகளை உணரும் பொருட்டு அவ்வப்போது சில மோடி ஆவணங்களைத் தமிழிலோ, மராட்டியிலோ பிரசுரித்து மகிழும் வழக்கம் போல இருந்தது.

சமீபத்திய சமாசாரங்களுமிருந்த ன. பெண்களை விலைக்கு வாங்கி தாசியாக்கிக்கொள்வது சம்பந்தமான செய்திகள் அதிலே விலாவாரியாக இருந்தன. அப்படி தாசியாக்கப்பட்டவர்கள் குடும்பப் பெண்கள் அணியும் சில அணிகலன்களை அணியக் கூடாது என்றும் சில வகை ஆடைகளை உடுத்தக் கூடாது என்றும் சொல்லியிருந்தார்கள். ராக்கடி, பேசிர், மகர கண்டி, ஐந்து கலசம் கொண்ட ஜிமிக்கி, காதுபட்டை போன்றவை அணியலாகாது என்று குறிப்பிட்டிருந்தார்கள். ஆடைகளில் மத்தாப்பு நிறமுள்ள ரவிக்கை, புடவை, குசும்பா புடவை, மோதிரம் அணியக் கூடாது என்று சொல்லியிருந்தார்கள்.

தேவதாசி சுந்தரிக்கு மட்டும் இதிலிருந்து விதிவிலக்கு அளிக்கப்பட்டது என்று சலுகை வழங்கியிருந்தார்கள்.

விலைக்கு வாங்கப்பட்ட, விற்கப்பட்ட பெண்களின் விவரம் என ஒரு பெரிய பட்டியல் போட்டிருந்தார்கள். ஏன் படிக்கிறோம் என்ற எரிச்சலிலேயே அதை முழுவதுமாகப் படித்து முடித்தார் நாயகர்.

எதிரிலே ராவ் அமைதியாக உட்கார்ந்திருந்தார்.

"நான் பாட்டுக்கு எங்க வீட்ல இருக்கிற நினைப்புல படிக்க ஆரம்பிச்சுட்டேன். மன்னிக்கணும்."

"பெரிய வார்த்தை. இதுவும் உங்க வீடுன்னு நினைச்சீங்களே அதுவே சந்தோஷம்." கைகூப்பினார் ராவ்.

* தீவுக்கோட்டை - கொள்ளிடம் முகத்துவாரத்தில் இருந்த சோழர் காலத்துக் கோட்டை.

## குற்றங்கள்... தண்டனைகள்!
### 8

வீட்டுக்கு வந்தபோது இருட்டிவிட்டது. மாணிக்கத்தை சாப்பிட்டுவிட்டுப் போகும்படி சீதா இலை போட்டாள். புளிக்குழம்பு, அதிலேயே கத்திரிக்காய் போட்டிருந்ததால் அதையே தனியாக எடுத்து தொட்டுக்கொள்ள வைத்தாள் சீதா. வாசலில் திண்ணை பக்கமாக உட்கார்ந்து ஏதோ படித்துக்கொண்டிருந்த தன் வீட்டு ஆம்பளையைப் பார்த்தாள்.

மாணிக்கத்துக்கு மட்டும் கேட்குமாறு, "நா இப்ப கேக்கறது... வேற யாருக்கும் தெரியக் கூடாது. சரியா?" என்றாள்.

"ஆத்தா... எனக்கு எதுவும் தெரியாது." மாணிக்கம் சாப்பாட்டைப் பாதியில் நிறுத்திவிட்டு எழுந்திருப்பவன்போல சொன்னான்.

"டேய் அப்ப நா கேள்விப்பட்டது சரிதான். நீ எதுவும் சொல்ல வேணாம்" என்றாள்.

"என்ன கேள்விபட்டம்மா?"

"நீ எது உனக்குத் தெரியாதுன்னு சொன்னியோ அதத்தான்."

மாணிக்கத்துக்கு உண்மையை மறைக்கத் தெரியாது. மறைக்கிறோம் என்ற பேரில் மேலும் சில உண்மைகளை உளறி வைப்பான். அது சீதாவுக்கு நன்றாகவே தெரியும்.

"ஆத்தா... நீ என் வாய புடுங்காத சொல்லிட்டேன், இப்ப நா சாப்பிடணுமா, வேணாமா?"

"அதான் தெரிஞ்சுபோச்சே... நீ சாப்புடு."

"ஐயாவுக்கு உலக நடப்பெல்லாம் தெரியுது. வூட்டு நடப்பு தெரியல. அன்னைக்கு கண்ணபிரான் சொல்றான்... இவரு காதிலயே வாங்கல."

"அவரப் பத்திதான் தெரியுமே... என்கிட்ட சொல்றதுக்கு இன்னா?"

"இல்லத்தா சொன்னா என்ன நினைப்பீங்களோன்னு..."

சீதாவுக்கு ஒரு சந்தேகம்தான். ஏதோ வாயைக் கிளறப் போக அவன் சொல்வது அதிர்ச்சியாகத்தான் இருக்கும்போல இருந்தது. அதிர்ச்சியை வெளிக்காட்டாமல் பேசவேண்டியிருந்தது.

"கொஞ்சம் வெலாவாரியா சொன்னாத்தான எனக்கும் புரியும்? அவரு வர்றதுக்குள்ள சொன்னா புண்ணியமா போவும்."

மாணிக்கம் குரலை இறக்கிப் பேச ஆரம்பித்தான்.

"சிங்காரத்துக்கும் நம்ம ரத்தினத்துக்கும் சினேகிதம். ஐயா கிட்ட சொன்னா என்னடா உளர்றேன்னு காதுல வாங்காமப் போறாரு."

சீதாவுக்கு அதிர்ச்சி அதிகமாகிக்கொண்டே இருந்தது. அவளே அறியாமல் நெருங்கி அமர்ந்தாள். அவனும் நிலைமையை உணர்ந்து மெல்லிய குரலில் சொல்ல ஆரம்பித்தான்.

"கொஞ்ச நாளாகவே நடக்குது. நம்ம ரத்தினமும் காலையில வந்துரும். சிங்காரமும் காலையில வந்துருவான். அந்த நேரத்துல யாருமே இருக்க மாட்டாங்க. இப்ப ரத்தினம் எங்கே?" என்றான் திடீரென நினைவு வந்தவனாக.

"மாட்டுக்கு தவிடு வெச்சிட்டு இருக்கா... நீ சொல்லு."

"ஆனா இந்தத் தகவல் என் காதுக்கு வந்தது இப்பதான். ஒடனே கல்யாணம் பண்ணிட்டா நல்லது. யார் வூட்டு பொண்ணோனு நாம சரியா வளக்காம, அலட்சியமா இருக்கிறோம்னு

சொல்லிடுவாங்க. நீங்க அதைச் சொந்த பொண்ணாதான் வளர்க்கறீங்க. அதுக்காகத்தான் சொல்றேன்."

"சரிடா. நான் பாத்துக்குறேன். வேற யார்கிட்டயும் சொல்லிக்காத. நாளையிலிருந்து அவ சூளைக்கு வர மாட்டா."

மாணிக்கத்தை எந்த அளவுக்கு நம்ப முடியும் என்று தெரிய வில்லை. எதைச் சொல்லக் கூடாது என்கிறோமோ, அதைத்தான் உடனே ஊரெல்லாம் சொல்ல வேண்டும் என்று அவதியுறுவான். முடிந்தால் காலையிலேயே கல்யாணத்தை முடித்துவிட்டால் நல்லது என்று தவித்தாள் சீதா. அவளுக்கு அழுகையும் தவிப்பும் கலந்து மனதுக்குள் பதைக்க வேண்டியிருந்தது. அவரோ, இப்பத்தான் பெரிய ஆராய்ச்சி செய்வது மாதிரி படித்துக் கொண்டிருந்தார். அந்த நேரத்தில் ரத்தினமும் மாட்டுக்குத் தவிடு வைத்துவிட்டு உள்ளே வந்தாள்.

"ஐயா, நான் காலைல வர்றேன்" என்று கடந்துபோனான் மாணிக்கம்.

உள்ளே வந்த ரத்தினம், "அப்பா சாப்பிட்டாரா?" என்றாள்.

'இவளா?' என ரத்தினத்தை முதன்முறையாகப் பார்ப்பது போலப் பார்த்தாள் சீதா. பச்சைக் குழந்தை போலத்தான் இருந்தது அவள் முகம்.

"நீ சாப்புடு. அது என்னமோ படிச்சுக்கிட்டு கெடக்குது. வந்ததும் சாப்பாடு வெச்சுட்டு படுக்குறேன்."

"சரிம்மா." ரத்தினம் குண்டானை உருட்டி இரண்டு வாய் சாப்பிட்டுவிட்டு கூடத்தில் பாயைப் போட்டுப் படுத்தாள்.

மாணிக்கம் போனதும் சாவகாசமாகப் புத்தகத்தைப் புரட்டினார் நாயகர். குறிப்பாக சீதாவுக்குத் தெரியாமல் படிக்க வேண்டியிருந்தது. பார்த்தால் 'காலம் கெட்ட வயசுல இந்தக் கருமத்தை எதுக்குப் படிக்கிற' என்பாள்.

பத்து வயது, எட்டு வயது, பன்னிரண்டு வயது பெண் பிள்ளைகளை சகட்டு மேனிக்கு விற்று, காமக் கிழத்தியராக்கியிருக்கும் கொடுமை நாயகரின் நெஞ்சைச் சுட்டது. பிள்ளைமார்கள், கள்ளர்கள், துலக்கர்கள், தெலுங்கு நாயக்கர்கள் ஒருவர் பாக்கியில்லாமல் தங்கள் வீட்டுப் பெண் பிள்ளைகளை தாசிகளாக்கியிருப்பது எப்படி சாத்தியமாகியிருக்கும்? அரசன் எவ்வழி, மக்கள் அவ்வழி என்பது இதைத்தானோ?

இதில் மன்னருக்கு ஏதோ பெருமை இருப்பதாக வெளியிட்டிருக்கும் வெளியீட்டாளர்களின் மனதையும் கவனிக்க வேண்டியிருந்தது.

4-ம் பக்கத்தில் நாயகருக்குத் தேவையான ஒரு சமாசாரமிருந்தது. அரண்மனையில் கல்யாண மகால், மங்கள விலாஸ் என இரண்டு காமக் கிழத்தியர் அரங்குகள் உள்ளன.

கல்யாண மகாலில் 24 காமக் கிழத்தியரும், மங்கள விலாஸில் 42 காமக் கிழத்தியரும் இருப்பதாகக் குறிப்பு இருந்தது. இப்போது சுப்ரீம் கோர்ட்டிலே நடக்கும் வழக்கிலே 15 பேர் மட்டும் பிராது கொடுத்திருப்பதும் அதிலே எட்டுப் பேர் வராமல் இருப்பதும் என்ன குழப்படி எனப் புரிந்துகொள்ள முடியாமல் தவித்தார் நாயகர்.

தமிழ்நாட்ல ஒரு சுண்டக்காய் அளவுக்கு ராஜ்ஜியத்தை வைத்துக்கொண்டு நாயக்கர் தயவிலும் பிரிட்டிஷ்காரன் தயவிலும் ஆட்சி நடத்திக்கொண்டு இந்த மராட்டிய மன்னர்கள் செய்திருக்கும் அட்டூழியங்கள் அனைத்தின் பின்னாலும் தர்ம சாஸ்திரங்கள் பல துணை நிற்பதையும் பார்த்தார். பெண்கள் எப்படி இருக்க வேண்டும், தாசிகள் எப்படி இருக்க வேண்டும், வண்டிச் சக்கரத்தில் கன்றுக்குட்டியை ஏற்றிக்கொன்றால் மனுசாஸ்திரம் தரும் தண்டனையைப் பின்பற்றுவெது எப்படி என்றெல்லாம் ஏராளமான சிறு குறிப்புகள் அந்த சிறு நூலிலே இருந்தன. இவ்வளவு அயோக்கியத்தனங்களுக்கு நடுவிலும் கோயில்களுக்கு சிறப்பு பூஜைகள் நடத்த அரசர் செய்த நன்கொடைகள் விவரமுமிருந்ததுதான் நாயகருக்கு வேடிக்கையாக இருந்தது.

முனுசாமி நாயகர் இந்தக் கோயில், புராண, சடங்குகளை எதிர்த்துப் பேசிவருவதிலும் உள்ள நியாயத்தை நாயகர் நினைத்துப் பார்த்தார்.

ஒரு வீட்டில், கொந்தளிப்பான மனநிலையில் மனைவியும் அதற்கு சம்பந்தமே இல்லாத இன்னொரு மனநிலையில் கணவனுமிருந்தனர். உலகில் உள்ள அனைத்து மனிதர்களிலும் ஆண்பால் பெண்பால் மனவோட்டாங்கள் பெரும்பாலும் அப்படித்தான் இருந்தன.

சீதா லட்சுமி, “என்னத்த அப்பிடி படிச்சுக்கிட்டு கிடக்குறே? ஒரு காயிதம் உடாத படிக்கிற... இங்க ஒருத்தி சாப்பிட்டாளா, இல்லையான்னு கவனிக்கிறியா?” என்றாள்.

படித்துக்கொண்டிருந்த தாள்களை அப்படியே திண்ணையில் வைத்துவிட்டு நிமிர்ந்தார்.

“என் உயிரே நீதானடி?”

“உக்கும் சுண்ணாம்புக் கல் வாங்கியாறதயும் வுட்டுட்ட. வேபாரத்தை கவனிக்கறதில்ல. அப்புறம் பாயக்காரி பாயக்காரின்னு ஊர் ஊரா போய் வர்றது. அப்புறம் அங்க இங்க பீறாய்ஞ்சுக்குனு வந்த காயிதங்களை எடுத்து வெச்சுக்குனு வர்றது. என்ன மனுசா இப்பிடி பண்றே?’ன்னு கேட்டா ‘உயிரே நீதான்’னு வாயடைக்க வேண்டியது.”

நிலைமையை உத்தேசித்து அவள் சொன்ன காகிதங்களை எடுத்து ஆங்காங்கே எரவாணத்தில் கயிறுகட்டி தொங்கவிட்டிருந்த காகித மூட்டைகள் ஒன்றில், சத்தியநாராயணா கொடுத்த பேப்பர்களை எடுத்து வைத்துவிட்டு சீதாவின் அருகில் வந்து அமர்ந்தார்.

“பசிக்குதுமா” என்றவர், “ரத்தினம் எங்க?” என்றார்.

“ஒரு வா சாப்ட்டுட்டு படுத்துத் தூங்கிடுச்சு.”

“அது எதுக்கு சூளைக்குப் போய் அல்லாடுது? நாளைல இருந்து போவேணாம்னு சொல்லு.”

“சொன்னா கேட்டாதான?” சொல்லலாம் என வாயெடுத்தவள் சாப்பிட்டு முடிக்கட்டும் என நினைத்தாள். அதுவும் இல்லாமல் ரத்தினம் தூங்கினாளா எனத் தெரியவில்லை.

“நாளைக்கு நா சொல்லிக்கிறேன். சோத்தப் போடு.”

“நா இப்படி வம்பு பண்ணிக் கூப்பிடலன்னா இன்னும் மூணு மணி நேரம் ஆனாலும் அப்பிடியே புள்ளையார் கணக்கா ஒக்காந்து படிச்சுகிட்டு இருப்ப, இல்ல?” என செல்லக் கோபமாக எழுந்து போய் சூடாக சோற்றையும் கத்திரிக்காய் குழம்பையும் எடுத்துவைத்தாள் சீதா. கடித்துக்கொள்ள எப்போதும் அவருக்கு மோர் மிளகா வற்றல் இருக்க வேண்டும். மறக்காமல் அதையும் எடுத்து வைத்தாள்.

ரத்தினம் தூங்கவில்லை எனத் தெரிந்தது. சீதா பொறுமை காத்தாள்.

சாப்பிட்ட கையோடு மறுபடி புத்தகத்தை எடுத்துக்கொண்டார். சீதா முறைத்துப் பார்த்ததை அவர் கவனிக்கவில்லை. அவளும் அதை கவனிக்க விருப்பமில்லாமல் போய் ரத்தினம் அருகில் படுத்தாள்.

நாயகர் ஆழ்ந்த அக்கறைகொண்டு படிக்க ஆரம்பித்தார்.

தமிழர்கள் தவறாமல் படித்து தங்கள் கோபங்களை வளர்த்துக்கொள்ள இந்த மாதிரி ஏடுகள்தான் அவசியம் எனவும்

அவர் நினைத்தார். மங்கள விலாஸ் மாதர்களுக்கு மாதம் 150 ரூபாய் உதவித்தொகை வழங்க பிரிட்டிஷ் அரசாங்கம் முடிவெடுத்திருக்கும் குறிப்பு ஒன்றும் அதிலே இருந்தது.

கவனக் குறைவான செயல்களுக்கும், சிறிய குற்றங்களுக்கும் சிறிய அளவிலான தண்டனை வழங்கப்பட்டிருக்கிறது.

"யுத்த சாலையில், ஒரு தச்சன் வேலை செய்துவிட்டு வீட்டுக்குப் போகையில் பாராக்காரன் அவனுடைய வேட்டியை உதறிப் பார்த்த பொழுது 2-மி கிராம் நிறையுள்ள ஒரு பித்தளைத் தகடு வேஷ்டிக்குள் ஒட்டியிருந்தது. கீழே விழுந்ததைப் பார்த்துச் சொன்னதினால் வேலை செய்யுமிடத்தில் வேஷ்டியை உதறாமல் அஜாக்கிரதையாய் வந்த குற்றத்திற்காக அபராதம் 6 தேங்காய் விதிக்கப்பட்டது."

சில தண்டனைகள் பொதுமக்கள் முன்பு, அவமானப்படுத்தும் முறையில் அமைந்தன. ஒருவனை சாதியிலிருந்து நீக்குவதற்கு அரசிடம் அனுமதி பெறவேண்டியிருந்தது. அப்படி அனுமதி பெறாது செய்தவர்களில் ஒருவனுக்கு தலையில் எச்சிலைகளைக் கொடுத்து அங்குள்ள சத்திரம் வகையறாவைச் சுற்றி வர வேண்டும். அப்படி வந்ததும் பிரம்பால் முழங்காலின் கீழே 12 அடிகளை அடித்தார்கள். பாக்கிப் பேரையும் கோட்டையில் மேல் தண்டித்தபடி தண்டனை செய்து 6 அடிகளை அடிக்கிறது. பாக்கி 4 பேரையும் எச்சலை மாத்திரம் கொடுத்து விடுகிறது.

வீராயி என்பவள் செம்பு திருடினாள். அவளைச் சாவடியில் வைத்தார்கள். அவளுடைய கழுத்தில் செம்பைக்கட்டி இன்ன குற்றஞ்செய்தாளென்று வாசித்துக்கொண்டு நான்கு வீதிகளிலும் தண்டோராவுடன் சுற்றவைத்து, ஒவ்வொரு வீதியிலும் பிரம்பினால் 3 அடி வீதம் அடித்து மூன்று வாசல்களையும் காட்டிவிட்டு கோட்டைக்கு வெளியே விரட்டிவிட்டது. சொந்தக்காரனுக்கு செம்பு கொடுக்கப்பட்டது'.

சத்யநாராயண ராவ் இது குறித்துப் பின்னாளில் ஒரு விளக்கம் சொன்னார். "இதெல்லாம் ஆங்கில ஆட்சி நிலையானதும், ரெசிடென்ட் என்ற பதவியில் ஆங்கில அதிகாரி ஒருவரை மன்னராட்சிப் பகுதிகள்ல நியமிச்சாங்க. அவரோட கட்டுப்பாட்லதான் மன்னர்கள் இருந்தாங்க. இதனால மன்னருக்கு இணையானவர்னே வெச்சுக்கயன்" என்றார்.

வேங்கடாசலம் ஆர்வத்துடன் கேட்டார்: "வெள்ளைக்காரங்க ஆட்சிக்கு வந்ததும் சரியாகிடுச்சா?"

“ஜான் பைஃப் என்பவர் தஞ்சை மராட்டியத்தில ஆட்சியில ரெசிடென்டா இருந்தார். 1825 ஆகஸ்ட் அஞ்சாம் தேதி இவர் அம்பாரி கட்டப்பட்ட யானை மேல உக்காந்து ஆத்து வெள்ளத்தைப் பார்க்கப் போனார். அப்போ, ‘அங்கு’ன்னு தேவதாசியோட பொண்ணு வண்டியில உக்காந்து ரெசிடென்டின் யானைக்கு எதிராக வந்துட்டா. இது அவமரியாதைனு அவளுக்கு ஒரு சக்கரம் இரண்டு பணம் தண்டம் விதிச்சாங்க. வெள்ளைக்காரனும் மராட்டி டைப்புக்கு மாறிட்டான்.” இப்படி விளக்கம் கொடுத்தார் ராவ்.

மொத்தத்தில் குற்றவாளிகளைத் திருத்தும் முறையில் தண்டனைகள் இல்லை. உடலை வருத்தும் முறையிலும் அவமானப்படுத்தும் முறையிலும், தஞ்சை மராத்தியர் கால தண்டனை முறைகள் இருந்துள்ளன. வடமொழி நீதி நூல்களின் அடிப்படையில் பண்டிதர்கள் தண்டனைகளைப் பரிந்துரைத்ததும் நிகழ்ந்துள்ளது என்பதை அறிய முடிந்தது. அதற்கு அடுத்த பக்கத்திலே வேங்கடாசல நாயகரை அதிர்ச்சிக்கு ஆழ்த்திய வேறு செய்திகள் இருந்தன.

சீதா, இந்த மனுஷன் படித்து முடித்துவிட்டு வந்தால், பெண்ணைப் பற்றிப் பேசலாம் என அவரைப் பார்த்துத் திரும்பிப் படுத்தபடி பார்த்துக்கொண்டிருந்தாள். மிகவும் உன்னிப்பாகக் கண்ணுக்குக் கிட்டத்தில் வைத்து படித்துக்கொண்டிருந்தார்.

மராத்தி மன்னர்கள் பிராமணர்களுக்கு உயரிய இடம் வழங்கியிருந்தனர். பிராமணர் குடியிருக்க அக்கிரகாரங்கள் நிறுவப்பட்டதை மோடி ஆவணங்கள் குறிப்பிட்டிருந்தன. அதுதான் நாயகருக்கு அதிர்ச்சியூட்டுவதாக இருந்தது.

‘திரிபுவனம் சத்திரத்திற்குப் பக்கத்தில் புதிய அக்கிரகாரம் உண்டு பண்ண’, ‘புஞ்சை நிலம் ஆறு வேலியும் மரத்தடி நிலம் இரண்டு வேலியும்’ வழங்கப்பட்டுள்ளது.

கும்பகோணத்தில் புதிய அக்கிரகாரம் ஒன்று கட்டப்பட்டு தானமாக வழங்கப்பட்டுள்ளது.

திருவாரூர் பக்கத்தில் நீடாமங்கலம், பிராதப சிங்கின் மூன்றாவது மனைவி யமுனாம்பாள் பெயரால் யமுனாம்பாபுரம் என்றழைக்கப்பட்டுள்ளது. இங்குள்ள பிராமணர்களுக்கு அறுபது வேலி நன்செய், புன்செய் நிலங்கள் சர்வமானியமாய் நீர்வார்த்துக் கொடுக்கப்பட்டுள்ளது.

இரண்டாவது சிவாஜி மன்னனுக்குப் புத்திரப் பேறு

வேண்டி கும்பகோணம் அக்கிரகாரத்தில் ஜபம், பாராயணம், ஹோமம், பிராமண போஜனம் ஆகியன செய்விக்கப்பட்டன. அத்துடன் அவர்கள் நீராட, காவிரியில் படித்துறையும் கட்டிக் கொடுக்கப்பட்டது.

கும்பகோணம் சத்திரத்தில் நூறு பிராமணர்களுக்கு உணவளிக்கவும் நல்ல நாள்களில் அக்கிரகாரத்திலுள்ள ஒவ்வொரு வீட்டிற்கும் பணம் வழங்கவும் தேப்பெருமா நல்லூர் என்ற கிராமம் சர்வமானியமாகக் கொடுக்கப்பட்டுள்ளது.

வீடுகள், நிலங்கள் மட்டுமின்றி சத்திரங்களில் அவ்வப்போது பிராமணர்களுக்கு உணவளிக்கவும் ஏற்பாடு செய்யப்பட்டுள்ளது. சரவேந்திரபுரம் என்ற பெயரில் உருவாக்கப்பட்ட புதிய ஊரில் சத்திரம் ஒன்று நிறுவப்பட்டுள்ளது. அதில் துவாதசி நாட்களில் பிராமணர்களுக்கு உணவு வழங்க ஏற்பாடு செய்யப்பட்டது. வேத சாலையில் பிராமண போஜனம் நடத்தப்பட்டது. வேதம் வல்ல பிராமணர்களுக்கு ‘சுரோத்திரியம்’ என்ற பெயரில் நிலக்கொடை வழங்கப்பட்டது.

ராமேஸ்வரத்திற்கு இரண்டாம் சரபோஜி மன்னர் யாத்திரை சென்ற போது ‘எல்லாப் பிராமணர்களுக்கும் பூரி* கொடுக்கிற வகையில் .5 படி அரிசியும் 4 காசும் கொடுத்துவந்தார். மேலும் சத்திரங்களில் பிராமணர்கள், வெள்ளைக்காரர்கள், அரசு உயரதிகாரிகளுக்கு உணவுக்கு பதில் அரிசியும், உப்பு, புளி முதலிய உணவுப் பொருட்களும் வழங்கப்பட்டன. இது ‘உலுப்பை’ எனப்பட்டது. ஆட்சிபுரிந்த வெள்ளையர்களுக்கும் அரசு உயரதிகாரிகளுக்கும் இணையாக, பிராமணர்கள் ‘உலுப்பை’ பெற்றது, அவர்களுக்கு வழங்கப்பட்ட மரியாதையைக் குறிக்கிறது.

கும்பகோணம் காஞ்சிமடத்தின் செயல்பாடுகளுக்கு எதிர்ப்பு தெரிவித்து சாஸ்திரிகள் சிலர் எழுதிய நீண்ட மனு ஒன்றும் மோடி ஆவணத் தொகுப்பில் இடம்பெற்றுள்ளது. காஞ்சிமடம் கும்பகோணத்திற்கு இடம்பெயர்ந்த பின்னர் ஏற்பட்ட பொருளாதார வளர்ச்சி, அங்கு பணிபுரிந்த தம்பிரானின் திருட்டுச் செயல்கள் ஆகியன இம்மனுவில் விரிவாகப் பதிவாகியுள்ளன.

“பிராமணர்களுக்கு ஆளாளுக்கு அள்ளிக் கொடுத்திருக்கிறார்கள். பல்லவர்கள் காலம் தொடங்கி சோழர்கள், நாயக்கர்கள், சரபோஜிகள் எல்லாருமே இந்த செவரட்சணையை அதிகரித்துக்கொண்டே வந்திருப்பது உள்ளங்கை நெல்லிக் கனியாகத் தெரிகிறது.” தன்னை அறியாமல் முணுமுணுத்தார்

வேங்கடாசலம்.

கண்கள் சொருகி இரண்டு முறை தன்னிலை மறந்து சரிந்த பின்னர்தான் படுக்கைக்குப் போனார் வேங்கடாசலம்.

**பூரி - தட்சிணை**

# பேஷ் குஷ்

— 9 —

வண்டியில் வேங்கடாசல நாயகர் தனியாக சூளைக்கு வந்தார். பொழுது சாய்ந்துவிட்டது. சூளையில் மன்னார் ஒருவர் மட்டும் காவலுக்குப் படுத்திருந்தார். காவலுக்கு எனப் பொதுவாக சொல்வதுதான். படுத்திருந்தார் என்று சொன்னால் போதும். யாராவது இரவிலே வந்தால் 'யார்ருப்பா அது?' என்று ஒரு குரல் கொடுக்க முடியும்... மற்றபடி பெரிய திருடர்கள் யாரும் அங்கே வந்துவிட மாட்டார்கள் என்பதுதான் அவர் காவல் இருப்பதற்கான லட்சணம்.

வேங்கடாசல நாயகர் மட்டும் இந்த நேரத்தில் தனியாக வந்ததன் அர்த்தம் தெரியாமல் மன்னார் யோசனையோடு அவரையே பார்த்துக்கொண்டிருந்தார்.

சுண்ணாம்பு ஏற்றிக்கொண்டு பெரம்பூருக்கு போயிருந்த

சிங்காரம் வரவேண்டியிருந்தது. தொட்டி கட்டிய நீண்ட மாட்டு வண்டியில் சுண்ணாம்பு எடுத்துக்கொண்டு போயிருக்கிறான். வரக்கூடிய நேரம்தான்.

"என்ன வாத்தியாரே இந்த நேரத்ல?" என்றபடி மன்னார் வந்து அலுவலக திண்ணைக்கு பக்கத்திலே தரையில் அமர்ந்தார்.

"டேய் மேல உக்காரு ஏன் தரையில?"

"இல்ல நாயகரே இதான் சௌகரியம்." காவி ஏறிய பற்களுடன் மன்னார் சிரித்தார்.

"கஷ்டமா இருந்தாலும் பரவால்ல... மேல உட்காரு."

வேங்கடாசல நாயகர் கட்டாயப்படுத்திச் சொல்வதால் அதை மீற முடியாதவர்போல மன்னாரு அந்தத் திண்ணையிலேயே மிகவும் ஓரமாக சிறிய இடத்தில் அமர்ந்துகொண்டார்.

ஒழுங்காக உட்காரவைப்பது இவ்வளவு சிரமமாக இருக்கிறதே என்று நினைத்துக்கொண்டார் வேங்கடாசலம்.

"மன்னாரு... நான் வளக்குற ரத்தினம் தெரியும் இல்ல...? அதுக்குக் கல்யாணம் பண்ணணும். அவ அப்பன் விட்டுட்டு எங்க போனான்னு தெரியல. சாப்பாடு போடுறம் துணிமணி வாங்கித் தறோம். கல்யாணம் நம்மதானே பண்ணணும்? அவங்க அப்பன் வருவான்னு பார்த்தா இந்த பூமியில் அவன் எங்கே இருக்கிறான்னு தெரியல."

"வயசு தாண்டி போகுதுங்களே...?"

"அதுதான்.. இப்ப கல்யாணம் பண்ணி வெக்கணும்... அதனாலதான் உன்கிட்ட பேசணும்னு வந்தேன்."

அவருக்குத் தூக்கிவாரிப்போட்டிருக்க வேண்டும்.

"ஐயா என்கிட்ட பேசுறதுக்கு என்ன இருக்கு..." மன்னாருக்கு ஒன்றும் புரியவில்லை.

"ரத்தினம் விரும்பறது உன் பையன் சிங்காரத்தை. ரத்தினம் என் சொந்தப் பொண்ணா இருந்தா சிங்காரத்துக்கு கட்டி வைக்க எவ்வளவு யோசிக்க மாட்டேன். எங்க வூட்ல வளந்த பொண்ணு. நான் எடுத்தோம் கவுத்தோம்னு பண்ணிட முடியாது. ஊர்ல நாலு பேர் சம்மதம் வாங்கணும். மொதல்ல உன்கிட்ட சம்மதம் வாங்கணும்.."

"ஐயா என்ன சொல்றீங்க நீங்க?"

"மன்னாரு நீ காவலுக்கு இருக்கிறது அவ்வளவுதான்னு

எனக்குத் தெரியும். இந்த சூளையிலதான் இவ்வளவும் நடக்குது."

"எம் பையன கண்டிச்சு வெக்கறேன். மன்னிச்சுடுங்க ஐயா" என நுனித் திண்ணையில் இருந்தவர் எழுந்து எட்டி நின்றார்.

"சொல்றத கேளு. பசங்க ஒண்ணையொண்ணு விரும்புதுங்க. பிரிச்சா சரியா இருக்குமா?"

"ஐயா, அது எப்படி என் பையனுக்குக் கட்டிக் கொடுப்பீங்க? நான் சாதியில பறையனாச்சே?"

"நாம ரெண்டு பேருமா முடிவு எடுக்கிறோம்? பசங்க முடிவு எடுத்திருக்காங்க."

அவர் தலையில் அடித்துக்கொண்டார்.

"ஐயா இது சரிப்பட்டு வராதுங்க. திடீர்னு அந்தப் பொண்ணோட அப்பன்காரன் வந்து தகராறு பண்ணுவான்."

"இல்ல மன்னாரு. அவன் எங்க போனான்னு தெரியல. பொண்ணு மேல அக்கறை இருந்தா எப்பவோ வந்து இருக்கணும். பொறுப்பு இல்லாம வப்பாட்டி பின்னாடி ஓடிப் போனான்... அதவுடு. இப்ப நீ என்ன சொல்ற?"

"ஐயா நானா சொல்ற இடத்துல இருக்கேன்? நீங்கதான் சொல்லணும்."

"இல்லடா, என் பொண்ணக் கூட்டிட்டுப் போயி வாழப் போறவன் உன் பையன். எப்படி எங்க வீட்ல வந்து இருந்ததோ அப்படி இல்ல... இனிமே உங்க வீடுதான் அதோட வீடு. நீதான் சொல்லணும்."

"பொழப்புக்காக இந்த ஊர் வந்தன். எங்கள நம்பி எப்படி அனுப்பி வெப்பீங்க? நாள பின்ன பொண்ணு சிரமப்பட்டுப் போயிட்டா எப்பிடி?"

"நானும் இங்கே பிழைக்க வந்தவன்தான்பா.. என் சொந்த ஊரு அத்திப்பாக்கம். மதுராந்தகம் பக்கத்துல."

"நீங்களா முடிவெடுத்து ஒரு ஊரைவிட்டு வர்றது வேற. நான் வேற வழி இல்லாம வந்தேன்."

"நீ மாயவரம்தானே? அங்கே இருந்து இங்கே ஏன் வந்த?"

"மிராசுங்க அட்டகாசம் ஐயா. அத ஏன் கேக்கறீங்க? வரி வாங்குற பொறுப்பை அவங்ககிட்ட விட்டுட்டாங்க. நாங்க நாளெல்லாம் கஷ்டப்பட்டாலும் கிஸ்தி கட்ட முடியல. வாரம் கட்ட முடியல. அபராதமா அவனே நிலத்தை எடுத்துக்கிட்டான்.

குதிரையில் ஏறி உட்கார்ந்து எவ்வளவு தூரம் போகுதோ அதுவரைக்கும் என்னதுன்னுதான் சொல்லிட்டான். அவன் போற இடத்துல எல்லாம் கல்லை நட்டு அவனயே கம்பத்தம் பாக்க சொல்லிட்டாங்க. நா பயிர் செய்ற பூமியும் அதுக்கு நடுவுலதான் இருந்துச்சு. கேட்டா கொடுப்பானா? ஆளுங்களை வெச்சு வெரட்டி அடிக்கிறான். பட்டணம் போனா பொழச்சிக்கலாம்னு சொன்னாங்க. இங்க வந்து சேர்ந்தேன். ஐயா நீங்கதான் வேலை போட்டுக் கொடுத்தீங்க. சோத்துக்குக் கஷ்டம் இல்லாம போயிட்டு இருக்கு."

வேங்கடாசல நாயகருக்கு தான் தேடிக்கொண்டிருக்கிற விஷயமாக இருக்கவே கொஞ்சம் ஆர்வம் திரும்பிவிட்டது.

"உனக்கு எவ்வளவு காணி இருந்தது?"

"சாப்பாட்டுக்கு ஏதோ கொஞ்சம் பயிர் செய்வோம். அதுக்கு மேல நமக்கு எதுக்கு? நூறு காணி, ஆயிரம் காணி வெச்சுக்கிட்டு நாம என்ன பண்ணப் போறோம் ஐயா. எனக்கு முன்னாடி இருந்தவங்க எல்லாம் ஊர் திருவிழால பறை அடிக்கிறது... ராசாகூட ஊர்வலம் போறது... சண்டைக்கு போறது... ராசாவோட பறையடிச்சுக்கிட்டு காட்டுக்கு வேட்டைக்குப் போறது இப்படித்தான் இருந்தாங்க. அதனால விவசாயம் பார்க்கிறத ஒரு பெரிய வேலையா நினைக்கவே இல்லங்க."

விவசாயத்தையும் பெரிதாக நம்பாமல் கைத்தொழிலையும் பெரிதாக நம்பாமல் இருந்துவிட்ட சனங்கள் பறையனும் வன்னியனும்தான் என்று வேங்கடாசல நாயகர் அடிக்கடி சொல்லுவார். அதற்கு ஆதாரம்போல் எதிரே உட்கார்ந்திருந்தார் மன்னார்.

போர் செய்வதை ஒரு தொழிலாக வைத்திருந்தவன் கதி இந்தக் காலத்தில் பொருந்துமா.. சோழ ராசாவுக்கும் பாண்டிய ராசாவுக்கும் பல்லவ ராசனுக்கும் வேலை செய்தவன் இப்போது பிரெஞ்சுகாரனுக்கும் பிரிட்டிஷ்காரனுக்கும் வேலை செய்ய முடியுமா? அந்த இரண்டும் ஒன்றா? ராணுவத்தில் சேர்ந்து பஞ்சாப் எல்லையிலும் காஷ்மீர் எல்லையிலும் காவல் நிற்பதும் சொந்த மண்ணிலே காவல் நிற்பதும் போராடுவதும் ஒன்றாகுமா? அரசனுக்குப் பறையடித்து முன்னால் சென்று கொண்டிருந்தவனும் இன்றைக்கு இதேபோல அவலத்தை அனுபவித்து வருகிறான். இப்போது விவசாயம் செய்கிறவன் ஆட்சி. ஜாக்கிரதையாக நிலத்தை கம்பத்தும் செய்தவன் எல்லோரையும்விட உயர்ந்துவிட்டான். இப்போது

எல்லோருக்கும் நிலம் தேவைப்படுகிறது. இடையிலே யார் யாரோ அதை அபகரித்து விட்டார்கள்.. வேங்கடாசலத்துக்கு திரும்பத் திரும்ப இந்த நில உரிமை விவகாரம் வந்து முன்னால் நின்றது.

"பேஷ்குஷ்*னு சொல்றாங்களே அந்த சிஸ்டமிருந்ததாடா அங்கெல்லாம்?"

"ஆமாங்க வாத்தியாரே... அங்க ஒரு ஜமீன்தார் ஆளைப் போட்டுட்டாங்க... இருக்கிற எல்லா விவசாயிகிட்டயும் வரியை வாங்கி கொடுக்கிறதுதான் ஜமீன்தாரோட வேலை. அவரைக் கேட்டுட்டுதான் கல்யாணம் பண்ணணும், அவரைக் கேட்டுட்டுதான் வீடு கட்டணும். அவரக் கேக்காம வீடு கட்ட கூடாது... கல்யாணம் பண்ண கூடாது. வருஷமானா இவ்வளவு தொகை குடுக்கணும்னு அவர்கிட்ட சொல்லிட்டாங்க. இவங்க அது மாதிரி ரெண்டு மடங்கு, மூணு மடங்கு நம்மகிட்ட புடுங்குவாங்க. நிலத்திலிருந்து என்ன வந்துரும் ஐயா? சமாளிக்க முடியல. ஒரு சமயம் தராம இருந்தா அடிச்சு விரட்டுவான். வீட்ல கிடக்கிற பொருளைலாம் அள்ளிட்டுப் போவான். சமாளிக்க முடியாமதான் இங்க ஓடி வந்தேன்."

"இங்க அந்த மாதிரி யாரும் விரட்ட முடியாது. திறமையா இருந்தா தொழில் செஞ்சு பொழச்சிக்கலாம். சிங்காரம் தெறமைக்காரன்தான்."

"தெறம இருந்தா.. சாதிவுட்டு சாதி கல்யாணம் நடக்குமா?"

"அத எல்லாம் உடுப்பா. இப்ப இதுகளுக்கு கல்யாணத்தை முடிச்சு வெக்கணும். உனக்கு சம்மதம்தானே?"

"இதுங்க ரெண்டும் பழகுறது எனக்குச் சுத்தமா தெரியாது வாத்தியாரே. இல்லாட்டிப் போனா மொளையிலயே கிள்ளிட்டிருப்பேன்."

"இவன் ஒருத்தன் மொளயில கிள்ளுவன்... தவடைல கிள்ளுவன்னு.. ஆமா உன் முன்னாடி வந்துதான் பழகுவாங்க... இப்ப ஆகவேண்டிய காரியத்தைப் பார்க்கணும். சின்னஞ் சிறுசுங்க அதுகளும் கொஞ்ச நாள் சந்தோஷமா வாழ்ந்தாதானே..?"

"ஐயா நீங்க சொன்னா சரியாத்தான் இருக்கும். உங்க விருப்பம்தான் என் விருப்பம்."

"சரி, சிங்காரம் வரட்டும். அவனையும் ஒரு வார்த்தை கரெக்ட்டா கேட்டுக்கோ."

இப்படிச் சொல்லிக்கொண்டிருக்கும்போது தூரத்தில் வண்டி மாடு வருகிற சத்தமும் கேட்டது.

சிங்காரம் ஒழுக்கமாக வண்டியை ஓரமாய் நிறுத்திவிட்டு மாடுகளுக்குத் தண்ணீர் காட்டி, தொட்டியிலே கட்டி, வைக்கோல் எடுத்துப் போட்டுவிட்டு வந்தான்.

தன் அப்பாவும் நாயகரும் காத்திருக்கிற தோரணையிலேயே அவனுக்கு ஒரு தயக்கம் வந்தது.

"ஐயா என்ன இந்த நேரத்துல?" என்றபடியே அருகில் வந்து நின்றான்.

"உன் கல்யாணம் பத்திதான் பேசிக்கிட்டு இருக்கோம்" என்று நேரடியாகப் பேச்சை எடுத்தார் வேங்கடாசல நாயகர்.

நாயகரின் குரலிலிருந்த தீர்க்கம் ஒருவேளை அவனை அச்சுறுத்தியிருக்கலாம். அவருடைய முகக்குறிப்பை வைத்துஏதும் கண்டுபிடிக்க முடிகிறதா என்று அவசரமாக அந்த இருட்டிலே தேடினான்.

"நேரா கேக்குறேன்... என் பொண்ண காலமெல்லாம் கண் கலங்காம பாத்துப்பியா?"

தொபுக்கடீர் என்று சிங்காரம் நாயகரின் காலில் விழுந்தான்.

"ரத்தினம்னா எனக்கு உயிர் ஐயா... அவ கண்ணுல ஒரு சொட்டுத் தண்ணி வராம பாத்துப்பேன்."

"அது போதும்ப்பா. அடுத்த வாரத்தில கல்யாணம். நான் அதற்கான ஏற்பாட்டை கவனிக்கிறேன்... சரி மன்னார், கிளம்புறேன்."

\* பேஷ்குஷ் - விவசாயிகளிடமிருந்து வசூலித்த பணத்திலிருந்து ஜமீன்தார்கள், பிரிட்டிஷ் அரசுக்கு ஆண்டுதோறும் செலுத்தவேண்டிய குறிப்பிடப்பட்ட வரித் தொகை.

## தாமஸ் மன்றோ
### 10

காலையில் எழுந்ததும் ரத்தினம் சூளைக்குச் செல்ல வேண்டாம் என்று சொல்வதற்காக சீதா அம்மாள் காத்திருந்தாள். ரத்தினத்தைக் காணவில்லை. ஒருவேளை தெருவில் கோலம் போட்டுக்கொண்டிருப்பாள், மாட்டுக்கு வைக்கோல் போடுவாள் என்றபடி சீதா சிறிது நேரம் காத்திருந்து பார்த்தாள். அவள் படுத்திருந்த இடத்தின் பாயைக்கூட சுருட்டிவைக்காததை அப்போதுதான் கவனித்தாள். வாசலுக்கு வந்து பார்த்தபோது ஒரு முயற்சியும் நடக்கவில்லை என்பதைத் தெரிந்துகொண்டு, மாட்டுக் கொட்டகை பக்கம் போய் பார்த்தாள். அவள் வந்து போனதற்கான அடையாளம் தெரியவில்லை. மாடுகள் வைக்கோல் வைக்கப்படாமல், யாராவது வருகிறார்களா என ஆர்வத்துடன் சீதாம்மாவைப் பார்த்தன. கொஞ்சம் வைக்கோல் பிடுங்கிப் போட்டுவிட்டு வீட்டுக்குள் வந்தாள்.

உள்ளே வந்து தன் கணவரை எழுப்பி, “ரத்தினத்தைக் காணோம்ங்க” என்றாள் மெதுவாக.

“இங்கதான் எங்கேயாவது இருக்கும் பாரு” என்றபடி எழுந்தவர் சீதா சொன்ன தகவல்களைவைத்து கொஞ்சம் துரிதமானார். வண்டி மோட்டு பக்கம் போய் ஆட்கள் சிலரை சூளைக்குச் சென்று பார்த்துவிட்டு வருமாறு ஏவினார். வீட்டுக்கு வந்து குளித்துவிட்டுத் தயாரானார். சூளைக்குப் போய் வந்த ஆட்கள் அங்கே ரத்தினம் வரவில்லை என்று சொன்னார்கள்.

நிதானமான குரலில் ‘சிங்காரத்தையும் காணவில்லை’ என்று சொன்னார்கள்.

பிரபலமாக இருப்பதன் தொல்லையை வேங்கடாசல நாயகர் அன்றுதான் உணர்ந்தார். புகழ்ச்சிகள் மட்டுமல்ல, இகழ்ச்சியும் படு வேகமாகப் பரவும். சிறிது நேரத்திலேயே ரத்தினம் வீட்டைவிட்டு ஓடிவிட்டாள் என்பது குறிப்பாக பரவிக்கொண்டிருந்தது. ஒருவரை ஒருவர் விரும்பித் திருமணம் செய்துகொள்ள முடிவெடுப்பதை இந்த உலகம் இப்படித்தான் பார்க்குமா?

மக்களுக்கு இதற்கு நிறைய நேரம் இருப்பதை உணர்ந்தார். ஒரு குடும்பத்தைஏளனம்செய்யஇதுஉதவியாகஇருப்பதைப்பார்த்தார். சிலருக்கு ஒரு குடும்பத்தின் ரகசியத்தைக் கண்டுபிடித்து விட்ட சுகம். சிலரோ அக்கறையாக வந்து, மேற்கொண்டு விசாரித்து, அதைப் பரப்புவதை நோக்கமாகக்கொண்டிருப்பதையும் கவனிக்க முடிந்தது. காரணமே இல்லாமல் ரத்தினத்தைப் பற்றி வதந்தி பரவிக்கொண்டிருந்தது. இத்தனைக்கும் அவள் அனைவருக்கும் பிடித்தவளாகத்தான் அந்தப் பகுதியிலே பழகியிருந்தாள்.

அவருக்கோ நிலச் சீர்திருத்தம் குறித்த நெடிய லட்சியம் இருந்தது. மகள், மனைவி என்ற உறவுகளில்கூட கவனம் செலுத்த முடியாத, வியாபாரத்தை கவனிக்க முடியாத கடுமையான மனச்சூழல் ஆட்கொண்டு இருந்தது. தெருவிலே வீணே கதை கட்டித் திரியும் இந்த மக்களை அவர் பொருட்படுத்தவும் விரும்பவில்லை.

சீதாவுக்கு இதுதான் தலையாய பிரச்னையாக மாறிவிட்டது. இந்தப் பிரச்னையில்தான் அவருடைய உயிரும் வாழ்வும் மானமும் அடங்கியிருப்பதாக அவள் கண்ணீரோடு கதறிக் கொண்டிருந்தாள்.

“மெட்ராஸ் முச்சூடும் தேடிப் பாத்துட்டாங்க. இங்கே

இருக்கிற மாதிரி தெரியல" மாணிக்கமும் கண்ணபிரானும் சேர்ந்து சொன்னார்கள்.

"ஏண்டா நாம கண்டுபிடிக்கக் கூடாதுன்னுதான் அவங்க ஓடிட்டு இருக்காங்க. அவங்கள கண்டுபிடிச்சே தீருவேன்னு ஏன் அடம் பிடிக்கிறீங்க? வேற வேலை இருந்தா போய் பாருங்க. அவங்க ஏன் போனாங்க, எப்ப வருவாங்க இது எல்லாம் நிதானமா பாத்துக்கலாம்" என்று தெருவில் நின்றபடி சத்தமாகச் சொன்னார். அது மாணிக்கத்துக்கும் கண்ணபிரானுக்கும் சொன்னது போல இல்லை. ஊராருக்கான அறிவிப்பு.

"பொண்ணு காணாம போச்சுன்னு உனக்குக் கொஞ்சமாவது கவலை இருக்குதா?" என்றாள் சீதா.

"ஏம்மா நீ என்ன பண்ணப் போற? கூட்டிட்டு வந்தா அவங்க ரெண்டு பேருக்கும் கல்யாணம் பண்ணி வெக்கணும். அதைத்தான் அவங்க இப்ப பண்ணியிருக்காங்க. நான் ஏதோ திட்டப் போறேன்னு பயந்துக்கிட்டு ஓடியிருக்குங்க. நமக்கு இதனால ஒரு கோபமும் இல்லைன்னு தெரிஞ்சா, தன்னால வந்து சேர்ந்துருவாங்க, பேசாம இரும்மா."

இந்த மாதிரியான கல்லுளி மங்கனிடம் என்ன பேசுவது என்று சீதாவுக்கு வருத்தம். முகத்தைத் தூக்கி வைத்துக்கொண்டு உள்ளே போனாள்.

தெருவில் நின்றிருந்த ஒன்றிரண்டு பேரையும் பார்த்து, "இனிமே இதைப் பத்தி யாரும் பேச வேண்டாம். அவங்களே வருவாங்க. என் மேல இருக்கிற அக்கரைல இதை மேலும் பிரச்னை பண்ணி விட்றாதீங்க" என்று கையெடுத்து கும்பிட்டு விட்டு உள்ளே போனார் வேங்கடாசல நாயகர்.

ரத்தினம் போன பிறகு அவருக்கு பஞ்சை பராரியாய் வாழும் மக்களின் நில உரிமைக்கான முழுப் போராட்டவாதியாக மாறிப் போனார் என்றுதான் சொல்ல வேண்டும். ஊன் உறக்கமில்லாமல் அதற்கான தரவுகளைத் தேடி காடு மேடு எங்கும் அலைந்து திரிந்தார்.

சரியாக 1850-ல் வேங்கடாசல நாயகர் ஆசிரியர் பணியிலிருந்து ஓய்வு பெற்றார். அன்று தொடங்கி ஒரு பக்கம் சுண்ணாம்பு வியாபாரம், இன்னொரு பக்கம் ஏமாந்த சோணகிரிகளாக வந்தவர்களுக்கெல்லாம் அடிமைப்பட்டுக்கொண்டிருக்கும் தமிழ் மக்களின் நிராதரவான நிலைமையையும் சரி செய்யும் முயற்சிகளை மேற்கொண்டிருந்தார். 'காசி யாத்திரை' புத்தகம்

தமிழ்மகன் | 79

கண்ணில் படாமல் இருந்திருக்க வேண்டும். கையோடு ஜகந்நாத ஐயர் எழுதின புத்தகமும் கைக்குக் கிடைத்ததும் நாயகர் மந்திரித்து விட்டவர்போல ஆகிவிட்டார். மன்னவேடு பைத்தியம் முற்றிவிட்டது அவருக்கு.

தெலுகு தேசத்திலிருந்து வந்த அரசர்கள், மராட்டிய தேசத்திலிருந்து வந்த அரசர்கள், இங்கிலாந்திலிருந்து வந்த அரசர்கள் இப்படியே ஆண்டுகொண்டு போனதில் தமிழ் நிலம் கைமாறிப்போனது. உணவு, உடை, மானம், மரியாதை, தெய்வம், வழிபாடு எல்லாம் இடம் மாறிப் போய்விட்டன.

தாமஸ் மன்றோ மதராஸ் மாகாணத்தில் ஓர் உண்மையைக் கண்டார். இங்கே நிலங்களே இல்லாதவர்கள் அதிகம் பேராகவும் நிலம் உள்ள மிராசுகள் குறைவாகவும் இருப்பது அவருக்குள் ஒரு நியாயமான கேள்வியை உருவாக்கிவிட்டது. ராப் பகலாக உழுது உழல்கிற கூட்டத்துக்கு நிலங்கள் இல்லை. சொகுசாக கொஞ்சம் பேர் இதை அனுபவிக்கிறார்கள். அது எப்படி என்பதுதான் ரயட்வாரி முறைக்கு அவரைத் தூண்டியிருக்கிறது. நிலங்கள் யாருக்குச் சொந்தமென்பதில் ஆழ்ந்த கவனம் செலுத்தினார் என்பதில் ஐயமில்லை. அதை முறைப்படுத்துவதிலே நடந்துபோன தவறுகள். இந்தத் தொண்ட மண்டலத்திலே பெரிய பாதிப்பை ஏற்படுத்திவிட்டதை நினைக்கும்தோறும் நெஞ்சு பதைத்தது.

மன்றோ பிரபு என்ன செய்வார்? நிலம் யாருக்கு பாத்தியதைப் பட்டது என்பதை அறிய நியமித்த தமிழ்நாட்டு அதிகாரிகள் செய்த தில்லு முல்லுகள்தான் அத்தனைக்கும் காரணம். இந்தியாவின் நில உறவுகளைப் புரிந்துகொள்ள கும்பெனி அரசு பி.சங்கரய்யர் என்னும் பிராமணரைப் பயன்படுத்தியது. அவர் மூலமாகத் தொண்ட மண்டலத்தில் காலங்காலமாக 'மன்னவேடு' என்ற பெயரில் குடிப்பள்ளிகள் பயன்படுத்திய நிலங்களையெல்லாம் ரெட்டி, பிராமணர், வெள்ளாளர் சாதி மிராசுகளுக்குப் பாத்தியப்பட்டது என்று ஆவணங்களை உருவாக்கிவிட்டனர்.

நாயகர் அவர்கள் இதைக் கண்டுபிடித்தபோது இதை அதிகாரிகளிடம் எடுத்துச் சொல்லி சீக்கிரமே நிலங்களை மீட்டு அவரவரிடம் ஒப்படைத்துவிடலாம் என்றுதான் நினைத்தார். ஒவ்வோர் அலுவலகமாக ஒவ்வோர் அதிகாரியாகத் தேடித் தேடி அலைந்தபோது அது அத்தனை சுளுவான காரியமாகத் தெரியவில்லை.

மிராசி ரைட்ஸ் கட்டுரைகளை ஆங்கிலத்திலே எழுதினார்.

ஆங்கிலப் பத்திரிகைகள் அதைப் பொறுப்பாக வெளியிட்டன. அதிலே இந்தத் தகவல்களை முத்தாய்ப்பாக வைத்தார்.

காடு மேடுகளைத் திருத்திப் புதிய விவசாய நிலங்களாக குடிப்பள்ளிகள் உருவாக்குகிற இடங்களையும் மீண்டும் பிராமண அதிகாரக் கூட்டம் அபகரிக்கிறது. இஸ்லாமிய அரசின் காலகட்டத்தில் அவர்களை நயந்து கோயில் மானியம், அக்கிரகார மானியம், சுரோத்திரியம் என்ற பெயர்களில் கிராமங்களை அபகரித்தார்கள். சங்கரய்யருக்கு கான்கோராயர் என்பவர் உடந்தை. அவருக்கு நாவபுகளிடத்தில் நல்ல செல்வாக்கு இருந்தது. அவர் மூலம் நல்ல கிராமங்களைப் பிராமணர்களும் பிள்ளைகளும் கம்மவார்களும் எடுத்துக்கொண்டார்கள்.

நவாபுகளிடமிருந்து பிரிட்டிஷ் அரசுக்கு வந்தபோதும் மராட்டிய ராசாக்களிடமிருந்து நிலங்கள் பிரிட்டிஷாருக்கு மாறிய போதும் இப்படியே நடந்தது. வருவாய்த்துறை உத்தியோகங்களில் பிராமணரே இருப்பதால் பட்டாவாகிற காலத்தில் மன்னவேடு கிராமங்களை அதனைச் சுற்றி அக்கம் பக்கம் உள்ள நிலங்களையும் பஞ்சாங்கப் பார்ப்பான், பிள்ளையார் கோவில் பூசை வைக்கும் பார்ப்பான் பெயரில் மொத்தமாகப் பட்டா செய்யும் அநியாயம் செய்தார்கள்.

மேலும் பிராமணர்களின் சடங்குகள் குறித்து தொடர்ந்து யோசிக்கவேண்டிய நிலையில் இருந்தார் வேங்கடாசலம். அது மிராசி ரைட்ஸ் சிந்தனையின் தொடர்ச்சி. கஷ்டப்பட்டுச் சம்பாதிப்பதை பிராமணர்களின் மந்திர தந்திர விபரீத சடங்கு முதலானவற்றுக்கு அளித்து நாமும் நம் குடும்பமும் நாசமாக்கப்படுகிறோம். திருமணம், கருமாதி உள்ளிட்டவற்றுக்குப் பிராமணர்களை அழைக்காதீர்கள். சொந்த பந்தத்துக்கு விருந்து வைத்து, குலதெய்வத்தை வணங்கிக்கொள்ளுங்கள்.

இனியாவது தங்கள் தங்கள் பிள்ளைகளை அரசாங்கம் நடத்தும் பள்ளிகளுக்கு சட்டங்கள் படிக்க அனுப்புங்கள். வீணான கட்டுக் கதைகள் பாரத, ராமாயண இந்துப் புத்தகங்களை வாசிக்காமல் அரசின் சட்டப் புத்தகங்களை வாசிக்கச் செய்து, சொத்துகளையும் மானத்தையும் காத்துக்கொண்டு நம்முடைய மக்கள் அந்தஸ்துக்கு வர வேண்டும் என்பதே அவருடைய தீர்மானம்.

ரத்தினம் போனதை மனதில் வைத்துக்கொள்ளாமல், அவர் மிராசி ரைட்ஸ் புத்தகத்தை எழுதி முடிப்பதிலே கவனமாக இருந்தார். ஒரு வகையில் அதையே கிளறிக் கிளறிப் பேசிக்கொண்டு இருக்காமல் இருக்க சீதாவுக்கும் அதுவே வாய்ப்பாக மாறி

விட்டது. செவி சாய்க்க யாருமில்லை என்றால், பேசுவதற்கும் வாய்கள் இல்லாமல் போய்விடும்தானே?

லௌகீக சங்கம் அமைப்பு தொடர்பாக காலையிலேயே வர சொல்லியிருந்தான் முனுசாமி. மாசிலாமணி முதலியார், அண்ணாசாமி நாயகர், கிருஷ்ணகிரி லிங்கம், ஆரணி நித்யானந்தம் எல்லாரும் கலந்து பேச ஏற்பாடு. 'தத்துவ விவேசினி' என்று இதழ் கொண்டு வருவதாக முடிவில் இருப்பதை உறுதிசெய்தனர். மூடநம்பிக்கை ஒழிப்புதான் பிரதானம் என்பது எல்லோருடைய கருத்தாக இருந்தது.

"எல்லோரும் சமமா வாழணும். அதுக்கும் நாம போராடணும்" என்றார் வேங்கடாசலம்.

"இத்தனை சாதியா பிரிச்சு வெச்சுருக்கான். இந்த மேல் சாதி, கீழ் சாதி அமைப்பை மாத்திட்டா அதுவே பெருசுதான்" என்றார் முனுசாமி நாயகர்.

"எல்லாருக்கும் சம வாய்ப்பு குடுக்கணும்." பஞ்சாபகேசன் சொன்னார்.

"எதுவும் சமமா இல்லாதப்ப சம வாய்ப்பு கொடுத்தா கீழ் சாதிக்காரன் எப்பிடி ஜெயிப்பான்? பிராமணன் ஏற்கெனவே நல்லா படிச்சிருக்கான். நல்ல உத்தியோகத்துல இருக்கான். சொத்து பத்து ஏகப்பட்டது இருக்குது. மத்த ஜனங்க படிக்கல. உத்தியோகம் இல்ல. சொத்து இல்ல. இது எல்லாம் சமமாகாத எல்லாருக்கும் ஒரே மாதிரி வாய்ப்பு கொடுத்தா சரியா?"

"அப்ப ஒவ்வொரு சாதிக்கும் ஒவ்வொரு மெரியா வாய்ப்பு குடுக்கணும்னு சொல்றியா?" மாசிலாமணி முதலியார் யோசனையோடு கேட்டார்.

"ஆமா... அப்பத்தான் செரியா வரும்."

"இப்படி மக்களைப் பிரிக்கலாமா? வகுப்புவாதம் உதவாதுப்பா. இது நாட்டுக்குக் கேடா வந்து முடியும்."

"பிராமணனுக்கு படிப்பு, சத்திரியனுக்கு சண்டை, வைசியனுக்கு வேபாராம், பறையனுக்கு ஏவல் வேலைனு வகுப்புவாதம் பண்ணதுயாரு? அந்த வகுப்புவாதம் வேணாம்னுதான் நியாயமான வகுப்புவாதம் செய்ய சொல்றேன். எல்லா வேலையையும் எல்லாரும் செய்யணும்... செய்யலாம்னு சொல்றேன்." உறுதிபட சொன்னார் வேங்கடாசல நாயகர்.

"நாமாளே சாதி வேணும்னு சொன்னது போல ஆகாதா?"

தி திங்க்கர் இதழின் பொறுப்பில் இருப்பவரும் தி நேஷனல் ரீபார்மர் லண்டன் அமைப்பின் உறுப்பினருமான அப்பாதுரை செட்டியார் கேட்டார்.

“சாதி ஏற்றதாழ்வை நாம் விரும்பவில்லை... ஆனால் அப்படியொன்றின் அடிப்படையில்தானே சமூகம் இயங்குகிறது?” என்றார் வேங்கடாசலம்.

“அதை நீங்கள் நம்புகிறீர்களா?” செட்டியாரின் கேள்வியில் வேகமிருந்தது.

வேங்கடாசலம் ஆணித்தரமாக பதில் சொல்ல விரும்பினார்.

“ ‘அண்டை வீட்டுப் பார்ப்பான்.. சண்டை மூட்டித் தீர்ப்பான்...’, ‘வெள்ளாளன் டம்பம் விளக்கெண்ணெய்க்குக் கேடு...’ இதெல்லாம் என்ன சொல்லுதுன்னு நினைக்கிறீங்க?”

“இப்படித்தான் சமூகம் இயங்குதா, என்ன சொல்றீங்க நாயகர்?”

“ஒவ்வொரு சாதிக்கும் ஒரு குணம் இருப்பதாக சொல்லுது. இந்த குணத்தில சில விதிவிலக்கு இருக்கலாம். ஆனா ஒவ்வொரு சாதிக்கும் அதனதன் தொழில் சூழலைப் பொறுத்து ஒரு சமூக பழக்கமும் குணமும் இருப்பது உண்மை. அது எல்லாரும் எல்லா தொழிலையும் செய்யும்போது கொஞ்சம் கொஞ்சமா போகும் என்பது என் அபிப்ராயம்.”

செட்டியார் திருப்தியடையாமல், “பழமொழியை வெச்சு சமூகத்தை அளக்க முடியுமா நாயகர்?” என்றார்.

நாயகர் மேலும் தீவிரமான உதாரணம் ஒன்றைச் சொல்ல விரும்பினார்.

“ஆதாயமில்லாம செட்டியார் ஆத்துல இறங்க மாட்டார்.. செட்டியார் புள்ளை கெட்டினு சொல்றாங்க. வட்டி வாங்கறது உங்கசாதிக்குபொதுவான அடையாளமா இருக்கில்லசெட்டியார்? இலங்கைக்கு டீ எலை பறிக்கப் போனவன், மலேசியாவுல கரும்பு நடப் போனவன் எல்லாரையும் பின்னாடியே தொறத்திக்கிட்டுப் போய் வட்டிக்குப் பணம் கொடுத்து சம்பாதிக்கிறிங்க...”

செட்டியார் சிரித்தார். “உறைக்கிற மாதிரி சொல்லிட்டீங்க நாயகர். ஆனா என்னைப் பாத்தா அப்பிடித் தெரியுதா?” என்றார்.

“எக்ஸெப்ஷன்ஸ்” நாயகர் சிரித்தார்.

மாசிலாமணி முதலியார் அதுவும் சரிதான் போல தலையை மட்டும் அசைத்தார்.

“இந்த நாட்ல சாதிவாதம் இருக்கலாம். மதவாதம் இருக்கலாம். இந்த வகுப்புக்கு இவ்வளவு இடம் இருக்குன்னு சொன்னா தப்பா?” என்றார் வேங்கடாசல நாயகர்.

“வெள்ளைக்காரன் வந்து கணக்கெடுக்குறான். நூத்துக்கு மூணு பேர்தான் பிராமணன்னு சொல்றான். நூத்துக்கு மூணு பேர் இருக்கிற பிராமணர்களுக்கு இவ்வளவு நிலம் எதுக்கு? மீதி நிலம் அதிகமா வெச்சிருக்கவங்க ஒரு 10, 15 சதவிதம் பேர் இருக்காங்க. மத்தபடி மீதிக் கூட்டம் சோத்துக்கு வழி இல்லாம கிடக்குது. அவங்களுக்கு நிலம் கொடுங்க... அவங்கள படிக்க வையுங்கன்னு சொன்னா அதுக்குப் பேரு வகுப்புவாதமா? அதுக்கு பேரு பிரிவினையா... ஒரே சாதி ஒரே மதம்... எல்லாரும் ஒண்ணா ஆயிடலாம். பறையன்ல இருந்து பிராமணன்ல இருந்து எல்லாருக்கும் ஒரே மரியாதை... அதுக்கு ஒத்துக்குவாங்களா? ஒத்துக்க மாட்டாங்க. அவனவன் எத்தனை பேர் இருக்கானோ அதுக்கு ஏத்த மாதிரி நிலத்தைப் பங்கு போடணும். பிராமணரைப் போல பிள்ளைமாரைப் போல எல்லாரையும் படிக்க வசதி செஞ்சு தரணும். அப்பதான் மக்கள் சமமா வாழ முடியும்.”

“நீங்க சொல்றது சரிதான். ஆனா அவ்ளோ சீக்கிரத்துல முடியும்னு தெரியல. பிராமணன் உடுவானா?” என்றார் மாசிலாமணி முதலியார்.

“அதுக்குத்தான் தத்துவ விவேசினி ஆரம்பிக்கிறோம். அதில தொடர்ந்து எழுதணும். இங்கிலீஷ்ல ‘தி திங்க்கர்’ ஆரம்பிக்கிறது வெள்ளைக்காரனுக்கும் நம்ம சங்கதி தெரியட்டும்னுதான்.” முனுசாமி நாயகர் தன் பத்திரிகையின் நோக்கத்தைச் சொன்னார்.

“எழுதலாம். ஆனா விரோதம் அதிகமாவும். அடிக்க வருவானுங்க. அரசாங்க வேலைல இருக்கிறவன் இதையெல்லாம் எழுதினா அதுக்கு ஒரு பிராது கொடுப்பானுங்க” என்றார் பஞ்சாபகேசன்.

முக்கியமாக எல்லோரும் புனைபெயர் வைத்துக்கொண்டுதான் எழுத வேண்டும் என்று நிபந்தனையை முன்வைத்தனர் மற்ற அங்கத்தினர்.

“எனக்கு அதைப் பத்திக் கவலை இல்லப்பா. நானு பாயக்காரி ஏஜென்ட் அத்திப்பாக்கம் அ.வேங்கடாசலம் நாயகர் என்றே எழுதுவேன்.” உறுதிபட சொல்லிவிட்டார் நாயகர்.

நேஷனல் ரீஃபார்மர் நாத்திக சங்கத்தின் தலைவர் பிராட்லா இரண்டு முறை இங்கிலாந்து நாடாளுமன்றத் தேர்தலில்

ஜெயித்தும் கடவுளின் பெயரால் பதவியை ஏற்றுக்கொள்கிறேன் என சத்யபிரமாணம் எடுத்துக்கொள்ள மறுப்பதால் அவரை எம். பி. பதவிக்கு ஏற்காமல் இருப்பதற்கு கடுமையான கண்டனத்தை எழுதப்போவதாக செட்டியார் சொன்னார்.

ஆசிரியர் என்று பெயர் போடுவதால் முனுசாமி நாயகர் தன் பெயரை உறுதிபட எழுதுவதாகச் சொல்லிவிட்டார். மற்றவர்கள் பெரும்பாலும் ஏதோ அரசு உத்தியோகத்தில் இருப்பதால் அரசாங்கத்துக்கு விரோதமானவன் என்று எவனாவது பெட்டிஷன் போடுவான். வி.என்.எம்., என்.எஸ்.வி., என்று இனிஷியல் போட்டுக்கொள்வதாக ஒரு முடிவு சொன்னார்கள். இதுதான் காலையில் முனுசாமி வீட்டில் நடந்த கூட்டத்தின் சாராம்சம்.

மத்தியானம்போல வேங்கடாசலம் வீட்டுக்கு வந்தபோது சீதாலட்சுமி வீட்டில் எழவு விழுந்த கதையாக ஒப்பாரி வைத்து அழுதுகொண்டிருந்தாள்.

“என்ன ஆச்சு? எதுக்கு அழுது கூப்பாடு போட்டுட்டு இருக்கிற?”

சீதா எதுவும் சொல்லாமல் முகத்தைத் திருப்பிக்கொண்டு உள்ளே போனாள். நாயகருக்கு பதில் சொல்வதற்குத் தயாராக இருப்பது போல் சூளையில் வேலை செய்யும் கிருபாகரன் முன்வந்தான்.

“ரத்தினத்தை காணும்னு அம்மா அழுதுட்டு கெடக்குது.”

“அதான் தெரியுமே... இப்ப எதுக்கு ஒப்பாரி?”

“ரெண்டும் எங்கயோ கிணத்துல குதிச்சு செத்துப் போயிட்டதா அம்மா கிட்ட யாரோ சொல்லிட்டாங்க ஐயா.”

“சிங்காரத்தோட சினேகிதக்காரனுங்க என்ன சொல்றானுங்க?”

“நெசமாலுமே யாருக்குமே அவங்களப் பத்தி தெரியல. உங்கக் கிட்ட பொய் சொல்ல மாட்டானுங்க. வரச்சொல்றேன். நீங்களும் வேணும்னா விசாரிங்க. அம்மா அழுதுகிட்டுக் கெடக்குதுன்னும் சொல்லிட்டேன். தெரிஞ்சாத்தானே சொல்லுவானுங்க? ஊரவிட்டு எங்கேயோ போயிடுச்சுங்க. அதான் சமாசாரம்.” கிருபாகரன் சொன்னான்.

அரசல் புரசலாக ஏதோ காதில் விழவே நேற்றுதான் சிங்காரத்தை அழைத்துப் பேசியிருந்தார் நாயகர். “உங்க ரெண்டு பேருக்கும் பிடிச்சுருக்குன்னா கல்யாணம் பண்ணி வெச்சுடுறேன்” என்று நம்பிக்கை வார்த்தைதான் சொன்னார்.

கூப்பிட்டு மிரட்டியதாக நினைத்துக்கொண்டு ஓடி விட்டார்களா?

நாயகருக்கு ஒன்றும் புரியவில்லை. வண்டி மேட்டில் இருந்த சில பேரை அழைத்து கும்மிடிப்பூண்டி, பொன்னேரி பக்கமும் தேட சொன்னார்.

சீதாவை சமாளிப்பதுதான் பெரும்பாடாக இருந்தது. "எங்க போயிடப் போதுங்க. ஏதோ பயந்து ஓடிப்போயிடுச்சுங்க. திரும்ப வந்துரும் ஒரு வாரத்துல. பேசாம இரு" என்று தேற்றிப் பார்த்தார்.

"எல்லா பக்கமும் ஆளை அனுப்பிட்டேன். பத்திரமா கூட்டிட்டு வந்துருவாங்க. நாமதான் தைரியம் சொல்லி கல்யாணம் பண்ணி வெக்கணும். புரியுதா? இப்படி அழுதுட்டு கிடந்தா ஒரு பிரயோஜனமும் கிடையாது."

"சீக்கிரம் கல்யாணத்த பண்ணி வைத்துவிடலாம்னு எத்தனை வாட்டி சொன்னேன். நீதான் அறியாத புள்ள... அறியாத புள்ள... விளையாட்டு புள்ளனு சொல்லிட்ட. இப்ப எல்லாமே விளையாட்டுத்தனமா போச்சு."

"அவசரப்படாத சீதா. என்ன போச்சு? அடுத்த வாரத்துல இங்கே கூட்டிட்டு வந்து விமர்சையா கல்யாணம் பண்ணி வைக்கலாம். இதுக்கெல்லாம் நாம சோர்ந்து போயிடக்கூடாது. இப்பதான் மன உறுதியா இருக்கணும். நாம படிச்ச படிப்பு, நம்ம பேரு, நம்ம தரம் எல்லாத்தையும் நிரூபிக்கிற கட்டம் இது. பொறுமையா இரு. இப்பிடி என் முன்னாடி அழுதுகிட்டு இருக்காத."

கொஞ்சம் பொறுப்பாக நடக்காமல் இருந்துவிட்டதை நினைத்து உள்ளுக்குள் மிகவும் வருந்தினார் நாயகர். இனிமேல் அதுகளாக வருகிற வரை காத்திருக்க வேண்டும். வேறு வழியில்லை.

அவர்களைத் தேடிப் போனவர்கள் எல்லோரும் வெறுங்கையோடு வந்தார்கள். ஒரு வாரத்தில் விமர்சையாக கல்யாணம் செய்து வைத்துவிடலாம் என்ற நாயகரின் மனக்கோட்டை மெல்ல மெல்லச் சரிய ஆரம்பித்தது. காதுக்கு எட்டிய தூரம் வரை அவர்கள் எங்குமே இல்லை.

மனதைத் தேற்றிக் கொள்வதற்கு மனதைத் திசைதிருப்புவதற்கு நாயகருக்கு ஏகப்பட்ட வேலைகள் இருந்தன. முன்பைவிட தீவிரமாக அவர் எல்லா வேலைகளையும் இழுத்துப் போட்டு செய்ய ஆரம்பித்தார்.

# கொடுமை கொடுமை

## 11

***“காய்கறி இலைப தார்த்தம் கடுகுடன் மிளகும் உப்பும்***
***ஆய்ந்தநட் புளிஉ ளுந்து மாத்தயிர் நெய்மின் காரை***
***வாய்ந்தபச் சரிசி தேங்காய் வழங்கிய பழங்கள் தானும்***
***மாய்ந்ததன் தந்தைக்கு என்று மறையவர்க்கு ஈந்தான் காளை”***

என ஒரு விருத்தம் எழுதி முடித்தார் வேங்கடாசல நாயகர்.

மகாளய அமாவாசை என்று காலையில் ஐயரை அழைத்து அப்பனுக்கு திதி கொடுத்தான் தெருவிலே ஒருவன். அதைப் பார்த்ததும் அப்படியே நெஞ்சில் பொங்கி உருவான வருத்தத்தால் உருவான விருத்தம் இது.

இளம் பிராயம் முதற்கொண்டே அவர் மனதில் ஐயமார்கள் செய்த அழிச்சாட்டியங்கள் மனதில் உருக்கொண்டு பல்கிப்

பெருகிக்கொண்டிருந்தன. மக்களுக்கு நேர்ந்த மாபெரும் அநீதி பிராமணர்களாலேயே நிகழ்ந்தது என்பது மன்றோ செய்த நிலச் சீர்திருத்தம் மூலமாகப் பட்டவர்த்தனமாகத் தெரிந்தது. அதனாலும் சடங்கு சொல்லி ஏமாற்றுபவர்மீது அவருக்கு வெறுப்பு அதிகமாகியிருந்தது.

இந்து மதாசார ஆபாச தர்சினி என்று தலைப்பிட்டு ஒரு நோட்டுப் புத்தகத்தில் அவ்வப்போது செய்யுள்கள் இயற்றிவந்தார் நாயகர். 'ஆபாசம்' என்ற சொல்லுக்குப் போலி அனுமானம், போலி நியாயம் என்ற பொருள் பழைய தமிழில் பிரபலமானது. 'கடவுளும் மதமும் ஆபாசம்' என்று விமர்சிக்கும்போது, ஆபாசம் என்ற சொல்லுக்கு 'அக்கிரமம்', 'தந்திரம்', 'முன்னுக்குப் பின் முரண்', 'மக்களை மக்கள் இழிவுபடுத்துவது' முதலான பொருள் உண்டு.

மக்களிடம் அவையெல்லாம் சென்று சேர வேண்டும் என ஆவல் மிகக்கொண்டு நூலாக அச்சிட்டு வழங்க விரும்புவார். இடையிலே வேறு சில வேலைகள் வந்து முட்டிக்கொண்டு நிற்கும். குறிப்பாக மன்னவேடு நிலப்பட்டா விவகாரங்கள்.

வெள்ளைக்கார பிரபு கலெக்டர் பார்மர் இவரை பாயக்காரி சார்பாளராக அழைத்துப் பேசிய காலம் தொட்டு அவர் கவனமெல்லாம் பூர்வீகத்தில் நிலங்கள் எல்லாம் என்னாவாக இருந்தன. அது எப்படி ஜமீன்தார்கள் கைக்குப் போயின. அவர்களிடமிருந்து யாருக்கெல்லாம் பங்கிடப்பட்டன உள்ளிட்ட விவகாரங்களை ஆலோசிப்பதும், தேடுவதும் விவாதிப்பதுமாகவே பொழுது கழிந்தது.

தொண்ட மண்டலத்தை பிராமணர்களும் வெள்ளாளரும் தெலுங்கு ரெட்டிகளும் பங்குபோட்டுக்கொள்ள ஒரு நியாயமும் இல்லை என்பதே அவருடைய வாதம்.

'பாயக்காரிகளுக்கும் மிராசுதார்களுக்கும் உண்டாகி இருக்கிற விவாதம்'* என்ற தலைப்பிலோர் நூலையும் எழுதத் தொடங்கி இருந்தார். அது 'மிராசி ரைட்ஸ்' என அவர் அவ்வப்போது ஆங்கில நாளேடுகளில் அதைத் தொகுத்து வைத்திருந்தார். இது அந்த ஆங்கில நூலின் தமிழ் வடிவம்தான். இந்த இரண்டு நூல்களுமே மண்ணையும் மக்களையும் காக்கும் கேடயங்களாக இருக்கும் என்பது அவருடைய நீண்ட நெடிய தரிசனம்.

செங்கற்பட்டு மாவட்டத்தில் உள்ள நிலங்கள் முற்காலத்தில் தமிழரசர்களால் பிராமணர்கள், வன்னியர்கள், தொண்டை மண்டல வெள்ளாளர்கள் முதலான சாதியார்க்குப் பிரித்தளிக்கப்

பட்டிருந்தன. பிராமணர்களுக்குப் பகிர்ந்தளிக்கப்பட்ட ஊர்கள் அக்கிரகாரம் என்றும், வன்னியர்களுக்குப் பிரித்தளிக்கப்பட்ட ஊர்கள் மன்னவேடு என்றும், வேளாளர்களுக்குப் பிரித்தளிக்கப் பட்ட ஊர்கள் நத்தம் என்றும் பெயர்பெற்றன.

பிற்காலத்தில் காஞ்சிப்பகுதியை ஆண்ட தொலாதானப் பல்லவராயன் என்பான் செங்கற்பட்டு மாவட்டத்தில் அடங்கிய ஊர்களை ஏழு பங்குகளாக்கி அவற்றில் நான்கு பங்கு ஊர்களை மன்னவேடு என்று வன்னிய சாதியாருக்கும், இரண்டு பங்கு ஊர்களை நத்தம் என்று வெள்ளாள சாதியாருக்கும், ஒரு பங்கு ஊர்களை அக்கிரகாரம் என்று பிராமண சாதியாருக்கும் பிரித்தளித்தான் என ஜெகன்னாதா தெர்க்க பஞ்சானனா* குறிப்பிட்டுள்ளார். அவர் எழுதிய விவரங்களை அடிப்படையாக வைத்தே பிரிட்டிஷாரும் சட்டங்களை வகுத்தனர்.

மேலே கண்டவாறு பிரித்தளிக்கப்பட்ட நிலங்கள் பொதுப் பாத்தியமாக அந்தந்தச் சாதியாரால் அனுபவிக்கப்பட்டிருந்தன. இப்படி அந்தந்தச் சாதியாரால் அனுபவிக்கப்பட்டுவந்த ஊர்கள் 'பங்கில்லாத பசுங்கூர் ஊர்கள்' எனப் பெயர் பெற்றிருந்தன. அந்தத் தன்மையிலிருந்தால் அவற்றைப் பறித்துக்கொள்ள முடியாதென்று கருதி, பிராமணர்களும் செல்வாக்குள்ள இதர வகுப்பாரும் முயன்று, இவ்வூர்களை 'அறிதிக் கூறு ஊர்கள்' அல்லது 'அரிதிக் கூறு ஊர்கள்' என மாற்றி, வன்னியர்களுக்குச் சொந்தமாக இருந்த நான்கு பங்கு ஊர்களில் வளமாகவும் செழுமையாகவுமிருந்த மூன்றரைப் பங்கு ஊர்களைப் பலப்பல வழிகளில் பறித்துக்கொண்டனர். பிராமணர்களே பெரும் பகுதி நிலங்களைக் கைப்பற்றிக்கொண்டு தங்களுக்கு அடுத்த நிலையில் இருந்த வேளாளர்களுக்குச் சிறு பகுதி நிலங்களை அளித்தனர் என வேங்கடாசல நாயகர் உறுதிபட நினைத்தார்.

வன்னியர்களுக்கு அளிக்கப்பட்டிருந்த மன்னவேடு ஊர்கள் பெரும்பாலும் காஞ்சிபுரம் தாலுகா, பொன்னேரி தாலுகா, கும்மிடிபூண்டி வகையறா கிராமங்கள் மற்றும் உள்ள ஏழு தாலுக்காக்களில் இருந்தன. இப்படியிருந்த கிராமங்களில் செழிப்பானவற்றைப் பறித்துக்கொண்டு அவர்களால் கழித்து விடப்பட்ட வானம் பார்த்த மேட்டு நில ஊர்களே பாயக்காரிகளுக்கு குத்தகைக்கு இருந்தன. இவ்வூர் நிலங்கள் சொற்ப ஏரிகளை நம்பியே இருந்தன. நிலங்களைக் கைப்பற்றியவர்களின் உளவின் பேரில் இவ்வேரிகள் சீர்செய்யப்படாமலும் கிடந்தன. இப்படியெல்லாம் ஏமாற்றி நிலங்களைப் பறித்துக்கொண்டவர்கள் அரசாங்க உத்தியோகப் பிராமணரும் மற்றப் பிராமணருமே

என்பதே வேங்கடாசல நாயகரின் முடிவு. இந்தச் சூழ்ச்சியை அறியாமல் எல்லீசு பிரபுவும் மன்றோவும் அடுத்தடுத்த நில பாத்தியதை யாருக்கானது என அறியாமல் பிழை செய்து விட்டார்கள். அது நடந்து ஐம்பது ஆண்டுகளுக்கு மேல் ஆகிப்போனதால் அதைத் தோண்டி எடுத்துச் சரிசெய்வது பெரும் சிக்கலாக இருந்தது.

இரண்டு நூல்களை அடுத்தடுத்து அச்சிட்டு வெளியிட பணம் தேவையாக இருந்தது. இரண்டு நூல்களுக்கும் சேர்த்து எப்படியும் இரு நூறு ரூபாய் தேவைப்படும் என அச்சகத்திலே சொல்லிவிட்டார்கள். பணமுடை. என்ன செய்யலாம் என யோசித்தார். கணக்குப் பிள்ளையிடம் கேட்டபோது சரக்கு எடுத்த இடத்தில் இன்னமும் பாக்கியிருப்பதாகச் சொன்னார்.

ஜெகன்னாதா தெர்க்க பஞ்சானனா - வங்காலத்தைச் சேர்ந்த சமஸ்கிருத அறிஞர். இந்தியாவில் இருந்த அரசர்கள் பின்பற்றிய சட்டங்களைத் தொகுத்து வழங்கியவர்.

# கல்விக்கே முதலிடம்

12

இத்தனை பெரிய தோட்டம் தனக்குத் தேவையா என்பதை செங்கல்வராய நாயகர் நினைக்காத நாளில்லை. திருவல்லிக்கேணியில் குடிகொண்ட மீசைக்கார பார்த்தசாரதி பெருமாளுக்கும் திருபெரும்புதூரில் குடிகொண்ட சீனிவாச பெருமாளுக்கும் பூக்கள் அனுப்புவதற்கு இந்தப் பூந்தோட்டம் தேவையாகத்தான் இருக்கிறது. இதிலே இருக்கிற தெய்வாம்சத்தை விரும்பி எத்தனை சாதுக்கள் இங்கே வந்து தோட்டத்திலே தங்கிவிட்டுச் செல்கிறார்கள். வள்ளலார் ராமலிங்கம் பிள்ளை பல நேரங்களில் இங்கே இளைப்பாறிவிட்டுச் செல்வதை செங்கல்வராய நாயகரே பார்த்து மகிழ்வார்.

அரசனுக்குப் பிள்ளை இல்லையென்றால் அரசு எடுத்துக்

கொள்கிறது. நாம் என்ன செய்யலாம் என்பதை யோசிக்குங்கால் பச்சையப்ப முதலியார் எழுதிவைத்ததைப் போலவே நாமும் கோயில் குளங்களுக்கு எழுதி வைத்துவிடலாமா என்றுதான் லீ செங்கல்வராய நாயகர் நினைத்தார்.

அப்படி நினைப்பதற்கு நிறைய தோதான காரணமுமிருந்தன. ராமலிங்க சுவாமிகளும் அவரையொத்த இன்னும் சிலரும் தோட்டத்துக்கு வந்து செல்பவர்களாக இருந்தார்கள். செங்கல்வராய நாயகருக்கு, காஞ்சி வரதரையோ, திருவள்ளூர் வீரராகவரையோ மீறி எதையும் செய்ய மனம் ஏற்காது. நெற்றி என்றால் அதிலே திருநாமம் மட்டுமே இருக்க வேண்டும். சைவ சித்தாந்திகளின் விபூதிப் பட்டையிலே அவருக்கு அத்தனை ஈர்ப்பு ஏற்படவில்லை. அதேசமயத்தில் அவர்கள்மீது கொலைவெறி கோபமெல்லாம் இல்லை. ராமலிங்கத்தைப் பார்த்த பிறகு கொலைவெறியா, எந்த வெறியும் ஏற்படவில்லை. மாளிகை சிப்பந்தி பணிவாக வந்து, வேங்கடாசல நாயகர் வந்திருப்பதை அறிவித்தார்.

“அவரையெல்லாம் நிக்க வெக்காதீங்கன்னு எத்தன வாட்டி சொல்றது. நேரா உள்ள வரச் சொல்லுங்க” என்றார்.

வேங்கடாசல நாயகர் வந்தார்.

“கலெக்டர் எல்லீஸ்தான் தப்பா சொல்லிட்டாரா?” என்று ஆரம்பித்தார் செங்கல்வராயர்.

“பரவால்லயே... மெட்ராஸ் டைம்ஸ்ல நான் எழுதின ரிப்போர்ட்டை படிச்சுட்டீங்களா?” வேங்கடாசலம் ஆச்சர்யமாகக் கேட்டுவிட்டு, “நம்ம அரசருங்க எல்லாம் பிராமணர் பேச்சைக் கேட்டு நாட்டை ஆண்டதுமெரியாவே இப்ப வெள்ளைக்காரனுங்களும் செய்றாங்க. ஒரு கலெக்டர் ஆபீஸ்ல அவனுங்க நாலு பேர் இருந்தாலும் அவனுங்க சொல்றதத்தான் கலெக்டரும் கேக்கறாரு. எல்லீஸ் துரைக்கு படிப்பாளிங்க மேல ஒரு மரியாதை. படிச்சவனுங்கன்னா அவனுங்கதான? அவங்க சொன்னபடி புரொஸீடிங் கொடுத்துட்டாரு.”

“அப்படி என்ன சொல்லிட்டாரு?”

வேங்கடாசல நாயகர், தான் எழுதி வைத்திருந்த ரிப்போர்ட்டை பையிலிருந்து எடுத்தார். “படிக்கிறேன் கேளுங்க... இப்படி சொல்வது உண்மையாகவே அபத்தம் எல்லீஸ் என்பவர் தன்னுடைய முழு உத்தியோகஸ்தர்களுக்கும் அவர்கள் உறவின்

முறையாக இருக்கும் சகாயமாக இந்த துரதிஷ்டமுள்ள வன்னியர்கள் ஒன்றுக்கும் உதவாதவர்கள் என்று அவருடைய பிராமண சிரேஷ்டரராகிய போகண்ட சங்கரராயரினால் மோசம் போனார்கள். வன்னியர்களுக்கு இப்போது ரெட்டியார், நாயகர், நாட்டார், கவுண்டர், தந்தையார், பள்ளி, படையாட்சி, பண்டாரத்தார், உடையார், நயினார் முதலிய நாம தானங்கள் உபயோகிக்கப்படுகிறதைக் கவனிக்கவேண்டியது. வன்னியர்கள் பூர்வீக காலத்தில் ஆளுகை கர்த்தாக்களாக இருந்தபோதிலும் பின்னிட்டு பயிரிடும் தொழிலில் பிரவேசித்திருந்தார்கள். அப்படி செய்வதில் தங்களுடைய கல்வியை அசட்டை பண்ணினார்கள். இதனால் அவர்கள் மீதில் ஏற்கெனவே வேளாளருக்கும் இதரமான முதலி சாதியாகிய அகமுடையாருக்கும் பிராமணருக்கும் உண்டான பொறாமையினால் நவாபுகள் ஆட்சியில், இந்த செங்கல்பட்டு ஜில்லாவை ஜமீன்தார்களிடம் இஷாவாக * கொடுத்திருந்த 30 வருஷ காலத்தில்தான், நானாவிதமான மோசத்துக்கு உட்படும்படியாக நேரிட்டார்கள்."

"அது எப்படி 30 வருஷத்துல இவ்ளோ கீழுக்குப் போனாங்க?" செங்கல்வராய நாயகர் கேட்டார்.

"அவங்களை ஒடுக்குறவங்களோடுகூட கீழ் உத்தியோக உத்தியோகஸ்தர்களும் சேர்ந்து அவங்களை அதிக துன்பப் படுத்தினார்கள். வன்னியர்களுக்கும் வேளாளர்களுக்கும் இருக்கப்பட்ட குரோதம் வீம்பாகச் சொல்லப்பட்ட மத சம்பந்தத்தினால் உண்டானது அல்ல. வலங்கை இடங்கையிலும் சொல்லப்பட்ட கட்சியினால் உண்டானது.

வன்னியர்கள் தென்னிந்தியாவில் ஆளுகைக்காரர்களாக இருந்தார்கள் என்பது பல்லவ ராஜா மகேந்திரனும், ராஜா பிரதாபருத்திர வன்னியரும், சதுரகிரி கிருஷ்ணராயரும், நகரி சாலுவராயரும், காஞ்சிபுரம் தொலதான பல்லவராயரும், செங்கல்பட்டு காந்தவராயரும், திருவண்ணாமலை வல்லவ ராயரும், விட்டலராய சோழ வன்னியரும், உடையார்பாளையம் இவுரங்க உடையாரும், அரியலூர் மழவராயரும், கச்சிராயன் பாளையம் கச்சிராயரும், சிவகிரி வரகுண ராம பாண்டியரும் ஆரணி சம்புவராயரும் இந்த பூமியை ஆங்கிலேயர் வருங் காலத்தில் ஆண்டுவந்தனர். அரசரின் ஆளுகைக்கு உட்பட்ட இந்த சென்னை பட்டணம் ஆங்கிலேயர்களுக்கு 16 ஆயிரம் வராகனுக்கு குத்தகைக்கு கொடுக்கப்பட்டதை இங்கே இருக்கிற ரெக்கார்டுகளைப் பார்த்து நீங்களே தெரிந்துகொள்ளலாம். விவகாரம் இப்படி இருக்கும்போது எங்களைப் பாப்பனர்களின்

அடிமைகள் என்று சொல்வது எப்படி? இந்தக் குழப்பங்கள் எல்லாம் எதிர்காலத்தில் நடந்த குழப்பங்களே... ஆற்காடு நவாபு வம்சத்தினருக்கு இஷாவாக 30 ஆண்டுகளுக்குக் கொடுக்கப்பட்ட இந்தப் பகுதியில் பிராமணர்களாலும் வெள்ளாளர்களாலும் அரசாங்கத்து கணக்குப்பிள்ளைகளாலும் இந்த மோசடி நிகழ்த்தப் பட்டிருக்கிறது. எங்கள் வம்சாவளிக்கு போர் புரிவதில் இருந்த நாட்டம், படிப்பதிலே இல்லாமல் போய்விட்டது. அதைப் பயன்படுத்திக் கொண்டுதான் எங்கள்மீது பொறாமை கொண்டவர்கள் இந்த 30 வருஷத்தைப் பயன்படுத்திக்கொண்டு எங்களைப் பின்னுக்குத் தள்ளிவிட்டார்கள். ஆனாலும் இவ்வளவு கஷ்ட ஜீவனத்திலும் தங்கள் நிலங்களுக்கு இந்த மன்னவேடு பகுதி மக்கள் கிஸ்தி கட்டிவந்திருப்பதைப் பார்க்க முடிகிறது...”

கூர்ந்து கேட்டுக்கொண்டிருந்த செங்கல்வராயர், “செங்கல்பட்டு ஜில்லாவிலே இப்படியொரு அநியாயம் நடந்திருப்பதை உங்களை விட்டால் வேறு யார் தட்டிக் கேட்க முடியும்? ஆனால் நீங்கள் ஜாக்கிரதையாக இருக்க வேண்டும்” என்றார்.

“போகிற வருகிற இடங்களில் தகராறு செய்கிறார்கள். அதைப் பாத்துக்கலாம். நீங்க எதோ பாக்கணும்னு சொன்னீங்களே... அதான் வந்தேன்.”

எல்லோரையும்போல இருந்துவிட்டால் பிரச்னை இல்லாமல் இருக்கலாம்தான். வேங்கடாசலத்துக்கு அப்படி ஒதுங்கியிருக்க முடியாது. அவர் நினைத்திருந்தால் தன்னைப்போல ஒரு பெரும் செல்வந்தனாக இருந்திருக்க முடியும். தவற்றைத் தட்டிக் கேட்கும் மனப்பான்மை ஒட்டிப் பிறந்த ஒன்று. யாருக்காவது ஓடி ஓடி உதவுவது அவருடைய இயல்பு. இப்போது தனக்கு உதவப் போகிறவரும் அவர்தான். இந்த மாதிரியான மூளையைப் பிழியும் வேலை என்றால் வேங்கடாசலத்துக்கு மூக்கில் வேர்த்துவிடும். எதிரே வந்து நிற்பார். திருப்பதி வேங்கடாசலம் அருள் கிடைத்த மாதிரி இருக்கும் செங்கல்வராய நாயகருக்கு.

செங்கல்வராயர் தன் எண்ணவோட்டத்தை எடுத்துச் சொன்னார்.

“உனக்கு சிவனா, திருமாலா எனப் பிரச்னை வந்துவிட்ட தென்றால் கல்விக்குச் செலவு செய்யுங்கள். பூலோகத்திலே நிறைய கல்வி சாலைகள் அமைக்கிறார்கள். மக்கள் கல்வி கற்று மேல் நிலைக்கு வர வேண்டும். அறியாமை ஒழியும். எந்த சாமி நல்ல சாமி என்ற தெளிவு மக்களுக்கு ஏற்படும். ஒருவேளை சாமியைவிட நல்லது இருந்தால் அதை நோக்கிச் செல்லட்டும்”

என்றார்.

“கடவுளைவிட உசந்தது எதுவாக இருக்க முடியும்?”

“வேறு எது? கல்விதான்! நானும் பிரிட்டிஷ் அரசாங்கத்திடம் முறையிட்டு கல்விச் சாலைகள் உருவாக்கிப் பார்த்தேன். அதிலே பள்ளி, பறை சனங்கள் சேர்ந்து படிக்க வாய்ப்பு இல்லை. பிராமணனும் வெள்ளாளனுமே படிக்கிறார்கள். அது அவங்க தவறு இல்ல. நம் ஜனங்களுக்கு இன்னும் கல்வியின் அவசியம் விளங்கவே இல்ல. சகாய விலையிலே படிப்பைக்கொண்டு வந்தா அங்கொன்றும் இங்கொன்றுமாக நம்ம ஜனங்க படிக்கும். நீங்களும் நானுமே இந்தப் படிப்பு மட்டும் இல்லைன்னா எந்தக் காட்டுல கல் உடைச்சுக்கிட்டு இருப்பம்னு தெரியாது. அதனாலதான் சொல்றேன். பச்சையப்பர் செஞ்ச தப்பைச் செஞ்சுவிடாதீர்கள்.”

“அன்ன சத்திரம் கட்டினா என்ன?” என்றார் செங்கல்வராயர்.

“நல்ல யோசனைதான். அதையும் இங்க படிக்க வர்ற பசங்களுக்கு செஞ்சா இன்னும் நல்லாருக்கும். சாப்பாடு கிடைக்குதுன்னு சில பேர் படிக்க வருவான். படிக்கறதுக்காக சாப்பிட ஆரம்பிப்பான். எதுவா இருந்தாலும் நல்லதுதான்.”

உலகத்திலேயே யாரும் செய்யாத காரியமாக இருக்கும் என செங்கல்வராய நாயகர் நினைத்தார். இரண்டு வருஷம் முன்னாடி ஒரிசாவிலே கடும் பஞ்சம் வந்தபோது மூட்டை மூட்டையாகப் பணம் அனுப்பி அந்த மக்களைக் காப்பாற்ற முயற்சி எடுத்தவர் செங்கல்வராய நாயகர். * சாதி சமய சழக்கை அழித்து அருட் சோதியைக் கண்ட வள்ளலாரின் பண்பினாலே ஈர்க்கப்பட்டதாலே யார் எவர் எனப் பார்க்காது பசியாற்றும் எண்ணம் கொண்டவர்.

செங்கல்வராய நாயகர் பற்றி வேங்கடாசல நாயகர் இப்படி பெருமிதமாக நினைத்த அதே நேரத்தில் அவரும் வேங்கடாசல நாயகரை பெருமையாக நினைத்தார்.

வேங்கடாசல நாயகருக்கு இருக்கும் ஆங்கிலப் புலமைக்கு அவர் மட்டும் துபாஷியாகி இருந்தாரென்றால் இந்தத் தோட்டம் இன்னேரம் அவருக்குச் சொந்தமானதாக இருந்திருக்கும் என்பதில் சர் பிட்டி லீ.செங்கல்வராய நாயகருக்கு எள் மூக்கு அளவுக்கும் ஐயமிருந்ததில்லை. என்னமோ அவர், பசங்களுக்குப் பாடம் சொல்லித் தருவதிலே இருக்கிற சுகம் வேறு எதிலும் இல்லை எனக் குறியாக இருந்துவிட்டார்.

“கல்வி நிறுவனத்தை எங்கே தொடங்கலாம்?” என்றார் செங்கல்வராய நாயகர்.

“இது என்ன கேள்வி. நீங்க பிறந்த காஞ்சிபுரத்திலேயே தொடங்குங்க. உவேரியில தொடங்குங்க. இதோ இந்தத் தோட்டத்திலே தொடங்கலாமே.”

“லோகத்தில இப்ப பட்டப்படிப்பு பெருசா பேசப்படுது. எனக்கு அதோடு சேர்த்து தொழில் கல்வியும் கத்துத் தரணும்னு ஆசை.”

“டீச்சரையெல்லாம் லண்டன்ல இருந்து வருவீங்க. தொழில் கல்வி ரொம்ப முக்கியம். பட்டணத்தில இருக்கவனுக்குத் தொழில் கல்வி. உவேரியில பட்டப்படிப்பு.”

“நானும் அப்படித்தான் ஆசப்படுறேன் சாமி. இந்தக் கல்வி நிலையத்துக்கு ஜவாப்தாரியாக பத்துப் பேரை நியமிக்கிறேன். எனக்குப் பின்னாலும் இதைத் தொடர்ந்து நிர்வகிக்கணும் இல்லையா?”

“நல்ல மனசு உங்களுக்கு. அந்த அளவுக்கு இல்லைன்னாலும் ஏதோ சிறிதளவாவது அந்த மனசு இருக்கணும். பாத்து செய்ங்க.”

“பத்துப் பேர்ல ஒருத்தர கண்டுபிடிச்சுட்டேன்.”

“அதுக்குள்ளயா?”

“நீங்கதான் அந்த மொத ஆள்.”

“சரியா போச்சு போங்க. செங்கல்பட்டு கலெக்டர் என்னை பாயக்காரி ஏஜென்டா போட்டுருக்காரு. ஊர் ஊரா சுத்திக்கிட்டிருக்கேன். இதில இந்த வேலைய எப்படி பாக்க முடியும்? இது ஒரே இடத்தில உக்காந்துகிட்டிருக்கவன் செய்ற வேலை.”

“என்னங்க இப்படிச் சொல்லிட்டிங்க? நீங்க ஒரு பெரிய வேலைய எடுத்துட்டிங்க. பாக்கிறேன். ராமலிங்கம் வந்தா கேட்டுப் பாக்கிறேன்.”

சென்னை வேப்பேரியில் 50 ஏக்கரில் அமைந்த பெரிய தோட்டமும் காஞ்சிபுரத்தில் இருந்த நிலங்களும் கல்விச் சாலைகளாக மாறப்போவதை அப்போதே மனக்கண்ணில் பார்க்கத் தொடங்கிவிட்டார் செங்கல்வராய நாயகர்.

“சரி நாயகரே நான் புறப்படறேன்” என எழுந்தார் வேங்கடாசல நாயகர்.

அவர் முகத்தில் இருந்த தயக்கத்தை உணர்ந்து, “பலகாரம் கொண்டார சொல்றேன் இருங்க” என்றார் செங்கல்வராய நாயகர்.

“அதெல்லாம் ஒண்ணும் வேண்டாம்... புறப்படுறேன்” என அவசரப்பட்டார் வேங்கடாசல நாயகர்.

“உங்க புஸ்தக வேலைலாம் எப்படி இருக்கு?” என்றார் செங்கல்வராயர்.

“அஞ்சாறு வருஷமா ஊர் ஊரா சுத்திக்கிட்டு இருக்கேன்... இது சம்பந்தமா.”

“அதுதான் தெரியுமே?”

“சுண்ணாம்பு வேபாரத்தை கவனிக்க முடியல. புஸ்தகம் போடற வேலைக்கு சிரமமாகிப் போச்சுங்க.”

“எவ்வளவு தேவைப்படும்னு சொல்லுங்க. என்கிட்ட என்ன தயக்கம் உங்களுக்கு?”

வேங்கடாசல நாயகருக்கு, தனக்கு இப்படியொரு நிலைமை ஏற்பட்டுவிட்டதை எண்ணி வருத்தம் ஏற்பட்டது.

“சரி... கணக்குப் பிள்ளைய வந்து பாக்க சொல்றேன். நீங்க கீழ இருங்க.” செங்கல்வராய நாயகர் பணிவுடன் சொன்னார்.

மாடியிலிருந்து நாயகர் கீழே இறங்கி வந்த நேரத்தில் கணக்குப் பிள்ளை மடுவூர் நாராயணசாமி வேகமாக ஓடி வந்தார்.

“ஐயா உங்ககிட்ட கொடுக்க சொன்னாருங்க ஐயா.”

கணக்கு பிள்ளை நான்கு பெரிய நோட்டுகளை எடுத்துக் கொடுத்தார். நானூறு ரூபாய்.

“எனக்கு இவ்வளோ தேவை இருக்காதுங்க. ரெண்டு நோட்டு போதும்” என இரண்டு நோட்டுகளைத் திருப்பித் தந்தார் நாயகர்.

“இல்லைங்க ஐயா. இன்னும் தேவைப்பட்டாலும் கொடுத்து அனுப்புன்னுதான் சொன்னாருங்க. இதைத் திரும்ப வாங்கினா ஏசுவாருங்க.”

வேங்கடாசல நாயகர் புன்னகையுடன் பணத்தைப் பெற்றுக் கொண்டு வெளியே வந்தார்.

மாளிகைக்கு வெளியே பூவரசு நிழலில் வண்டிக்காரன் மாணிக்கம் நல்ல தூக்கத்திலே ஆழ்ந்திருந்தான். மயிலக்காளையும் அசைபோட்டபடி படுத்திருந்தது. களைத்துப் படுத்திருந்த மாட்டையும் மனிதனையும் எழுப்ப விரும்பாமல் பெரியவர்

குடையைப் பிடித்தபடி தோட்டத்தை நோட்டம் பார்த்தார். நாளை பெரிய கலாசாலையாக மாறப்போகும் இடத்தை நினைக்கப் பெருமையாக இருந்தது. எங்கே செங்கல்வராயர் பெருமாள் கோயிலுக்கு எழுதி வைத்துவிடுவாரோ என பயந்துதான் போனார் வேங்கடாசல நாயகர். கல்வியின் பெருமை தெரிந்தவர். நாம் சொன்னதும் புரிந்துகொண்டு சம்மதித்ததே அவருக்குப் பெருமையாக இருந்தது. பெரியவர் நிற்பதைப் பார்த்து மயிலக்காளை வாரிச் சுருட்டுக்கொண்டு எழுந்து நின்றது. அதன் கழுத்து மணியோசை வண்டிக்காரன் மாணிக்கத்தையும் எழுப்பிவிட்டது.

அப்போதுதான் கவனித்தார். அங்கே ஒரு மரத்துக்குக் கீழே ராமலிங்க அடிகள் அமர்ந்திருந்தார். வண்டியில் ஏறப்போனவர் ராமலிங்கத்தை நோக்கி நடந்தார். அருகில் சென்றதும்தான் தெரிந்தது அடிகள் மட்டும் தனியே இல்லை, அவர் எதிரே இன்னொரு சாமியார் அமர்ந்திருந்தார். சாமியார்கள் இருவரையும் வேங்கடாசல நாயகர் கைகூப்பி வணங்கினார். இருவருக்கும் அவருடைய வயதில் பாதிதான் இருக்கும் என்றாலும் வணங்குவது தவறில்லை என்றே நினைத்தார்.

"உட்காருங்க ஐயா" என்றார் ராமலிங்கம். "இவர் திருவொற்றியூர் பட்டினத்தாரை வழிபட்டு பிரம்மச்சர்யம் பூண்டவர். திருப்போரூர் பூர்வீகம்."

வேங்கடாசல நாயகர் அவரைப் பார்த்தார். "இப்படி ஏகாந்தமாய் இருக்கணும்னு எனக்கும் ஆசைதான்" என்றார் நாயகர்.

"எல்லாருமே ஏகாந்தமா இருந்துட்டா அப்புறம் உலகம் இயங்குவது எப்படி? அவரவர் தொழிலில் நியாயத்தை நிலை நாட்ட வேண்டும் அல்லவா?" என்றார் அடிகள்.

"உண்மைதான். என்னை பாயக்காரி ஏஜென்ட் ஆக போட்ட பிறகு நிலவரி விவகாரத்திலே இந்த நாட்டிலே நடந்திருக்கும் மோசடியை தேடிக் கண்டுபிடிப்பதிலே என்னுடைய நேரத்தை செலவிட்டு வருகிறேன்" என்றார்.

கரபாத்திர சாமி சிரித்தார். "நாங்கள் சமய நெறிகளின் மூலம் அனைவரும் சமம் என்று போதிக்க விரும்புகிறோம். நீங்களோ நிலம் யாவருக்கும் பொது என்று போராடிவருகிறீர்கள். சமயங்களில் இருக்கிற போலிகளை மோசடிகளை நியாயமற்ற தர்மங்களை எடுத்து சொல்வதற்கு எங்களுக்கு ஒரு வாய்ப்பு. உங்கள் வழியும் எங்கள் வழியும் ஏதோ ஓர் இடத்தில் இறைவழி

தான். மூடத்தனமான சடங்குகள், சம்பிரதாயங்களை எந்த அளவுக்கு ஒழிக்க முடியுமோ அந்த அளவுக்கு ஒழித்தால் நாடு உருப்படும் என்பது என் கருத்து."

வேங்கடாசல நாயகர் தான் எழுதிக்கொண்டிருக்கும் செய்யுள் ஒன்றை எடுத்து சொல்ல ஆரம்பித்தார்.

"மேதினி அதனில் வஞ்ச வேதியர் முதலா நான்கு

சாதியார் சமய ஆசார சகசாலப் புரட்டு சொல்ல

நீதியின் நிலையம் ஆகி நினைப்பவர் மனதுள் ஓங்கும்

சோதியாய் சுடராய் நிற்போன் துணையடி துணையாம் அன்றே'

இது நான் எழுதிக்கொண்டிருக்கும் ஒரு புத்தகத்தின் கடவுள் வாழத்துப்பா."

"சோதியாய்... சுடராய் நிற்போன்... அருமை அருமை" என்றார் ராமலிங்க அடிகள்.

"நீங்களே அருமை எனச் சொல்லிவிட்ட பிறகு எனக்கு மேலும் உற்சாகமாக இருக்கிறது. நல்லது நல்லது. நீங்கள் பேசிக்கொண்டிருங்கள். சரி நான் வருகிறேன்."

* 1866-68 காலகட்டத்தில் ஒரிசாவில் ஏற்பட்ட கடும் வறட்சிக்குப் பேருதவி செய்தவர் செங்கல்வராய நாயகர். அந்த பஞ்சத்தில் அங்கு பத்து லட்சம் பேர் உயிரிழந்தனர்.

இஷாவாக - பாதுகாப்பதற்காக.

# சுவர் வரி
## —13—

எந்தப் பக்கம் போனாலும் ஒரு சுவரில் போய் முட்டி நிற்பதை நினைத்தால் எரிச்சலாகத்தான் இருந்தது. பெத்த நாயக்கன் பேட்டையை அரணாக வைத்துக் கட்டப்பட்ட நீண்ட சுவரிலே போட் கேட் என்று மீனவர்கள் வருவதற்கான ஒரு வாயிலும் திருவொற்றியூர் கேட் என ஒரு வாயிலும் பிரதானமாக இருந்தன. எலிபன்ட் கேட், சக்கிலியர் கேட் மேற்கே வால்டாக்ஸ் * சாலையிலே இருந்தது. சென்னையைச் சுற்றி இப்படி சுவர் கட்டியது பாதுகாப்புக்காகத்தான். ஆனால் அதுவே இம்சையாகிப் போனது. ஆங்காங்கே சுவர்களை இடித்து மக்கள் போக வழி செய்யப்பட்டு வருவது மக்கள் நடமாட்டத்துக்கு உதவியது.

"செவுர கட்டி நூறு வர்ஷம் ஆச்சுன்றாங்க. இடிக்கிறது

சாமானியப்பட்ட வேலையா இல்லைங்க" என்றான் மன்றய்யா.

கொத்தனார் வேலைக்கு, கார்ப்பரேஷனில் மல ஜலம் அள்ளும் வேலைக்கு ஆந்திராவிலிருந்து கூட்டம் கூட்டமாக ஜனங்கள் வந்த வண்ணமிருந்தனர். அதிலே ஒரு குடும்பம்தான் மன்றய்யா குடும்பம். தாமஸ் மன்றோ இந்திய ஜனங்களுக்கு செய்த உதவிக்கு நன்றி விசுவாசமாய் இப்படிப் பெயர் வைத்துக்கொள்கிற வழக்கம் ஆந்திராவில் மிகுதியாக இருப்பதை வேங்கடாசல நாயகர் அறிவார். சென்னை மாகாணத்திலே காலரா வந்தபோது ஆந்திரப் பகுதியிலே சவரட்சணை செய்யப் போய்தானே மனிதர் உயிரைவிட்டார். ஆந்திரத்து ஜனங்களுக்கு அதன் காரணமாகவும் அவர் மேல் பாசம் அதிகமாக இருந்தது.

"சுண்ணாம்பு சப்ளை நாங்கடா... செவுரு இரும்பு மாதிரி இருக்கும்." வேங்கடாசல நாயகர் மீசையைத் தடவிக் கொண்டார்.

"அப்பத்திலருந்தே சுண்ணாம்பு யாவாரம் செஞ்சிட்டு வர்றீங்களா?" மன்றய்யா ஆர்வமாகக் கேட்டான்.

வேங்கடாசல நாயகரின் வண்டி மோட்டில் ஏராளமான ஊழியர்களும் ஏழை பாழைகளும் வந்து கூழோ, கஞ்சியோ குடித்து இளைப்பாறிச் செல்லும். சுவர் இடிக்கவந்த கூலிகளும் அப்படி வந்து பசியாறிப் போவார்கள். அதிலே ஒருத்தன் இந்த மன்றய்யா.

"வெவசாயம்தான்... கூடுதலா செய்றதுதான். என் மாமன் அப்ப கொசப் பேட்டைல இருந்தாரு. அங்க பெரும்பாலும் சட்டிப் பானை சூளைதான். என் மாமனோட பாட்டன் செங்கல்சூளை போட்டான். செங்கல் விக்கிறவன் சுண்ணாம்பையும் சேர்த்து விக்கணும். வீடு கட்றவன் அதுக்கொரு இடமும் இதுக்கொரு இடமுமா அலைவான்? அப்படித்தான் இந்தத் தொழிலு கூடி வந்தது."

க்ளைவ் பேட்டரியிலிருந்து வடக்கில் ராயபுரம் வரைக்குமே சுவரை இடித்துவிட்டார்கள். பிரெஞ்சுகாரர்கள் வந்து தாக்கப் போகிறார்கள் என்பதற்காக சென்னையைச் சுற்றி கட்டப்பட்ட சுவருக்கு மக்களையே வரிகட்டச் சொன்னார்கள். ப்ரெஞ்சுக்காரன் ஒடுங்கி புதுச்சேரி பக்கமா ஓரமா ஒக்காந்துட்டான். போதாக் குறைக்கு ஆற்காடு நவாபு சென்னைக்கே வந்து கோட்டை கட்டிக்கொண்டு ராணுவ தடவாளத்தையும் அமைத்துக்கொண்டதில் பிரெஞ்சு, டச்சு என எல்லாகாரர்களும் இனிமேல் சென்னை பக்கம் மட்டுமில்லை... இந்தியா பக்கமே வரமாட்டார்கள். சிப்பாய் கலவரத்துக்குப் பின்னால் இந்தியா இங்கிலாந்து அரசியின் கட்டுப்பாட்டில்

வந்துவிட்டது. அதன் பிறகு யாருக்கு இந்தியாமீது போர் தொடுக்க தைரியம் வரும்?

பிரிட்டிஷார் ஆட்சிக்கு முன்னரே எல்லிசன், தாமஸ் மன்றோ போன்ற அதிகாரிகள் மக்களின் நன்மதிப்பைப் பெற்றுவிட்டார்கள். சென்னையிலே தங்கள் குழந்தைகளுக்கு எல்லீசன் எனப் பெயர் வைத்த பெற்றோர்கள் இருந்தனர். ஜமீன்தார்களும் மிட்டா மிராசுகளும் அனுபவித்துவந்த நில பாத்தியதையில் ஏதோ தவறு இருப்பதை உணர்ந்த மன்றோ ரயட்வாரி முறையைக் கொண்டு வந்து வரி வசூலிக்கும் முறையை மாற்ற நினைத்ததே ஜனங்களுக்கு பெரிய விடிவுகாலம்தான். இருந்தாலும் முக்கால்வாசிக்கும் மேலே ஜமீன்தார்களிடம்தான் நிலமிருந்தது. அது நாயக்க மன்னர்களின் பாளையப்பட்டு காலத்திலிருந்து அப்படியே ஜமீன்தார்கள் வசம் வந்ததால் நில உடைமையாளர்கள் என்பவர்கள் ஆந்திரத்து கம்மவார்களாக இருந்தனர். அல்லது பல்லவர்கள் காலத்திலிருந்து மானிய பாத்தியதையாக அனுபவித்துவரும் பிராமணர்களிடம் பல நூறு கிராமங்கள் இருந்தன. உண்மையில் கலப்பைகொண்டு உழுகிற விவசாயிக்கு நிலம் சொந்தமாக இல்லை. அவர்கள் மேல் வாரத்துக்கு குத்தகை எடுத்து பயிர் செய்துவந்தார்கள். இது அக்கிரமத்திலும் அக்கிரமான செயலாக இருந்தது. விவசாயம் செய்பவர்கள் கூலிகளாகத்தான் இருந்தனர். உண்மையிலே இன்றைக்கு விவசாயக் கூலிகளாக, பாயக்காரிகளாக இருப்பவர்களுக்குத்தான் இந்த நிலங்கள் சொந்தமாக இருந்தது என்பதை எடுத்துச் சொல்ல யாருமில்லாமல் போய்விட்டார்கள்.

எல்லீஸ், மன்றோவுக்குக் கீழே இருந்த அதிகாரிகள் பெரும்பாலும் ஐயர்களாக இருந்தனர். தங்களுக்கு சாதகமாக நிலங்களை அபகரித்தனர். அதைத் தட்டிக்கேட்கக்கூடியவர்களாக இருந்த ஜமீன்தார்களுக்கும் மிட்டா மிராசுகளுக்கும் சங்கடம் வராமல் அவர்களுக்கு தமிழ் நாட்டின் பெரும் பகுதியை உரிமையாக்கினர். வெள்ளாளர்களையும் அவர்கள் பகைத்துக்கொள்ள விரும்பவில்லை. அவர்களுக்கும் பெரும் பங்கு போய்விட்டது. எல்லோருக்கும் மிகச் சரியாகப் பிரித்துக்கொடுத்துவிட்டதாக மன்றோ சந்தோஷப்பட்டிருப்பார்.

வண்டி மோட்டில் தங்கள் விவசாய விளைபொருட்களைக் கொண்டு வந்து இறக்கிவிட்டு, கோத்வால் சாவடிக்கு தலைமேல் தூக்கிச் சுமந்தபடி சென்ற பாயக்காரிகள் கூட்டத்தைப் பார்த்தபோது வேங்கடாசல நாயகருக்கு வேதனையான சிந்தனை ஓட்டம் பிரவாகமாகப் பொங்கியது.

எல்லீசன் என்று தமிழ் ஒலி மரபுக்கேற்பத் தம்மை அழைத்துக் கொண்ட பிரான்சிசு வைட் எல்லிஸ், 1810-ம் ஆண்டு முதல் 1819 ஆண்டு வரை சென்னை மாகாண பிரிட்டிஷ் அரசின் கீழ் பணியாற்றிய அதிகாரி. சென்னையின் கலெக்டராகப் பதவிக்கு வந்தார்.

அவரைப் பற்றிக் கேள்விப்படப் பட பல ஆச்சரியங்கள் இருந்தன.

அவரைப் பற்றிய செய்திகளைத் தேடிப்படித்தார் நாயகர். 1816-ம் ஆண்டிலேயே தென்னிந்திய மொழிகள் பிற இந்திய மொழிகளிலிருந்து வேறுபட்டிருப்பதை உணர்ந்து, தென்னிந்திய மொழிக் குடும்பம் என்னும் கருத்தை முன் வைத்தார். திராவிட மொழிகளின் ஒப்பிலக்கணம் என்னும் நூலைக் கால்டுவெல் இப்பத்தான் எழுதியிருக்கிறார். இவரோ ஐம்பது ஆண்டுகளுக்கு முன்னரே தமிழ் மொழியைத் தனித்துவமான மொழி என எடுத்து சொன்னவர். அத்துடன் திருக்குறளை ஆங்கிலத்தில் மொழிபெயர்த்த முன்னோடி.

சென்னை நகரில் ஏற்பட்ட குடிநீர்த் தட்டுப்பாட்டைப் போக்குவதற்காகக் கிணறுகளைப் பல இடங்களில் வெட்டுவித்த அவர், அவற்றுக்கருகில் தமிழில் கல்வெட்டுக்களையும் பொறித்தார். 'இருபுனலும் வாய்ந்த மலையும் வருபுனலும் வல்லரணும் நாட்டிற்குறுப்பு' என்று ஒரு நாட்டின் முக்கிய உறுப்பாக நீரைக் குறிப்பிடும் திருக்குறளைக் கல்வெட்டாக செதுக்கி வைத்தார்.

பெத்தநாயக்கன் பேட்டை நாணய சாலை இவரது பொறுப்பில் இருந்த காலத்தில் வெளியிடப்பட்ட நாணயங்கள் இரண்டு திருவள்ளுவரின் உருவம் பொறித்து வெளியிடப்பட்டன.

தென்னிந்திய மொழிகள் உள்ளிட்ட இந்திய மொழிகளை ஆங்கிலேய அதிகாரிகளுக்குப் பயிற்றுவிக்கும் நோக்கோடு சென்னைக் கல்விச் சங்கம் என அழைக்கப்பட்ட புனித ஜார்ஜ் கோட்டைக் கல்லூரியை 1812-ம் ஆண்டில் நிறுவினார்.

சென்னை கோட்டையில் சென்னை மாகாண கேஸட்டியர் வாங்கி வந்தார் வேங்கடாசல நாயகர். கும்பெனி ஆட்சியில் புதிய நில வரிகள் என்ற அத்தியாயம் அவருக்கு எல்லீஸ் துரையைப் பற்றிய எல்லா நல்ல எண்ணத்தையும் தலைகீழாகப் புரட்டிப் போட்டுவிட்டது. இத்தனைப் பெரிய தவற்றைச் செய்தவரை எப்படி மன்னிப்பது என்ற உணர்வே மேலோங்கியது.

'மிராசி ரைட்ஸ்' தொடர் கட்டுரையின் அடுத்த பெரிய பிராது ஒன்றை டெய்லி மிரர் நாளிதழுக்கு எழுத ஆரம்பித்தார்.

தமிழ்மகன் | 103

# பெருச்சாளி

14

பிரிட்டிஷார் சென்னை கோட்டைப் பகுதிக்குள் குடியேறிய பிறகு, அவர்களுக்கான பணிகளை செய்துவந்த பணியாட்களுக்காக உருவாக்கப்பட்ட பகுதிக்கு மிக அலட்சியமாக 'கறுப்பர் நகரம்' எனப் பெயர் வைத்தனர். வெள்ளைக்காரரர்கள் இருந்த ஜார்ஜ் கோட்டையில் வெள்ளையர்கள் இருந்ததால் அது 'வெள்ளையர் நகரம்'. அவர்களுக்கு இருந்த நிறவெறியின் அப்பட்டமான சாட்சி. பெத்தநாயக்கன் பேட்டையைச் சுற்றி உள்ள பகுதிகள்தான் கறுப்பர் நகரம். இப்பகுதியில் இருந்த பெரும்பான்மையான மக்கள் வெள்ளையர்களுக்கும் அவரது படை வீரர்களுக்குமான துணிமணிகளைத் துவைத்துப் போடுவதற்கும் பட்லர் வேலைக்கும் குதிரை கழுவுவதற்கும் பயன்படுத்தப்பட்டனர்.

1781-ல், சென்னையில் கடுமையான பஞ்சம். பசியாற எதுவும் கிடைக்காமல் மக்கள் கொத்துக் கொத்தாக மடிந்துபோனார்கள். அப்போது இவர்களின் பசியைத் தீர்க்க ஆங்கில அரசு ஒரு கஞ்சித்தொட்டியைத் திறந்தது. பின்னர், படிப்படியாகப் பஞ்சம் நீங்கியபிறகு, அந்தக் கஞ்சித்தொட்டி அமைக்கப்பட்ட இடம் கிழம் கெட்டுகள் அடைக்கலமாகும் சத்திரமாக மாறியது. அப்போது அதைக் 'கஞ்சித்தொட்டி சத்திரம்' என்று அழைத்தார்கள். அது வேங்கடாசல நாயகர் வீட்டுக்கு அதாவது ஏழு கிணறுக்கு எதிரே அமைந்ததால் இத்தனை ஆண்டுகளுக்குப் பின்பும் மக்கள் பசியில் அவதிப்படுவதைப் பார்த்தால் அவருக்குக் கண்ணீர் முட்டும்.

இத்தனை வறுமைக்கும் மழை பொய்த்தது மட்டும் காரணமல்ல. ஓர் ஆண்டு பற்றாக்குறையைக்கூட சமாளிக்க முடியாமல் விவசாயக் கூலிகள் சிரமப்படுவதுதான் காரணம். இத்தனை பெரிய விவசாய பூமியில் ஒவ்வொரு குடும்பத்தினனும் நாலு மூட்டை அரிசியை எடுத்து வைக்க முடியாதா? ஒரு காணிக்கு பதினாறு மூட்டை நெல் விளைந்தாலும் பத்து காணி பயிர் செய்கிறவன் நூற்றி அறுபது மூட்டை நெல் அறுக்க மாட்டானா? அது எப்படி பஞ்சத்தில் சாவான்? இப்படி ஆனதற்குக் காரணம் என்ன என ஆராய்ந்தார். ஒரு வாய் கஞ்சிக்கு வசதியில்லாமல் ஒரு விவசாயி இருப்பானா? இதற்கு பாளையப்பட்டு ஜமீன் மிராசுகளும் பிராமணர்களும் காரணங்களாக அமைந்துவிட்டது நாயகரின் கோபத்தை பன்மடங்கு அதிகரித்தது.

ஆகாரம் சரியாக இல்லாததால் எல்லா நோவும் வந்து சேர்ந்தன.

காலரா, பிளேக் போன்ற நோய்கள் பரவின. நோய்களால் சாவு அதிகரித்தது. இவற்றால் தாங்களும் பாதிக்கப்படுவோமோ என்று பயந்த வெள்ளையர்கள், கஞ்சித்தொட்டி சத்திரமிருந்த இடத்தில் ஒரு மருத்துவமனையை உருவாக்கினார்கள். ஜான் அண்டர்வுட் என்ற ஆங்கிலேய அதிகாரியின் முயற்சிதான் காரணம்.

கஞ்சித்தொட்டி சத்திரமிருந்த இடத்தில் தொடங்கப்பட்டதால் ஜனங்கள் இதை 'கஞ்சித்தொட்டி ஆஸ்பித்ரி' என அவசரமாகப் பெயர் சூட்டினர். சீதா அடிக்கடி அந்தக் கஞ்சித்தொட்டி ஆஸ்பத்திரிக்குப்போய் வர வேண்டியதாகிவிட்டது. அவளும் என்ன செய்வாள்? தினமும் முப்பது பேருக்குக் கூழும் கஞ்சியும் வடித்துக்கொட்டி வாடிப்போய்விட்டாள். ரத்தினம் வீட்டை

விட்டுப் போன பிறகு அவளுடைய மனம்பட்ட வேதனையை சொல்லி மாளாது. பதினாறு குழந்தை பெற்றவள் அதிலே ஒன்று இரண்டு தவறிப் போனால் வேதனையில் உழல்வது இல்லை. சில நாட்களில் மனதைத் தேற்றிக்கொள்கிறாள். ஒன்று இரண்டு பெத்தவள் அதிலே ஒன்று போய்விட்டால் கூப்பாடு போடுவாள். குழந்தை பெத் தெடுக்க வாய்ப்பு இல்லாதவள் ஒரு குழந்தையை எடுத்து வளர்த்து அது பாதியிலே போய்விட்டாள் வளர்த்தவள் என்ன பாடுபடுவாள்? சீதா நடைப்பிணமாகி விட்டாள். பிள்ளை இல்லையென்ற சிந்தனையே அவளை வாழ விருப்பமில்லாதவளாக மாற்றிக்கொண்டு வந்ததைக் கவனித்தார் வேங்கடாசலம். கஞ்சித்தொட்டி மருத்துவமனையும் விதம்விதமான நோயாளிகளையும் அதற்கான மருத்துவர்களையும் சேகரிக்கத் தொடங்கியிருந்தது. சிறு பிராயத்தில் வேங்கடாசலம் சில சமயம் அங்கே வந்திருக்கிறார். இத்தனை டாக்டர்களோ, நோயாளிகளோ அங்கே இருந்ததில்லை. அதுவும் இல்லாமல் அவர் பிறந்த சமயத்தில்தான் அந்த மருத்துவமனையும் பிறந்ததாக அவருடைய தாய்மாமன் சொல்லுவார்.

நோய் வளர்ந்ததால் டாக்டர்கள் பெருகினார்களா, டாக்டர்கள் பெருகிவிட்டதால் நோய்களும் பெருகியனவா என்ற சிறிய சந்தேகம் வேங்கடாசல நாயகருக்கு அவ்வப்போது வந்து போகும்.

ஆஸ்பத்திரியிலிருந்து வீடு வந்து, கசப்பாக இருந்த இரண்டு சுண்ணாம்பு வில்லைகள் போன்ற மாத்திரைகளையும் புட்டியில் ஊற்றித் தந்த சிவப்பு சாயம் கொஞ்சமும் குடித்துவிட்டுப் படுத்தவள் சிறிது நேரத்திலேயே தூங்கிப் போனாள்.

பரணிலே கட்டிப் போட்ட பழைய புத்தகங்களில் எனுகுல வீராசாமியின் பயண சரித்திரத்தைப் படிக்கும் ஆர்வம் அப்போது வேங்கடாசல நாயகருக்கு ஏற்பட்டது. அவருடைய படிக்கும் ஆர்வம் கர்ப்பஸ்த்ரீயின் மசக்கைக்கு ஒப்பானது. சாம்பலோ, மாங்காயோ கடித்தால்தான் ஆச்சு போல அந்தப் புத்தகத்தை அந்த ராத்திரியில் தேடி எடுத்துப் படித்தால்தான் தீரும்.

சிம்னி விளக்கை கையிலே தூக்கிக்கொண்டு நாற்காலியில் ஏறி நின்று பரண் மேல் இருந்த புத்தக மூட்டையை ஒவ்வொன்றாக இறக்கி வீராசாமி ஐயரின் புத்தகத்தைக் கண்டெடுக்க முனைந்தார். ஒவ்வொரு மூட்டையாக இறக்குவதும் அதிலுள்ள புத்தகங்களை எடுத்துப் பார்த்து, அதிலே இவ்வளவு நாளாக இதை கவனிக்காமல் போனோமே என சில புத்தகங்களை எடுத்து,

அடுத்துப் படிப்பதற்கு எடுத்துவைத்தார். மீண்டும் மூட்டையைக் கட்டி இன்னொரு மூட்டையை இறக்கிப் பார்த்தார். அதிலே சில புத்தகங்களைப் புரட்டிப் பார்த்து, எப்போதோ படித்தது இப்போது மீண்டும் நினைவுக்கு வந்ததில் சிலாகித்துப் போய் மறுபடி எதற்குப் புத்தகக் கட்டைத் தேட ஆரம்பித்தோம் என நினைவு வந்து வீராசாமியைத் தேட ஆரம்பித்தார். இரவெல்லாம் தேடி கோழி கூவும் நேரத்தில்தான் எனுகுல வீராசாமி ஐயரின் புத்தகத்தை எடுத்தார்.

அதற்குள் சீதா தூங்கியே எழுந்துவிட்டாள். "என்னத்த ராத்திரில்லாம் பெருச்சாளி மாரி கௌறிக்கிட்டு கிடந்தே?" என்றாள். அவளும் தூங்கவில்லை என்று தெரிந்தது. ரத்தினம் போனதிலிருந்தே அவளுடைய தூக்கம் கெட்டுப் போய்விட்டது.

* கஞ்சித் தொட்டி ஆஸ்பித்திரி என இன்றும் பழைய வடசென்னை மக்களால் அழைக்கப்படுகிறது. பிரிட்டிஷ் பாராளுமன்ற உறுப்பினரான லெப்டினன்ட் கர்னல், சர் ஜார்ஜ் ஃப்ரெட்ரிக் ஸ்டான்லி 1933-ம் ஆண்டு அறுவை சிகிச்சைக்கான படிப்பை இங்கு தொடங்கிவைத்தார். அவரது நினைவாக 1934-ல் இந்த மருத்துவமனைக்கும், மருத்துவக் கல்லூரிக்கும் 'ஸ்டான்லி' என்ற பெயர் சூட்டப்பட்டது. அப்போது கட்டப்பட்ட மேட்டூர் அணைக்கும் 'ஸ்டான்லி நீர்த் தேக்கம்' என்றே பெயர் சூட்டப்பட்டது.

# சித்தன்
## —15—

ரத்தினம் வீட்டைவிட்டுப்போனது, சீதாவின் உடல்நிலை, தமிழ் மக்களின் நிலம் மோசம்போனது, மக்களின் மூடநம்பிக்கை வெறி எல்லாம் சேர்ந்து நம்மால் ஒன்றும் செய்ய இயலாமல் போய்விடுமோ என்ற அச்சத்தை வேங்கடாசலத்துக்கு ஏற்படுத்தி விட்டன. சூளை விவகாரங்களை இப்போது மாரியப்பன்தான் கவனித்துவருகிறார்.

மனம் ஆயாசமாக இருந்தது. ஒரு வெறுமை சூழ்ந்த நேரத்தில் ராமலிங்கத்தின் ஞாபகம் வந்தது. சாயங்கால வேளைகளில் சில சமயம் இப்படியான வறட்சி நினைவிலே ஏற்படும்போது அதை விரட்டி அடிப்பதற்கு சில வைத்தியங்கள் வைத்திருந்தார். தேடிப் போய் ஓர் ஆர்வத்தை உருவாக்கி, வேலைகளில் முழுகுவார். வீராசாமி தெருவை நோக்கி நடந்தார். "சித்தன் இல்லையா?"

என்றார் வெளியில் நின்றபடியே.

பெரியவர் வந்திருப்பதைப் பார்த்து, ராமலிங்கத்தின் அண்ணன் சபாபதி வந்து, "உங்க சினேகிதர் இப்ப இங்க இல்லையே?" என்றார்.

ராமலிங்கம் அடிக்கடி யார் கண்ணிலும் படாமல் போய் விடுவது இயல்புதான். கோயில்களுக்கு நடையாக நடந்து சென்று கொண்டிருந்த ராமலிங்கம் கொஞ்ச நாட்களாக நாயகரின் கண்ணில் படவில்லை.

எப்போ வருவார் என விசாரித்தபோது, "ராமலிங்கம் வடலூரில் போய் தங்கிவிட்டார்" என்றார் சபாபதி.

மேற்கொண்டு பேசியதில் பல சுவையான செய்திகள் சொன்னார். வடலூரில் விவசாயிகளிடமிருந்து 80 காணி நிலத்தை பெற்று, ஏழை மக்களுக்கு வயிறார சாப்பாடு போடுகிறார் என்ற தகவலும் கிடைத்தது. நாள் முழுதும் அணையாமல் எரிந்துகொண்டே இருக்கும் அடுப்பு. அதிலே மூன்று வேளையும் உணவு தயாராகிக்கொண்டிருக்கும். ஏழைகள், பயணிகள், தேசாந்திரிகள், சகல சமயத்தவர், சகல சாதியினர் சாப்பிட்டுச் செல்லலாம் என வழி வகுத்திருக்கிறாராம். இப்படியொரு மனிதனுக்கு வலுக்கட்டாயமாகக் கல்யாணம் செய்வித்து ஒரு பெண் பாவத்தைச் சுமக்கவைத்துவிட்டார்களே என்றும் நாயகர் நினைத்தார். கல்யாணமான சில நாட்களிலேயே குடும்ப வாழ்க்கையில் நாட்டமில்லை என்று கூறிவிட்டார் ராமலிங்கம். சொந்த அக்கா மகள். பெண்ணை வந்து அழைத்துச் சென்றுவிட்டார்கள். எல்லோரும் நினைக்கிற வாழ்வை ராமலிங்கமும் வாழ வேண்டும் என நினைத்தது அவருடைய அண்ணன் செய்த பெருந்தவறு. நாயகர் அதை அந்த சங்கதிகள் நடந்த சமயத்திலேயே அண்ணனிடம் நேரடியாகவே சொல்லிவிட்டார்.

"இந்தப் பழி சித்தனுக்குச் சேராது. நீங்கள்தான் சுமக்க வேண்டும்" என்று. என்ன செய்வது? அவரும்தான் செய்வதறியாது கலங்கி நின்றார்.

வடலூரிலே 1867, மே மாசமே சன்மார்க்க சங்கப் பணி தொடங்கி விட்டதாகவும் சொன்னார். ஒரு வருஷம் தாண்டிவிட்டதே என மனதில் சொல்லிக்கொண்டார் வேங்கடாசலம். இரண்டு வருஷம் முன் செங்கல்வராயர் தோட்டத்தில் ராமலிங்க அடிகளாரைப் பார்த்தது நினைவு வந்தது. பக்கத்துத் தெருவில் இருந்த மனுஷனை ஒரு வருஷமாகத் தேடாமல் இருந்தது

அவர்மீதே ஒரு குற்ற பாவனையை ஏற்படுத்தியது. ரத்தினம் செய்த வேலை எல்லாவற்றையும் சுழற்றிப் போட்டுவிட்டது. ஏனோ மனம் ராமலிங்கத்தைக் கண்டுகொள்ளாமல் இருந்துவிட்டதற்கு வருந்தியது. அதற்கு வருந்த வேண்டிய அவசியம் இல்லைதான். அடிக்கடி கோயில், குளம் என்று சுற்றுகிறவர்தானே? மனம் போன போக்கிலே போவார், வருவார் என்றுதான் அவருடைய அண்ணனுமிருந்திருக்கிறார்.

"வர்றேம்ப்பா." முகத்தைப் பார்த்து சொல்வதற்கும் நோக்கமில்லாமல் சொல்லிவிட்டு தெருவிலே நடந்தார். அவர் தெருமுனை சென்று வலது பக்கம் திரும்பிச் செல்வதைப் பார்த்தபடி நின்றார் சபாபதி.

அந்த கணமே வள்ளலாரைப் போய்ப் பார்த்துவிட்டுப் பாராட்டிவிட்டு வர வேண்டும் என ஆவல் கொண்டார் நாயகர். கடலூர் மன்னவேடு நிலங்களை ஆராயும் வேலையொன்று பாக்கியிருந்தது. அதோடு சேர்த்து ராமலிங்க அடிகளாரையும் பார்த்துவிட்டு வரலாம் என, தன் ஆர்வத்தைச் சற்று ஒத்தி வைத்தார்.

மனதுக்குள் ஒரு வைராக்கியம் வளர்ந்தது. குடும்ப சோகங்களிலிருந்து மீண்டு செய்யவேண்டிய கடமைகள் தனக்கு முன்னால் பரந்து கிடப்பதை நினைத்துப் பார்த்தார். ஆஸ்பத்திரி சாலையில் பெரும் ஈடுபாடு இன்றி நடந்தார்.

ஏழு கிணறுக்கும் கஞ்சித்தொட்டி ஆஸ்பத்திரிக்கும் இடையிலே இருந்த சாலையில் மாட்டுவண்டிகள் போய்க்கொண்டிருந்தன. அரிதாக ஒன்று இரண்டு மோட்டார் கார்கள். மாடு இழுக்காமல் அது எப்படி ஓடுகிறது என்பதே மக்களுக்கு இன்னும் புரியாமல் இருந்தது. ஆனால், கரிப்புகையைக் கக்கிக் கொண்டு ஓராயிரம் மாட்டு வண்டிகள் கணக்காய் ரயில் பாதையில் ஓடிக்கொண்டிருக்கும் அசுர வாகனத்தைப் பார்த்த பின்னர், மோட்டார் வாகனங்களின் திறமையில் மக்களுக்கு ஆச்சர்யம் குறைந்துதான் வருகிறது. கஞ்சித்தொட்டி ஆஸ்பத்திரிக்கு வடக்காலே ரயில் ரோடு. ராயபுரத்திலே இருந்து ரயில் கூவிக்கொண்டு கிளம்பினால் பெத்த நாயக்கன் பேட்டையே அல்லவா அலறுகிறது? நாயகர் தன் தன் தலைக்கு மேலே குடையைக் கவிழ்த்துக்கொண்டு யோசனையில் நடந்து கொண்டிருந்தார்.

விக்டோரியா ராணிக்கு எழுதிய கடிதம் போய்ச் சேர்ந்திருக்குமா? இடையில் இருக்கும் பூசாரிகள் கிழித்துப் போட்டு

விடுவார்களா என்பதுதான் யோசனையின் புள்ளி.

"வாத்தியாரே, உங்களப் பாக்கணும்னுதான் வந்துட்டு இருக்கேன்."

குரல் கேட்டு, குடையை ஒரு பக்கம் சாய்த்து தலை உயர்த்திப் பார்த்தார்.

"சதாசிவமா? எப்படியிருக்க கண்ணா?"

"நல்லா இருக்கேன் வாத்தியாரே..."

"என்ன சொல்லுடா?"

"கடை போடலாம்னு..."

"கடைன்னா?"

"சுண்ணாம்பு வாங்கி விக்கலாம்னு."

"அட.... அதுக்கின்னாடா. எவ்வளவு சுண்ணாம்பு வேணுமோ வாங்கிக்க. நாலு பேரா சேர்ந்து செய்ங்க. தனியா முடியுமா உன்னாலா?"

"முடியும் வாத்தியாரே."

"சரி அப்பிடித்தான் செய்யி. யாரெல்லாம் கடை போடணும் சொல்லுங்க. என்னால ஆனத செய்றேன்."

"நீங்க ரொம்ப படிச்சவங்க. உங்க மனசு யாருக்கும் வராது."

"பாத்துக்கலாம்டா... வீட்டுக்கு வந்து பாரு."

"சரிங்க ஐயா."

"இல்லாட்டா சூளைக்குப் போ. அங்க மாரியப்பனைப் பாத்து கேளு. அவனே சுண்ணாம்புக்கு ஏற்பாடு செஞ்சுடுவான். என்னோட கணக்கு புள்ளைகிட்டயும் சொல்லி வெக்கிறேன்" என்றார் கூடுதலாக.

நாயகர், தான் சம்பாதிப்பது எல்லாமே தனக்கு மட்டுமே செலவாக வேண்டும் என நினைப்பவரில்லை. ஊர்க்கிணறு போல அவர் மனசு. இருக்கும் ஒவ்வொரு துளியையும் மக்களுக்கே செலவு செய்பவர்.

பெத்தநாயக்கன் பேட்டை ஏழு கிணறுகளும்* அவருடைய மனசும் ஒன்றுதான். அதனால்தானோ என்னவோ ஏழு கிணற்றின் பின் பக்கத்திலேயே அவருடைய வீடும் இருந்தது.

"ஏழு கிணறு மாதிரிதாங்க உங்க மனசு" என்று சொல்ல வந்தவர்களும் உண்டு.

தமிழ்மகன் | 111

*பெரியவர் அதையெல்லாம் காதில் வாங்கிக்கொள்ள மாட்டார். "தண்ணி இருந்தாத்தானே அது கிணறு. அப்படிப் பாத்தா பத்து கிணறுன்னு இல்ல இந்த பேர் வந்திருக்கணும்? பத்து தோண்டினதுல ஏழுலதான தண்ணி கிடைச்சது?" என்பார்.*

• சென்னைக்குத் தேவைப்பட்ட தண்ணீர் தேவைக்காக 1772-ம் ஆண்டு பேகர் எனும் ஆங்கிலேயத் தளபதியால் பத்து கிணறுகள் தோண்டுவதாகத் தீர்மானிக்கப்பட்டன. பதினாறு அடி விட்டத்தில் 23 முதல் 29 அடி வரையிலான ஆழத்தில் பத்துக் கிணறுகள் வெட்டப்பட்டன. அந்தப் பத்துக் கிணறுகளில் மூன்றில் போதுமான தண்ணீர் இல்லாததால், ஏழு கிணறுகள் மட்டுமே எஞ்சின. அவர் அரசாங்கத்துடன் செய்த ஒப்பந்தப்படி சென்னை ஜார்ஜ் கோட்டையில் சுமார் 6,000 பேரின் தண்ணீர் தேவையை ஏழு வருடங்களுக்கு தீர்த்தார். 1782-ம் ஆண்டு இந்த ஏழு கிணறு தண்ணீர் சேவையை கிழக்கிந்திய அரசாங்கம் 10,500 ரூபாய் விலைக்கு வாங்கிக்கொண்டது.

## காந்தவராயன் கதை
### 16

பெரிய கோட்டைச் சுவர். அந்தக் கோட்டைச் சுவரை ஒட்டிய நீண்ட செம்மண் சாலையில் பொட்டி வண்டியில் பயணம் செய்துகொண்டிருந்தார் வேங்கடாசலம். முடிவில்லாத நீண்ட சுவரும் கூடவே வருவதுபோல இருந்தது. கொடிய கோடைக் காலம். சாலையிலே கானல்நீரின் மாய நடனம். மண்ணில் பட்டுத் தெறித்த கிரணம் பார்வையைக் கூசும்படி செய்தது.

திருவிடைச்சுரம் பகுதியிலே நத்தம் பகுதி நிலம் எதுவும் காணக் கிடைக்கவில்லை. ஊர்க் கணக்குப் பிள்ளைகளும் 'மன்னவேடு நிலங்கள்' என்றே சுத்துப்பட்டு கிராம நிலங்களைக் குறித்து வைத்திருந்தனர். அதிலும் கண்ணையா பிள்ளை தெளிவாக சொல்லிவிட்டார். செங்கல்பட்டிலே மொத்தம் 249 நத்தம், 408

மன்னவேடு, 52 நன்மங்கலம் என்று. 49 நத்தத்திலே செங்கல்பட்டு, திருப்போரூர் பகுதியிலே ஒரே ஒரு நத்தம் மட்டுமே உண்டு என்று தேங்காய் உடைத்துக் காட்டியது போல சொல்லிவிட்டார்.

கண்ணையா பிள்ளை தெளிவான மனிதர். கிராம வரிக் கணக்கு வழக்கிலே மனிதன் ஜித்தன். அடித்துக்கொள்ள ஓர் ஆளும் இல்லை. விரல்நுனியில் அத்தனை விவரம் வைத்திருந்தார். தாமஸ் மன்றோ காலத்தில் இத்தகைய ஆசாமி ஒருவர் எடுத்துச் சொல்லியிருந்தால், இந்தத் தொண்ட மண்டலத்திலே இப்படி ஒரு பிரச்னை ஏற்பட்டிருக்காது. எந்த நிலம் யாருக்கு பாத்தியதைப் பட்டது என்பதை அறியாதவர்களும் அல்லது அறிந்திருந்ததால் அதை அவர்கள் பெயருக்கு மாற்றிக்கொள்ள விரும்பியவர்களும் சேர்ந்து செய்த குழப்படிகள் எந்தக் காலத்திலும் சீர்ப்படுத்த இயலாத சிக்கு முடியாக மாறிப் போய்விட்டதை எண்ணினார். அது இந்த வெயிலின் தாக்கத்தை மேலும் அதிகரித்து, மண்டைச்சூட்டை ஏற்படுத்திவிட்டது. நிழலே விழாத நெட்டுக்குத்து வெயில்.

“மாணிக்கம், அதோ அந்த வீட்டண்டை கொஞ்சம் நிறுத்துடா. வெய்ய தாழ்ந்ததும் போவலாம். குடிக்கத் தண்ணி கொஞ்சம் கேட்டு வாங்கியா... கூழ் கொஞ்சம் குடிச்சுட்டுப் படுக்கலாம்” என்றார்.

மாணிக்கத்துக்கு என்று ஒரு கோரிக்கையும் இருக்காது. மயிலக்காளையும் அவனும் ஒன்றுதான். அது ‘கொஞ்சம் நின்று போகலாம். தாகமாக இருக்கிறது’ எனச் சொன்னதில்லை. அவனும் சொன்னதில்லை. மாணிக்கம், வீட்டையொட்டியிருந்த அகன்ற நிழல் பகுதியில் மாட்டை நிறுத்தி, மாட்டின் கழுத்துப் பூணை அவிழ்த்தான். அதற்குள் வண்டியிலிருந்து நாயகரும் கீழே இறங்கி உடம்பை முறுக்கி ஆசுவாசப்படுத்திக்கொண்டார்.

ஏதோ வண்டி வந்து நிற்பதையும் அதிலிருந்து வெள்ளையும் சொள்ளையுமாக ஒரு பெரியவர் இறங்கி நிற்பதையும் பார்த்துவிட்டு வீட்டுக்குளிருந்து ஒருவர் வெளியே வந்து, “என்ன வேணுங்க... யாருங்க?” என்றார். சிறிய ஓட்டு வீடு. விட்டுக்கு முன்புறத்திலே கதவுக்கு இரண்டு பக்கமும் நீண்ட திண்ணை, வீட்டின் அகலம் வரை விரிந்திருந்தது. இப்போதுதான் காடு கழனியிலிருந்து சாப்பிட வந்தவர்போல இருந்தார். தோளில் போட்டிருந்த துண்டை எடுத்து முகத்தில், கக்கத்தில் பூத்திருந்த வியர்வையை துடைத்துக்கொண்டார்.

“ஐயா நான் பட்டணத்தில இருந்து வர்றேன். பாயக்காரி

ஏஜென்ட்டு. ரயத்துவாரி முறையில சில சிக்கல் வந்துடுச்சுங்க. அது சம்பந்தமா விசாரிக்க வந்தேன்.” வேங்கடாசல நாயகர் ஓர் அவசர அறிமுகம் செய்துகொண்டார்.

வீட்டுக்குள்ளிருந்து வந்தவருக்கு அந்த விளக்கம் புரியவும் இல்லை. தேவைப்படவும் இல்லை.

“நீங்க சொல்றது வெளங்கலைங்க. சாப்பாட்டு நேரம் ஆகிப்போச்சு. வந்து சாப்புடுங்க” என்றார்.

“பயணப்படும்போதே கூழ் எடுத்துக்கிட்டேன். எங்களுக்கு இருக்கு. நீங்க சாப்பிடுங்க.”

“நான் சாப்பிட்டேங்க. மோராச்சும் கொஞ்சம் குடியுங்களேன். கோமளா...” என வாசப்படி நோக்கிக் குரல் கொடுத்தார்.

கோமளா அவர் சம்சாரம் எனத் தெரிந்தது. பெரிய திலகமிட்ட, சிவந்த, குட்டையான பெண்மணி. பெரிய செம்பு நிறைய மோர்கொண்டு வந்தார். போகிற இடங்களிலெல்லாம் ஜனங்களின் உபசரிப்புக்குக் குறைச்சலில்லை. ரயத்துவாரியில் நடந்த முறைகேடுகளால் இந்த ஜனங்களுக்குக் கிடைக்க வேண்டிய மன்னவேடு நிலங்கள் கிடைத்திருந்தால், இந்த உபசரிப்புகள் இன்னும் தடபுடலாக இருந்திருக்கும். இந்தக் கருப்பிலும் மோரும் நீசத்தண்ணியுமாவது கொடுத்து நெஞ்சை நனைக்க நினைக்கிற ஈரம் மக்களிடம் இருப்பது மீண்டும் மழை வரும் என்ற நம்பிக்கையைத் தந்தது.

“உக்காருங்க... உங்க பேரச் சொல்லுங்க. வழியில ஒரு கோட்டைச் சுவர் பாத்தேன். அது என்ன கோட்டைங்க?” பேச்சுக் கொடுத்தார் நாயகர்.

“எம் பேரு கணேச நாயகருங்க. நீங்க பாத்தது காந்தவராயன் சேந்தவராயன் கோட்டைங்க.”

“சொல்லுங்களேன் கேப்போம்.”

சொல்வதற்கு ஏதுவாக மேல் துண்டை உதறி மரத்தடியில் போட்டு, “நீங்க உக்காருங்க” என்றார்.

“என் துண்டு இருக்கில்ல?” என்றபடி துண்டை விரித்துப் போட்டு உட்கார்ந்து, “நீங்க உக்காருங்க” என்றார் வேங்கடாசலம்.

இருவரும் பேச உட்கார்ந்துவிட்டதால் மாணிக்கம், மயிலக் காளையை அவிழ்த்து காவாய் பக்கம் கூட்டிப்போய் தண்ணீர் காட்டிவிட்டு வந்து நுகத்தடியில் கட்டிவிட்டு, கொஞ்சம் வைக்கோல் பிடுங்கிப் போட்டான்.

“செங்கல்பட்டுக்குக் கிழக்கில் திருப்போரூர் சாலையில் வல்லத்திலிருந்து கிட்டத்தட்ட நான்கு மைல் தூரத்தில திருவடி சுரம்னு ஊர்ப் பேரு. சிவன் கோயில் பிரசித்தம். இந்தக் கோயில மையமா வெச்சுத்தான் அவங்க அரசாண்டாங்க.”

“யாரு?”

“காந்தவராயனும் சேந்தவராயனும். அந்தா தெரியுதே மலை... அதுவும் இதோ இந்தப் பக்கம் தெரியுதே இன்னொரு மலை... அது ரெண்டும்தான் அவங்க பலம். இந்த ஊருக்கு அந்தக் காலத்துல திருவிடைச்சுரம்னு பேராம்.. இதை தலைநகரா வெச்சு ஆட்சி புரிந்துவந்த குறுநில மன்னருங்கதான் இந்த காந்தவராயன் சேந்தவராயன். அண்ணன், தம்பிங்க.

காந்தவராயன் சேந்தவராயன் கோட்டை... அது இருக்குமே ஒரு நூறு அடி உசரம்... கிழக்கிலியும் மேற்கிலியும் 2000 அடி நீள மதில் சுவர்னா பாத்துக்கங்க. கோட்டைய சுத்திக் கிட்டத்தட்ட 50 அடி ஆழத்துல அகழி. அகழிய அடுத்து கோட்டை மதில் செவுரு. அத தாண்டினா அரண்மனை.

அது 16-ம் நூற்றாண்டுல கிருஷ்ண தேவராயனின் முப்பாட்டன் குமாரகம்பண்ணன், எப்ப படைவீட்டை அழிச்சு ஒழிச்சானோ அப்பவே தமிழ்நாடே தெலுங்கு அரசன் ராஜ்ஜியமா போயிடுச்சு. ஒட்டுமொத்த தமிழ்நாடும் கிருஷ்ண தேவராயரின் ஆளுமையில இருந்துச்சு. கிட்டதட்ட தமிழ்நாட்ல எல்லா ராஜாக்களும் ராயருக்கு கப்பம் கட்டிட்டு இருந்தாங்க. கப்பம் கட்டாத சொற்பம் பேர்ல இந்த அண்ணன் தம்பிங்க ரெண்டு பேருமிருந்தாங்க. கொடையாளர்களா, வீரமிக்கவர்களா இருந்தாங்க.*

இவங்கசிறப்பான ஆட்சிய கொடுத்துட்டிருக்கும் அதேநேரத்துல அந்தப் பகுதியில அமர்த்தப்பட்டிருந்த வெள்ளாள பிரபுக்கள் காந்தவராயன் ஆட்சிக்குக் குந்தகம் பண்ணிக்கிட்டிருந்தாங்க. ராயன், வெள்ளாளரப் புடிச்சான். அவங்களுக்கு இங்க மன்னவேட்டுல வெவசாயம் செஞ்சுகிட்டிருந்தவங்களைக் காலி பண்ணனும்னு வெகு நாளா வைராக்கியம். ராயரின் கோவமும் வெள்ளாளரின் வைராக்கியமும் கூட்டு சேர்ந்துடுச்சு.

இவங்க தொடர்ச்சியா கப்பம் கட்ட மறுத்துவரும் சேதியும் வெள்ளாள பிரபுகள் காந்தவராயனை கறுவிக்கிட்டு இருக்கிற சேதியும் அரசர் கிருஷ்ண தேவராயருக்குப் போச்சு. அவன் வரி கேட்டுப் பார்த்தான். அண்ணன், தம்பி ரெண்டு பேரும் கப்பம் கட்ட முடியாதுனு திட்டவட்டமா சொல்லிட்டாங்க.”

"தமிழ்நாட்டையே ஆண்டு கிட்டு இருந்தவன் சும்மா இருப்பானா? போரெடுத்து வந்து சிறைபிடிச்சுட்டானா?" என வேகமாகக் கதையை முடிக்கப் பார்த்தார் வேங்கடாசலம்.

"பெரியவரே... அவ்ளோ சுளுவா பிடிச்சுட முடியுமா? அவசரப்படுறீங்களே?" என்றார்.

"கடும் கோபமடைந்த கிருஷ்ண தேவராயர், உடனே உய்யாள்வார் பாளையக்காரரை அனுப்புனார். காந்தவராயன், சேந்தவராயனை வென்று சிறைபிடிக்கணும்னு கட்டளை போட்டுட்டாரு. திருவிடைச்சுரத்தை முற்றுகையிடுகிறார் உய்யாள்வார் பாளையக்காரர். கடுமையான போர். உங்க வூட்டுப் போர், எங்க வூட்டு போர் இல்ல. கிட்டத்தட்ட ஆறு மாசம் நடந்துச்சு. காந்தவராயனை நோக்கி ஒரு அடிகூட முன்னேற முடியல. பின்வாங்குது உய்யாள்வார் படை. காந்தவராயன் சேனையின் உக்கிரத் தாக்குதலைத் தாக்குப்பிடிக்க முடியாம சிதறி ஓடுது எதிரிங்க படை. உய்யாள்வார் பாளையக்காரர், விஜயநகரம் நோக்கி விரட்டப்படுறார்.

உய்யாள்வார் பாளையக்காரரின் தோல்வியை அறிந்து கிருஷ்ண தேவராயருக்கு கோபம் பீறிடுகிறது. காந்தவராயன், சேந்தவராயனது திமிரை அடக்கி, கைதுசெய்து அழைத்துவர ராம ராயர் என்பாரை ஒரு பெரும் படையோட அனுப்புறார் கிருஷ்ண தேவராயர்.

ராம ராயரின் முழுப்பெயர் அலிய ராம ராயர். இவரு வேற யாரும் இல்ல... கிருஷ்ண தேவராயரின் மூத்த மருமகன். ராம ராயர் சாமர்த்தியக்கார தளபதி. திறமையான ராஜதந்திரி. கிருஷ்ணதேவ ராயரோட பல கெலிப்புகளுக்குக் காரணம் இந்த ராம ராயர்தான்.

அப்பேர் கொத்த ராம ராயர் தலைமையில ஒரு பாரீய படை திருவிடைச்சுரத்துக்கு வந்துச்சு. அங்க முகாமிட்டு கோட்டைய பாத்தாரு ராம ராயர். கோட்டையோட வளமையக் கண்டு மிரண்டுபோறார். அகழிய கடந்து, மதிலைத் தாண்டி கோட்டையப் புடிப்பது சாத்தியமானதாக ராம ராயருக்குத் தோணலை. மனச திடம் பண்ணிக்குனு போருக்குத் தயாராறார். கிருஷ்ண தேவராயரின் தளபதியாச்சே பயந்தா நல்லாருக்குமா?

கோட்டையிலிருந்து, காந்தவராயனின் ஆணைக்கிணங்க சேந்தவராயன் தலைமையில ஒரு படை தயாராவுது. போர் தொடங்குச்சு.

காந்தவாராயன் சேந்தவராயன் போர் சமாசாரமே வேற.

அதோ தெரியுது பாருங்க மலைங்க. அதுதான் அவங்க பலம். அவங்க போர் முரசு கொட்டினா, அது எந்த மலையில இருந்து வருதுன்னே அனுமானிக்க முடியாது. இந்த மலையில இருந்து வர்றாங்கன்னு போனா, அங்க இருக்க மாட்டாங்க. இங்கருந்து வருதுன்னு போனா, அங்க இருக்க மாட்டாங்க. மாறி மாறி பத்து இடத்துல போர் முரசு எதிரொலி குடுக்கும். எங்கன்னு போவான் ராம ராயன்? பத்து எடத்துல முரசு சத்தம் கேக்குது. நாலா பக்கமும் படை சிதறி ஓடுச்சே தவிர, ஆள் எங்கருக்கானு கண்டுபிடிக்க முடியல. இங்கயும் அங்கயும் ஓடி ஓடி ஓஞ்சு போயிட்டான் ராம ராயன்... ஹக் ஹக் ஹக்" எனச் சிரிக்க ஆரம்பித்தார் கணேச நாயகர்.

"நேர்ல பாத்தா மாதிரி சொல்றீங்களே?"

"எங்க தாத்தன் பூட்டன் நேர்ல பாத்து சொன்னதுதானுங்களே? நடந்தத கூத்து கட்டி அப்படியே சொல்லுவாங்க. எரநூறு முந்நூறு வருஷமா திருவிழான்னா அதுதான? நேர்ல பாக்கறதவிட சிறப்பா இருக்கும் அது!"

"அவங்க சொன்னதுல பாதியாவது நடந்திருக்கும்னு சொல்லுங்க."

"மறுபடி அவசரப்படறீங்களே... அப்ப நடந்ததுல பாதியத்தான் என்னால சொல்ல முடியுதுன்னு சொல்றேன்... நீங்க வேற."

இந்த முறை அத்திப்பாக்கம் வேங்கடாசல நாயகர் பூரித்துச் சிரித்தார்.

"ரெண்டு பக்கமும் ரோஷமா அடிச்சுக்குறாங்க. சேந்தவராயனை வெல்றது லேசுபட்ட காரியமா... என்ன? இடி வுழுந்த கதையா நெல குலைஞ்சு போச்சு ராம ராயர் படை. போர்ல தோத்துப் போன ராம ராயரை கைதுசெஞ்சுட்டாங்க.

போர்ல ஜெயிச்சு கிருஷ்ண தேவராயனுக்கு சேதி அனுப்புனாங்க காந்தவராயனும் சேந்தவராயனும். வார்த்தைல இல்ல... ஓலைச்சுவடி இல்ல. எதுமே எழுதல. ராம ராயர்தான் ஓலைச்சுவடியே. ஆமா... எப்படின்னா ராம ராயருக்கு மொட்டை அடிச்சு, தலைமயிரை மூணா பிரிச்சு கரும்புள்ளி, செம்புள்ளி குத்தி, கழுதைமீது பின்பக்கமா ஒக்கார வெச்சு விரட்டியடிச்சாங்க கிருஷ்ண தேவராயர நோக்கி.

சிங்கத்தின் குகைக்குப் போயி சிங்கத்தை வெல்றது என்ன அவ்வளோ சுளுவா? வீர வேங்கைங்களாச்சே காந்தவராயனும் சேந்தவராயனும். வெற்றிக் கனவு கண்ட கிருஷ்ண தேவராயனுக்கு

பேரதிர்ச்சியா போச்சு. ராம ராயருக்கு ஏற்பட்ட முடிவ எதிர்பார்க்கல.

எவ்வளவு முயன்றும் அவர்களை வெல்ல முடியாததால் செய்வதறியாது கோபத்தில கொந்தளிச்சுக்கிட்டிருந்தார் கிருஷ்ணதேவ ராயர். விஜயநகரப் பேரரசின் பொற்காலம்னா அது கிருஷ்ண தேவராயர் காலம்தான். அவர் காலத்தில தான் மாபெரும் பேரரசாக விளங்கியது விஜயநகரப் பேரரசு. அப்பேர்ப் பட்ட பேரரசை எள்ளி நகையாடினாங்க நம் காந்தவராயனும் சேந்தவராயனும்.

நேருக்கு நேர் நின்று எமனை எதிர்க்க முடியுமா? அதுவும் அவர்களது கோட்டையில். அவர்கள் வீரர்கள், அவங்களை நேரடியா மோதி வெல்ல முடியாதுன்னு அறிஞ்சு தவிச்சார். கணவனின் துயர்போக்க யோசனை ஒண்ணு தெரிவிச்சா விஜயநகர பேரரசியாகிய கிருஷ்ண தேவராயரின் மனைவி. மனைவியின் யோசனை பிடித்துப்போக, மாவீரர்களைக் கொலை செய்ய சூழ்ச்சியில எறங்கினார் தோல்வியால் துவண்ட கிருஷ்ண தேவராயர்.”

“அது என்னது?”

“தாசிகுல தேவதை, பார்ப்போர் மதி மயங்கும் பேரழகி, அழகுன்ன அழகு அப்படியொரு அழகியான விஜயநகரத்து எழிலி குப்பிச்சியை அழைத்துவரப் பணிச்சார் கிருஷ்ண தேவராயர். வந்த குப்பிச்சியிடம், “காந்தவராயன் சேந்தவராயன் ஆகிய ரெண்டு பேரோட தலையக்கொண்டுவந்தா ரெண்டு லட்சம் பொன்னும், ஒருவரது தலையக்கொண்டுவந்தா ஒரு லட்சம் பொன்னும் தர்றதா ஒப்பந்தம் செஞ்சார்.

குப்பிச்சிக்கு தேவையான உதவிகளைச் செய்யுமாறு உய்யாள்வார் பாளையக்காரரையும் வெள்ளாள பிரபுக்களையும் பணிச்சார் கிருஷ்ணதேவ ராயர். உய்யாள்வார் பாளையக்காரர், வெள்ளாள பிரபுக்கள் உதவியோட திருவிடைச்சுரம் அடைஞ்சு அரண்மனையினுள் நுழைஞ்சா குப்பிச்சி.

குப்பிச்சி சீவி சிங்காரிச்சு அழகால காந்தவராயனை மதி மயங்க செஞ்சுட்டா. குப்பிச்சியின் அழகில் மயங்கிய காந்தவராயன் கோட்டையிலிருந்து சற்றுத் தொலைவுல ஒரு குன்று மேல அரண்மனைக்கு ஒப்பானதொரு மாளிகைய கட்டி, அவளை அங்கே குடிவெச்சுட்டான். இன்னைக்கும் அந்த இடத்துக்கு குப்பிச்சி குன்னுன்னுதான் பேரு.

சமயம் பார்த்து உணவுல நஞ்சு சேர்த்து காந்தவராயனை

கொலை செஞ்சா குப்பிச்சி. யாருக்கும் அஞ்சாத சிங்கமென வாழ்ந்தவன் பெண்ணழகுல மயங்கியதால பிணமா கிடக்கிறான். எதிரி யாரா இருந்தாலும் எடது கையால தட்டிவிட்டவனை கொன்னு போட்டா குப்பிச்சி. வந்தவேலை முடிஞ்சதுன்னு தலைய எடுத்துக்கிட்டு கிருஷ்ண தேவராயனைப் பார்க்கப் போனா.

வெட்டப்பட்ட காந்தவராயனின் தலையைப் பாத்த கிருஷ்ண தேவராயன் மனம் மகிழ்ந்துபோனான். ஒரு லட்சம் பொன்னையும் கொடுத்து, ஏகப்பட்ட பொருளும் வசதியும் செஞ்சுகொடுத்தான் குப்பிச்சிக்கு.

விஜயநகரம், காந்தவராயன் செத்தான்னு கோலாகலமாயிருக்க, தமையனின் இறப்பைக் கேட்டு துடிதுடிச்சுப் போறார் சேந்தவராயன். அண்ணன் மேல அப்பேர் கொத்த பாசம். வெறிகொண்ட வேங்கையா குப்பச்சியை வஞ்சம் தீர்க்கவும் ஏவியவனை ஏறி மிதித்து சங்கை நெரிக்கவும் கடுங்கோவத்துடன் காட்டாற்றைப்போல வெறிகொண்டு தேடினான்.

பிடிபட்ட குப்பிச்சி, அவளோட வூட்டார், உறவினர், அவகூட வந்த தாசிகளையும் சிறைப்பிடிச்சு அங்கருந்த ஏரியில தலையைத் துண்டிச்சு வீசினார் சேந்தவராயன். ஒருத்தர விடல. எல்லார் தலையையும் வெட்டி ஏரியில வீசிட்டார். ஏரி முச்சூடும் ரத்தமா மாறிப்போச்சு. அந்த ஏரி பேரே பிண ஏரின்னு மாறிப்போச்சு. போற வழியில பாப்பீங்க."

"தெற்கால இருந்துச்சே... அந்த ஏரியா?"

"அதுதான்..."

"கதைய சொல்லுங்க."

"சேந்தவராயன் வெறி அடங்காம, கோபம் குறையாம கிருஷ்ண தேவராயனை எதிர்கொண்டார். கிருஷ்ண தேவராயர் பெரும் படையுடன் வந்து சேந்தவராயனை வென்றார். அதுக்கு நூறு வருஷம் முன்னாடிதான் நம்ம சம்புவராயரை, அவருடைய முப்பாட்டன் கம்பண்ணன் காலி பண்ணான். அதே கதைதான்."

"உண்மைதான்... இங்க எல்லைக் கல்லுல ஆக்ஞா சக்கரம் இருக்குமா, சூலம் இருக்குமா, குள்ள பிராமணன் இருக்குமா?" என்றார் வேங்கடாசலம்.

"கோயில், எல்லைக் கல்லு எல்லாம் சக்கரம்தான் இருந்துச்சு. இப்ப அத்தையெல்லாம் தோண்டி கெடாசிட்டானுங்க. மன்னவேடு நிலங்கிறீங்களே, அப்பவே அது கைமாறிப்

போச்சு. ரெட்டியார், வெள்ளாளர் ஆதிக்கமாச்சு. நாமல்லாம் கூலிக்கு மாரடிக்க ஆரம்பிச்சோம். அப்புறம் நவாபு வந்தாங்க. அவங்களுக்கும் இந்த நிலம் யாருக்கு உரிமைன்னு தெரியல. யார் நிலத்தைப் பறிச்சுக்கிட்டாங்களோ அவங்களையே மிட்டா மிராசுன்னு நியமிச்சுட்டாங்க. இப்ப வெள்ளைக்காரங்களும் அதே தப்ப பண்றாங்க." கணேச நாயகர் தான் புரிந்துகொண்ட வரலாற்றை முத்தாய்ப்பாக சொன்னார்.

வேங்கடாசல நாயகர் இதுநாள் வரை கவர்னர், அதிகாரிகளுக்குச் சொல்லிவந்த மன்னவேடு நில உரிமைக்கு கணேச நாயகரின் வாக்கு பெரிய ஆதாரமாக இருந்தது.

"மன்னவேடு பாத்தியதை, நத்தம் பாத்தியதைலாம் தெரியுமா உங்களுக்கு?"

"தெரிஞ்சு என்ன பண்றதுங்க? நத்தம் ரெண்டு ஊருகூட இல்ல இந்த ஜில்லாவுல. மத்ததெல்லாம் மன்னவேடுதான். ஆனாக்கா எதுவுமே நம்ம கையில இல்லீங்களே? பாயக்கார குத்தகைதானேங்க. எங்க குடும்பத்துல நானு, எம் பொஞ்சாதி, மூணு பையன், மூணு மருமக... பேரன், பேத்தி எல்லாரும் ராவும் பகலும் வயல்ல வெயில்ல கிடந்து பாடுபட்டாலும் வரிகட்ட முடியலைங்களே... மிராசு வாரம்னு நூறு மூட்டை நெல்லு வெளஞ்சா 75 மூட்டை தூக்கிட்டு போறானுங்க. இத்தனைக்கும் நமக்கு எல்லாமே நீர்ப் பாசனம் இல்லாத மோட்டு நிலம். என்ன வெளஞ்சிடும் சொல்லுங்க நாயகரே?"

கனிவுடன் அவருடைய முகத்தைப் பார்த்தார் நாயகர். சற்று முன் வீராவேசம் பேசி வெற்றிக்கதை கதைத்த கணேச நாயகர் அங்கே இல்லை. நொடியில் அவர் முகம் இயலாமையில் வாடிவிட்டது.

*இந்த இரண்டு மன்னர்களுக்கும் கிருஷ்ண தேவராயனுக்கு மிடையேயான சண்டையைப் பற்றி M.N. காத்தமுத்து, 'கிருஷ்ணதேவராயன் சேந்தவராயன் சண்டை' என்ற நாடகமாக எழுதியிருக்கிறார். கவிஞர் சுரதா 'வன்னியவீரன்' என்னும் காப்பியமாக எழுதியிருக்கிறார். "மெக்கன்ஸி குறிப்பு" - Mackenzie Manuscripts Vol-II, 'Thiruvidaicchuram Kottaiyanda Kandavarayan, Sendavarayan' - 1815) தெரிவிக்கின்றது.

* இவர்களுடைய கொடை வளத்தையும் ஆளுமையையும் 'திருக்கை வளம்', 'காந்தவராயன் கலம்பகம்', 'சேந்தவராயன் போர்க்கெழுவஞ்சி' போன்ற நூல்கள் தெரிவிக்கின்றன.

## ராஜாவின் மனைவிமார்கள்
### 17

மணிக்கு ஆறு மைல் தூரம் கடந்தாலும் 40 மைல் தூரம் போக ஏழு மணி நேரம் ஆகும். செங்கல்பட்டிலிருந்து சென்ன பட்டணத்தின் தூரம் அது. அந்திப்பொழுதில் கிளம்பினால் சந்திப் பொழுதுக்குள் சென்னப் பட்டணம் போய் சேர்ந்துவிடலாம். மயிலான் எதற்கும் சளைத்தவன் இல்லை போல கழுத்து மணி கிணுகிணுக்க நடை போட்டுக்கொண்டிருந்தான். படியாள், "செங்கல்பட்டு தாண்டி கொஞ்சம் நின்னு போகலாம் ஐயா" என்றான்.

"மயிலான் சிரமப்படாம இருந்தா போதும். அது உனுக்குத்தான் தெரியும். எனக்கு அவசரமில்ல. வெயில் நேரத்தில பயணம் வேணாம்னு நினைக்கிறேன்."

"வெயிலுக்கு முன்ன போயிடலாம் சாமி."

"டேய்?"

"போயிடலாம் ஐயா."

"எத்தன வாட்டி சொல்றது உனுக்கு?"

"அப்படியே பழகிப் போச்சுயா."

கரடு முரடான சாலையில் மாட்டுவண்டியின் இருசு உழலும் சத்தமும் சக்கரத்தில் கல் உராயும் சத்தமும் மட்டும் கேட்டபடி இருந்தன. வேங்கடாசல நாயகரின் சிந்தனைக்கு இசை சேர்ப்பு போல இருந்தது அந்தக் கரடு முரடான சத்தம்.

காடா விளக்கு வெளிச்சத்தில், வண்டிக்குள் மீச்சிறு வெளிச்சம் வண்டியின் ஆட்டத்துக்கு ஏற்ப அலைபாய்ந்தது.

வேங்கடாசல நாயகர் தன்னுடைய தஸ்தாவேஜுகளுடன் கலந்து கிடந்த அந்தத் துணிப்பையை எடுத்தார்.

1772-ம் ஆண்டில் எடுக்கப்பட்ட ஒரு நிலம் சம்பந்தமான குறிப்பை கலெக்டர் பார்மர் அவருக்குக் கொடுத்திருந்தார். செங்கல்பட்டு பகுதியில் நிலம், விவசாயம், மக்கள்தொகை உள்ளிட்ட விவரங்களைக் கணக்கெடுப்புச் செய்து அவற்றை நுணுக்கமாகக் குறித்துவைத்திருந்தார்கள்.

திருப்போரூர், வடக்குப்பட்டு ஆகிய இரண்டு பகுதிகளைச் சேர்ந்த விவரங்கள் மட்டும் தொகுக்கப்பட்டு, ஆங்கிலத்தில் அறிக்கையாக வெளியிடப்பட்டிருந்தது.

இவருக்கு இருக்கும் தாகத்தையும் நியாயத்தையும் உணர்ந்து அந்த அறிக்கையை பார்மர் அவரிடம் வழங்கியிருந்தார்.

செங்கல்பட்டு பகுதியைச் சேர்ந்த சுமார் ஐயாயிரம் கிராமங்களில், இரண்டாயிரம் கிராமங்களின் கதைகள் அதிலே இருந்தன. இப்போது காண்கிற செங்கல்பட்டு கூலி விவசாயிகளின் கதியைவிட மோசமான நிலைமையைச் சொல்லும் சத்தியபூர்வமான சரித்திரம். அந்த கிராமங்களில் இருந்த மொத்த விவசாய பூமி எட்டு லட்சம் காணி. அதிலே காடு, கரடு, மலை, நீர்நிலைகள், குடிசை, தரிசு எல்லாம் போக, விவசாயத்துக்கு லாயக்குப்பட்ட பாசனமுள்ள பகுதி மூன்று லட்சம் காணி. 1,600 கிராமங்களில்தான் மக்கள் வசித்தனர். அவற்றில் 65 ஆயிரம் குடும்பங்கள் இருந்தன.

அதிலே மூன்றிலே ஒரு பங்கு வன்னியர் குடும்பங்கள், 10,000 பறையர் குடும்பங்கள், 2,400 ரெட்டி கம்மாவார் குடும்பங்கள், 7,400 வேளாளர் குடும்பங்கள், 2,600 இடையர் குடும்பங்கள்,

இதர சாதியினர் அனுபோகத்தில் மற்ற விவசாய நிலங்கள் இருந்தன.

கரடு முரடான மண் சாலை. அதிலே அந்த வில்லு வண்டி மட்டும் தன்னந்தனியாகப் போய்க்கொண்டிருந்தது. பகல் நேரங்களிலேயே அந்தச் சாலையில் மாட்டுவண்டிகளுக்கு வேலை கிடையாது. செங்கல்பட்டிலிருந்து திருச்சிக்கும் மதுரைக்கும் போகிற அரசப் பிரதிநிதிகளின் மோட்டார் கார்கள் ஆண்டுக்கு சில தரம் போனால் சரி. பிரிட்டிஷ் அதிகாரிகளின் சிலர் குதிரைகளில் பயணிப்பதுண்டு. இப்படி நட்ட நடு ராத்திரியில் இந்தச் சாலையிலே போகிறவனுக்கு கருட புராணத்திலே சொல்லப்பட்ட விசேஷமான சாப காரணம் ஏதேனும் விதிக்கப் பட்டிருந்தால்தான் உண்டு. செங்கல்பட்டு மக்களின் சாப விமோசனத்துக்காக அத்திப்பாக்கம் வேங்கடாசல நாயகர் அதிலே போய்க்கொண்டிருந்தார். அங்கிருந்து கொஞ்ச தூரம் போனால் மதுராந்தகம். அங்கேதான் இருந்தது அவர் பிறந்த அத்திப்பாக்கம். ஆனாலும் போய் சாதி சனங்களைப் பார்த்து விட்டு வர நேரம் அமைவதில்லை.

செங்கல்பட்டில் எத்தனை விவசாய நிலம் உள்ளதோ, அதே பரப்பளவு நிலம் ஏரிகளாக இருப்பதையும் நாயகர் அறிந்திருந்தார். நேரடியாகப் பார்த்ததால் ஏற்பட்ட அனுபவ அறிவு அது. ஆனால் அதற்கேற்ப விவசாயம் நடப்பதாகத் தெரியவில்லை. எவ்வளவு நிலம் பயிர் செய்யப்படுகிறதோ, அந்த நிலங்களுக்கு கிஸ்தி கட்ட வேண்டும் என்பது பாளையக்காரர்கள் ஆட்சிக் காலத்திலிருந்து வந்த நடைமுறை. நவாபுகள் வசம் நிலம் மாறியபோதும் அதே கிஸ்தி முறையே தொடரவே, வெள்ளைக்காரர்களுக்கும் இதன் தாத்பர்யம் இப்படித்தான்போலும் என்றே தோன்றியிருக்க வேண்டும். ஆனால், மிட்டா மிராசுகளுக்கு யதேஷ்டமாக நிலங்கள் இருப்பதால் பாயக்காரிகளுக்கு குத்தகைக்கு நிலத்தைக் கொடுத்து அவர்களை விவசாயம் செய்யவைக்க விருப்பமில்லை. கூலிக்கு நிலங்களைப் பயிர்செய்யக் கொடுக்கவேண்டிய அவசியமில்லை. அப்படியே விரும்பினாலும் விவசாயிகளுக்கு வானம் பார்த்த மோட்டு நிலங்களைக் கொடுத்து, வெயிலிலே காயப்போட்டு சாகடிக்கப் போதுமான மனசுதான் இருந்தது. இது என்ன வகையான வக்கிரம் என நாயகருக்குப் புரிந்துகொள்ள சிரமமாக இருந்தது. குத்தகைக்குப் பயிர் செய்பவனின் வறுமையும் வலியும் நன்றாகவே தெரிந்தன.

உடன் வரும் வாகனமோ, எதிர்வரும் வாகனமோ ஏதுமற்ற வனாந்தர சாலை. சென்னையிலிருந்து விழுப்புரம் வரைக்கும்

ரயில் ரோடு போடுகிற வேலை நடப்பதால் சில இடங்களிலே சாலையைக் கடப்பதும் சிரமமாக இருந்தது.

“திருச்சி வரைக்குமே ரயில் வுடுவான் போலகிதே?” என்றான் மாணிக்கம்.

“மதுரை, கன்யாகுமரி வரிக்கும்கூட வுடுவான்...”

“அதுக்கப்பறம்?”

“அதுக்கப்பறம் கடல்லதான் உடனும். தேவைப்பட்டா கடல் உள்ளயும் ஊடுவானுங்க.” நாயகர் சிரித்தார்.

“இவ்ளோ நல்லவனுங்களா இருக்கானுங்களே?”

“அப்படியில்லாடா.. மொதல்ல அவ்ளோ அவசரமா வாலாஜா பேட்டைக்கு எதுக்கு ரயில் உட்டானுங்க சொல்லு?”

மாணிக்கத்துக்கு தெரியவில்லை. சொல்லுங்க என்பதாகப் பார்த்தான்.

“நவாபு வாலாஜாவுல இருந்தான். அவசர அங்கலாப்புன்னா அவனோட படைய அனுப்பி வெப்பான். இங்க பிரெஞ்சுகாரன் தொல்லை இருந்தது அப்போ.. அதுக்குத்தான வால்டாக்ஸ் போட்டான். செவுரு வரி. யாரும் இந்த செவுர தாண்டி வந்துடக் கூடாதுன்னு ஏற்பாடு. அதையும் மீறி எவன்னா வந்தா நவாபுகிட்ட படை அனுப்ப சொல்லலாம். உடனே வந்து சேர்றதுக்கு வாலாஜாவுக்கு ரயில். வெள்ளக்காரன் நல்ல நேரம் நவாப் மெட்ராஸுக்கே வந்து சேர்ந்துட்டான்.”

“அப்ப இங்க எதுக்கு ரயில் உடுறான்?”

“இந்தியா மெரி பெரிய நாட்டை ஆளணும்னா அவன் ரயில் மூலமாத்தான் அதைப் பண்ணணும். ரெண்டாவது அவனுடைய சரக்கு போய் சேரணும். நம்ம ஊர்ல தயாரிச்சதை, வெளைஞ்சதை உலகம் முழுசும் போய் விக்கணும். எல்லாத்துக்கும் ரயில் வோணும் அவனுக்கு.”

ஆதாயம் இல்லாம எதையும் செய்ய மாட்டார்கள் என அவனுக்குப் புரியவைத்ததில் உறைந்துபோய் அமைதியாகி விட்டான்.

சாலை அமைக்கக் கொட்டப்பட்ட கருங்கல் ஜல்லியில் மாட்டுவண்டியின் சக்கரம் ஏறி, இறங்கி சில நேரங்களிலே நின்றும் போனது. மாட்டின் அதீத முயற்சியால் இப்படி அப்படி ஒட்டு மொத்த வண்டியும் அசைந்து கல்லிலே ஒரு மாதிரி இடறி சக்கரம் நகர ஆரம்பிப்பதும் நடக்கும். மாட்டுக் குளம்பு உடைந்து

ரத்தம் கொட்டுமோ என நாயகர் பயப்படுவார். இந்த மாதிரியான நீண்ட பயணங்களுக்கு ஏற்ப அவ்வப்போது மாட்டுக்கு லாடம் கட்டி ஒழுங்காக கவனித்துவருகிறான் மாணிக்கம். அவனுடைய கவனிப்பில்தான் மயிலானும் குறையில்லாமல் இருப்பதாக நாயகர் நம்பிக்கையுடன் இருந்தார்.

சிம்னி விளக்கு வெளிச்சத்தில் படிப்பது அவருக்கு சிரமமானதாக இல்லை என்றாலும் வண்டியில் அது இப்படியும் அப்படியும் ஆடிக்கொண்டிருந்ததால் சிரமப்பட்டார். முதுகுவலி பெரும் குடைச்சலை ஏற்படுத்தியது. காகிதங்களை மறுபடியும் சுருட்டிப் பையில் வைத்துவிட்டு, வண்டியிலே படுக்க வசதியாக வைக்கோல் பரப்பிய பலகையிலே காலை நீட்டி பையைத் தலைக்கு முட்டுக் கொடுத்துப் படுத்தார். இரவு, குளிர்ந்த மெல்லிய காற்று, வண்டியின் தாலாட்டு, களைப்பு, வண்டியின் ஆட்டம் எல்லாம் சேர்ந்து நாயகருக்குத் தூக்கம் சொக்கியது. மாணிக்கமும் அதே நிலைமையில்தான் இருந்தான்.

நேரான சாலை. மாடு பாட்டுக்கு நடைபோட்டுக் கொண்டிருந்தது. எங்காவது சாலை பிரியும் இடங்களில் மட்டும் மயிலானுக்கு ஒரு சின்ன சந்தேகம் வந்துவிடும். நின்று கழுத்து மணி சிணுங்க, கழுத்து குலுங்க ஆட்டுவான். மாணிக்கத்துக்கு முழிப்பு வந்து நேராகத்தான் போக வேண்டும் என்று மறுபடியும் ஒரு தட்டு தட்டுவான். மைலான் நடக்க ஆரம்பித்துவிடும்.

அதிகாலை நேரம். வண்டலூர் காட்டுப் பகுதியிலே பயணிப்பது ஆபத்தான காரியம்தான். சமாளித்து எழுந்து உட்கார்ந்துகொண்டார் நாயகர். சிறுத்தைகள், நரிகளின் தொல்லை சற்றே அதிகம். மான்களும் முயல்களும் அதிகரித்துவிட்டதால் அவற்றைத் துரத்திக்கொண்டு சிறுத்தைகளும் நரிகளும் படையெடுப்பது வாடிக்கை. வெள்ளைக்காரர்கள் அவ்வப்போது துப்பாக்கிகளில் சுட்டுத் தள்ளினாலும் இவற்றின் அட்டகாசங்கள் தாள முடிவதில்லை. சற்று அசந்தால் மாட்டின் மீது பாயும். திமிதிமு என்று தரையதிர ஏதோ ஓடிவரும் சத்தம் கேட்கவே, நாயகர் வண்டிக்குள் இருந்த கைத்தடியை எடுத்துக்கொண்டு எதிர்கொள்ளத் தயாரானார்.

பையில் கைவிட்டு அதிலிருந்த ஒரு பொட்டலத்தையும் கையில் எடுத்துக்கொண்டார். இருட்டிலே ஒன்றும் பிரகாசமாகத் தெரியவில்லை. ஆனால் ஓடிவருவது விலங்குகள் அல்ல மனிதர்கள் எனத் தெரிந்தது. அதுவும் நான்கு பேர் முகத்தைத் துணியால் கட்டிக்கொண்டு சுற்றிவளைக்கத் தயாராவதை உணர்ந்துவிட்டார்.

"மாணிக்கம்... வழிப்பறிக்காரங்க. ஜாக்கிரதை ஜாக்கிரதை" என்றார்.

மயிலானை வேகமாகத் துரத்தி ஓட்ட ஆரம்பித்தான் மாணிக்கம். ஓட்டத்துக்கு, பாதை அவ்வளவு லகுவாக இல்லை. கரடு முரடான, கல்லும் குண்டும் குழியுமாக இருந்த சாலை. அருகில் வந்துவிட்ட நால்வரின் கைகளிலும் குறுவாள்கள். மாணிக்கம் வேகமாக இடுப்பில் சொருகியிருந்த சிறு கத்தியைக் கையில் எடுத்துக்கொண்டான்.

*ஆங்கிலேய ஆட்சிக்காலத்தில் செங்கல்பட்டு மாவட்டத்தின் பொறுப்பு ஆட்சியராக இருந்த ஜேம்ஸ் ட்ரெமென்கீர் என்பவர் 'பறையர்கள் பற்றிய குறிப்புகள்' என்ற அறிக்கை ஒன்றைத் தயாரித்து, ஆங்கிலேய அரசிடம் 1891-ம் ஆண்டு தாக்கல் செய்தார். அந்த அறிக்கையில் பறையர்களுக்கு நிலம் வழங்குவதன் மூலம் அவர்கள் வாழ்வை மேம்படுத்த இயலும் என்ற கருத்தைப் பதிவு செய்திருந்தார். பஞ்சமி நிலச்சட்டப்படி இந்தியா முழுவதும், 2.5 லட்சம் ஏக்கர் விளைநிலங்கள் இலவசமாக அரசால் வழங்கப்பட்டன. அன்றைய சென்னை மாகாணத்தில் மட்டும் பறையர்களுக்கு 12 லட்சம் ஏக்கர் விளைநிலங்கள் இலவசமாக அரசால் வழங்கப்பட்டன. இந்த நிலங்களில், மக்கள் பயிர் செய்தோ, வீடுகள் கட்டிக்கொண்டோ அனுபவிக்கலாம். அவர்கள் வகுப்பைச் சார்ந்தவர்களிடம்தான் விற்கவோ, தானம் செய்யவோ, அடமானம்வைக்கவோ, குத்தகைக்குவிடவோ உரிமை வழங்கப்பட்டது.

## ஜமீன் ராயப்பேட்டை
### 18

நான்கு பேரையும் அடித்து, உதைத்து அனுப்பிவிட்ட பின்னர் மாணிக்கத்தின் நெற்றியிலிருந்து ரத்தம் வழிவதைப் பார்த்தார். இருளிலும் கரிய திரவமாய் அது நன்கு உணரும்படி தன் வீரியத்தைக் காட்டியது. மேல் துண்டைக் கிழித்து நெற்றியில் கட்டு போட்டார்.

"நாயகரே அவனுங்க திரும்பி வருவானுங்க. நாம உடனே போயிடலாம்" மாணிக்கம் அவசரப்படுத்தினான்.

"வந்தால் பார்த்துக்லாம். உன்னால வண்டி ஓட்ட முடியுமா?"

நாயகர் பாணியிலேயே அவனும் "அதெல்லாம் பாத்துக்லாம்" என்றான்.

மீண்டும் வண்டியை ஓட்டிக்கொண்டு சில மைல்கள் கடந்து வந்ததும் அவன் மயங்கி சாய்வதைப் பார்த்துவிட்டு அவனைப்

பின்னால் படுத்துக்கொள்ள சொல்லிவிட்டு, வண்டியை ஓட்ட ஆரம்பித்தார் வேங்கடாசல நாயகர்.

அவருக்கும் தூக்கம் சொக்கியது. சாலை ஓரத்திலே இருந்த ஒரு கோயில் மண்டபத்தைப் பார்த்து வண்டியை நிறுத்தினார். சாலையிலிருந்து நன்கு உயர்த்திக் கட்டிய சிவன் கோயில். வண்டியிலிருந்து கீழே குதித்து நோட்டம் பார்த்தார் நாயகர். கோயிலுக்கு வலதுபுறம் ஏரி. கரையின் மீது காவலுக்கு நிற்கும் ராணுவ வீரர்கள்போல வரிசையாகப் பனைமரங்கள்.

"மாணிக்கம் இங்க படுத்திருந்துட்டு காலையில போகலாம். போய் மண்டபத்துல படுத்துக்கோ?" என்றார். சமாளித்து போய் விடலாம்என்றுசொல்பவன்,உடனேபோய்படுத்துக்கொண்டான். அவனுக்கு வலியும் சோர்வும் பயமும் சேர்ந்திருந்தது.

விடிவதற்கு வெகு நேரம் ஆனது மாதிரி இல்லை. இமைக்கும் நேரத்தில் பொழுது புலர்ந்துவிட்டது. உதய நேரத்தில் தானாகவே எழுந்துவிடும் நாயகரும் இருந்த களைப்பில் எழுந்திருக்க மனமில்லாமல் படுத்தே இருந்தார்.

ஏரிப் பாசனத்தால் நல்ல விளைச்சல் தெரிந்தது. பயிர்கள் அறுவடைக்குக் காத்திருந்தன. பெண்கள் தலையிலே புட்டுக் கூடை, கையிலே மண்வெட்டியோடு வரப்பிலே போய்க் கொண்டிருப்பதைப் பார்த்தார்.

கோயிலுக்கு இடது பக்கத்தில் ஒரு குளம். மாட்டுக்குக் கொஞ்சம் தண்ணீர் காட்டிவிட்டு, அவரும் குடித்தார். முகம் கை கால்களைக் கழுவிக்கொண்டு வரப்பிலே சென்றுகொண்டிருந்த பெண்களை எதேச்சையாகக் கவனித்தார்.

கூர்ந்து சுதாரித்தவர், தலைப்பாகையை அவிழ்த்து வைத்துவிட்டு வேகமாக அந்தப் பெண்கள் போன போக்கிலே ஓடினார். பெண்கள் பேச்சும் சிரிப்புமாக முன்னேறிக்கொண்டிருந்தனர். யாரோ ஒருவர் வரப்பிலே வந்துகொண்டிருப்பதைப் பார்த்த பெண்களும் பேச்சை நிறுத்திவிட்டு யார் அந்தப் பெரியவர் என்பது போல யோசனையோடு பார்த்தனர்.

நாயகர் சற்று அருகில் சென்றதும் "ரத்தினம்" என்றார். அந்தப் பெண்கள் கூட்டத்தில் ரத்தினமிருந்தது எப்படியோ நாயகருக்கு தெரிந்துவிட்டது. ரத்தினம் முகத்தில் சிறு பதற்றம் ஓடியது.

"அப்பா?" என்றபடி மண்வெட்டி, கூடையைப் போட்டுவிட்டு அவரை நோக்கி ஓடி வந்தாள்.

வேங்கடாசலம் அவளையே பார்த்துக்கொண்டு நின்றார்.

பேச்சை எப்படித் தொடங்கலாம் என அலை பாய்ந்தது அவர் மனசு.

"எப்படி இருக்கப்பா?" என்றாள்.

அவர் பதில் சொல்லாமல் பார்த்தார். அவர் முகம் கோபத்தால் இறுகியிருந்தது.

சற்றும் யோசிக்காமல் அவள் அவருடைய காலில் விழுந்தாள். அவர் வரப்பில் நின்றிருந்தார். அவள் வயலில் இருந்தாள். குனிந்து காலைத் தொட்டு வணங்குவது போல தோற்றத்தில் தெரிந்தாலும் அவள் தன் முழு உடம்பையும் தரையில் படியுமாறு நிர்பந்தித்தாள். அது சுலபமல்ல.

"என்னை மன்னிச்சுடுங்கப்பா" என்றாள் அவருடைய இரு கால்களையும் தன் இரு கரங்களால் தொட்டு வணங்கியபடி.

நாயகர் நிலத்தில் இறங்கி, அவளைத் தூக்கி நிறுத்தியபடி பதிலுக்கு கேட்டார். "நீ எப்படி இங்க?"

"நான் இப்ப இங்கதான் இருக்கேன்பா. ரயில் ரோடு போடற வேலை."

"பெத்த பொண்ணு மாதிரி பார்த்துகிட்டதுக்குப் புகுந்த வீட்ட இப்படி தெரிஞ்சுக்க வேண்டியதாய் போச்சு."

"என்னை மன்னிச்சிடுங்கப்பா. யாருகிட்டயும் எதுவும் சொல்ல முடியாமதான் இங்க ஓடியாந்தேன். என்னை எதுவும் கேட்காதீங்க" கூடவே தேம்பலாக அழவும் ஆரம்பித்தாள்.

யாரோ ஒரு பெண், தேற்றுவதற்காக ரத்தினத்தின் அருகில் வந்தாள். தேற்ற வந்தவளைப் பார்த்ததும் தானே சமாளித்துக் கொள்வதாக பாவனையாக சொன்னாள் ரத்தினம். அவள் அங்கேயே நின்றாள்.

"நீங்க போங்கக்கா நான் வர்றேன்" என்றாள்.

வயலிலே வரப்பையொட்டி ஒரு பனைமரமிருந்தது. அதன் மேற்கு பக்கமாய் இருந்த துளி நிழலில் இருவரும் அமர்ந்தனர்.

"உன் இஷ்டப்படி கல்யாணம் நடக்கும்னு சிங்காரத்தையும் பாத்து பேசினேன். அப்புறம் எதுக்கு சொல்லாம கொள்ளாம வீட்டைவிட்டு ஓடியாந்தீங்க? எனக்கு ஒண்ணும் புரியலம்மா."

"காரணத்த மட்டும் கேக்காதீங்க பா." முகத்தில் அடித்துக் கொண்டு கேவி அழ ஆரம்பித்தாள்.

'அப்பிடி என்ன காரணம் சொல்ல முடியாத காரணம்?' என

ஆவேசமாகக் கேட்க நினைத்தவர், அவளுடைய தொடர்ச்சியான அழுகையைப் பார்த்து அமைதியானார்.

"அம்மாவை நினைச்சு பார்த்திருக்கலாம். அவ நடை பொணமா கெடக்கிறா."

அம்மாவை சொன்னதும் அழுகைதான் அதிகமானதே ஒழிய பேச்சு வரவில்லை.

"சரி வாம்மா, வீட்டுக்கு கிளம்பலாம்."

"அப்பா நான் அது கூட வரேன்."

"அவர் இப்ப எங்க?"

"உங்களப் பாத்துட்டு வர்ரதாதான் போனாரு. இன்னிக்கு திரும்பி வந்துருவாரு. வந்ததும் நானும் அவரும் சேர்ந்து வர்றோம்."

ரத்தினத்தை மிக கவனமாக உற்றுப் பார்த்தார். எதை மறைக்கிறாள் என்பதைக் கண்டுபிடிக்க இயலவில்லை. அதைச் சொல்ல முடியாமல் வீட்டைவிட்டு ரகசியமாக கிளம்பி வந்தவள் மீண்டும் வருகிறேன் என்று சொல்வதை நம்ப முடியவில்லை. கையோடு கூட்டி செல்வதுதான் சரி என்று தீர்மானமாக இருந்தார்.

"இன்னைக்கு உன்னை இங்க விட்டுட்டு போறதா இல்ல. இவ்வளவு நாளா தேடி அலைஞ்சு கண்ணு முன்னால நிக்கிறப்போ நான் அப்புறம் வரேன்னு சொன்னா விட்டுட்டு போவேனா நானு? கௌம்பு என்கூட. கூட வந்தாங்களே அவங்ககிட்ட சொல்லிட்டு வா.. எங்க அப்பாகூட போறேன்னு சொல்லிட்டு வா. சிங்காரம் வந்தா நம்ம வீட்டுக்கு அவனே வந்துருவான்."

ரத்தினம் மேற்கொண்டு என்ன பதில் சொல்வது என்று யோசித்தாள்.

"இல்லப்பா வேலையைப் பாதியில விட்டுட்டு வர முடியாது."

"நான் வேணா சொல்றன், உங்க கம்பத்துக்காரர்கிட்ட. விட்டுட்டு வா."

"சொன்னா கேளுங்கப்பா. வீட்ல சமைச்சது அப்படியே கிடக்குது. போட்டது போட்டபடி வந்துட்டேன். முறையோட வர்றேன். நிச்சயம் நாளைக்கு நான் அங்க வந்துருவேன். வீட்டுக்கு வாங்கப்பா, சாப்பிட்டுட்டு போவீங்க."

தமிழ்மகன் | 131

"வேண்டாம். நீ வேலைய பாரு. நீ நாளைக்கு வரலைன்னா நானும் உங்க அம்மாவும் இங்கே வந்துடுவோம். சரியா?"

"சரிப்பா.. சரிப்பா" என்று வேகமாகத் தலையாட்டி முகத்தை முந்தானையால் துடைத்துக்கொண்டாள்.

அவள் காட்டிய வேகத்தில் அப்பாவை இப்போதைக்கு சமாளித்தால் போதும் என்பதே அதிகமாக இருந்தது.

நிலைமையை உத்தேசித்து நிதானமான குரலில், "அவன் பட்டணத்துக்கா வந்திருக்கான்?" என்றார் நாயகர்.

"உங்கள நேர்ல பார்த்து நடந்த எல்லாத்தைச் சொல்றேன்னு வந்துச்சுப்பா. உங்களை வந்து பார்க்கலையா?"

"நான் ஒரு வாரமா வெளியூர்ல சுத்திட்டு இருக்கேன். சென்னைக்குப் போனாத்தான் தெரியும்."

"ப்பா... மாணிக்கம் கூட வரலையா... வண்டி எங்கே இருக்குது?" ரத்தினம் பேச்சின் திசையை மாற்ற விரும்புவதை நாயகரும் கண்டுகொண்டார்.

வண்டி நிற்கும் திசையைக் காட்டி, "மாணிக்கம் அங்கதான் இருக்கான். அவனுக்குக் கொஞ்சம் அடிபட்டுடுச்சு" என்றார்.

"ஐயோ வாங்க போய் அண்ணாவைப் பார்க்கலாம்" ஓடினாள் ரத்தினம். மாணிக்கம் அப்போதுதான் எழுந்து உட்கார்ந்து ஆசுவாசப்படுத்திக்கொண்டிருந்தான்.

"வெட்டுக் காயம்போல இருக்கு." என இருவரையும் பார்த்தாள். இருவரும் என்ன நடந்தது என்பதை எங்கிருந்து சொல்வதென்று யோசிப்பதற்குள், அவள் மாணிக்கத்தைத் தொட்டுப் பார்த்தாள்.

"நல்ல காய்ச்சலா இருக்கே. இதோ வர்றேன்" என்று ஓடிப் போய் தும்பப் பூவையும் துளசியையும் இன்னும் சில மூலிகைகளையும் பறித்துக் கசக்கி, உருண்டை செய்து வெட்டுக்காயம் பட்ட இடத்தில் பத்துப் போட்டாள். கோயில் மண்டபத்திலிருந்து விபூதியை அள்ளி எடுத்து வந்து நெற்றியில் பூசினாள்.

"அப்பா வீட்டுக்கு வந்து ரெண்டு நாள் இருந்துட்டு நிதானமா போகலாம் வாங்க" என்றாள்.

"இது என்ன இடம்மா?"

"இது ஜமீன் ராயப்பேட்டை."

"சென்னைல இருந்து 30 மைல் இருக்குமா?"

"அதுக்கும் கம்மியாத்தான் இருக்கும். வண்டியில வந்தீங்கன்னா

காலைல கிளம்பினா உச்சி நேரத்துக்குள்ளயே வந்துடலாம்."

"இங்கருந்து பல்லாவரம் பக்கம்னு நினைக்கிறேன்" என்றார்.

"ஊர் பேரெல்லாம் தெரியாதுப்பா. ஆனா பல்லவரம்னு ஒரு ஊரு கேட்டிருக்கேன்." என்றாள்.

"அப்ப சரிம்மா. அங்க உன் அம்மாவுக்கு, போனவரு என்ன ஆனார்னு தவிப்பா இருக்கும். மத்தியான சாப்பாட்டை அவ கையால சாப்பிடணும். நாங்க பொறப்படறோம்" என்றார் நாயகர்.

"சரிப்பா. அது வரட்டும். நானும் எங்க வூட்லயும் சேர்ந்து வர்றோம். நீங்க போறச்ச அது அங்க இருந்தாலும் இருக்கும்."

"சரிம்மா."

"ஏன் சொல்லிக்காம வந்தேன்னு நினைக்காதீங்க... நானே அப்புறமா சொல்றேன்" சுற்றும் முற்றும் பார்த்தபடி சொன்னாள் ரத்தினம்.

மாணிக்கம் அவளையே கவனித்துப் பார்த்துக் கொண்டிருந்தான். "வந்துரும்மா" என்றான். இப்போதா, பிறகா என்பதை உணர முடியாத, காலம் உணர்த்தாத வாக்கியம்.

அவள் கூடையுடன் கிளம்பினாள். மாணிக்கம் வண்டியைத் தயார் செய்து காத்திருந்தான்.

ஏழு கிணறு அடைந்தபோது உச்சிப் பொழுது சாயத் தொடங்கி விட்டது. சீதா, வழி மேல் விழி வைத்திருந்தாள் என்பதுதான் சரி.

மாணிக்கத்தைப் பார்த்து, "தலையில இன்னா கட்டு?" என்றாள் பதைப்புடன்.

"இடிச்சுக்கிட்டான்." சுருக்கமாகவும் மாணிக்கம் எதுவும் சொல்வதற்கு முன்பும் சொன்னார் நாயகர்.

"வெளி எடத்துக்குப் போனா ஜாக்கிரதயா இருக்கணும்." அவளும் பொதுவாக ஓர் அறிவுரையைச் சொல்லிவிட்டு, நாயகர் பக்கம் திரும்பினாள்.

"பொம்பள ஒருத்தி தனியா இருக்காளேன்னு இருக்குதா உனுக்கு?" என வரவேற்றாலும் கூடவே கால் கழுவ தண்ணீர் கொண்டு வந்து கொடுத்தாள். நாயகர் கை காலைக் கழுவிக்கொண்டு சட்டையைக் கழற்றிக் கொடியில் போட்டுவிட்டு வந்து அமர்வதற்குள், இரண்டு இலைகளில் சாப்பாடு போட்டு கிள்ளிப் போட்ட சாம்பாரை ஊற்றினாள்.

தமிழ்மகன் | 133

மாணிக்கம் பக்கத்தில் வந்து அமர்ந்தான். ஒருவித கூச்சம் இன்னமுமிருந்தது. சற்றே திரும்பினாற்போல உட்காருவது அவன் வழக்கம். ஆரம்பத்தில் வாசலிலேயே நிற்பான். இப்போதாவது வீட்டுக்குள் வந்து உட்கார ஆரம்பித்திருக்கிறான். எல்லாம் போகப் போக சரியாகும் என்று அவனை மிகவும் கட்டாயப்படுத்துவதை நாயகர் நிறுத்திவிட்டார்.

இரண்டாவது சாப்பாடு போட்டு மோர் ஊற்றும்போது "போன காரியம் முடிஞ்சுதா?" என்றாள் சீதா.

"ஜெயம்தான்" என்றார். "நாம செய்யவேண்டிய கடமைய செஞ்சுப்புடணும். அப்புறம் கலெக்டர் வுட்ட வழி. என் உயிர் இருக்கிற வரைக்கும் என்னால முடிஞ்சத செஞ்சிட்டுதான் போவேன்."

"நீ செய். நா வேணான்னு சொல்லல. எனக்குப் பேச்சுத் துணைக்கு ஆள் இல்ல. அந்த ரத்தினத்தையும் காணம்."

"வருவா... அன்னம்மா இருந்தா ஒத்தாசைக்குக் கூட வெச்சுக்கிறதான?"

"எவ வர்றா?" என்றாள் சீதா.

சாப்பிட்ட கையோடு மாணிக்கம், "ஐயா நா வூடு வரைக்கும் போய் தலைய காமிச்சுட்டு வர்றேன்" என்று போனான்.

நாயகர் பாயை உதறிப்போட்டுப் படுத்தார்.

சொன்னபடி ரத்தினம் வரவில்லை. அவள் வர மாட்டாள் என்று தெரிந்திருந்ததால்தான் சீதாவிடம் அவர் ரத்தினத்தைப் பார்த்தது பற்றி எதுவும் சொல்லவில்லை. அப்படியே அவள் வந்தால் அது ஓர் ஆச்சர்யமான சந்திப்பாக இருந்துவிட்டுப் போகட்டும் என்று நினைத்தார். இரண்டு நாள் கழித்து ஜமீன் ராயப்பேட்டைக்கு ஆள் அனுப்பி விசாரித்தார். அவர் நினைத்ததுபோலவே அங்கே அவள் இல்லை. வேறு எங்கோ போய்விட்டாள் என்று சொன்னார்கள். ரகசியங்கள் நிறைந்த ரோஷக்காரி என அவளைப் பற்றி நினைத்தார். வருத்தமாகவும் இருந்தது.

# கொசப்பேட்டை
## 19

தனி ஆளாக ஒத்த மாட்டுவண்டி தயவில் நிறைய பயணங்கள் அடுத்தடுத்து புறப்படவேண்டியிருந்தது. அவருடைய சொந்த ஊரான அத்திப்பாக்கத்துக்குப் போய்வர வேண்டும் என்பது அவருடைய நீண்ட நாள் ஆசைகளில் ஒன்றாகிக் கிடப்பிலே இருந்தது.

அத்திப்பாக்கம் என்ற ஊர் செங்கல்பட்டு ஜில்லாவிலே மதுராந்தகம் அருகே உள்ள சிறிய ஊர். அய்யன் குட்டி நாயகரின் இரண்டாவது மகன் வேங்கடாசல நாயகர். மூத்தவர் ஒருவர், இளையவர் இருவர். இரண்டாம் பையனுக்குப் படிப்பின் மீதிருந்த தாகத்தை அறிந்த அய்யன் குட்டி அவனைப் பட்டணத்தில் இருக்கும் தன் மைத்துனன் வீட்டுக்கு அனுப்பி படிக்கவைக்க முடிவெடுத்தார். பத்து வயது பிராயத்திலேயே

தன் தாய்மாமன் வீட்டுக்கு வந்துவிட்டார் வேங்கடாசலம். சென்னை குசப்பேட்டையில் மாமனின் வீடு. பெயர்தான் குயவர் பேட்டை அங்கே வன்னிய ஜனங்கள் அதிகமிருந்தனர். கந்தசாமி கோயிலை ஒட்டிய நிலபுலங்கள் அவர்களுக்கானவை. தோட்டம் தொறவு உள்ள வீடு. தென்னந்தோப்புடன் கூடிய வீடு. மாமரத்துக்குக்கும் பஞ்சமில்லை. பத்து பதினைந்தடி ஆழத்திலே இருந்தது தண்ணீர். ஏத்தம் போட்டு இறைக்க மச்சான் வந்துவிட்ட குஷி மாமனுக்கு.

செங்கல்பட்டிலிருந்து மாமன் மட்டும் எப்படி இவ்வளவு தூரத்தில் வந்து வீடு, தொறவு என வசதியானார் எனத் தெரிந்து கொள்ள அத்திப்பாக்கத்திலிருந்து வந்த வேங்கடாசலத்துக்கு இயல்பான ஆர்வமிருந்தது. மாமனுக்கு அந்தக் கதையெல்லாம் அத்தனை துல்லியமாய்த் தெரியவில்லை. ஒன்று மட்டும் சொன்னார். அத்திப்பாக்கம்கூட நம்முடைய சொந்த பூமியில்லை என்பதுதான் அது.

"நாமெல்லாம் ஆரணி பக்கத்துல படவீடுன்ற ஊரிலே இருந்தோம். அங்கே ஆண்டு வந்த அரசனுக்கு மாபெரும் சங்கடம் வந்துபோச்சாம். மானத்துக்காக உயிரை விடுற மாதிரின்னு வெச்சுக்கயேன். எதிரி நாட்டு ராசாகிட்ட தோத்துபோற நிலைமை. அவனுடைய மக்கள் கூட்டத்துல பாதிப் பேர் எதிரி அரசன் கைக்குச் சிக்காம வேற வேற ஊருக்குப் போயிடும்படி கேட்டுக்கிட்டான். அப்படி இடம்பெயர்ந்தவங்க அங்க இருந்த படவீட்டு கோயில் மண்ணை இடுப்புத்துணியிலே முடிஞ்சு வந்து புதிதா குடி வந்த இடங்கள்ல படவீட்டு அம்மனுக்குக் கோயில் கட்டி குடியேறினாங்க. கொசப்பேட்டைலயே ஒரு படவேட்டம்மன் இருக்கா. எங்க தாத்தனுக்குத் தாத்தன் காலத்து கதைடா வேங்கடாசலம். இந்தப் பட்டணத்துல பல இடத்துல படவேட்டா இருக்கா. பொழப்புக்காக வந்திருப்பம்டா."

இதுதான் தாய்மாமன் சொன்ன கதை. பட்டணத்தில் பல படவேட்டம்மன் கோயிலைப் பிற்காலத்தில் பார்க்க நேர்ந்தபோது, அதன் சுற்றுவட்டார மக்கள் பிழைப்புக்காக வந்தவர்களாகவும் படவீட்டம்மனை குல தெய்வமாகக்கொண்டிருந்ததிலும் மாமன் சொன்ன கதையில் ஒரு நம்பிக்கை ஏற்பட்டது. பள்ளிப்பட்டு, வடமதுரை என திருவள்ளூர் மார்க்கமாக போன இடங்களில் எல்லாம் படவீட்டம்மன் கோயில்களைக் கண்டார் வேங்கடாசல நாயகர். திருவொற்றியூர், கோவளம், ஜமீன் பல்லாவரம் எனப் பல இடங்களில் படவேட்டம்மன் கோயில் உண்டு. கொசப்பேட்டையில் ஒன்று இருந்தது. வேலூரிலே

ஒன்று இருப்பதாகவும் பள்ளியிலே அவருடன் பணியாற்றிய பரமசிவம் சொல்லுவார். எல்லாமே இந்த இருநூறு முந்நூறு ஆண்டுகளில் கட்டப்பட்டவை என்பதிலே மாமன் சொன்ன அரச கதை ஒத்துப் போவதையும் கணக்கு போட்டுப் பார்த்தார். ஆரணியிலே ஆண்ட ராசன் சம்புவராயன். அவனுடைய முடிவு காலமும் இங்கே ஆலயங்கள் தொடங்கப்பட்ட காலமும் சரியாக இருந்தது. வேங்கடாசலத்துக்கு இயல்பாக இருந்த இந்தத் தேடல் அவனுடைய பிற்காலத் தேடலுக்குப் பெரிய உதவியாகவும் மாறிவிட்டது என்றுதான் சொல்ல வேண்டும்.

கொசப்பேட்டை கோபாலய்யர் திண்ணைப் பள்ளிக் கூடத்திலேதான் தமிழ்ச் செய்யுள்கள் பலதையும் படித்தார். ஆங்கிலம், கணக்கு என அஞ்சு வருஷம் படிக்க முடிந்தது. கந்தசாமி கோயிலையொட்டி ஐயரின் வீடு. அவரும் சில சங்கதிகளைச் சொல்வார். நல்ல, தேர்ந்த கருத்துகளாக இருக்கும். நாட்டில் வெள்ளைக்காரன் புகுந்து அழிச்சாட்டியம் செய்து கொண்டிருப்பது அவருக்கு ஓயாத தலைவலி. கிணற்றில் தண்ணீர் வற்றிப்போனாலும் தென்னமட்டை கூரைமீது விழுந்தாலும் அது வெள்ளைக்காரன் வந்ததால் ஏற்பட்ட சாபக்கேடு என எப்படியோ முடிச்சுப்போட்டுச் சொல்லுவார். பாதி வயிற்றெரிச்சல். மீதி வரலாறு. இரண்டுமே இருக்கும். கேட்பவர் தம் அறிவுநுட்பத்தால் அதைப் பிரிந்தறிந்து கொள்ள வேண்டும்.

அவருக்குத் தம்பி ஒருவர் உண்டு. கணபதி ஐயர் என்று பெயர். பில்லி சூனியம், பல்லி சாத்திரம், கல்யாணம், கருமாதி, பூமுடித்தல், புட்டு சுற்றுதல், சோதிடம், கிரகப்பிரவேசம் என எல்லா விசேஷ துக்கங்களுக்கும் அவர்தான் பிரதிநிதி. முன்னின்று சகல சுக துக்கங்களையும் நிவர்த்தி செய்வார். தட்சணைக்கேற்ப பலன். சுற்று வட்டாரத்திலே அவருக்குப் பெரிய மவுசு இருந்தது.

அண்ணன் அறிவுக்கண்ணைத் திறந்துவைத்தவர் என்றால், இளையவர் அறியாமைக் கண்ணை அறியவைத்தவர்.

இதில் அண்ணன்காரர் அளித்த பாடங்களே நாயகரை ராயபுரத்திலே கிறித்தவ மிஷனரிப் பள்ளியில் ஆசிரியராகப் பணியாற்ற உதவியது. தங்கசாலையை அடுத்த கிரிகோரி தெருவிலே ஒரு வீடு வாங்கிக் குடியேறவும் அந்த ஆசிரியர் பணிதான் உதவிகரமாக இருந்தது.

தம்பிக்காரர் அளித்த பாடங்களே இந்துமத ஆபாச தர்சனிக்கு பாதை போட்டுக்கொடுத்தது. மக்களின் மூடநம்பிக்கைகளுக்கு அறிவுச் சான்றாக இருந்தது வீராசாமி ஐயரின் காசி யாத்திரை

அனுபவங்கள் நூல். கணபதி ஐயரின் புத்தகம் நேரடி அனுபவம். காசி யாத்திரை புத்தகம், அனுபவத்திலிருந்து பெற்ற அனுபவம். இரண்டும் சேர்ந்து பல பாதைகளைப் போட்டுக்கொடுத்துவிட்டன. முன்னர் ஒரு முறை வேங்கடாசல நாயகர் அந்தப் புத்தகத்தை இரவெல்லாம் தேடி எடுத்துவைத்தார். அந்த மசக்கை இப்பவும் தொற்றிக்கொண்டது. மீண்டும் எடுத்துப் படிக்க ஆரம்பித்தார்.

## சென்னைக்கு வந்த சிங்காரம்
### 20

கோட்டையில் இயேசு ஆலயத்தில் சுவருக்கு சுண்ணாம்பு பூச்சு நடக்கிற வேலைக்கு வந்தான். உண்மையில் அவனுக்கு அங்கே வேறு ஒரு கணக்கு பாக்கி இருந்தது. சிங்காரம் உடல் திடகாத்திரமான, சுருள் முடியுடைய சிவந்த மனிதன்.

"நீ மட்டும் கூத்துகட்ட கத்துக்கிட்ட... உன்ன அடிச்சுக்க எந்த ராஜபார்ட்டாலும் முடியாது" என்று சொல்வார்கள்.

ஆனால் அவனுக்கோ இப்படி ஒரு கலை கைவரவில்லை வேங்கடாசல ஐயாவிடம் விசுவாசமாக வேலை பார்த்தால் போதும் என்று இருந்து விட்டான். இன்னொரு பக்கம் ரத்தினம். அப்புறம் எதுக்கு கூத்து?

மனதை அலைபாயவிடாமல் அப்படியே இருந்துவிட்டான்.

ஐயா தலைமையில் அழகாக நடைபெறவேண்டிய திருமணம் அவசர கோலத்தில் திருப்போரூர் முருகன் கோயிலில் நடந்து முடிந்தது.

'எதற்கு இவ்வளவு அவசரப்பட வேண்டும்' என்று ஒரே கேள்வி ஐயா கேட்பார். 'நான்தான் திருமணம் செய்து வைக்கிறேன் என்று சொன்னேனே எதற்கு ஓடிப்போனீர்கள்?' அதற்கு பதில் சொல்ல முடியாது. அந்த உண்மை தெரிந்துபோனால் அதன் பிறகு ரத்தினம் வாழவே மாட்டாள் என்று சிங்காரத்துக்குத் தெரியும். எல்லாவற்றுக்கும் காரணம் அந்த வில்லியம்ஸ். அவனைத் தீர்த்துக் கட்டுவதற்காகத்தான் அவன் சென்னைக்கு வந்து சேர்ந்தான்.

ஜமீன் ராயபேட்டையில் தனியாக ரத்தினத்தை விட்டுவிட்டு ஒரே நாளில் திரும்பி வந்துவிடுவேன் என்று வந்தவன் ஒரு வாரமாக இங்கேயே இருக்க வேண்டியதாகிவிட்டது. என்ன நோக்கத்துக்காகக் கோட்டையில் வேலைசெய்ய வந்தானோ அந்த வேலை நிறைவேறவில்லை. வில்லியம்ஸைப் பார்த்து அவனைத் தீர்த்துக் கட்ட வேண்டும். அதற்கு சமயம் பார்த்துக் கொண்டிருந்தான். எப்போதும் அங்கேயே இருக்கிற வில்லியம்ஸ் இந்த நேரத்தில் ஏதோ அவசர வேலையாக திருவள்ளூர் வரைக்கும் சென்றிருப்பதாகச் சொன்னார்கள். இன்று வந்துவிடுவான், நாளை வந்துவிடுவான் என்று சிங்காரமும் காத்திருந்து பார்த்தான்.

தன்னை நம்பி வந்த மனைவியைத் தனியாகத் தவிக்க விட்டுவிட்டு வந்தது அவன் மனதை உறுத்திக்கொண்டே இருந்தது. அதே நேரத்தில் வந்த வேலையை முடிக்காமல் போனால் அது இதைவிட மோசம். ரத்தினமே அதை விரும்ப மாட்டாள். கோட்டையில் ஐயாவின் கண்ணிலோ, அவருடைய வேலைக் காரர்கள் கண்ணிலோ படாமல் தப்பிப்பது பெரும்பாடாக இருந்தது. மூன்றாம் நாள் வில்லியம்ஸ் வந்துவிட்டான் என்ற செய்தியை சொன்னான் உடன் வேலை பார்க்கும் ஆறுமுகம்.

"எதுக்கு வில்லியம்ஸ் எப்ப வருவான், எப்ப வருவான்னு கேட்டுக்கிட்டே இருக்க? உனக்கு அவனுக்கும் என்ன பஞ்சாயத்து?" என்று கேட்டுவிட்டான் ஆறுமுகம்.

"பஞ்சாயத்துலாம் இல்லப்பா. ஒரு பழைய பாக்கி. அதை வாங்கிட்டு ஊர் போய்ச் சேரலாம்னுதான்."

"ஓ பாக்கி வசூலிக்க வந்தியா?"

“ஆமாம்பா ஆமாம்” என்றான் சிங்காரம்.

வில்லியம்ஸ் முட்டிவரை போட்ட பூட்ஸ் காலால் தரையில் உதைத்து நடந்து சத்தம் எழுப்பியபடி விரைப்பாக வந்துகொண்டிருந்தான். மாதா கோயில் முழுக்க இப்போது அவன் கட்டுப்பாட்டில் இருந்தது.

அதை ஒவ்வோர் அங்குலமாக வடிப்பதுதான் அவன் வேலை. அதற்கு சுண்ணாம்பு வாங்குவதற்குதான் நாயகரின் சூளைக்கு வந்தான். அத்தனை அதிகாலை வேளையில் அவன் ஏன் வந்தான் என்று சிங்காரத்துக்குத் தெரியவில்லை. அவன் நோக்கம் புரிந்த பின்பு இவ்வளவு கேடு கெட்டவனாக இருப்பானா என்று ஆச்சர்யமாகத்தான் இருந்தது. சிங்காரத்தின் மனதில் வெந்துகொண்டிருக்கிற அந்த உண்மையையும் வெளியில் சொல்ல முடியவில்லை. யார் வேண்டுமானாலும் தப்பாக நினைத்துக் கொள்ளட்டும். இந்த உண்மை கசியாமல் இருக்க வேண்டுமே என்பது மட்டும்தான் அவனுக்கு நோக்கமாக இருந்தது. வில்லியம்ஸ் அருகில் நெருங்கி வந்துவிட்டான். சிங்காரத்தைப் பார்த்தவுடன் ஒரு நமட்டு சிரிப்பு. அலட்சியமாக ஆள்காட்டி விரலையே ஒரு கொக்கிபோல வைத்துக்கொண்டு அருகில் வருமாறு விரலை அசைத்தான். சிங்காரம் அருகில் சென்று நின்றான்.

“என்ன திடீர்னு ஊரைவிட்டு ஓடிட்யாமே பயமா?” வில்லியம்ஸ் பேசும் தமிழில் நாக்கை மடக்காத உச்சரிப்பு.

“பயந்தா வந்திருக்க மாட்டேன்.” சிங்காரம் உறுதியாக சொன்னான்.

“ஓ... இப்ப இங்க எதுக்கு வந்த?”

சிங்காரம் தனக்குப் பக்கத்தில், தான் சொல்வதைக் கேட்டு விடும் தூரத்தில் யாராவது இருக்கிறார்களா என்று பார்த்தான்.

“அத கொடுத்துடு” என்றான்.

“எனக்கு நீ ரூல்ஸ் போடுற? யார்டா நீ?” என்றான் வில்லியம்ஸ்.

இந்த முறை கொஞ்சம் கனிவான குரலில், “தயவுசெஞ்சு கொடுத்திடு துரை. பொண் பாவம் பொல்லாதது... சொன்னா கேளு” என்றான் சிங்காரம்.

“நீ கேட்டா நான் உடனே கொடுக்கணுமா?”

“நெஜமா போட்டோ எடுத்தியா?”

“நீங்க ரெண்டு பெரும் டிரஸ் இல்லாம இருக்குற போட்டோ..

இதோ இந்த பாக்கெட்ல இருக்கு." கோட் பாக்கெட்டை தட்டிக் காட்டினான் வில்லியம்ஸ்.

"அப்ப காட்டு."

"ரத்தினம் வந்தா காட்டுவேன்."

"நீ காட்டலைன்னா நீ என்னை ஏமாத்துறன்னு அர்த்தம்" சிங்காரம் உறுதியாக சொன்னான்.

"நான் ஏமாத்துறனா நீ ஏமாறதுக்கு தயாரா இருக்கணும். அப்பதான் அதுல ஒரு மீனிங் இருக்கும். நானும் ஏமாத்துல நீ ஏமாறல. என்கூடவா காட்டுறேன்" என்றான்.

சிங்காரம் கொஞ்சம் தயங்கி பிறகு அவன் பின்னால் போதிய இடைவெளி விட்டு நடந்து சென்றான் கோயிலிலிருந்து நீண்ட பாதை அவன் தங்கி இருக்கும் இடத்துக்குப் போகிறான் போல தெரிந்தது. அங்கே ஒரு இரண்டு மாடி கட்டிடம். மரத்தால் ஆன படிகளில் ஏறினான். இரண்டாவது மாடிப் படியையும் ஏறினான். சிங்காரம் தனியாக அவன் பின்னால் செல்வதற்கு சற்றே தயங்கினான். அவன் கையில் துப்பாக்கி இருந்தது. தனியாக அழைத்துச் சென்று சுடுவதற்குப் பார்க்கிறானா என்று பயந்தான் சிங்காரம்.

மாடியில் வராண்டாவுக்கு இடது பக்கம் வரிசையாக அறைகள் இருந்தன. இன்னொரு பக்கம் கடல் தெரிந்தது. ஓரிடத்தில், "இங்க நில்" என்று சொல்லிவிட்டு உள்ளே சென்றான் வில்லியம்ஸ். மீண்டும் கதவைத் திறந்துகொண்டு வெளியே வந்தான். அவன் கைகளில் சில புகைப்படங்கள் இருந்தன. அதை விசிறி போல மடித்து பிடித்துக்கொண்டு தூரத்தில் நின்றபடியே சிரித்தான்.

சிங்காரம் அவனை நோக்கி வேகமாக ஓடினான். "என்கிட்ட கொடுத்திடு" என்றான்.

"வெயிட். இத பார் உங்க ஐயா நிக்கிறார் போதுமா?" என்று வேங்கடாசல நாயகர், பொட்டி வண்டி அருகில் நிற்கும் புகைப்படத்தை எடுத்துக் காட்டினான்.

"இந்த படத்தையும் நீ பார்க்கணுமா?" என்று இன்னொரு புகைப்படத்தை நீட்டினான். பிறகு மறுபடியும் எடுத்து தன் கோட் பாக்கெட்டில் வைத்துக்கொண்டான்.

"இந்தப் போட்டோ வேணும்னா ரத்தினம் வோணும். கூட்டிட்டு வா. அவகிட்ட குடுக்குறேன்."

சிங்காரத்துக்கு எங்கிருந்துதான் அப்படி ஒரு ஆத்திரம்

புறப்பட்டதோ ஓடி சென்று அவனுடைய கோட் பாக்கெட்டிலிருந்து அந்த புகைப்படத்தை எடுக்க முயன்றான். வில்லியம்ஸ்க்கு அது மாபெரும் அவமானமாக இருந்தது. சிங்காரத்தை எட்டி உதைத்தான்.

"யூ டச் மீ? என்றான்.

கீழே விழுந்து சிங்காரம் மறுபடி சுதாரித்து எழுந்து ஓடிச் சென்று அவன் பாக்கெட்டிலிருந்து புகைப்படங்களை எடுக்க முயற்சி செய்தான். வில்லியம்ஸ் லாகவமாக விலகி கைப்பிடி சுவர்மீது சாய்ந்துகொண்டான்.

"ஐயா படம் பார்த்தல்ல.. எப்படி இருக்கு?" என்று நக்கலாக சிரித்தான்.

"தயவு செஞ்சு கொடுத்திரு துரை" என்றான் சிங்காரம். இந்த முறை அவன் முகம் கோபத்தால் சிவந்திருந்தது.

"ரத்தினம் வந்தா போட்டோ குடுப்பேன், ஓகே?"

சிங்காரம் முழு மூர்க்கத்தோடு வில்லியம்ஸைப் பார்த்தான். படு வேகமாக ஓடி, மாடியிலிருந்து வில்லியம்ஸைக் கீழே தள்ளுவதற்கு முயன்றான். அவனது நோக்கத்தைப் புரிந்து கொண்ட வில்லியம்ஸ் சற்றே விலகி அவன் காலை தட்டிவிட்டு சிங்காரத்தை அங்கிருந்து குப்புறத் தள்ளினான்.

இரண்டாவது மாடியிலிருந்து தலைக்குப்புற கீழே விழுந்தான் சிங்காரம். தலை நேர்க்குத்தாக தரையில் மோதிய சத்தம் நச் என்று கேட்டது. ஏதோ தென்னை மட்டை கீழே விழுந்த சத்தம்தான். அந்த இடம் முழுக்க குழம்பாக ரத்தம். கொஞ்ச நேரம் கையைக் காலை உதறிய சிங்காரத்தின் உடம்பு, மெல்ல அடங்கியது.

வில்லியம்ஸ் இதை எதிர்பார்க்கவில்லை. பாக்கெட்டிலிருந்து அந்த போட்டோவை எடுத்துப் பார்த்தான். அதில் ரத்தினம் இருக்கும் ஒரு புகைப்படமும் இல்லை.

புகைப்படங்களை இன்னொரு கையில் உள்ளங்கையில் தட்டிக்கொண்டு, "ஜஸ்ட் அ பிளாக் மெயில், புவர் பாய்" என்றான்.

# வீராசாமி ஐயரின் காசி யாத்திரை

## 21

மின்ட் சாலையில் ரத்தினசாமி முதலியார் அச்சகத்தில் 'பாயக்காரிகளுக்கும் மிராசுதாரர்களுக்கும் உண்டாயிருக்கிற விவாதம்' நூல் அச்சாக்கத்தைப் பார்க்க வந்திருந்தார் வேங்கடாசலாம். அந்த நேரத்தில் அங்கே முனுசாமி நாயகரும் வந்திருந்தது ஆச்சர்யமாக இருந்தது.

"அட வாப்பா... இங்க என்னப்பா வேலை?"

"ஒண்ணுல்லண்ணே, பத்திரிகை ஒண்ணு ஆரம்பிக்கிறதா பேசினம்லா? அதுகோசரம்தான் வந்தேன்."

சபாபதி முதலியாருக்கும் இரண்டு பேரையும் ஒரே நேரத்தில் பார்த்த மகிழ்ச்சியில், "ரெண்டு பேரும் ஒரே நேரத்தில வந்தது நான் செஞ்ச பாக்கியம்" எனக் கைகூப்பி வணங்கினார்.

எத்தனை பக்கங்களில் புத்தகம் தேவை என்பதை வேங்கடாசல சொல்ல, அதற்கு எவ்வளவு செலவாகும், எத்தனை நாட்களாகும் எனக் கணக்கு போட்டுச் சொன்னார் சபாபதி முதலியார்.

"ஆயிரம் புத்தகம் அடிக்க 100 ரூபாயா?" என மிரண்டு போனார் வேங்கடாசல நாயகர்.

"நாயகரே நூறு பக்கம் தாண்டுதே?"

"அதுக்கு? அவ்வளோ ஆயிடுமா?"

"பக்கத்துக்கு ஒரு ரூபா கணக்கு வருது. ஆயிரம் பிரின்டிங்."

"சரிங்க முதலியார்... குறைக்க முடியுமா பாருங்க. நல்ல காரியத்துக்காகப் பண்றேன், உங்களுக்கே தெரியும்?"

"வெள்ளாளர் மேலதான் அதிக ஆவேசம் காட்டிட்டீங்க."

வேங்கடாசல நாயகர் நிதான தோரணையோடு முதலியாரைப் பார்த்தார். "நா எழுதியிருக்கிறத முழுசாப் படிச்சீங்களா?"

"படிச்சேன். என்னைக்கோ தப்பு நடந்துபோச்சு. இப்ப எங்கள குறைபட்டு என்ன ஆகப்போகுதுங்க?"

"உங்கள குறைபடல. என்னைக்கோ, யாரோ பண்ண தப்புதான். அன்னைக்கு இருந்த எல்லா முதலியாரும் சேர்ந்தா இப்பிடி பண்ணியிருப்பாங்க... இல்லையே? அதைப் புரிஞ்சுகிட்டா என் மேல யாரும் கோபிக்க மாட்டாங்க. எனக்கு அத்தனை முதலியார் ஃபிரெண்டுங்க இருக்காங்க. அவங்க மேல மிஸ்டேக் இல்லையே... என்கிட்ட லாவா தேவி பண்ற நாயுடுங்க நூறு பேர் இருப்பாங்க. அவங்க மேலயா எனக்குக் கோபம்? அத புரிஞ்சுகிட்டா என் மேல கோபப்படறதுக்கு ஒண்ணும் இல்ல. இந்த செங்கல்பட்டு ஜில்லாவுல பெரும்பான்மையா இருக்கவன் யாரு? அவன் ஏன் கட்டிக்க கோவணத்துக்கும் வழியில்லாம இருக்கான். கஞ்சிக்குப் பாடுபடறான். நீங்க யோசிக்கணுமில்லையா? இந்த நாயுடு, கம்மவார்ங்க இங்க வந்து சேர்ந்து முழுசா ஒரு நூறு எர்நூறு வர்ஷம் ஆகியிருக்குமா? சொல்றேன். பேர் பாதி நிலம் எப்படி அவங்க கையில இருக்கு? பார்ப்பான்... என்னைக்காவது களையெடுத்தானா, ஏர் ஓட்டினானா மீதி நிலம் அவங்க கைக்கு எப்படிப் போச்சு? ஏதோ டிரிக்ஸ் வேலை நடந்திருக்கு. வெள்ளாளர் அதிகமா, வன்னியன், பறையன் அதிகமா? நியாயத்த நீங்களே சொல்லுங்க. முன்னாடி விவசாயம் பண்ண ஜனங்கதானே இந்த நிலங்கள செவப்படுத்தி பாடுபட்டு சீராக்கியிருப்பாங்க. இப்ப வந்தவங்ககிட்ட சுளுவா இவ்ளோ நிலம் எப்படிப் போச்சு?"

“அதெல்லாம் சரிதான்.”

“கம்மியா இருக்கிற நீங்க நூறு காணி வெச்சிருந்தா, இந்தப் பாழா போன வன்னியன் கையிலயும் பறையன் கையிலயும் ஒரு காணியும் இல்லையே? இதையெல்லாம் நீங்க யார்னா எடுத்து எழுதியிருந்தா எனக்கு இந்தப் பழி வந்திருக்காதே முதலியார்?”

“மெட்ராஸ் டைம்ல நீங்க எழுதிட்டு வர்றதையெல்லாம் முழுசும் படிச்சுட்டேன். இப்ப என்கிட்ட அச்சுக்கு வந்தப்பவும் இன்னொரு தரம் படிச்சேன்... எப்ப பாளையப்பட்டு ஏற்பட்டு தமிழ்நாட்டை 72-ஆ பிரிச்சாங்களோ அப்பவே முக்காவாசி கம்மவார்கிட்டயும் நாயுடுகிட்டயும் போயிடுச்சு. அவங்ககிட்ட அட்டை மாதிரி ஒட்டிக்கிட்டு பிராமணரும் சுகவாசியா இருந்தாங்க. மராட்டி ஆட்சியிலயும் ஐயமாருக்கு ஒரு பிரச்னையும் இல்ல. முந்நூறு வருஷமா தெலுங்கு, மராட்டி ஆட்சியில சுகமா இருக்காங்க. நாங்க உங்கள மாதிரி உழுது வாழற கூட்டம். எங்கள ஏன் கூண்டுல ஏத்துறீங்க?”

“மூணாவது சுகவாசியா நீங்கதான இருக்கீங்க? செங்கல்பட்டு ஜில்லா நிலங்கள ஏழுல நாலு பங்கு வன்னியனும் ரெண்டு பங்கு வெள்ளாளரும் ஒரு பங்கு பிராமணரும் பயிரிட்டு சாப்பிடணும்னுதான் இருந்திருக்கு.”

“அதுவே இடையில வந்ததுதானே? அதுக்கும் முன்னாடி?”

“அதுக்கும் முன்னாடின்னா... எப்பிடி முந்நூறு வருஷத்துக்கு முன்னாடி தெலுங்கர் இல்லையோ, அப்படி பிராமணனும் இல்லையே?”

“அதத்தான் நானும் சொல்றேன்... அப்ப வெள்ளாளன் இருந்தான்ல?”

“சரி... நீங்க இருக்கீங்க. இடையில வந்த பார்ப்பானும் நாயுடுவும் இருக்காங்க... நாங்க எங்க போனோம்னு கேக்கறேன். என் நியாயம் புரியலையா, தெரிஞ்சுக்க வேணாம்னு நினைக்கிறீங்களா முதலியார்?”

“நீங்க சொல்றது சரி நாயகரே... இப்படி செஞ்சுகிட்டிருக்கிற தொழிலையும் விட்டுட்டு எல்லாரோட பகையை சம்பாதிச்சுக்கிட்டு ஒண்டிக்கட்டையா அவஸ்தைப் படறீங்களே? எதுவும் நடக்கும்னு நம்பிக்கை இருக்கா?”

“பார்ப்போம் முதலியார். நல்லது நினைப்போம். நீங்களும் நினைக்கணும். எல்லாருக்கும் அவங்க இருக்கிற தொகைக்கு

ஏத்தமாதிரி பட்டா பண்ணிட்டா சரியாகிடும். இல்ல அந்த நாள்ல கல்வெட்டுல பதிச்சு வெச்ச கணக்கா பட்டா பண்ணாலும் சரி. காலம் காலமா கிஸ்தி கட்டிக்கிட்டு வந்தவனுக்கு நிலத்தை பைசல் பண்ணி வைக்கணுமா இல்லையா? எல்லாருக்குமாத்தான் போராடுறேன். மெதுவாத்தான் நடக்கும். இப்ப என் கஷ்டம் உங்களுக்கு நல்லாத் தெரியுது. புஸ்தக செலவைக் கொஞ்சம் குறைச்சீங்கன்னா போதும்." அச்சுக்கூலியைக் குறைத்தால் சரியாக இருக்கும் என்பதில் குறியாக இருந்தார் வேங்கடாசல நாயகர்.

"எனக்கு இதில ஒண்ணும் நிக்காது நாயகரே. புது எழுத்து வேற வாங்கணும்."

"எழுத்து வாங்கணுமா?"

"பவுண்ட்ரில ஆர்டர் குடுத்துட்டேன். ரெண்டு நாள்ல வந்துடும்."

எழுத்து அச்சுக்களை எடுத்துப்பார்த்தார் முனுசாமி. "எல்லா எழுத்தும் தலைகீழா இருக்குது."

"தலைகீழ் இல்ல.. மிரர் இமேஜ். கண்ணாடியில பாத்தாதான் ஒழுங்கா தெரியும். அச்சுல பாத்தாதான் நேரா தெரியும்."

"கண்டுபிடிச்சான் பாருய்யா வெள்ளக்காரன். இனிமேலும் ஓலையில எழுதிக்குனு இருந்தா வேலைக்காவுமா?" என்றார் வேங்கடாசலம்.

"அலுப்பம் சுளுப்பமான கண்டுபிடிப்பு இல்ல இது... இங்கிலீஷ் எழுத்துன்னா நேர்க்கோடு, சாய்கோடு ரெண்டும் வெச்சு அச்சு செஞ்சுப்புடலாம். சி, டி, ஜி, ஓ, க்யூ இதெல்லாம்தான் கொஞ்சம் வளைவு கேக்குது. மத்ததெல்லாம் கோடுகளை வெச்சு எழுதறதுதான்." சபாபதி முதலியார் விளக்கினார்.

"சுளுவுதான்... அதுவும் 26 எழுத்துதான?" என்றார் வேங்கடாசல நாயகர்.

"தமிழ்ல 247 எழுத்து. ஒவ்வொண்ணும் ஒவ்வொரு வளைவுல இருக்கும். 'ஐ'னு ஒரு எழுத்து, 'இ' ன்னு ஒரு எழுத்து 'கை'ல க் கூட்டல் ஐ ஒரு மெரியா இருக்கு. 'லை'ல 'ல்' கூட்டல் 'ஐ' ஒரு மெரியா இருக்கு. நெபுலி, சீகன் பால்க்னு வெள்ளைக்காரனுங்க போராடி இதுக்கெல்லாம் எழுத்து அச்சுகொண்டாந்தாங்க. நூறு இர்நூறு வருஷப் போராட்டத்துல இப்பிடி செஞ்சுட்டாங்க. பித்தளைல ஒவ்வொரு எழுத்துக்கும் அச்சு செஞ்சு அதுல ஈயத்தை ஊத்தி எழுத்த செஞ்சு அனுப்புறாங்க... அது ஒரு தனிக்கதைங்க நாயகரே..."

“விவிலியம், தேம்பாவணி, வீரமாமுனிவர் புத்தகம்னுதானே வந்துது மொதல்ல?”

“அது சரி அதுசரி. இனிமே திருக்குறள், சிலப்பதிகாரம், சங்க இலக்கியம்லா புத்தகமா ஆகிடும்” என்றார் சபாபதி.

“அந்தச் சுவடிலாம் எங்க இருக்கு? எந்த நிலைமைல இருக்கு. யாரு தேடிக் கண்டுபிடிக்கிறது?” வேங்கடாசல நாயகர் யோசனையுடன் கேட்டார்.

“நீங்க பாயக்காரி ஏஜென்டா ஊர் ஊரா சுத்தலையா? அப்படி யார்னா சுத்தி அலைஞ்சுதான் கிடைக்கும்.” முனுசாமி தேறுதலாக சொன்னார்.

“சங்க இலக்கியம்லா ஏதோ சொல்லக் கேள்வி. இப்பத்தான் தேட ஆரம்பிச்சிருக்காங்க. எல்லீஸ் துரை திருக்குறள் புத்தகம் போட்டாரு. சூடாமணி நிகண்டு எல்லாம் வந்திருக்கு. இப்பிடீ... ஒவ்வொண்ணா வந்துக்கிட்டு இருக்கு. சாமிநாதய்யர்னு ஒருத்தர் இதே வேலையா சுத்தி அலையறாராமே? சிலப்பதிகாரம்கூட பதிப்பிக்கப்போறாராமே? நடுவுல வெர்னாகுலர் பிரஸ் ஆக்டு வந்து யார் வேணா புக்கு போட்டுடக் கூடாதுன்னு சட்டம் போட்டுட்டாங்க. அதுல கொஞ்சம் எல்லாமே தாமதமாய்ப் போச்சு.”

“வுட்டா அவன் பைபிள் அடிக்கிறான்னு, இவனுங்க ராமாயணம், நளாயினி கதைன்னு புக்கு அடிப்பானுங்க. அதான் அவன் தடைபோடுறான்.”

“அதில்ல. ஆங்கில அரசாங்கத்த எதிர்த்து எழுதப் போறாங்கன்னு அவனுக்கு பயம்.”

“எனக்கு என்னவோ புராணக் குப்பைங்க வர்றதுதான் ரொம்ப பயமாருக்கு.” முனுசாமி நாயகரின் அச்சத்தைக் கேட்டு வேங்கடாசல நாயகர், சபாபதி முதலியார் இருவருக்கும் வேடிக்கையாக இருந்தது.

“நாயகரே உங்க இந்துமத ஆசார ஆபாச தரிசனி, முனுசாமி நாயகரோட பத்திரிகைலாம் எங்க அச்சாபீஸை நாத்திக அச்சகமா மாத்திடும்போல இருக்கே. அப்புறம் இந்த அச்சுல ஆன்மிக புக்கெல்லாம் அடிக்க மாட்டோம்னு ஒரு குருப் ஒதுங்கிடுவாங்க... அத நினைச்சாத்தான் அச்சமா இருக்கு.”

“அட நீங்க வேற முதலியாரே... சரி நாங்க கிளம்பறோம்.”

“போய் வாங்க” எனப் பெரிய கும்பிடாகப் போட்டார் முதலியார்.

“ஆமா... நீங்க சொன்ன இங்கிலீஷ் எழுத்துல பி, ஆர் எழுத்துலயும் வளைவு இருக்கே என்றார் எழுந்திருக்கும்போது, சபாபதி முதலியார் பிரஸ் என்ற ஆங்கில போர்டைப் பார்த்தபடி கேட்டார் முனுசாமி.

“நாயகர் இவ்வள நேரம் அதே யோசனையா இருந்திருக்காரு. அது பிரச்னை இல்ல நாயகரே... ஏ, பி எழுத்துலயே பி உருவாக்க முடியும். பி உருவாக்கிட்டா அதில ஆர் உருவாக்க முடியும்.”

“ஓ... அது சரி. ஏதோ அச்சாபீஸ் வந்து... நம்ம மொழி தப்பிச்சுது.” முனுசாமி நாயகரும் பெருமையாக சொன்னார். அச்சகத்தில் பலபேர் எழுத்துகளைக் கோர்த்துக்கொண்டிருந்தனர். ஒவ்வொருவர் முன்னும் நூலின் பக்கங்கல் இருந்தன. அதைப் பார்த்தபடி அதில் உள்ள எழுத்துகளை வேகமாக எடுத்து ஒரு செங்கல் செய்யும் அச்சு போல இருந்த ஒரு செவ்வகப் பெட்டியிலே வரிசையாக வைத்தனர். அந்த செங்கல் பெட்டியை சபாபதி கம்போசிங்ஸ்டிக் என்றார். பூக்கட்டும் வேலை போலவே இருந்தது. அது சாதாரண வேலையாக இல்லை. அஞ்சறைப் பெட்டிபோல அங்கே நூறு அறைப் பெட்டிகள் இருந்தன. எந்த எழுத்து, எங்கே இருக்கிறது என்பதை மனப்பாடமாகத் தெரிந்திருந்தாலொழிய அந்த வேலையை யாரும் செய்துவிட முடியாது.

“கம்பாஸிட்டர் வந்து பாரம் ரெடியாயிடுச்சு. ஐயாவ கையோட வாங்கிட்டு போகச் சொல்லுங்க” என்றார்.

“அப்படியா... ஐயா ஒரு நிமிஷம் உக்காருங்க. இதோ மொத பாரம் ரெடியாயிடுச்சு.”

எழுந்த நாயகர் மறுபடி அமர்ந்தார்.

“இந்த புக் பிரின்ட்ஆன கையோட மறுபடி இந்த எழுத்துக்களைப் பிரிச்சு அந்தந்த பொட்டியில போடணும். எழுத்தை மாத்திப் போட்டுட்டா கோவிந்தா.” அச்சுக் கோர்த்த பாரத்தை எடுத்து அதிலே மையோட்டி ஒரு பேப்பரிலே அழுத்தி எடுத்துக் காண்பித்தபடி சொன்னார்.

அதிலே எட்டு பக்கங்கள் இருந்தன. அதுவும் பக்கங்கள் வரிசையாக இல்லாமலும் சில பக்கங்கள் தலைகீழாகவுமிருந்த ன.

“இது ஒரு பாரம். இதை இப்படி நாலா மடிச்சா இப்படி வரும்” என மடித்துக் காண்பித்தார். சில மடிப்பு இடங்களைக் கிழித்து எட்டுப் பக்கங்களையும் வரிசையாகப் படிக்கும்படி காண்பித்தார் முதலியார்.

“இதுக்கு ‘கேலி’ன்னு பேரு. இதப் படிச்சு பிழை எதுவுமிருந்தா சொல்லுங்க. அந்த எழுத்தைச் சரிசெஞ்சுடுவாங்க. புரியுதுங்களா?” அச்சக வேலைகள் ஒவ்வொன்றும் ஆச்சர்யமூட்டும்படி இருந்தன.

“இப்பவே படிச்சுக் கொடுக்கணுமா?”” என்றார் நாயகர்.

“அவசரம் அவசரமா சொல்லவேண்டியதில்ல. எந்த எழுத்து தப்பா இருக்கோ அதை இப்படி அடிச்சுட்டு அதுக்கு நேரா சரியா வரவேண்டிய எழுத்த எழுதிட்டா போறும்.”

உதாரணத்துக்கு ஓர் எழுத்துப் பிழையின் எழுத்தைத் திருத்திக் காட்டினார்.

“ஓ...” என தலையசைத்துவிட்டு, சரிங்க முதலியார் ... நாளைக்குக் கொடுத்தா போறுமா?”

’இப்படியே எட்டு எட்டுப் பக்கமா நீங்க சரிபார்த்துக் கொடுத்தீங்கன்னா நா அச்சடிச்சு எல்லா பாரத்தையும் மடிச்சு பைண்டு பண்ணிக் கொடுத்துடுவேன்.”

“ரெண்டு மாசம் ஆகிடும்போலயே?”

“நீங்க படிச்சு கொடுக்க லேட் பண்ணிட்டீங்கன்னா புக்கும் லேட்டாகிடும். எனக்கு எழுத்து முடங்கிப்போனா நஷ்டமாகிடும். அடுத்தடுத்து அச்சடிச்சாத்தான... அச்சுக்கோத்து வெச்சுட்டு அப்பிடியே கிடந்தா வேற புக்கு வேலை எடுக்க முடியாதே...“

“என்னால லேட் ஆகாது. பக்கத்துத் தெருவுலதான் இருக்கேன். ஆள் அனுப்பிவிட்டாலும் கையோட குடுத்துவிட்டுடுவேன். அப்ப நான் வர்றேன்.”

“போய் வாங்க. உங்க பத்திரிகை எத்தனை பக்கம்னு சொன்னீங்கன்னா கொட்டேஷன் ரெடி செஞ்சு வெச்சுடுவேன். நாலு பக்கம் மினிமம். உங்க பத்திரிகை எத்தனை பக்கமா இருந்தாலும் அது நாலோட மடங்கா இருக்கணும், பாத்துக்கிடுங்க.”

முனுசாமி நாயகர், “புரியுது புரியுது. பன்னிரண்டு பக்கமா பண்ணிடுங்க. நான் அப்புறம் வந்து கொடெஷன் வாங்கிக்கிறேன்” என்றபடி, வேங்கடாசல நாயகருடன் வெளியே வந்தார்.

‘Madras Times’, ‘Madras Mail’ ‘The Atheniam Daily’ ஆங்கில நாளேடுகளில், ‘பாயக்காரிகளுக்கும் மிராசுதாரர்களுக்கும் உண்டாயிருக்கிற விவாதம்’ என்னும் பொருள் பற்றி, தொடர்ச்சியாக எழுதிவந்தார் நாயகர். 1863 முதல் 1866 வரையில் நாயகர் அந்தப் பத்திரிகைகளிலே எழுதிய முறையீட்டுக் கடிதங்களிலிருந்தும் ஐம்பதைத் தாண்டும். அதைத்தான் சபாபதி முதலியார் சொன்னார்.

முனுசாமி நாயகருக்கும் இந்த விவரம் எல்லாம் தெரியும் என்பதால் தத்துவ விவேசினி, நாத்திக சங்கம் தொடங்குவது போன்ற வேளைகளில் வேங்கடாசல நாயகரை அதிகம் வலியுறுத்துவதில்லை.

கஞ்சித்தொட்டி ஆஸ்பத்திரி அருகே ராயர் தோட்டத்திலே இருவரும் வந்து அமர்ந்தனர்.

“அண்ணாசாமி வந்தாரு. அவருக்கும் இந்த பாயக்காரி வெவகாரத்திலே ஈடுபாடு அதிகமாகிப்போச்சு. அவரும்தான் வந்து போறாரு. ஒத்தாசையா இருக்காரு. வெளிய யார் கிட்டயும் சொல்லல....” என்றவர் தயங்கி நிறுத்தினார்.

“அப்படி இன்னா ரகசியம்?” என்றார் முனுசாமி.

“இந்த நிலத் தகராறுல பல பேர் என் மேல கோபமா இருக்கானுங்க. செங்கல்பட்டு போய் வந்தன்ல? ராத்திரி ஒரு நாலு பேர் கத்தியோட சூழ்ந்துட்டானுங்க. இவ்வளோ பழகற முதலியாரே எவ்வளவு கேள்வி கேக்கறாரு பாரு. மாணிக்கம் சமாளிச்சுட்டான். அடி பின்னி எடுத்துட்டான். செலம்பம் சுத்துறதுல சூரன். எல்லாரும் கத்தி வெச்சுருந்தானுங்க. நானும் ரொம்ப நாள் கழிச்சு குஸ்தில எறங்கவேண்டியதாச்சு.”

வேங்கடாசல நாயகர் சொல்லிக்கொண்டே போக, இடையில் குறுக்கிடக்கூட இயலாமல் அதிர்ச்சியோடு பார்த்துக் கொண்டிருந்தார் முனுசாமி.

“அண்ணே நீங்க இனிமே ஒண்டியா போவக் கூடாது. கூட ரெண்டுபேர்இருக்கணும்.வேலைவெட்டில்லாம்உட்டுட்டுதம்பிடி பிரயோஜனம் இல்லாத ஓடிக்கினு இருக்க. இதுல உயிர பணயம் வெச்சு செய்யணுமா? நா வேணா இனிமே கூட வர்றேன்.”

“அதெல்லாம் வேணாம்பா. நா பாத்துக்குறேன். வீட்ல எதுவும் சொல்லிக்காத. சீதா பயப்படுவா. அப்புறம் எந்த வேலையும் நடக்காமப்போயிடும்.”

முனுசாமி நாயகர் மனதில் வேங்கடாசல நாயகரின் தியாக வேட்கை ஓர் அச்சத்தை ஏற்படுத்தியது. அமைதியாக இருந்தார். இந்த நேரத்தில் இந்துமத ஆசார ஆபாச தர்சினி பார்ப்பான்கள் மத்தியில் குரோதத்தை ஏற்படுத்தும் என்பதும் நன்றாகத் தெரிந்தது. நிலம் பறிபோய்விடுமோ என மிட்டா மிராசுகளும் நம் ஆதிக்கம் பறிபோகுமோ என பார்ப்பனர்களும் சேர்ந்து சூழ்ச்சி செய்தால் நாயகருக்கு ஏற்படும் நிலை மோசமாக இருக்கும். நாயகரோ விபரீதம் புரியாமல் காரியத்தில் இறங்குகிறார்.

சுண்ணாம்புத் தொழிலையும் சரியாக கவனிப்பதில்லை. பொருளாதார நிலையில் சரிவு ஏற்பட்டு விரோதங்களையும் வளர்த்துக்கொண்டு போகிறாரே என நினைத்தார்.

பையிலிருந்து அவர் எழுதிவைத்த கட்டுரை ஒன்றை வெளியே எடுத்தார். "எனுகுல வீராசாமி எழுதின புஸ்தகம் ஒண்ணு சொன்னல்ல?" என்றார்.

"ஆமா... காசி யாத்திரை போனதை எழுதினார்னு சொன்னீங்களே?"

"அதுல முக்கியமா வன்னிய சமுதாயத்தைப் பத்தி எழுதினதை அப்பிடியே இங்கிலீஸ்ல எழுதிட்டேன். அதை மெட்ராஸ் மெயில்ல போட சொல்லப்போறேன்" என்றார். *

* எனுகுல வீராசாமி எழுதிய 'காசி யாத்திரை'யில் இருந்த ஒரு முக்கியமான ஆவணத்தை அவர் முழுவதுமாக ஆங்கிலத்தில் எழுதினார். அதில் ஒரு பகுதி இது:

'இந்தியாவில் திருப்பதிக்குத் தெற்கிலும் வன்னியர்கள் ஆதியில் பேரரசாயிருந்து, மத்தியில் அனேகர் சிற்றரசர்களாகி, இப்போது பேரரசு சிற்றரசு, பாளைப்பட்டாயிருந்தாலும் மதராசு பிரிசிடென்ட்சி எல்லா ஜில்லாக்களிலும் வன்னியரான ராஜகுடிக்குரித்தாய் பாதி முக்கால் பாகம் மன்னவேடென்கிற கிராமங்களாகவேயிருந்தது. முக்கியமாய் செங்கற்பட்டு ஜில்லா முழுமையும் மன்னவேடென்னும் கிராமங்களாகவே யிருந்தும் – ஆதொண்டச் சோழ வன்னியன் அல்லது ஆதொண்டச் சக்கரவர்த்தியினால்* (ரெவரென்ட் டெயிலர் துரையால் செய்த கேட்லாக் ரோஜேன்னி 3-வது வால்மியூமில் சொல்லுகிற ஆதொண்டைச் சக்கிரவர்த்தியினுடைய சரித்திரத்தினாலும் தெரிந்துகொள்ளலாம்.) கொண்டுவிட்ட வேளாளர்களும் துலுக்கர் துரைத்தனத்தில் குடியேறின வடுகர்களான ரெட்டி, கம்மவார் முதலானவர்களுக்குமான இவர்களுக்கு, உதவியாயிருந்து, தங்களுக்கு வேலைக்காரர்களாகச் செய்ய சகலவிதத்திலும் கெடுக்க வேண்டுமென்று வன்னியர்களை நாசம் பண்ணுகிற காரியத்தில் இறங்கினர்.'

## ஊர்சுற்றிப் புராணம்
### 22

"எனுகுல வீராசாமி சொல்லிவிட்டால் அதுதான் சரித்திரமா?" என எவருக்கும் கேள்வி எழும். ஐயர் எழுதிய மடல்களில் அவர் பயணப்பட்ட இடங்களில் பார்த்ததை, கேட்டதை, விவாதித்ததைப் பாரபட்சம் பார்க்காமல் எழுதியிருப்பதை, அவர் எழுதிய மற்றதையும் படித்தால்தான் புரியும். அதனால் மற்ற விவரங்களையும் இங்கே சொல்வது சரியாக இருக்கும் என்று மிராசுதாரர்களுக்கும் பாயக்காரிகளுக்குமான விவாதத்திலே குறிப்பிட எண்ணினார். உலகிலே தொடர்பு விட்டுப்போன எத்தனையோ சரித்திரக் கண்ணிகளிலே எனுகுல வீராசாமி எழுதிய காசி யாத்திரை அனுபவங்கள் முக்கியமானவை என வேங்கடாசல நாயகர் நினைத்தார்.

காஞ்சிபுரம் அண்ணாசாமி நாயகர் வீட்டிலே அன்று அற்புதமான விருந்து. 'தத்துவ விவேசினி' முதல் இதழ் வெளியான

மகிழ்ச்சியைக் கொண்டாட முனுசாமி நாயகரும் ஆசிரியர் குழுவிலே இருக்கும் மாசிலாமணி முதலியாரும் காஞ்சிபுரம் அண்ணாசாமி நாயகர் வீட்டுக்கு வந்திருந்தனர். வேங்கடாசல நாயகரின் வில்லு வண்டியில் மூன்று பேரும் சென்னையிலிருந்து வந்த களைப்பு நீங்குவதற்கு கால் கைகளை நீட்டி மடக்கி, சற்றே மரத்தடியில் படுத்தால் நன்றாக இருக்கும் என நினைத்தனர். சாப்பிட்ட கையோடு வீட்டின் பின்னால் இருந்த பூவரச மரத்தடியிலே வந்து அமர்ந்தார் வேங்கடாசலம். மரத்தடியிலே ஜமக்காளம் விரித்து வைத்திருந்தார் அண்ணாசாமியின் பண்ணையாள். அண்ணாசாமி நாயகரின் பாரியாள் தாம்பூலம் கொண்டுவந்து வைத்துவிட்டுப் போனாள்.

மிராசி ரைட் நூலின் பிரதிகள் இப்போதுதான் நாயகரின் கைக்கு வந்திருந்தன. அதையும் கையோடு கொண்டு வந்திருந்தார் வேங்கடாசல நாயகர். காலையிலிருந்து எனுகுல வீராசாமி ஐயரின் காசி யாத்திரை பற்றி வேங்கடாசலம் வண்டியிலே பேசி வந்ததில் அனைவருக்கும் அதிலே ஆர்வம் ஏற்பட்டுவிட்டது.

“ஐயரைத் திட்டறோம். அதேநேரத்தில வீராசாமி ஐயர் புஸ்தகம் இல்லன்னா நமக்கு ஒரு ரெக்கார்டு இல்லாம போயிருக்கும்” என ஆரம்பித்தார் வேங்கடாசலம்.

“கௌம்பிப் போனாம் பாரு காசிக்கு. சும்மா சாமி கும்பிட்டுட்டு வந்தான்னா இந்த சமாசாரம் கிடைச்சிருக்காதே. பாத்ததை யெல்லாம் பதிஞ்சு வெச்சாம் பாரு. எதுக்கு போனான்... எப்பிடிப் போனான்... எப்பிடி வந்தான்... சொல்லேன் கேப்போம்.”

வெற்றிலை நரம்பைக் கிள்ளி எறிந்துவிட்டு சுண்ணாம்பு தடவி வாயில் இடுக்கிக்கொண்டு சொல்ல ஆரம்பித்தார் நாயகர். முனுசாமி நாயகரும் மாசிலாமணி முதலியாரும் ஆர்வமாகக் காத்திருந்தனர்.

“1807-ல நம்ம புதுப்பேட்ட கோமளீசுவரன்பேட்டைல ஒரு சத்திரம் கட்னாங்க. வெள்ளைக்காரங்க 11 பேரும் நம்ம ஆளுங்க 9 பேரும் போட்டு நிர்வாகம் பண்ற திட்டம். அந்த அறங்காவலர் குழுவுல 1830-ல எனுகுல வீராசாமியும் ஸ்ரீனிவாசப் பிள்ளையும் பொறுப்புல இருந்தாங்க.

அப்பேர்கொத்த எனுகுல வீராசாமிதான் இந்த காசி யாத்திரை போனார். சென்னைலருந்து சரியா 18.05.1830 காலை 9 மணிக்கு யாத்திரைய தொடங்கினார். எல்லாமே புள்ளி வெவரமா எழுதியிருக்காரு மனுஷன். ரெகுலரா ஸ்ரீனிவாசப் பிள்ளைக்கு

கடுதாசி அனுப்பிச்சிருக்காரு. மே 30-ம் தேதி திருப்பதி போய்ச் சேர்ந்ததும் மொத லெட்டர் வந்திருக்கு.

'திருவ திருப்பதின்ற எடத்தில கோவிந்தராஜ ஸ்வாமி, கோதண்டராம ஸ்வாமி கோயில்ங்க உள்ளன. கோவிந்தராஜா கோவில் நிர்வாகம் அரசாங்கத்துக் கீழ இருக்குது. மூணு தினுசு பார்ப்பானுங்க அங்க இருக்காங்க. 200 வீடுங்க அங்க. ஸ்மார்த்த பிராமணர்களுக்கு மட்டும் உணவளிப்பதற்காக குருநாத செட்டி கட்டின அன்னச்சத்திரம் ஒண்ணு இருக்குது. முனியப்பிள்ளை என்பவரால் நிறுவப்பட்ட வேதபாட சாலையில இலவச உணவு. இலவச உதவித்தொகையுடன் 16 பசங்க படிக்கிறாங்கன்னு புட்டு புட்டு வெக்கிறாரு மனுஷன்."

"பார்ப்பாரப் பத்தி நல்லவிதமா எழுதுறாரா... இல்ல?"

"அதுதான் முக்கியம். 20.06.1830-ல எழுதின லெட்டர்ல ஒரு முக்கியமான தகவல் சொல்றாரு. 'கிருஷ்ணா ஆத்தின் ஒரு கரை கண்டனூர் நவாபு ஆட்சியின்கீழ் உள்ளது; இன்னொரு கரை ஹைதராபாத் நவாப் ஆட்சி எல்லைல தொடங்குது. திருப்பதியிலிருந்து நான் போன ஒவ்வொரு ஊர்லயும் ரெட்டி கணக்குப் பிள்ளையா அல்லது ஊர் அதிகாரியா இருக்கார். நந்தவாரிகா, நியோகி பார்ப்பாருங்கல்லாம்தான் பெரிய இடத்தில இருக்காங்க. பார்ப்பாருங்கல்லயே அவங்க உயர்ந்த சாதின்னு வெச்சுக்கயேன். அவங்களுக்கு மாசச் சம்பளம் கெடையாது. அதுக்கு பதிலா அரசு நிலங்கள மான்யமா குடுக்கறாங்க. இந்தக் கணக்குப் பிள்ளைகளும் ரெட்டிகளும்தான் யாத்திரை போறவங்களுக்கு வேண்டப்பட்ட பண்டங்களைச் சேகரித்துத் தரவேண்டியவர்களா இருக்காங்க. என்ன செய்தாவது வசதியோடும் கவுரத்தோடும் பயணிங்க இருப்பதற்கு இவர்களின் உதவிகளைப் பெற்றே தீரவேண்டியவர்களாக இருக்க வேண்டியதாகிறது. அப்போதும் அவர்கள் நல்ல மனுஷாளாவும் அன்புள்ளவங்களாவும் நடந்துக்கிறதில்ல'ன்னு எழுதியிருக்காரு."

"அவனுங்களுக்குள்ளயே எத்தினி குடுமிப்புடி சண்டை பாரு?"

"மேலும் திருவட்டூரில் தொடங்கி திருவாஞ்சூர் வரையில் சென்னையைச் சேர்ந்த செல்வந்தர்கள் பெருஞ்செலவில் பல சத்திரங்களைக் கட்டியிருக்கிறாங்கன்னும் எழுதியிருக்கார். பயண ஏற்பாடுகள், உணவுப் பழக்கம் பத்தியெல்லாம் எழுதியிருக்காரு.

அவர்கிட்ட நுணுக்கமான பார்வை இருந்திருக்கு. சமூக அறிவு இருந்திருக்கு. 29.09.1830 முதல் 08.10.1830 வரை மீர்ஜாபூரைத்

தாண்டி கங்கையைக் கடக்கிற வரைக்கும் அவர் கண்ட பிராமணர்ங்களோட உட்பிரிவுகளைப் பத்தி குறிப்பிட்டுள்ளார்."

எல்லோர் முகத்திலும் ஆர்வக்குறியைப் பார்த்ததும் பையிலிருந்து புத்தகத்தைத் தட்டி எடுத்து அந்தப் பகுதியை அப்படியே படிக்க ஆரம்பித்தார் வேங்கடாசல நாயகர்.

"விந்தியாவாசினி என்கிற இடம் ஒரு பெரிய நகரம். ஆனால் தெருக்கள் குறுகலானவை. மேடும் பள்ளமும் நிறைந்தவை. இங்குள்ள தேவி என்கிற தெய்வத்தை 'பாண்டியா' என்கிற பிராமணர்கள் வழிபடுகிறார்கள். இவர்கள் "பஞ்சகவுடா" என்கிற பிராமணர்களோடு உறவுகொண்டவர்கள். இப்பகுதியில் உள்ளவர்கள் கன்யகுப்ஜா, சர்வர்யா, கவுடா, சரஸ்வதா, மைதிலி என்கிற உட்பிரிவுகளைச் சேர்ந்தவர்கள், பாண்டியா என்பவர்கள் கனுகுப்ஜா என்கிற பிரிவின்கீழ் வருவார்கள். நம்முடைய பகுதியில் உள்ள பிராமணர்கள் பஞ்சதிராவிடா என்றழைக்கப்படுவது போல, பஞ்சகவுடா என்பவர்களும் பல பிரிவினராக இருக்கிறார்கள். நம் பகுதியில் உள்ள பஞ்சதிராவிடா என்பவர்கள் ஆந்திரர், திராவிடர், மகாராட்டிரர், கர்நாடகர் மற்றும் கூர்ஜரர் என அறியப்படுகிறார்கள். இவர்களிடையே உள்ள பழக்கவழக்கங்களும் வேறுபடுவதைப் போலவே, பஞ்சகவுடா பிராமணர்களிடையே உள்ள பழக்க வழக்கங்களும் வேறுபடுகின்றன."

நாயகர் சில பக்கங்களைத் தள்ளிவிட்டு மீண்டும் படித்தார்.

"12.10.1830-ல் எழுதப்பட்ட மடலில், திரிவேணியில் உள்ள பிராமணர்கள் அங்குள்ள தலபுராணத்தின்படி பிச்சை ஏற்பது இயலாததாக இருக்கிறது என்பதால், அங்கு குடியிருக்க அஞ்சுகிறார்கள். இது எப்படியிருந்தாலும் பாதுஷாவும் அவருடைய அலுவலர்களும் கனோஜா பிராமணர்களுக்கு நிலங்களைத் தானமாகக் கொடுத்து, அவர்களை 'தீர்த்தவாசுலு' என்கிற பெயரில் திரிவேணி ஆற்றங்கரையில் குடியிருக்க ஏற்பாடு செய்திருக்கிறார்கள். அந்த பிராமணர்கள் வேறு சில உரிமைகளையும் பெற்றிருக்கிறார்கள். பிரயாகவாலி என்றழைக்கப்படுகிற 900 குடும்பத்தினர் அங்கு வாழ்கிறார்கள். இவர்களை அன்னியில் குளியல் துறைகளில் 125 மரப்பீடங்களில் யாத்திரைவாசிகளை அமர்த்தி அவர்களுக்கு வேண்டியதைச் செய்ய, 125 பிராமணர்கள் அமர்த்தப்பட்டு இருக்கின்றனர். மேலும் பஞ்சதிராவிடர் எனப்படும் 10 மராட்டியப் பிராமணக் குடும்பங்களும். தானா எனப்படும் மூன்று தெலுங்கு பிராமணர்களும் 100 ஆண்டுகளுக்கு முன்னரே அங்குக்

குடியமர்த்தப்பட்டு இருக்கின்றனர்... லக்னோ நவாபின் திவானாகிய துவாரக தாஸ், ஒரு தர்ம சாலையைக் கட்டி இவர்களுக்கு அளித்திருக்கிறார். இங்கெல்லாம் யாத்திரைவாசிகள் எப்படிப் போக முடியும்? இப்படிப்பட்ட சத்திரங்கள் தக்காண மக்களுக்காக அன்னப்பூர்ணாவின் தயவில் காசியில் கட்டப்பட்டுள்ளன. ஆனால், நம்முடைய பகுதியில் இப்படிப் பட்ட சத்திரங்கள் ஒன்றுகூட இல்லை.

ஒவ்வொருவரும் நாள்தோறும் குளிப்பது என்பதை வழக்கமாகக்கொண்டுள்ளனர். சூத்திரர்கள்கூட தலையோடு முழுகிக் குளியல் போட்டபிறகுதான் மதிய உணவு கொள்ளுகிறார்கள். இந்தப் பகுதியில் உள்ள பிராமணர்கள் மற்றச் சாதிக்காரரர்களை மனம் புண்படச் செய்வதோ, வெறுப்பாக நடத்துவதோ இல்லை. அதனால் கிறித்தவ மிஷனரிகள் இங்கு மதமாற்றம் செய்வது இதுவரையில் சொற்ப அளவிலேயே நடந்திருக்கிறது. ஆனால், திராவிட நாட்டுப்பகுதியில் சூத்திரர்கள் குறிப்பாகச் சண்டாளர்கள் மிகவும் புண்படுத்தப்படுகிறார்கள். சண்டாளர்கள் அண்டக் கூடாதவர்கள். சூத்திரர்கள் பிராமணரின் பார்வையில் படக் கூடாதவர்கள் என்று தடை செய்திருக்கிறார்கள். இந்த இழிவான நடத்தைகளின் விளைவாக சென்னை மயிலாப்பூரிலிருந்து வடக்கில் பெத்தபாலம் வரையிலான இடங்களுக்கு இடையே உள்ள பகுதியில், இந்த வகுப்புகளைச்சேர்ந்த மக்கள் ஆயிரக்கணக்கில் மாதா கோயிலில் கூடுவதைக் காண முடிகிறது.

... சாஸ்திரங்களில் எந்த இடத்திலும் - நமக்கு உணவு சமைக்கத் தகுதி உள்ள அவர்களைப் பற்றி நம்மால் பார்க்கப்படக் கூடாதவர்கள் என்று சொல்லப்படவில்லை. நம் பகுதியில் மூல ஸ்மிருதிகளில், சூத்திரர்கள் பிராமணர்களின் தெருக்களில் நடக்கக் கூடாதென்று சொல்லப்பட்டிருக்கின்றது. இந்தப் புதிய ஸ்மிருதிகள் தலைவிதியின்படி (கர்மா) சூத்திரர்களுக்கு இந்த இயலாமைகள் இருப்பதாகச் சொல்லி, அந்தக் கருமத்தைப் போக்குவதற்கான சடங்குகளின் எண்ணிக்கையை அதிகப்படுத்திவிட்டார்கள்.

சூத்திரர்கள் இப்படி இழிவுபடுத்தப்பட்டதன் காரணமாக அவர்களும் மற்றவர்களும் புலால் உண்ணும் பழக்கத்துக்கு ஆளாகிவிட்டார்கள். எனவே, சூத்திரர்களும் மற்றவர்களும். 'பிராமணர்களால் நாம் ஏன் இவ்வாறான இழிவுக்கும் துன்பத்துக்கும் ஆளாக்கப்படவேண்டும் எந்த மதம் நமக்குச் சமத்துவத்தைக் கொடுக்கிறதோ அந்த மதத்தில் சேருவோம்'

என்று கூறி கிறித்துவ மதத்தில் சேர அணியமாகிவிடுகிறார்கள்.

தலைவிதித் தத்துவமும், சிலை வணக்கமும் அறிவு வளர்ச்சி இல்லாத பெண்களுக்கும் குழந்தைகளுக்கும் பக்தியை ஊட்டுவதற்கென்றே நம் முன்னோர்களால் உண்டாக்கப்பட்டன. சிலைகளுக்கு எல்லா வகையான சடங்குகளையும் ஆடம்பரமான அபிஷேகங்களையும் கோயில்களில் நடத்துவது இந்த நோக்கத்திற்காகத்தான். இவ்வாறிருக்க இன்றைய உபஸ்மிருதிகள் இந்தத் தொடக்கநிலையிலிருந்து நெடுந்தொலைவு விலகிப் போய்ச் சடங்குகளைச் செய்வதில் நேரத்தை வீணாக்குகிறார்கள். கோயில்களில் சிலைகளை வைத்தும் படங்களை எழுதியும் அமைக்கிறவர்கள், ஆசையைத் தூண்டும் விதத்தில் அவற்றை அமைக்கிறார்கள். இயற்கைக்கு மாறான தன்மையில் அவற்றை அழகூட்டி அமைக்கிறார்கள். எங்கும் நிறைந்த கடவுள் இப்படிப்பட்ட நம்முடைய நடவடிக்கைகளில் அதிருப்தி அடைந்திருக்கிறார். கடவுள், நம்மைவிட பிரிட்டிஷாரை விரும்புவதாக நாம் நினைப்பதற்கு இதுவே காரணமாகும்."

இந்த இடத்தில் படிப்பதை நிறுத்திவிட்டு, "உருவ வழிபாடுல இருக்கிறபோலித்தனத்தைப் புரிஞ்சவராஇருக்கார்...இதுக்கப்பறம் வர்ணாஸ்ரமம் பத்தி சொல்றாரு. படிக்கிறேன் கேளு."

மாசிலாமணி முதலியார் உண்டமயக்கத்தில் கண்ணயர்வதை வேங்கடாசல நாயகர் கவனித்தார். மேற்கொண்டு தாம் படிக்க இருக்கும் செய்திகள் அவரை உசுப்பி எழுப்பிவிடும் என நம்பிக்கையோடு மேற்கொண்டு படித்தார்.

"எனுகுல வீராசாமி ஐயர் 28.12.1830-ல் பாட்னாவை அடைந்தார். அப்பகுதியில் 10 நாள்கள் தங்கினார். அவர் 'கயா நகரத்தில் மருத்துவர் ஜான் டேவிட்சன் என்பவரிடம் விவாதம் மேற்கொண்டபோது, 'இந்தியாவில் பின்பற்றப்படும் நால் வருணங்கள் கடவுளால் உண்டாக்கப்பட்டவையா? மனிதனால் உண்டாக்கப்பட்டவையா?' என்னும் கேள்வியை எழுப்பினார் டேவிட்சன்.

நான் அவருடன் நீண்ட நேரம் விவாதித்த பிறகு, இது மனிதனால் உருவாக்கப்பட்டதுதான் என்று கூறி, அவரை ஒப்புக்கொள்ளச் செய்தேன். ஏன் எனில் வருணாசிரம தர்மம் கடவுளால் உண்டாக்கப்பட்டிருந்தால், இந்த தர்மங்கள் உலகம் முழுவதிலும் உண்டாக்கப்பட்டிருக்க வேண்டுமே என்று அவரிடம் கூறினேன்.

இந்தக் கர்ம பூமியில்தான் மனிதன் முதலில் தோற்றுவிக்கப்

பட்டான். பைபிள்கூட ஆதாமும் ஏவாளும் இந்தப் பூமியில் பிறந்ததாகக் குறிப்பிடுகிறது. அவர்கள் மக்களை நான்கு வருணங்களாகப் பிரித்து, ஒவ்வொரு வருணத்துக்கும் ஒரு கடமையை விதித்து, அதை மீறினால் தண்டனை உண்டு என விதித்தார்கள். இது எல்லோருக்கும் பெரிய அனுபோகமும் பெரிய வசதியான ஏற்பாடாகவும் அமைந்தது. அதனால் சுருதிகளும், ஸ்மிருதிகளும் இவற்றைத் தெளிவாக எடுத்துரைத்தன. இவை யஜுர் வேதத்தில் சொல்லப்பட்டபடி பரத்வாஜ முனிவரால் மக்களிடத்தில் பழக்கத்திற்குக்கொண்டுவரப்பட்டன.

கயாவில் முதலாம் ஜார்ஜ் மோரிஸ் என்ற நீதிபதியுடனும், உள்ளூர்ப் பண்டிதர்களுடனும் உபஸ்மிருதிகள் பற்றி நீண்ட விவாதம் மேற்கொண்டேன். அப்போது நீதிபதி மோரிஸ் பின்கண்டவாறு என்னை நோக்கி ஒரு கேள்வி விடுத்தார்.

'பெண்டிங் பிரபு சக கமனம் அல்லது உடன்கட்டை ஏறுதல் பெண்களால் பின்பற்றப்படக்கூடாது என ஆணை பிறப்பித்தார். தங்களுடைய கணவர் இறந்துவிட்டால் பெண்கள் மட்டும் உடன்கட்டை ஏற வேண்டுமா? அப்படி அவர்கள் உடன்கட்டை ஏறாவிட்டால் அது பிழையாகுமா?' எனக் கேள்வி தொடுத்தார்."

இந்த இடத்தில் முனுசாமி நாயகர் கையை உயர்த்தி நிறுத்தச் சொல்லி சைகை காட்டினார்.

"பெண்டிங் பிரபுன்னு சொன்னியே... அவர்தான் பெண்கள் உடன்கட்டை ஏறி சாவக் கூடாதுன்னு சட்டம் போட்டாரு. அந்த சட்டத்துக்குப் போராடுனது யாரு?" என்றார்.

மாசிலாமணி முதலியார், "ராஜாராம் மோகன்ராய்... பெங்கால் காராரு" என்று சொல்லிவிட்டு அதற்கென்ன இப்போ என்பதாகப் பார்த்தார்.

அண்ணாசாமி நாயகர், "பிரம்ம சமாஜம் பத்தி தத்துவ விவேசினியில எழுதணும்னு முனுசாமிக்கு ஒரு அக்கறை. அந்த ஞாபகத்துல ஏதோ சொல்ல வந்தார்னு நினைக்கிறேன்" என்றார்.

"அந்த காலத்திலயே எவ்ளோ வேலை பாத்திருக்கிறார்ணா. பிரம்ம சபைய 1828-ல உருவாக்கியிருக்கார். இன்னிக்கு 50 வருஷம் முன்னாடின்னா பாரு. 1861-ம் ஆண்டு நவீன் சந்திர ராய் தற்போதுள்ள பிரம்ம சமாஜத்தை ஆரம்பித்தார்.

வங்காளத்தில வசதியான வைதிக பிராமண குடும்பத்துல பொறந்துட்டு பெரிய மாற்றம் பண்ணியிருக்காரு. ஆங்கிலம், பிரஞ்சு, லத்தீன், ஹீப்ரு, கிரேக்கம், சமஸ்கிருதம், இந்தினு பல

மொழியில பாண்டித்யம். இந்து சமய தரும சாத்திரங்கள், வேதங்கள், உபநிடதங்கள்னு மனுஷன் தெளிவா படிச்சிருக்கார். பலமுறை இங்கிலாந்து போய் வந்திருக்கார். நாற்பதாவது வயசுல வேலைய விட்டுட்டு இந்த மாதிரி வேலைல இறங்கிட்டார். இந்து சமுதாயத்தில இருந்த மூடநம்பிக்கைய ஒழிக்கிறதுதான் தன்னோட மொத வேலைன்னு தீவிரமாயிட்டார். எல்லா மக்களும் சாதி, சமயப் பாகுபாடில்லாம ஒண்ணா சேர்ந்து ஒரே இறைவனை வழிபட வழி செஞ்சாரு." ஒரே மூச்சாக சொல்லிக்கொண்டு போனார் முனுசாமி. பத்திரிகைக்கு ஒரு கட்டுரையை மனதிலேயே வைத்திருக்கிறார் என்பது தெரிந்தது.

"நம்ம திருமூலர் சொன்னதுதான்." மாசிலாமணி முதலியார் சொன்னார்.

" 'ஒன்றே குலம், ஒருவனே தேவன்" என்பதையும் மக்கள் அனைவரும் சகோதரர்களே' என்பதையும் இவர் வலியுறுத்தினார். இந்து சமயத்தைவிட்டு விலகாமல் அதேநேரத்தில் மேலைநாட்டுத் தாக்கத்தால் தோன்றிய நல்ல கருத்துகளையும் தன்வயப்படுத்தி பரந்த உணர்வுடன் செயல்பட விரும்பியது இந்த இயக்கம்." அண்ணாசாமி என்ன இருந்தாலும் அது நல்ல இயக்கம்தான் என்ற கருத்தை முன்வைத்தார்.

"பிரம்ம சமாஜத்தை ராசாராம் மோகன் ராய் உருவாக்கினார். ஆனா அதை ஒரு சமாஜமாக உருவாக்கினது மகரிஷி தேவேந்திர நாத் தாகூர். உருவ வழிபாட்டை எதிர்த்த தேவேந்திர நாத் தாகூர் உபநிடதங்களை ஏத்துக்கிட்டார். ஆனா, இசுலாமிய, கிறித்தவக் கருத்துங்க சமாஜத்தில் ஊடுருவாம பாத்துக்கிட்டார். ஒரு இயக்கம் ஆரம்பத்தில ஒரு நோக்கத்துல உருவாக்கப்படுது. அப்புறம் அவங்க சிஷ்யங்க வேற வேற ரூட்லகொண்டு போயிடறாங்க. புத்தர் ஆரம்பிச்ச பௌத்தம் இப்ப எத்தனை வகையா இருக்கு பாத்தியா? சீனாவுல, ஜப்பான்ல, சிலோன்ல, திபெத்ல, தாய்லாந்துல... ஊருக்கு ஒரு டைப்பா போச்சு." சமயங்களின் திசை மாற்றங்களை சொன்னார் வேங்கடாசலம்.

தேவேந்திர நாத் தாகூருக்குப் பின்னாடி பிரம்ம சமாஜத்தின் தலைவரா வந்தவர் கேசவ் சந்திர சென். இங்கிலீஷ் மீடியம் படிச்சவர். அதனால சமஸ்கிருதத்தக் கத்துக்காம விட்டுட்டார். கிறித்துவ மதத்தில ஈடுபாடு ஏற்பட்டுப்போயி ஏசுவை பிரம்ம சமாஜத்தில கொண்டாந்துவுட்டார். இதனால, தேவேந்திர நாத் தாகூருக்கும் கேசவ் சந்திர சென்னுக்கும் கருத்து வேறுபாடு ஆகிப்போச்சு. கேசவர் தமக்கு ஒத்து வர்றவங்க இணைஞ்சு

இந்திய பிரம்ம சமாஜம்னு தோற்றுவிச்சார். முன்பிருந்த பிரம்ம சமாஜம், ஆதி பிரம்ம சமாஜம்னு ஆச்சு."

"ஆரம்பிச்ச அம்பது வர்ஷத்துல அஞ்சு துண்டா உடைச்சுட்டானுங்களே?" வேங்கடாசல நாயகர் உண்மையிலேயே வருந்தினார்.

கேசவர், ராமகிருஷ்ண பரமஹம்சரிடம் தொடர்புகொள்ள ஆரம்பித்த பிறகு அவரது கருத்துக்கள் பல மாறின. சமய சமரசம் அவரது முக்கியக் கருத்தாயிற்று. இவையும் பல்வேறு சமய சமரசக் கருத்துக்களும் சேர்ந்து இந்திய பிரம்ம சமாஜம், 'நவவிதானம்' என்று மாறின.

"உக்கும்" என்றார் முனுசாமி. "ஆனா உலகத்துல உருவான எல்லா சமயத்துக்கும் இது பொருந்தும்னு நினைக்கிறேன்" என்றார் பொதுவாக.

"சமாஜத்தில பெண்களுக்கு 16 வயசு வரம்ப தம் பொண்ணு கல்யாணத்தில கேசவர் மீறிட்டார். ரூல்ஸ்னா எல்லாருக்கும் அதே ரூல்ஸ்தான? அவர் பதினாலு வயசுலயே கட்டிக் குடுத்துட்டார். இத எதிர்த்து விஜயகிருஷ்ண கோசுவாமி, சிவநாத் சாஸ்திரிலாம் பிரிஞ்சு போயி, 'சாதாரண பிரம்ம சமாஜம்'னு இன்னொரு அமைப்பை உருவாக்கினாங்க."

"போதும்ப்பா. நம்ம ராமலிங்க அடிகளார் சன்மார்க்க சங்கம் தெளிவா இருக்குப்பா" மாசிலாமணி முதலியார் மறுபடி வள்ளலாருக்கு முட்டுக்கொடுத்தார்.

"சரி தம்பி... நான் மேற்கொண்டு படிக்கட்டுமா?" கையில் இருந்த புத்தகத்தைக் காட்டிக் கேட்டார் வேங்கடாசல நாயகர். அனைவரும் அமைதியாக இருந்து ஆமோதித்தனர். நாயகர் படிக்க ஆரம்பித்தார்.

"எங்க வுட்டன்? ம்ம் உடன்கட்டை விவகாரம்... 'மனுவும் பராசரரும் ஆதி ஸ்மார்த்தர்கள். ஸ்மிருதிகள், கைம்பெண்கள் தங்கள் கணவன்கள் இறந்த பிறகு அவர்களால் பின்பற்றப்பட வேண்டிய நெறிகளைக் குறிப்பிடுகின்றன. நான் இது பற்றி ஆய்வுசெய்துகொண்டுள்ளேன். மூல ஸ்மிருதிகளில் சக கமனம் பற்றி எந்தக் குறிப்பும் இல்லை என்று குறிப்பிட்டேன். உள்ளூர்ப் பண்டிதர்கள் இந்த என் கருத்தை முதலில் எதிர்த்தார்கள். பின்னர் மூல ஸ்மிருதிகளில் சக கமனத்திற்கு ஆதாரம் இல்லை என்பதை அவர்கள் ஒப்புக்கொண்டார்கள்."

"மனுஷன் நியாயஸ்தம்ப்பா" என்றார் முதலியார்.

தலையை 'ஆமாம்' என்பதாக அசைத்துக்கொண்டே மேற்கொண்டு படிக்கலானார். யாரும் குறுக்கிட்டால் படிக்கத் தடை ஏற்படுவதை அவருடைய முகக்குறிப்பு காட்டியது. அடுத்துப் படிக்க இருப்பது மிக முக்கியமான செய்தி என்ற பாவனையும் அதிலே இருந்தது.

"உபஸ்மிருதிகளின் எண்ணிக்கை பெருகியதனால் ஒவ்வொன்றுக்கும் இடையே உள்ள முரண்பாடு அதிகமாயிற்று. இந்த தர்ம சாஸ்திரங்கள் மற்ற மதக்காரர்களைச் சோர்வடையச் செய்து ஏற்றுக்கொள்ளப்பட முடியாத தன்மையில் உள்ளன.

இவையன்றி, தலபுராணங்கள் என்பவை வேறு உருவாக்கப் பட்டன. இது பற்றி ஆய்வுசெய்த போது, தலபுராணங்களைப் பற்றிய செய்திகள், மூலபுராணத்தில் ஓராயிரத்தில் ஒரு பங்கு அளவுகூட இல்லை. நான் அறிந்தவரையில் அப்படிப்பட்ட தலபுராணங்கள்... நாராயணபுரம் பற்றி, சென்னை அடையாறில் வாழ்ந்த அல்லாடி நாராயணசாமி நாயுடு என்பவரால்தான் எழுதப்பட்டன. அப்படிச் செயற்கையாக உருவாக்கப்பட்ட பொய்யான புராணங்கள், நல்ல நாணயங்களைக் கள்ள நாணயங்கள் செல்லாதவையாக்குவதுபோல மூலஸ்மிருதிகளைச் செல்லாதவையாக்கிவிட்டன." வேங்கடாசல நாயகர் அர்த்த புஷ்டியான சிரிப்போடு நிறுத்தினார்.

"நம்ம வேலையைப் பாதியா குறைச்சுட்டாரே..." என்றார் முனுசாமி.

"இத அப்படியே தத்துவ விவேசினில போட்டுடலாம்" என உற்சாகமாகக் கைதட்டி சொன்னார் மாசிலாமணி முதலியார்.

*எனுகுல வீராசாமி ஐயர் என்பவர் தெலுங்குப் பிராமணர். அவருடைய மகனான வீரா சாமய்யா என்கிற வீராசாமி ஐயரும் தமிழ், தெலுங்கு, ஆங்கிலம். சமற்கிருதம் முதலான மொழிகளைக் கற்றிருந்தார். அவர் வெள்ளையர் அரசில் செல்வாக்கு உள்ளவராகத் திகழ்ந்ததால், 18.05.1830 முதல் 03.09.1831 முடிய 15 மாத காலம் 'காசி யாத்திரை' என்கிற பேரால், பல்லக்கில் அமர்ந்து இந்தியாவின் பெரும் பகுதியில் உள்ள முதன்மையான கோயில்களைப் பார்வையிட்டார். அவர் பயணம் புறப்படும்போது முனியப்பிள்ளை மகன் சீனிவாச பிள்ளள என்பவர், வீராசாமியைச் சந்தித்து, அவர் பார்வையிடுகிற இடங்களைப் பற்றியும் ஆங்காங்கு காணப்படும் இன்றியமையாத நிகழ்ச்சிகள் பற்றியும் தனக்குத் தொடர்ந்து மடல் எழுதும்படி கேட்டுக்கொண்டார்.

அவ்வாறு அவர் பெற்ற மடல்கள் தெலுங்கிலும் தமிழிலும்

எழுதப்பட்டவை. ஆனால் முதலில் தமிழ் மொழியில்தான் 'எனுகுல வீராசாமி காசி யாத்திரைச் சரித்திரம்' நூலாக வெளியிடப் பட்டது. தமிழில் அதை மொழிபெயர்த்தவர் கரகம்பாடி பனையூரி வெங்கு மாடலேரி (Panayuri Venku Modaleri) ஆவார்.

* 'MIRASI RIGHT' (மிராசு பாத்தியதை) என்ற ஆங்கில நூலை அச்சிட்டு, 28.6.1871-ல் பிரிட்டிஷாருக்கு விடுத்த மேல்முறையீட்டை வைத்தும் 1872-ல் அ.வேங்கடாசல நாயகர், வெளியிட்ட நூலுக்கு எழுதிய 'பாயிரம்' என்கிற முன்னுரையில் கண்டுள்ள பின்கண்ட செய்திகளிலிருந்தும் அவர் ஆங்கிலத்தில் எழுதவும் வாதிடவும் நல்ல திறமையைப் பெற்றிருந்தார் என அறிய முடியும்.

28.06.1871-ல், இங்கிலாந்து ராணியார் விக்டோரியாவுக்கு. 'MIRASI RIGHT' முறையீட்டு நூலை அனுப்பினார். அதனை தமிழில் மொழிபெயர்த்து அச்சிட்ட நூல், 1872 ஏப்ரலில் அவராலேயே வெளியிடப்பட்டது.

# இந்திய சட்டம் உருவாகிறது

23

பெ.தெ.லீ.செங்கல்வராய நாயகரை நினைக்கும்தோறும் பெருமையாக இருந்தது. கோடிக்கணக்கான சொத்துகளை கல்விக்காகவும் ஏழைகளின் மருத்துவ வசதிக்காகவும் விதவைப் பெண்களின் மறுவாழ்வுக்காகவும் உயில் எழுதி வைத்துவிட்டார். இது இதுவரை யாரும் செய்யாத வள்ளல் தன்மைகொண்டதாக இருந்தது. அப்பா பெயரையும் அம்மா பெயரையும் முதலெழுத்தாகப் போட்டுக்கொண்டதிலேயே அவர் பெண்களுக்குக் கொடுத்த மரியாதை விளங்கியது. அவருடைய செல்லப் பெயரான லீ இன்னும் அருமை.

செங்கல்வராயரைப் பார்த்து பாயக்காரி நூல் ஒன்றைக் கொடுத்துவிட்டு வாழ்த்த வேண்டும் என்பதற்காகவே வேங்கடாசலம் அவருடைய தோட்டத்துக்கு வந்தார்.

உயிலைப் படித்துவிட்டு, "இதிலே எனக்கு ஒரே ஒரு சங்கடம் இருக்கிறது" என்றார் வேங்கடாசலம். என்ன என்பதாகப் பார்த்தார் செங்கல்வராயர்.

"இந்த அறநிலையத்தை வன்னியர்கள் ஒழுங்காக நிர்வகிக்கவில்லை என்றால் அதை பச்சையப்பருடைய அறக்கட்டளையுடன் சேர்க்கச் சொல்லியிருக்கிறீர்களே?"

"உங்களைப் போன்றவர்கள் இதிலே இருப்பதாக இருந்தால் இப்போதே அதை நீக்கிவிட்டு வேறு ஒரு உயில் எழுதிவிடுகிறேன்" என்றார்.

"எனக்கு இருக்கிற வேலையைத்தான் சொல்லிவிட்டேனே.. சூளைக்குப் போவதே இல்லை. முழுக்க முழுக்க செங்கல்பட்டைச் சுற்றி வருவதற்கே நேரம் சரியாக இருக்கிறது."

"எல்லாமே நாம் ஒன்று நினைக்க, அது ஒன்றாகத்தான் முடிகிறது. என் அப்பன் பார்த்தசாரதியின் தலையில் எல்லா பாரத்தையும் இறக்கிவைத்துவிட்டேன். இனி அவன் பாடு" என்றார் லீ.

"உங்களுக்கு இருக்கிற பக்திக்கு நான் குறுக்கே நிற்க விரும்பவில்லை. பறையர்களுக்கு மருத்துவம் பார்க்க தனி வார்டு போட்டது வருத்தமாக இருக்கிறது" என்றார் வேங்கடாசலம்.

"பறையனையும் பார்ப்பானையும் சமமாக ஒரே இடத்தில் கட்டிலிலே படுக்கப்போட்டால் ஒரு பார்ப்பானும் சம்மதிக்க மறுக்கிறான். உயிலை எழுதிய கோபாலாச்சாரியே ஒத்தைக் காலில் நிற்கிறார்..." என்றவர், கணக்குப்பிள்ளை நாராயணசாமி நாயகரை அழைத்து, "கோபாலாச்சாரிய வரசொல்லுங்க" என்றார்.

பஞ்சகச்சம் கட்டியிருந்தாலும் செங்கல்வராய நாயகரின் நாமத்தைவிட சிறியதாகவே ஒரு நாமம் போட்டு இருந்தார் கோபாலாச்சாரியார். கறுப்பு கோட்டு, அட்வகேட் அடையாளமாக இருந்தது.

"வாங்க சார்... இவர் என் நண்பர் வேங்கடாசல நாயகர். பாயக்காரி ஏஜென்ட்."

"பேஷாத் தெரியுமே... 'மெட்ராஸ் டைம்ஸ்'ல தொடர்ந்து எழுதிட்டு வர்றாரே..."

"பறையருக்கு தனி வார்டு போட சொல்லிட்டீங்களே... அதைப் பத்திக் கேட்கிறார்."

“லோகம் அப்படி இருக்கறது... எனக்கு ஒண்ணும் இல்ல. யாரும் ஹாஸ்பிடல் உள்ள வர மாட்டா... அதுக்காகத்தான் சொன்னேன். ஆரம்பத்தில் தனி வார்டா இருக்கிறதுதான் நல்லது. காலம் மாறி போச்சுன்னா ரெண்டு கட்டிலையும் ஒண்ணா தூக்கிப் போட வேண்டியதுதான்...” என்று சிரித்தார் கோபாலாச்சாரியார்.

“ஆச்சாரியாருக்கு பேசவா சொல்லித் தரணும்?” என்றார் செங்கல்வராயர்.

“அதுக்கு இல்லைங்க நாயகர்... நீங்க ஒரு பெரிய முயற்சி எடுக்குறீங்க. அது சுபிட்சமா நடக்கணும் என்பதற்காகத்தான் சொன்னேன்.”

நம்ம அவசரத்துக்கு எதுவும் மாறிவிடாது என்பதை வேங்கடாசல நாயகர் உணர்ந்துதான் இருந்தார். கோபாலாச்சாரியாரிடம் கேட்க வேறு கேள்விகள் வேங்கடாசலத்திடம் இருந்தன.

பாயக்காரிகளின் பிரச்னைகளை மிராசுகளின் புரட்டு அதிகாரங்களாலும் பிராமணர் சூழ்ச்சியாலும் நடந்தது என்பதை மட்டும் சொன்னால் எடுபடாது என்பதை வேங்கடாசல நாயகர் நன்றாக உணர்ந்திருந்தார்.

பிரிட்டிஷார் போட்டிருந்த புதிய சட்டங்களையும் கொஞ்சம் ஒப்பு நோக்கித்தான் வாதாட வேண்டும் என்பதில் நாயகர் உறுதியாக இருந்தார். இதையெல்லாம் ருசுப்படுத்த அவர்களின் சட்டப் பிரகாரமே வாதிடுவதுதான் சரி. சுப்ரீம் கோர்ட்டில் சிவாஜியின் பொண்டாட்டிமார்களுக்காக வாதிட்ட லாயரைத்தான் நாயகர் பார்த்தாரே? பாவம் அதிலே பொண்டாட்டிகள் என அறிவிக்கப்பட்டவர்களுக்குத்தான் ஜீவனாம்சம் தரப்பட்டது. கல்யாண மகாலிலே இருந்த பல பெண்களைக் கணக்கிலே வைத்துக்கொள்ளவில்லை.

எந்த நாட்டை ஆள்வதற்கும் அந்த நாட்டின் சம்பிரதாயங்களைக் கொஞ்சம் கலந்தால்தான் சரியாக இருக்கும் என பிரிட்டிஷாரும் நினைத்தனர்.

“உங்ககிட்ட ஒரு சந்தேகம் கேட்கணும். எனுகுல வீராசாமி ஐயர் எழுதின ‘காசி யாத்திரை’ படிச்சிருப்பீங்க இல்லையா?”

“கேள்வி ஞானம்..”

“சரி. அதுல ஜெகன்னாத தெர்கா பஞ்சனானா என்பவரைப் பற்றி எழுதியிருக்கிறார்... அவரைப் பத்தி கேள்விப்பட்டிருப்பீங்கன்னு நினைக்கிறேன்.”

“ஆமாம். இந்தியாவுடைய சட்டப் புத்தகத்துக்கே மூல கர்த்தா அவர்தானே?”

“சரியா சொன்னீங்க. அவருடைய சட்டம் முக்கியமா இருந்ததுக்கு என்ன காரணம்னு கொஞ்சம் சொல்லுங்களேன்...”

கோபாலாச்சாரியார் தோளைக் குலுக்கிக்கொண்டு சுவாரஸ்யமாகச் சொல்ல ஆரம்பித்தார்.

“இந்து உரிமை சட்டங்களைத் தொகுத்து கும்பெனி அரசிடம் ஒப்படைச்சவர் ஜகன்னாதர். சமஸ்கிருதத்தில எழுதியிருந்தார். அதை இங்லீஸுக்கு மாத்தினவர் ஹென்றி தாமஸ் கோல்புரூக்*. அது சாமானியப்பட்ட வேலை இல்லை.”*

“நில பாத்தியம் பத்தி சட்டம் என்ன சொல்லுது?” என்றார் வேங்கடாசலம்.

“பாத்தியம்னா... ஜெகன்னாதா தெர்கா என்ன சொல்றார்னா, இறந்துபோன சுவாதீனக்கா்ரனுடைய பந்துக்களுக்கு உரியதுன்னும் அதைச் சுதந்திரமா வைக்கும்படியாவும் தர்க்கிக்கிறார்.”

நாயகரின் தலையசைப்பைத் தொடர்ந்து, ஆச்சாரியார் சொல்லிக்கொண்டு போனார்.

“அரசனுக்கு, வரி வாங்கும்படியான நில பாத்தியம் உண்டு. ஆனா, நிலத்தின் வரும்படியை அனுபவிக்கும்படியான பாத்தியம் நிலம் யார் வசத்திலிருக்குதோ அவனுக்குப் பூர்த்தியாய்ச் செல்லும். குடியானவன் நிலத்தை விக்கிறையஞ் செய்யும்போது அதை வாங்குறவன் அனுபவிக்கும் படியான பாத்தியதையடைகிறான். ஆனா, வரியை அனுபவிக்கும்படியான பாத்தியம் அரசனைவிட்டு நீங்காது.”

தலையசைத்தார் வேங்கடாசலம்.

“நம்ம நாட்டுக்கு சட்ட வடிவம்* கொடுக்கறதுக்குத் துணையா பல ஆதாரங்களைத் தேடினாங்க. அப்பிடி தேடின சமயத்துல வங்காள மாகாணத்திலிருந்த, ரகுநந்தனாங்கற பிராமணரால வடமொழியில தொகுக்கப்பட்டிருந்த ஒரு நூல் கிடைச்சது. அது இருபத்தேழு தொகுதிங்க. ‘விவாதசார நவா’ன்னு பேரு. சர் வில்லியம் ஜோன்ஸ் காலத்தில மிதிலை வழக்கறிஞரான சிரோரு திரிவேதி தலைமைல ஆராய்ஞ்சாங்க. பட், அது சரியா வரலை. அதுக்கப்புறம்தான் ஜெகன்னாதா கிட்ட வந்தாங்க. ஜெகன்னாதா தொகுத்த நூலுக்கு விவாத பங்கர்நவான்னு பேர். இது சரியா இருக்கும்னு ஒரு வழியா முடிவு செஞ்சாங்க.

மொழிபெயர்க்கிற வேலையை முடித்த ஹென்றி தாமஸ் கோல்புரூக், அந்த இந்துச் சட்டத் தொகுப்புக்கு, 'A Digest of Hindu Law on Contracts and Successions'னு தலைப்பு வெச்சார். முன்னுரையில 'பெருஞ் சிறப்புக்குரிய இத்தொகுப்பு வங்காளப் பண்டிதரான ஜெகன்னாதா தெர்க்க பஞ்சானனா என்பவரால் செய்யப்பட்டதாகும். இதனை சர், வில்லியம் ஜோன்ஸ் என்பாரின் விருப்பப்படி அப்பண்டிதர் தொகுத்தார். இது ஹென்றி தாமஸ் கோல்புரூக் என்பவரால் 1795-ல் சமற்கிருதத்தினின்றும் ஆங்கிலத்தில் மொழி பெயர்க்கப்பட்டது'ன்னு சுருக்கமா சொல்லியிருக்கார்.

சமஸ்கிருதத்தில் தொகுத்த ஜகன்னாதா, சமஸ்கிருதச் செய்யுள் வடிவில் அமைந்த முகவுரையில என்ன சொல்லியிருக்கார் தெரியுமா?

'ருத்திரன் என்பவரின் மகனாகிய ஜகன்னாதா எனப்படும் நான் தேவர்களை வணங்கி, இத்தொகுப்புப் பணியைமேற்கொண்டேன். நான் மேற்கொண்டு முடித்துள்ள பணி, இந்நாட்டை இரட்சிக்க வந்துள்ளோரின் ஆணைப்படி நிறைவேற்றப்பட்டதாகும்... புனித இந்துச் சட்டத்தின் அளவு கடந்த பெருமையோடு எனது அறிவை ஒப்பிடச் சிறிதும் பொருந்தாது. பொங்கும் கடலில் கட்டுமரத்தைச் செலுத்துவதைப் போன்றது எனது பணியாகும். எனினும் இந்நாட்டின் தலைமை இரட்சகரின் இரட்சிப்பில் அப்பெருங்கடலை நான் கடந்துள்ளேன்'னு சொல்லியிருக்கார்.

'ஜெகன்னாதா கல்கத்தாவிலிருந்து முப்பதுமைல் தொலைவுல திரிவேணின்ற இடத்தில 1815- வரை வாழ்ந்தவர். அப்போ அவருக்கு வயது 108. அவர் குடும்பத்துல வந்த நான்கு தலைமுறை வாரிசுங்க சுமார் நூறு பேர் அவர்கிட்ட மாணவரா இருந்தாங்கன்னா பாத்துக்கோங்கா.

சட்டங்களை உறுதிப்படுத்தும் பொறுப்பு பிராமணருக்குத்தான். இல்லாட்டிப் போனா வர்ணாஸ்ரமத்தை எப்பவோ ஏறக்கட்டியிருப்பாங்க" என்றார் ஆச்சாரியார்.

பிராமணர்கள் தங்களது உயர்வுக்கும் வருணாஸ்ரம பாதுகாப்புக்கும் நிலையான ஆதாரங்களாயுள்ள ஒன்றைக்கூட விட்டுவிடாமல் தொகுத்து அளித்துச் சட்டமாக்கிக்கொள்ள வேண்டும் என்பதில் பெருங்கவலை கொண்டிருந்தனர் என்பது வேங்கடாசல நாயகருக்கு நன்கு விளங்கியது.

லீ என்ன நினைக்கிறார் எனத் தெரியவில்லை. விளக்கம் போதுமா எனக் காத்திருந்தார் கோபாலாச்சாரியார்.

"ரொம்ப நன்றி. நான் விடைபெற்றுக்கிறேன்" என்றார் வேங்கடாசல நாயகர்.

* தாங்கள் பிறப்பித்த சாசனச் சட்டங்களைக் (1661-1678) கொண்டும் ஒழுங்கு முறைச் சட்டங்களைக் (1765-1833) கொண்டும் சரியான முறையில் நீதி வழங்க இயலாமல் இருக்கின்ற நிலையை எவ்வாறேனும் நீக்க வேண்டுமென வெள்ளையர் கருதினர். எனவே, அது கருதி, சட்டம் பற்றிய எல்லாவற்றையும் தொகுத்து, அவற்றுக்குச் சட்ட வடிவம் (Codification) அளிக்க வேண்டுமென விரும்பினர். அவ்வாறு சட்ட வடிவம் அளிக்கப்பட்ட காலத்தைச் (Period of Codification) சட்ட வடிவமைப்புக் காலத்தின் மூன்றாம் கட்டம் எனச் சட்ட அறிஞர் கூறுவர்.

* Henry Thomas Colebrook.

* A Digest of Hindu Law on Contracts and Successions (1864- மூன்றாம் பதிப்பு).

# மிராசு பாத்தியம்

## 24

ஏழு கிணறு நீரிறைக்கும் எந்திரம் ஓடும் சத்தம், இரவின் அமைதியோடு போர் நடத்திக்கொண்டிருந்தது. ரயில் கிளம்பும் நேரத்தில் தெருவே குலுங்குகிறது. மேற்கே அச்சாபீஸுகள் பெருகியதில், அவற்றின் 'தடக் தடக்' லயத்தில் தூங்கப் பழகிவிட்டது பெத்த நாயக்கன் பேட்டைக்கு.

வண்டி மோட்டையொட்டி கயிற்றுக்கட்டிலைப்போட்டு வானம் பார்த்துப் படுத்திருந்தார் நாயகர். ராணியாருக்கு மிராசி ரைட்ஸ் அச்சுப் பிரதியை கலெக்டரிடம் ஒப்படைக்கக் காத்திருந்தார். ராணியாருக்கு இன்னொரு முறை இந்த மிராசி ரைட்ஸை அனுப்பிவைக்க வேண்டும். அது கலெக்டர் மூலமாக நடந்தால் சிறப்பாக இருக்குமென்று நாயகர் நினைத்தார்.

செங்கல்பட்டை, தன் நான்கு கால்களால் பலமுறை வலம் வந்த

மயிலான், வண்டியருகே அசைபோட்டபடி அமர்ந்திருந்தான். வேங்கடாசல நாயகருக்கு மயிலானை நினைத்தால் வருத்தமாகத்தான் இருந்தது. கழுத்தில் உண்ணிகள் அதிகமாக இருப்பதைப் பார்த்து, எலி பாஷாணத்தை எடுத்துவந்து அதன்மீது தடவினார். மாடு நக்கிவிடாமல் இருக்க வேண்டுமே என்ற அச்சம் ஏற்பட்டு, வாய்ப்பூட்டை எடுத்து எருதுவின் வாயில் மாட்டிவிட்டார். இருசு கம்பிக்கு 'கீல்' போட நினைத்தார். அடுப்பிலிருந்து நெருப்பு எடுத்து வந்து, வைக்கோல் போட்டு பற்ற வைத்தார். கரி சாம்பலைத் தூளாகக் கசக்கி இரும்பு முறத்திலே போட்டார். அதில் விளக்கெண்ணெய் ஊற்றி நன்கு குழைத்தார். இருசுக கம்பி, அச்சாணி எல்லாவற்றிலும் பசையாகத் தடவினார். 'மாணிக்கம் கல்லு கணக்கா வேலை செய்வானே தவிர இந்த மெரியான நுணுப்பம் தெரியாது' என அவரே அவருக்குச் சொல்லிக்கொண்டார்.

வீராசாமி ஐயரின் 'காசி யாத்திரை' படித்த காலம்தொட்டே நில உரிமை, நில வரி சம்பந்தமான கோளாறுகளை அறிய ஆரம்பித்திருந்தார். ஆங்கிலேயர்களுக்கு நெருக்கமாக இருந்தவர்கள் செய்திருந்த கலாபனைகள் இன்று எத்தனை பெரிய சங்கடங்களை ஏற்படுத்திவிட்டன என்பதை நினைக்கும் தோறும் வருத்தமாக இருக்கும். நாம் கண்ணை மூடுவதற்குள் இதைச் சரிசெய்துவிட வேண்டும் என்ற ஆவேசத்தை அதிகரித்துக் கொண்டேயிருந்தது.

செங்கல்பட்டு மாவட்டத்திலுள்ள வேளாண் குடிகள் பயிரிட்டுவந்த நிலங்களை நவாபு ஆட்சியின்கீழ் செல்வாக்கோடு திகழ்ந்த பிராமணர்களும் வேளாளர்களும் ரெட்டிகளும் பறித்துக் கொண்டதை, அவர்களிடமிருந்து மீட்டுத்தர 1861-ம் வருஷம் முதலே போராட ஆரம்பித்தார். செங்கல்பட்டு கலெக்டர் பார்மர் நாளை மதியம் கோட்டையில் வந்து சந்திக்குமாறு தந்தி கொடுத்திருந்தார். அது சம்பந்தமாக யோசிக்க ஆரம்பித்து நினைவுகள் எங்கெங்கோ பறந்தன.

'பாயக்காரிகளுக்கும் மிராசுதாரர்களுக்கும் உண்டாயிருக்கிற விவாதம்' என்னும் தலைப்பில் 1863 முதல் தமிழ் ஏடுகளிலும் ஆங்கில நாளேடுகளிலும் கடிதங்களும் கட்டுரைகளும் எழுதிவந்ததில் தொடங்கியது இந்தப் போராட்டம்.

சிதறிக்கிடந்த அந்தக் கட்டுரைகளைத் தொகுத்துப் பார்த்த போது இதைப் பார்க்க வேண்டிய அதிகாரிகள் பார்வைக்கும் நடவடிக்கை எடுக்க வேண்டிய ராணிக்கும் அனுப்பிவைக்க

வேண்டும் என்ற எண்ணம் மேலோங்கியது. அவர் தமிழில் எழுதியவற்றை ஒரு நூலாகத் தொகுத்தார். அதையே ஆங்கிலத்தில் *‘MIRASI RIGHT’* என்னும் பெயரில் மொழிபெயர்த்தார். அதை அச்சிட்டு, கிழக்கிந்திய வணிகக் குழுவினரின் நிருவாக அவையினருக்கு லண்டனுக்கு 28-06-1871-ல் விடுத்துவைத்தார். அது மேல்முறையீடு என்கிற தன்மையிலானது. அதற்காக, அவர் எழுதிய நூலை, 1872 ஏப்ரலில், ‘பாயக்காரிகளுக்கும் மிராசுதாரர்களுக்கும் உண்டாயிருக்கிற விவாதம்’ என்னும் பெயரில் தமிழில் வெளியிட்டார்.

எனுகுல வீராசாமியின் காசியாத்திரை சரித்திரம் என்னும் தமிழ் நூலில் சொல்லிய பிரகாரம் வன்னிய அரசுகள் இளைத்து, பிற்பாடுவந்த துலுக்கர் துரைத்தனத்தில் பிராமணர்கள் புகுந்து, காரியங்கள் சாதித்துக்கொண்டனர். உத்தியோகங்களிலேறி அக்ரார மானியம், கோயில் மானியம், சுரோத்திரியம், சாக்கீர் முதலானதென்று கிராமங்களை அபகரித்து, நவாபு துரைத் தனத்தின் கடைசியில் நவாபுவினிடத்தில் உத்தியோகத்திலிருந்த கான்கோ ராயஜி என்பவன், இனிமேல் நிலத்தைக் குறித்து இங்கிலீஷ் துரைத்தனத்தில் நடக்கப் போகிறது தனக்குத் தெரிந்து, வன்னியர்களுடைய நல்ல கிராமங்களையெல்லாம் பிராமணருக்குப் பிடுங்கிக் கொடுத்தான்.’ என்ற வரலாற்றைப் படித்து இந்தப் போராட்ட ஆவேசம் மேலும் அதிகரித்தது.

“அவன் எதற்கு வன்னியர் நிலங்களை பிராமணர்களுக்குப் பிடுங்கிக் கொடுக்க வேண்டும்?” அவரே மனதுக்குள் கேட்டுக் கொண்டார். எப்படியும் கலெக்டரிடம் இந்தக் கேள்விகள் வரும்.

“ஏனென்றால் ராயாஜி ஒரு மராட்டிய பிராமணர். இங்கே படிப்பில் மோசம் போய், வேட்டையிலும் சண்டை போடுவதிலும் பொழுதைக் கழித்துவந்த வன்னியர் நிலங்களைக் கூறு போடுவதில் அவருக்கு வேலை சுளுவாக இருந்தது. அதற்கு இங்கே இருந்த கணக்குப் பிள்ளைகளும் துணை போனார்கள். அதனால் அவர்களுக்கும் ஆதாயமிருந்தது. மிராசுகளாக இருந்த வடுக பாளையப்பட்டு அரசர்களும் உடந்தையாகிவிட்டார்கள்.” தெளிவாக சொல்லிப் பார்த்துக்கொண்டார்.

* வீராசாமி ஐயரின் காசி யாத்திரை என்ற அந்நூலின் ஆங்கில மொழிபெயர்ப்பு 1973-ல் வெளியிடப்பெற்றது. அதை வெளியிட்ட ஆந்திர அரசின் கீழையியல் ஏட்டுச் சுவடிகள் நூலகம் மற்றும் ஆராய்ச்சி நிறுவனத்தார், ‘இம்முயற்சி 140 ஆண்டுகளுக்குப்பிறகு கைகூடிற்று’ எனப்

பதிப்புரையில் குறிப்பிட்டுள்ளனர். அதைக்கொண்டு 1973-லிருந்து 140 ஆண்டுகள் பின்னோக்கிக் கணக்கிட்டால், 1833-ல் தமிழ் மொழிபெயர்ப்பு வெளிவந்தது எனக் கொள்ளலாம். அத்தமிழ் மொழி பெயர்ப்பினை வேங்கடாசல நாயகர் படித்திருந்ததனால்தான், அதன் வழியாகப் பிராமணர்களின் ஆதிக்கத்தையும் வேத, ஸ்மிருதி, சாஸ்திரங்களின்படியே இந்தியா முழுவதிலும் உள்ள இந்துக்கள் வாழ்வதையும் வேங்கடாசல நாயகர் தெரிந்துகொள்ள முடிந்தது என்றும் நாம் அறியலாம்.

## கலெக்டர் சந்திப்பு
### 25

'ஒருத்தன் பாத்தியதையாகப் பயிரிட்டுவந்த நிலத்தை சம்பந்தமே இல்லாத ஒருத்தன் வந்து, சற்றும் சம்பந்தமே இல்லாத இன்னொருத்தனுக்கு அந்த நிலத்தைத் தாரை வார்த்துக் கொடுப்பது என்ன மாதிரியான சட்டம்? காலம் காலமாக அதையே நம்பி ஜீவித்துவந்த அவன் இந்த சிங்க நாதமான சட்ட பரிபாலனத்தால் பஞ்சை பராரியாய் வயிறு காய்ந்து வாழ நேர்வது என்ன துர்லபம் என்பதும் நாயகருக்குப் புரியவில்லை. அதனால்தான் எல்லீஸ் பிரபுவும் தாமஸ் மன்றோ பிரபுவும் அதன் பிறகு செங்கல்பட்டு ஜில்லா கலெக்டராக வந்த ப்ளேஸ், பார்மர் போன்றவர்களும் அடுத்தடுத்து நில உடைமை சம்பந்தமாகத் தொடர்ச்சியாக செய்துவிட்ட தவறுகளைச் சுட்டிக்காட்டி மேன்மை தாங்கிய ராணியாருக்குக் கடிதங்களாக எழுதினார் நாயகர்.

முனுசாமி நாயகரும், காஞ்சிபுரம் அண்ணாசாமி நாயகரும், சர் லீ பிட்டி செங்கல்வராய நாயகரும் இது குறித்துக் கலந்து பேசியபோது இது செங்கல்பட்டு குடிமக்களுக்கு இழைக்கப்பட்ட அநீதி என்ற முடிவுக்கு வந்தனர்.

சங்கரய்யாவும் கான்கோஜி ராயனும் பிராமணர்கள். நவாபுகளிடத்திலே பணியாற்றியவர்கள். இனி ஆங்கில அரசாங்கம் தலையெடுக்கப்போவதை அறிந்து ஆங்கிலேயர்களிடம் இணக்கமாகிவிட்டதோடு நிலங்களையெல்லாம் தங்கள் பெயர்களுக்குப் பட்டா மாற்றிக்கொண்டதோடு செங்கல்பட்டு ஜில்லாவில் வாழ்ந்த பள்ளிக்குடிகளுக்குப் பெரும் தீங்கிழைத்தது ஓரளவுக்குத் தெரியும் எனினும், அதற்கு கெட்டியான சான்றாக அமைந்தது வீராசாமி ஐயரின் 'காசி யாத்திரை சரித்திரம்'.

கலெக்டர் ப்ளேஸ், பார்மர் ஆகியோரிடம் வாதிடுவதற்கு அதுவே சான்றாகவும் அமைந்தது. பத்திரிகைகளிலே நாயகர் எழுதிய கடிதங்கள் பெரிய புரட்சியை உண்டு பண்ணிவிட்டது என்றுதான் சொல்ல வேண்டும். நிலச் சீர்திருத்தம் என்ற பெயரில் கொடுமையான நில மோசடி நடந்துவிட்டதை நாயகர் எடுத்துச் சொன்னார். மேன்மை தாங்கிய ராணி விக்டோரியாவுக்கு எழுதிய கடிதம் எப்படியோ திசை திருப்பப்பட்டு, செங்கல்பட்டு கலெக்டர் பார்மரிடம் வந்து சேர்ந்தது. செங்கல்பட்டு பாயக்காரிகளுக்கு வக்காலத்து வாங்கும் பொறுப்பை வழங்கினார். பாயக்காரி எஜென்ட் என்ற மதிப்பு வாய்ந்த பொறுப்பு. 'எங்களையா குற்றம்சொன்னாய்?' என்று எண்ணாத அதிகாரிகள் சிலர் இருப்பதால்தான் பிராது கொடுத்தவனை அழைத்துப் பேசும் நற்காரியமேனும் நடக்கிறது. நாயகருக்குக் கோட்டையிலிருந்து கலெக்டர் பார்மர் அழைத்திருப்பதாகத் தந்தி வந்திருந்தது. முன்னதாக, தான் இதுவரை சேகரித்த ஆவணங்களை பார்மரிடம் ஒப்படைக்க நேரம் கேட்டு மனு போட்டிருந்தார் வேங்கடாசல நாயகர்.

நெடிய கோட்டையின் மாடியின் சாளரத்திலிருந்து குறிக்கோள்கள் ஏதுமற்ற பார்வையோடு கடற்கரையைப் பார்த்துக் கொண்டிருந்தார் கலெக்டர் பார்மர். ஒரு வகையில் அதைக் குறிக்கோளற்ற பார்வை என்று சொல்லக்கூடாது. ஒன்றையும் உற்று நோக்காமல் யோசனையோடு பார்த்துக்கொண்டிருந்தார். அவருடைய பார்வை தூரத்தில் ஒரு மீனவன் கடலிலே படகை தனியே துடுப்பு போட்டுக்கொண்டு வருவது தெரிந்தது. அவனுடைய போராட்டம் கடலோடு மல்லுகட்டுவதாக இருந்தது. அவன் பிடிக்கிற மீன், அவன் குடும்பத்திற்காக அதை

விற்று அவன் வேறு செலவுகள் செய்ய வேண்டும். இந்தியாவில் எதிர்கொள்ளும் ஒவ்வொரு மனிதனைப் பார்க்கும்போதும் அவருடைய சிந்தனை அப்படித்தான் இருந்தது. மிகக் கடுமையாக உழைக்கிறார்கள். ஐரோப்பாவில் தான் சந்தித்த வேறு எந்த மனிதரையும்விட இங்கே இருக்கிற ஒவ்வொரு மனிதனும் கடுமையாக உழைக்கிறான். ஆனால், அவனுக்கு மிஞ்சுவது என்ன என்பதைச் சுலபமாக அறிய முடியும். பஞ்சம், பசி, நோய். இவற்றோடு மல்லுக்கட்டிக் கொண்டுதான் அவன் ஒவ்வொரு நாளும் உழைத்து, தன் கால் வயிற்றை நிரப்பிக்கொள்ள போராடுகிறான்.

இது ஏன் இப்படி இருக்க வேண்டும்? நான் சிவில் சர்வீஸ் படித்துவிட்டு வந்து இந்த மக்களுக்கு என்ன செய்தோம் என்று யோசித்தார். அந்த மீனவனைத் தொட்டு தொடங்கிய அந்த யோசனைகள், சாலையில் யாரோ பாரம் தூக்கிச் செல்வதைப் பார்த்ததும் அவன் பின்னால் தொடர ஆரம்பித்தது. அவன் தோளிலே துலாபாரம்போல இரண்டு பக்கம் மூட்டைகளை வைத்துக்கொண்டு தூக்கிக்கொண்டு போய்கொண்டு இருந்தான். எல்லோரும் இடுப்புக் கீழே ஒரு அரை அடியை மறைத்துக் கொள்வதற்குத் துணி வாங்குவதற்குக்கூட இல்லாதவர்கள். ஆனால், இங்கிருந்துதான் பருத்தி விளைவித்து, உலகத்துக்கே துணியை அனுப்பிகொண்டிருக்கிறோம் என்று அவரால் ஒப்பிட்டு எண்ணாமல் இருக்க முடியவில்லை. கடல் காற்று நிலத்தை நோக்கித் திரும்பிக்கொண்டிருந்தது. மாலை 3 மணிக்கெல்லாம் மிக அருமையான காற்று. இந்தக் குளிர்ச்சியை அவர் ஒவ்வொரு நாளும் அனுபவிப்பார். சில ஆண்டுகளுக்கு முன்பு ஒருவர் வந்து தன்னைக் கேள்வி மேல் கேள்வி கேட்டுத் துளைத்தபோது அவருக்கு என்ன பதில் சொல்ல முடிந்தது? ஆட்சியாளர்களுக்கு நல்லது செய்கிற நோக்கமிருந்தாலும் அதற்கு ஒத்துழைக்க அதிகாரிகள் வேண்டுமே... எந்த தைரியத்திலே என்னிடம் நியாயம் கிடைக்கும் என்று அவ்வளவு நேரம் போராடினார் என்று தெரியவில்லை. இங்கிலாந்து ராணிக்குக் கடிதம் எழுதுகிற அளவுக்குத் துணிச்சல் அவருக்கு இருந்தது ஆச்சர்யம். நேர் பேச்சில் உச்சரிப்பில் சரியான ஆங்கிலத்தில் ஒவ்வொரு வார்த்தையாக நிதானமாக அவர் பேசினார்.

அவர் ஏதோ பள்ளிக்கூட வாத்தியாராக இருந்து, இப்போது சுண்ணாம்பு வியாபாரம் செய்வதாகச் சொன்னார்கள். ஆனால் அவர் வந்தது ஒரு தனிப்பட்ட கோரிக்கைக்காக அல்ல. அவர் வருவது ஒரு பொதுக் காரியத்துக்காக என்பதால், பார்மருக்கு அவர்மீது பிரத்யேக அக்கறை இருந்தது.

அவர் சொல்வதைப் பார்த்தால், தமிழ்நாடு முழுக்கவே இந்தக் கோளாறு பெரிதும் நடந்திருப்பதாகத் தெரிந்தது. மிக மிக நேர்மையாகவும் சிரத்தையாகவும் மக்களுக்காகப் பாடுபடுவதை நினைத்து மிகுந்த மன நெகிழ்ச்சிகொண்டார் கலெக்டர்.

அவர் தமிழகத்தில் இன்று இருக்கிற மிகப்பெரிய வறுமைக்கும் பஞ்சத்துக்கும் அவர் ஒரு சரியான காரணத்தைக் கண்டுபிடித்து சொல்லிவிட்டது மாதிரியே இருந்தது. அரசாங்கம் நினைத்தால் அதை மிக எளிதாகத் தீர்த்துவிடலாம். ஆனால், எதற்கும் ஒரு முறை இருக்கிறது. முறைப்படி செய்ய வேண்டும். குற்றத்தைக்கூட முறைப்படி செய்ய வேண்டும் என்பது ஆங்கிலேயே சட்டம். கொஞ்சம் அவகாசம் தேவை. அந்த மனிதர் சொல்லுகிறபடி உண்மையாக இருந்தால், குறைந்தபட்சம் செங்கல்பட்டு மாவட்டத்திலாவது பஞ்சத்தை ஒழித்துக்கட்டிவிடலாம். நேற்று நடந்த கலந்துரையாடலில் அவரைப் பற்றி மற்ற எல்லா அதிகாரிகளுமே சொன்னது ஒரேவிதமாகத்தான் இருந்தது. அவர் ஏறத்தாழ பத்தாண்டுக் காலமாகப் போராடிக்கொண்டிருக்கிறார். படித்தவராக இருப்பதால், மேன்மை தாங்கிய இங்கிலாந்து அரசுக்கும் கடிதங்கள் எழுதத்தொடங்கி இருக்கிறார். அவரைப் பற்றி செய்தி வந்தது அப்படித்தான். இங்கிலாந்து அரசிக்கு அவர் அனுப்பிய கடிதங்களை விசாரிக்கும்படி கேட்டுக்கொண்டதன் பேரில்தான் அவரை அழைத்து வந்தோம். எந்தவித அச்சமும் இல்லாமல் பேச்சைத் தொடங்கினார்.

"நான் உங்களையெல்லாம் மீறி, அரசிக்குக் கடிதம் எழுத வேண்டிய நிலைக்குத் தள்ளப்பட்டதற்காக வருந்துகிறேன்" என்று தொடங்கினார். இது முழுக்க முழுக்க இங்கிலாந்தில் உயர் குடிமக்கள் பேசுகிற கலாசார வார்த்தைகள். இந்தியாவில் இப்படி யாரும் பேசி அவர் கேட்டதில்லை. இப்படிப் பேசுகிறார் என்றால், அவர் ஆங்கிலத்தை உணர்ந்து ஆங்கில நாகரிகத்தை உணர்ந்தவராக இருப்பார். அந்த மனிதர் அப்படித்தான் பேசினார்.

"என் ஒருவனின் வறுமைக்கோ, என்னுடைய வாய்ப்பாட்டுக்காகவோ நான் இங்கே போராட வரவில்லை. இது ஒரு சட்டரீதியான முறைகேடு. ஆங்கிலேயர்கள் அந்தப் பழிக்கு ஆளாக வேண்டாம் என்பதுதான் என்னுடைய கோரிக்கை. இங்கேநடந்திருக்கிற மாபெரும் பழியை நீங்கள் வாழ்நாளெல்லாம் சுமக்க வேண்டிய நிலைமைக்கு ஆளாகாதீர்கள். அதைத் தவிர்க்கவே நான் வந்திருக்கிறேன்."

தமிழ்மகன் | 177

கலெக்டரின் முன்னால் இப்படிப் பேசியதற்காக ஓர் அதிகாரி அவரைக் கட்டுப்படுத்த எண்ணி எதற்கு கையை உயர்த்தினான். ஆனால், கலெக்டர் 'வேண்டாம்' என்று செய்கையாலே சொல்லிவிட்டார். 'அந்த மனிதர்' மிகவும் ஆதாரங்கள்கொண்டு வந்திருந்தார். திரும்பத் திரும்ப அவர் பெயரைச் சொல்லாமலேயே அந்த மனிதர் என்று அவர் உருவத்தை தன் நினைவுகளில் அவரைத் தக்க வைப்பதை நிறுத்திக்கொள்ள நினைத்தார்.

சாளரத்தில் இருந்தபடியே தலையை உள் பக்கம் திருப்பி, அங்கே இருந்த ஸ்மித்தை அருகே அழைத்தார். பொறுப்பு வாய்ந்த அதிகாரி முன்பு அந்த மனிதர் வந்தபோது அக்கறையாக எல்லா ஆவணங்களையும் வாங்கிச் சேகரித்து அடுக்கி வைத்தவர் அவர்தான்.

அருகே வந்துவிட்ட அவருடைய பெயரை நினைவுபடுத்திக் கொள்ள விரும்பினார், பார்மர்.

"பாயக்காரி ஏஜென்ட் பெயர் என்ன?" என்றான்.

"அவர் பெயர்... அவர்பெயர்" என்று அவனே சொல்லிவிட்டு... "ஞாபகம் வந்துவிட்டது. அவர் பெயர் வேங்கடாசல நாயகர். ஆம். அத்திப்பாக்கம் வேங்கடாசல நாயகர். மிக நேர்மையான ஒரு மனிதர். அப்படி ஒரு மனிதரை நான் பார்த்ததே இல்லை தனக்காக ஒன்றுமே கேட்கவில்லை தன் தெருவுக்காக, தன் ஊருக்காக, தன் உறவினர்களுக்காக அல்ல. அவர் கேட்டது விவசாயிகளுக்காக. காலம் காலமாக இந்த மண்ணிலே விவசாயம் செய்துகொண்டிருந்த ஒரு மக்கள் கூட்டத்துக்காக." ஸ்மித் பெருமையாக சொன்னான்.

அவர்மீது மரியாதை வைத்திருப்பதை ஆமோதிக்கும்படி பார்மர் சொன்னார். "ஒட்டுமொத்தமாக ஒரு உண்மையைச் சொல்ல வந்திருக்கிறார். ஒரு நீதி கேட்டு வந்தவர். நியாயம், தர்மம்... இங்கே சமூகத்திலிருந்த நீண்ட கால பாரம்பரியத்தை நம்மிடம் சொல்லியிருக்கிறார். நமக்கு ஒரு பாடம். இந்த தேசத்தின் வலிமைக்கு இருக்கிற எத்தனையோ காரணங்களில் இது முக்கியமான காரணமாகத் தெரிகிறது.

ஒரு தவறு. புத்தகங்களின் அடுக்கில் கரையான் நுழைந்துவிட்டது. உள்ளே நுழைந்து அரிக்கத் தொடங்கிவிட்டது. இப்போது இங்கே எல்லீஸ் இல்லை. மன்றோ இல்லை. நாம்தான் தீர்த்துவைக்க வேண்டும்."

அதை ஆமோதிப்பது போல தலை மட்டும் ஆட்டிவிட்டு இதற்கு மேல் வேறு என்ன சொல்ல வேண்டும் என்று வார்த்தையைத்

தேடிக்கொண்டிருந்தார் ஸ்மித்.

'அத்திப்பாக்கம் வேங்கடாசலம் நாயகர்' என்று அவர் பெயரை முழுதாக ஒரு முறை சொன்னார் பார்மர். அந்த மனிதருக்கு, அவருடைய நேர்மையே ஒரு கம்பீரத்தைக் கொடுத்துவிட்டதாக நினைத்தார். நாயகர் காவலர்களிடம் தன்னுடைய கடிதத்தைக் காண்பித்துவிட்டு உள்ளே வருவதுதெரிந்தது.

கலெக்டரை சந்திப்பது என்றால் அது கடுமையான கட்டுப்பாடு நிறைந்த செயல்பாடு. நாயகர் ஒவ்வொரு காவலரிடமும் பொறுமையாக விளக்கி சொல்லிவிட்டு வந்துகொண்டிருந்தார்.

"ஸ்மித் நீ போய் அவரை அழைத்து வா" என்றார் பார்மர். ஒரு கன்னங்கரிய மனிதருக்கு கவர்மென்ட் இத்தனை இடம் கொடுப்பது ஆச்சர்யமாகத்தான் இருந்தது. காவலர்களிடம் அவரை உள்ளே அனுப்புமாறு சொன்னான் ஸ்மித்.

# விளக்கம்
## —26—

**பா**ர்மர் தன் அறையில் அமர்ந்து வேங்கடாசல நாயகரை எதிர்கொள்ளக் காத்திருந்தார். நெருங்கி வந்ததும் தலைப்பாகையை அவிழ்த்துத் தோளில் போட்டுக் கொண்டு, குடையை நாற்காலிக்கு ஓரமாகக் சாத்திவைத்துவிட்டு, வணக்கம் என்றார்.

"டேக் யுவர் சீட் மிஸ்டர் நாயகர்."

"தாங்க்யூ" என்றபடி அமர்ந்தார்.

அவர் அமர்ந்து பேசுவதற்குத் தயாராவதை உணர்ந்து பார்மர் தலையசைத்தபடி சிரித்தார். நாயகர் நயமாக ஆங்கிலத்தில் பேச ஆரம்பித்தார். நலம் விசாரித்துவிட்டு, நேரடியாகப் பேச்சைத் தொடங்கினார்.

“இங்க கணக்கன் வெச்சதுதான் சட்டம். கணக்குப் பிள்ளை நினைச்சா ஒரு நிலத்தை யாருக்கு வேணா மாத்திட முடியும். ‘வேலிக்கொரு வெள்ளாடு... ஊருக்கொரு வெள்ளாளன்’கிறது எங்க ஊரு பழமொழி. சொன்னா தப்பா நினைக்கக் கூடாது.” அடுத்தவார்த்தையை ஆரம்பிப்பதற்கு முன்பு நாயகர் தயங்கினார்.

கலெக்டர் ‘பரவாயில்லை சொல்லுங்கள்’ என்பதை சைகையால் சொன்னார்.

“கணக்கன் காலால போட்ட முடிச்சை, கலெக்டர் தன் கையாலகூட அவிழ்க்க முடியாது.”

பார்மருக்கு நன்றாகப் புரிந்தது.

“கணக்குப் பிள்ளைகள்தான் இந்தப் பிரச்னைகளுக்குக் காரணமா?”

“நவாபு கையில இருந்த அதிகாரம், பிரிட்டிஷார்கிட்ட வந்ததும் ஊர்ல உங்களை அதிகமா அனுசரிச்சுப் போனது யார்னு உங்களுக்கே தெரியும்.” நாயகர் ஆங்கிலத்தில் சுத்தமாகப் பேச ஆரம்பித்தாலும் அவருடைய மூளையிலே அவருடைய வாக்கியங்கள் தமிழ்ப் பேச்சாகவே நகர்ந்தது.

“அதை அனுசரிச்சுப்போனதா சொல்ல முடியுமா? பாளையக்காரங்களை வரிவசூலிச்சுத்தரும்படியா சொன்னோம். கணக்குப் பிள்ளைய, கணக்கு வழக்கு பாக்கச் சொன்னோம். நாங்க சொன்ன வேலையைப் பாத்தாங்க. அது எப்படி அவங்க எங்களை அனுசரிச்சுப் போனதா ஆகும்?” நேரடியாக நாயகரை நோக்கிக் கேட்டார்.

“இந்த முறை நான் சொல்றது நிச்சயமா உங்களுக்குக் கோபம் ஏற்படுத்தும். கணக்கனுங்கதயவு ஜமீன்தார்களுக்கும் ஜமீன்தார்கள் தயவு கணக்கனுக்கும் தேவையா போச்சு. நிலத்தை அளக்க வந்த கணக்கனுக்குக் கையூட்டு குடுக்க முடியலைன்னா முக்கா பங்கு நிலத்தை கணக்கன் தப்பா அளந்து முழுங்கிப்புடுவான். கணக்கன் கோணினா காணி கோணும்’னு மக்கள் சொல்லுவாங்க. ஏழைங்க வார்த்தையில உண்மை எரிஞ்சுக்கிட்டு இருக்கும் ஐயா.”

“ஏதாவது ஆதாரம் இல்லாம நான் ஒண்ணும் பண்ண முடியாதே. நீங்க சொல்வதெல்லாம் ஒருவேளை உண்மையா இருக்கலாம்” என்றார் பார்மர்.

“நீங்க எப்ப ஆதாரம் கேப்பீங்கன்னு காத்திருந்தேன். செங்கல்பட்டுல மாரியப்பன்னு ஒருத்தன் மாடு புடிச்சுட்டு வர்றதுக்கு பாலாத்துக்கு அந்தப் பக்கமா போனான். போயிட்டு

வரும்போது பாலாத்துல வெள்ளம். மாடு ரெண்டும் அடிச்சுட்டுப் போயிடுச்சு. ஆளு எப்படியோ நீந்தி ஊர் வந்து சேர்ந்துட்டான்."

கலெக்டர் ஆர்வமாகப் பார்த்துக்கொண்டிருந்தார்.

நாயகர், விளக்கிச் சொல்லும்விதமாக முன்னோக்கி உட்கார்ந்தார். "பக்கத்து ஊரில் ஒதுங்கிய எருதுகளை ஊர் மக்கள் அப்புறப்படுத்துவதற்கு மறுத்தனர்.

அப்ப அங்க வந்த ஊர்ப் பெரியவர் ஒருவர், 'இதுக்கெல்லாம் கணக்கனிடம்கேட்போம். அவன் பழைய சட்டதிட்டம் ஏதாவது இருந்தா சொல்லுவான்'னு சொன்னார். அது மாதிரியாவே கணக்கனை அழைச்சு கேட்டாங்க.

வாய்ப்பை விடுவானா கணக்கன்? 'நான் பழைய சுவடி எல்லாம் வெச்சிருக்கேன். அதுல இதுக்கு ஏதாவது எழுதி வெச்சு இருப்பாங்க. நான் போய் சுவடிய தேடி எடுத்துட்டு வரேன்னு வீட்டுக்குப் போனான். அந்த ஊர் குயவன் மேல அவனுக்கு ஒரு கோபம். வருஷா வருஷம் பொங்கலுக்கு எல்லாரும் எனாம் கொடுப்பாங்க கணக்கனுக்கு. அவன் மட்டும் கொடுக்கறதில்ல. அதுக்குப் பழி வாங்கணும்னு முடிவு பண்ணிட்டான் கணக்குப் பிள்ளை.

'மேற்கே மேகம் தோன்றி மின்னி இடித்து

மழை பொழிந்து ஆற்றில் நீர்த்தம் பெருகி

அடித்துச் செல்லும் எருதுகளைக் கரையேற்றல்

இவ்வூர் குயவர்க்குஎன்றும் கடன்.'

- அப்படின்னு ஓர் ஓலையை எடுத்து படிச்சான். பழைய ஓலை கட்டில் இவன் புதுசா எழுதிச் சேர்த்த ஓலை அது. ஊர்க்காரங்களும் இதுதான் அந்தக் காலத்து மரபுனு நெனச்சு அந்தக் குயவனையே அந்த மாட்டை அப்புறப்படுத்தச் சொல்லிட்டாங்க. கணக்கன் நினைச்சா எப்படி வேணாலும் பழி வாங்கலாம்கறதுக்கு இது ஓர் உதாரணம் ஐயா."

கலெக்டர் பார்மர் மௌனமாகப் பார்த்துக்கொண்டிருந்தார். "உதாரணம்சொல்லணும்னா ஒவ்வொருகணக்குப்பிள்ளைக்கும் ஒவ்வொரு உதாரணம் சொல்லலாமே ஐயா. இருக்கங்குடி கணக்கன் கதையைச் * சொன்னா உங்களுக்குப் புரியும்னு நினைக்கிறேன்."

கலெக்டரின் முகத்தில் அது என்ன கதை என்ற வினா.

"இருக்கன்குடி'ங்கற ஊர்ல ஒரு கணக்கு புள்ள இருந்தான்.

ஜனங்களை அப்படி சித்ரவதை பண்ணுவான். ஜனங்களுக்கு அவன் மேல கோபம்னா கோபம். அவன் சீக்காளி ஆனான். மக்களும் செத்து ஒழிஞ்சாண்டான்னு நினைச்சிட்டு இருந்தாங்க. இந்த நேரத்துல கணக்குப் பிள்ளை ஊர் மக்கள் எல்லாரையும் கூப்பிட்டு அனுப்பிச்சான். இன்னைக்கோ, நாளைக்கோன்னு இழுத்துட்டு இருந்தது.

'என் மேல உங்களுக்கெல்லாம் ரொம்ப கோவம்னு எனக்குத் தெரியும். ரொம்ப பாவம் பண்ணிட்டேன். என்னை மன்னிச்சிடுங்க. நாளைக்கு நான் உயிரோட இருக்க மாட்டேன். நீங்கதான் என் பிணத்தை எடுத்துட்டுப் போய் புதைக்கணும். எனக்கு பாடையெல்லாம் கட்ட வேணாம். வைக்க பிரியில என்னைக் கட்டி, தெருவுல தரதரன்னு இழுத்துட்டுப் போங்க. போற வழியில சவுக்குலயும் பெரம்புலயும் என்னை எல்லாரும் அடிங்க. அப்பத்தான் என் ஆத்மா சாந்தியடையும். இல்லன்னா நரகத்துக்குத்தான் போவேன். தயவு செஞ்சு எனக்காக இதைப் பண்ணுங்க'னு கேட்டுக்கிட்டான்.

ஜனங்களுக்கு செத்து போனவனை எப்படி அடிக்கிறதுன்னு ஒரு யோசனை.

'அதெல்லாம் முடியாது'ன்னு சொல்லி பார்த்தாங்க. இருக்கன்குடி கணக்கன் கேட்கலை. 'உங்க கால்ல விழுந்து கேட்கிறேன். என்ன தயவு செஞ்சு என் ஆசையை நிறைவேத்தி வையுங்க'ன்னு கேட்டுக்கிட்டான்.

'சரி'ன்னு மனச தேத்திக்கிட்டு அவன் சொன்னபடியே வைக்கோலைக் கட்டி இழுத்துகிட்டு, அவன் சொன்ன மாதிரி சவுக்குலயும் பெரம்புலயும் அடிச்சிக்கிட்டே போனாங்க. ஊர் எல்லையைத் தாண்டும்போது போலீஸ்காரங்க சுத்தி வளைச்சிட்டாங்க.

இன்ஸ்பெக்டர், 'ஊர் மக்களால எனக்கு ஆபத்துன்னு கணக்குப் பிள்ளை எங்களுக்கு ஆள் அனுப்பி தகவல் சொல்லியிருக்காரு. ஊர் மக்கள் என்னைக் கொன்னு நாயை எடுத்துட்டு போற மாதிரி இழுத்துட்டு போகத் திட்டம் போட்டிருக்காங்க'ன்னு சொல்லி இருக்காரு. அவர் சொன்னது சரிதான்... அப்படின்னு சொல்லி ஊர் மக்கள் எல்லாரையும் ஜெயில்லகொண்டு போய் வெச்சுட்டார். செத்த பின்னாடியும் கணக்கனால பழி வாங்க முடியும் என்பதற்கு இது ஓர் உதாரணம்யா."

கலெக்டருக்கு அழுவதா, சிரிப்பதா என்று தெரியவில்லை.

"ஊருக்குள்ள இருக்குற ஒரு கணக்குப் பிள்ளை தன் சின்ன அதிகாரத்தை வெச்சிட்டு இவ்வளவு பண்ண முடியும்னா உலகத்துக்கே ராணியா இருக்கிற மாண்புமிகு விக்டோரியா ராணி என்னெல்லாம் பண்ணலாம்?"" கலெக்டர் கேட்டார்.

"சில ஜனங்களுக்கு எலிப்புழுக்க அளவுக்கு அதிகாரமிருந்தாலும் அதை வெச்சுக்கிட்டு சித்ரவதைப் பண்ணனும்னு ஆசை இருக்குது. சம்பாதிக்கணும்னு நினைக்கிறான். செல்வாக்கா இருக்கணும்னு நினைக்கிறான். அதுக்காகதான் சொன்னேன். மேன்மக்கள் மேன்மக்கள்தான். ராணியின் மேன்மையை நாங்கள் அறிவோம்" என்றார் நாயகர்.

மனிதர் மகிழ்விக்கப் புகழ்கிறாரா என கலெக்டர் கவனித்தார்.

"தெலுங்கு நாயக்கர்களும் மராட்டிய சரபோஜிகளும் எங்க நிலத்தை எடுத்தப்போ இந்த மண்ணுக்குரியவனுடைய பாத்தியதை எல்லாம் போயிடுச்சு. அதுக்கு கணக்குகளும் விசுவாசமா இருந்தாங்க. பார்ப்பனரும் துணை போயிட்டாங்க. 90 பேர் ஏழை பாழையாவும் 10 பேர் பண்ணையாராவும் இருப்பதற்குக் காரணம் இதுதாங்க ஐயா."

"பிராமின், வெள்ளாளர், தெலுங்கு ரெட்டி இவங்கல்லாம் சேர்ந்து உங்க நிலத்தை அபகரிச்சுட்டாங்கன்னு சொல்றீங்க."

"ஆமாங்கய்யா."

"பிரிட்டிஷ்காரரையும் அப்படி சொல்ல மாட்டீங்கன்னு என்ன நிச்சயம்?"

"இதோ இப்படி உட்காரவெச்சு என்கிட்ட பேசிட்டு இருக்கீங்களே... அதுல இருந்தே தெரியுது நீங்க அப்படி பண்ண மாட்டீங்க."

பார்மர் "ஓ... தேர் யூ ஆர்" என்று சிரித்தார்.

"உங்க கிட்ட ஒரு சந்தேகம் கேட்கணும். இங்க இருக்கிற சாதி சண்டையை என்னால புரிஞ்சுக்க முடியல... அது இருக்கட்டும். நீங்க நாயகர் அப்படித்தானே?"

"ஆமா."

"இப்ப உங்கள ஏமாத்தி நிலத்தைப் பிடிங்கிட்டவங்களும் நாயகரா?" பார்மர் கூர்ந்து கவனித்தபடி கேட்டார்.

"அவங்க ஆந்திராவுல இருந்து வந்த தெலுங்கு நாயக்கர்."

"இங்கே இருக்கிற நாயகரும் ஆந்திராவில் இருந்தும்

கர்நாடவோ காவிலிருந்து வந்த நாயக்கரும் ஒண்ணுதான்." என இடைமறித்தார் அங்கே கலெக்டருக்கு உதவியாகப் பணியாற்றிய இந்தியர் ஒருவர்.

கலெக்டர், "உங்களுக்கு இதைப் பற்றி தெரியுமா?" என்றார்.

"நன்றாகத் தெரியும் துரை. நாங்க தெலுங்கு நாயக்கர். ஆனா இந்த ரெண்டும் சமூகமும் ஒண்ணுதான். தமிழ்நாட்ல இருக்கவங்க தமிழ்ல பேசறாங்க. ஆந்திராவுல இருக்கவங்க தெலுங்கு பேசறோம். அவ்வளவுதான் வித்தியாசம்."

வேங்கடாசலம் சற்று பொறுமை இழந்தார். "இதுல எதுனா ஒரு பர்சன்ட் உண்மை இருக்கா? நாயகர் என்பது பட்டம். இந்தியா முழுக்கஇருக்கிறபட்டம்.வன்னியர்எனபதுகுலப்பெயர்.கலெக்டர் என்பது ஒரு பட்டம். இந்தியா முழுக்க கலெக்டர் இருக்கீங்க. கலெக்டர் எல்லாரும் ஒரே குடும்பத்தினர்னு சொல்ல முடியுமா? நாயகர் என்பதும் அப்படித்தான். நாயகர்னு இந்தியாவுல இருக்கிற எல்லாரும் ஒரே ஆளுங்கதான்னு சொல்ல முடியுமா?"

"இங்க இருந்து நாலா பக்கமும் போனவங்கதான் அந்தப் பட்டத்துல இருக்காங்க" என்றான் அவன்.

"தமிழ்நாட்டில பொறந்துட்டு ஆந்திராவுல போய் தெலுங்கு கத்துகிட்டு, கர்நாடகா போய் கன்னடம் கத்துகிட்டு திரும்பி தமிழ்நாட்டுக்கு வந்துட்டானா திரும்பி இப்போ? நாயகர் என்பது ஒரு பட்டம். போரைத் தொழிலா செய்றவங்களுக்குக் கொடுக்கிற பட்டம். ஒரிசால நாயக் பட்டம் இருக்கு. மராட்டியத்துல நாயக் பட்டம் இருக்கு. அப்படின்னா இங்கிருந்த நாயகர் எல்லாம் ஒரிசா, மராட்டி, கர்நாடகா, ஆந்திரா எல்லாம் போய் ஒவ்வொரு லாங்குவேஜ்ல படிச்சிட்டு மறுபடி தமிழ்நாட்டுக்கே திரும்பி வந்துட்டாங்கன்னு சொல்றியா?"

"ரெண்டு பேரும் 'வார் கம்யூனிட்டி' அப்படித்தானே? அப்ப ஒண்ணுதானே?" என்றார் கலெக்டர்.

வேங்கடாசல நாயகர் கலெக்டரை நோக்கித் திரும்பினார்.

"இங்கு மொழிதான் அடிப்படை ஐயா. செய்யும் தொழில் அல்ல. நாங்களும் அவர்களும் ஒன்றுதான் என்கிறார்களே... இத்தனை நாட்களாக அடிமையாக வைத்திருந்தார்களே, அப்போது தெரியவில்லையா?"

"அவங்களும் படை வீரர்கள், நீங்களும் படை வீரர்கள்... என்பது உங்களை இணைக்காதா?"

"அதுக்காக உலகத்தில் இருக்கிற அத்தனைப் படை வீரர்களும் ஒன்றுதான் எனச் சொல்லிட முடியுமா? எல்லா படை வீரர்களும் ஒன்றுதான் என்றால் படைவீரர்களுக்குள் எதற்குப் போர்? எல்லாரும் ஒன்றாக இருக்கலாமே? யாதும் ஊரே யாவரும் கேளிர் எனச் சொன்னவர்கள் நாங்கள். 'எல்லாமே நம்ம ஊர். எல்லாமே நம்ம சொந்தக்காரர்' என்று அர்த்தம். ஆனால், அதை உலகம் முழுக்க இருப்பவர்களும் உணர வேண்டும். இல்லையென்றால் பொருள் இருக்காது. என் நெஞ்சுக்கு நேராகத் துப்பாக்கியை நீட்டுகிறவனை நான் எப்படி சொந்தக்காரன் என்று சொல்ல முடியும்? அப்படியே நான் சொன்னாலும் அதற்குப் பொருளுண்டா?" என்றார் வேங்கடாசலம்.

கலெக்டர் பார்மர், 'போதும்' எனக் கை உயர்த்தினார்.

"உங்க மனுவை எழுதிக்கொண்டு வந்திருக்கீங்களா?" என்றார் வேங்கடாசலத்தைப் பார்த்து.

"'மிராசி ரைட்'னு ஒரு புத்தகமா எழுதிக்கொண்டு வந்திருக்கேன். ஓர் ஆர்வத்தில் ராணியாருக்கு அனுப்பிவிட்டேன். தவறாக நினைக்கவேண்டாம். இதை நீங்கள் ராணியாருக்கு அனுப்ப வேண்டும் என்று தயவுகூர்ந்து கேட்டுக்கொள்கிறேன்."

"நிச்சயமாக அனுப்பிவைப்பேன். நீங்களும் நேரடியாக அனுப்பி வைத்ததில் எனக்கு ஆட்சேபனை இல்லை" என்றார் கலெக்டர் பார்மர்.

"நன்றி ஐயா." குடையை எடுத்துக்கொண்டு எழுந்தார் வேங்கடாசல நாயகர்.

* ஆ.சிவசுப்பிரமணியன் எழுதிய 'அடித்தள மக்கள் வரலாறு' - நியூ செஞ்சுரி புக் ஹவுஸ் வெளியீடு - நவம்பர், 2021.

# ராமலிங்கம் எடுத்த முடிவு

## 27

வடலூர் ராமலிங்கம் இப்படி ஒரு முடிவை எடுத்துவிட்டது நாயகருக்கு வருத்தமாக இருந்தது. இத்தனை நல்ல காரியங்கள் செய்துவிட்டு, சமயத்திலே மறுமலர்ச்சியை உருவாக்கிவிட்டு இப்படி ஒரு முடிவை ஏன் எடுத்தாரோ என்று யோசித்தார். அன்பர்களுக்கெல்லாம் மிகவும் வருத்தமாக இருந்தது. இனி பார்க்க முடியுமா என்ற எண்ணமே கலங்க வைத்தது. சிறு வயதிலிருந்து பார்த்து வளர்ந்த ஒருவரை, வியந்த ஒருவரை, சென்று பார்க்க வேண்டும் பார்க்க வேண்டும் என்று தள்ளிப் போட்டுக்கொண்டே வந்து பார்க்க முடியாமலேயே போய்விட்டது. எப்போது பார்க்க வேண்டும் என்று நினைத்தோமோ அப்போதே சென்று பார்த்திருக்க வேண்டும்.

அன்னம் ஆகாரம் இல்லாமல் ஒரு சொட்டு தண்ணீர்

குடிக்காமல் ஒரு மனிதனால் எத்தனை நாள் வாழ முடியும்? இவ்வளவு உலக ஞானம் உள்ளவருக்கு இப்படி ஓர் எண்ணம் எப்படி வந்தது?

உலகமே கஞ்சித்தொட்டி நோக்கி ஓடிக் கொண்டிருக்கிறது. பசி... பஞ்சம். ஆனானப்பட்ட பிரிட்டிஷ் சாம்ராஜ்யமே பசிக்கு என்ன பதில் சொல்வது என்று விழித்துக்கொண்டிருக்கிறது. அணையாது அடுப்பு ஏற்றி வருகிற எல்லோருக்கும் சாப்பாடு போடுவேன் என்று ஒருவர் சொல்லியிருக்கிறார் என்றால் எப்பேர்ப்பட்ட உன்னத முயற்சி?

தெய்வத்தால் ஆகாதெனினும் முயற்சி பசியைப் போக்கும் என்று கண்டுபிடித்தவர்... என்ன வருத்தமோ, என்ன சோகமோ சொல்லமுடியாததுக்கத்தைப் போக்கிக்கொள்ள இப்படி செய்து விட்டாரா?

வேங்கடாசல நாயகரின் எண்ணம் இப்படியெல்லாம் ஓடியது.

‘பறந்து கெடுக உலகு இயற்றியான்’ தெய்வத்துக்கே சாபம் விட்டான் வள்ளுவன். ராமலிங்க அடிகளார் தெய்வத்தின் சாபத்தை நீக்கியிருக்கிறார். பசியை நான் பார்த்துக்கொள்கிறேன் என்கிறார்.

இரண்டு, மூன்று மாதம் பொறுத்திருந்து பார்த்துவிட்டு கலெக்டர் முன்னிலையில், வடலூரில் வள்ளலார் சென்று பூட்டிக்கொண்ட அந்தக் கதவை உடைத்துப் பார்த்திருக்கிறார்கள். அறை முழுக்க ஒரே எறும்பு. அதன் மேலே விபூதியையும் கற்பூரத்தையும் கொட்டி மூடச் சொல்லிவிட்டு ராமலிங்க வள்ளலார் இறந்துவிட்டதாகச் சொல்லி, கலெக்டர் போய்விட்டார்.

நாட்டுக்கு நல்ல பல கருத்துகளைச் சொன்ன அவர்மீது இந்த விஷயத்தில் நாயகருக்கு வருத்தம்.

தத்துவ தர்ஷினியில் ‘ராமலிங்கம் தற்கொலை செய்துகொண்டு மரணம்’ என்ற செய்தி போட்டுவிட்டார்கள்.

ஆத்திரம் பத்திரிகைக்காரன்மீது திரும்பியது. ஒரு பெரிய மனிதரைப் பற்றி எப்படி இப்படிச் செய்தி போடலாம் என்று சண்டைக்குப் போய் நின்றார். ‘நாத்திகத்தில் நாம அப்படித்தான் எழுத முடியும்’ என்றார் பத்திரிகை ஆசிரியர் பஞ்சாபகேசன்.

“கல்லார்க்கும் கற்றார்க்கும் களிப்பருளும் பொருளே

நல்லார்க்கும் பொல்லார்க்கும் நடு நின்ற பொருளே’னு சொன்னவர் யா.”

"அது எப்படி நல்லவங்களுக்கும் பொல்லாதவங்களுக்கும் நடுவுல நிக்கிறது?" என்றார் பஞ்சாபகேசன்.

"அயோக்கியன் ஒரு பக்கம்.. நல்லவன் ஒரு பக்கமிருந்தா இவர் நல்லவன் பக்கம்தானே நிக்கணும்? நான் யார் பக்கமும் நிக்க மாட்டேன்னு சொன்னா அது அயோக்கியனுக்குத் துணை போனதா ஆகாதா?"

வேங்கடாசல நாயகரை இது சங்கடமான நிலைக்குத் தள்ளிவிட்டது.

பஞ்சாபகேசனின் இரண்டு குழந்தைகள் எதற்கோ இங்கும் அங்கும் ஓடிக்கொண்டிருந்தன. பெரியவன் எதையோ கொடுக்க விருப்பமின்றி ஓடினான். இளையவள் அதைக் கேட்டுப் பின்னால் ஓடிக்கொண்டிருந்தாள்.

"டேய் தங்கச்சிகிட்ட குடுடா" என்றார் பஞ்சாபகேசன்.

வேங்கடாசல நாயகர் சிரித்தார்.

"உன்னுடைய ரெண்டு குழந்தைங்க ஒரு மிட்டாய்க்கு சண்டைபோட்டா நீ யாரு பக்கம் நிப்ப? இப்ப என்னன்னு விசாரிக்காமயே தீர்ப்பு வழங்கினியே எப்படி? அப்படித்தான் ராமலிங்கத்தின் கடவுள். உன் பொண்ணு மேல தப்புன்னு தெரிஞ்சாலும் எப்படி அவ பக்கம் நின்னயோ அப்படி?"

தகர்க்கரீதியான பதிலுக்காகவும் யோசனையை தூண்டுவதாகவுமிருந்த தால் பத்திரிகையாசிரியாரும் சற்றே தன் விவாதத்தின் தொனியைக் குறைத்துக்கொண்டார்.

"அப்ப பாடையில போன பிணத்தையெல்லாம் நிறுத்தி, உயிர் வர வைக்கிறேன். சொன்னாரா, இல்லையா?"

"உயிருக்கு அழிவில்லையென்று நம்புகிறார். இதெல்லாம் அவங்க நம்பிக்கை." வேங்கடாசலம் வாதத்துக்காகப் பேசினார்.

"எல்லாத்தையும் அவங்க நம்பிக்கைன்னு சொன்னா. நாம என்னத்தை எழுதறது? கட்டின பொண்டாட்டியை விட்டுட்டு சாமியார் ஆனாரே, அது தப்பு இல்லையா?"

"வீட்டுக்கு பயந்து கல்யாணம் பண்ணிக்கிறதுதான். இறை நம்பிக்கையில் நாட்டம் வந்த பிறகு, இல்லற வாழ்க்கை வேணாம்னு நினைக்கிறார். இப்ப என்ன அந்த அம்மாவுக்கும் மறுமணம் நடந்ததுன்னுதான் சொன்னாங்க. அதுல உனக்கு என்ன பிரச்னை?"

"அவர் இருக்கும்போதே அருட்பா மருட்பான்னு எல்லாம் ஆறுமுக நாவலர் சொன்னாரா, இல்லையா?"

“ஆறுமுக நாவலர் ஒரு சைவ சித்தாந்தி. ராமலிங்கம் சைவத்தில நிறைய மறுமலர்ச்சி கொண்டு வந்தவரு. முதல்ல முருகர், சிவபெருமான், நடராஜ பெருமான் எல்லாத்தையும்தான் பாடினார். அப்புறம் ஜோதி வடிவான உருவத்தை நம்பினார். அவர் அடுத்தடுத்த கட்டத்துக்குப் போனார். இதுல சைவ சித்தாந்திகளுக்கு ஏதோ ஒரு கட்டம் புடிக்கல. அது சைவத்துக்குள்ள இருக்குற சண்டை.”

“கோர்ட் வரைக்கும் போயிருச்சு. அப்புறம் என்ன?”

“நாவலர் என்கிறதை ‘நாவால் அலர்’ செய்கிறவர்னு ராமலிங்க அடிகளார் சொன்னார். அதுக்காக அவர் மீது மானநஷ்ட வழக்கு போட்டதா சொல்லுவாங்க. அந்த வழக்கு பத்தி அதுக்கு மேல தெரியாது.”

“ஆமா.”

“கோர்ட்ல ஜட்ஜ் முன்னாடி வள்ளலார் மேல எனக்கு மரியாதை உண்டுன்னு சொல்லிட்டாரு ஆறுமுக நாவலர். அவர் மேல மரியாதை இருக்குன்னா அப்புறம் எதுக்கு மானநஷ்ட வழக்குன்னு ஜட்ஜ் கேட்டாரு. அதனால கேஸ் தள்ளுபடி பண்ணிட்டார்னு சொல்லுவாங்க. உண்மையான்னு தெரியாது. அதை விடுங்க. இப்ப எதுக்கு வள்ளலாரை மரியாதை குறைச்சலா பேசணும்? செத்தே போயிட்ட ஒருத்தரை எதுக்கு இப்படி எழுதணும்னுதான் கேட்க வந்தேன்.”

“நம்ம நாத்திகத்தைப் பிரசாரம் பண்றோம். இது அதுக்கேத்த செய்திதானே? அவர் தற்கொலை பண்ணிட்டு செத்துட்டதா வந்து சோதித்துப் பார்த்த கலெக்டரும் சொல்லிட்டாரு. அதை எழுதினால் என்ன தப்பு என்று கேட்கிறேன்.”

வேங்கடாசல நாயகர் யோசித்தார். அது அடங்கிப்போகிற யோசனை அல்ல. இவனுக்கு எப்படிப் புரியவைப்பது என்ற யோசனை.

“மூடநம்பிக்கை, சாதி, சமயம் இதையெல்லாம் நம்பக் கூடாது என்று சொன்ன ஒருத்தரை நாம, நம்ம ஆளா நினைக்கணுமே தவிர அவரை எதிர்க்கவேண்டியது இல்லை என்பது என் கருத்து. அப்புறம் உங்க இஷ்டம்.”

மழை வருகிற மாதிரி இருக்கவே, வாசலுக்கு வெளியே வந்ததுமே குடையை விரித்தார் நாயகர்.

“நல்லார் ஒருவர் உளரேல் அவர் பொருட்டு எல்லோருக்கும் பெய்யும் மழை” என்று சிரித்தார் பஞ்சாபகேசன்.

“எங்க பெய்யுது? வருஷம் பொறந்து ஒரு பொட்டு மழை இல்லையே... ஐப்பசி போய், கார்த்திகை பாதி மாசம் ஆயிடுச்சு. மழையக் காணம். நல்லார் ஒருவர்னு நீ வேற.”

“பெய்யாம எங்க போவுது?” அவரே அவருக்கு ஆறுதல் சொல்லிக்கொண்டார்.

“பார்ப்பாருங்க ஊரை ஏமாத்துறாங்க... எங்க பாத்தாலும் மூடநம்பிக்கை. அதை வெச்சு பணம் புடுங்குறாங்க... அவங்களுக்கு எதிரா ஒருத்தர் குரல் கொடுத்துப் போராடிட்டுக் கிடந்தார். அவரையும் இப்படி பண்ணா எப்படி? சித்தர்கள் இப்படித்தான் பண்ணுவாங்க. நீ கண்டியா தற்கொலை பண்ணிவிட்டார்னு. அவருக்கு இந்த மாரி தன்னை இறைவனோடு ஐக்கியப் படுத்திக்கணும்னு எண்ணம். உனக்கு அது புரியலன்னா விட்டுட்டுப் போ” என்று கோபமாக வெளியே வந்தார் நாயகர்.

பஞ்சம் தலைவிரித்தாடியது. பசியால் செத்து மடிவது சகஜமாகி விட்டது. பத்து வருஷத்துக்கு ஒரு பஞ்சம் வந்து மக்களை வாட்டிக்கொண்டிருந்தால் ஜனங்கள் என்ன செய்யும்? உருக்குலைந்த ஓடுபோல மனிதர்கள் நடமாட்டம். வயிறு இருக்கும் இடத்தில் விலா எலும்புகள் வில்லாக வளைந்து காட்சியளித்தன.

ராமலிங்க வள்ளலார் ஏற்றிவைத்த அணையா அடுப்பு வந்தவர்களுக்கு இல்லை எனாது சோறு போட்டுக் கொண்டிருப்பதைக் கேள்விப்படும்தோறும் பெருமிதமாகத்தான் இருந்தது. தன் முன்னால் வளர்ந்த பிள்ளை. இந்தக் கருப்பு காலத்தில் மக்களை அன்பால் அரவணைத்து வாழவைத்தது ஆச்சர்யத்தில் ஆழ்த்தியது.

ரயில் ரோடு எதற்குப் போட்டானோ வெள்ளைக்காரன்? தினம் தினம் மந்தை மந்தையாக மக்கள் கூட்டம் ரயிலில் வந்து குவிந்தபடி இருந்தது. திருச்சி வரைக்கும் ரயில் விடுவதாகத் திட்டம். முதல்கட்டமாக எழும்பூரில் இருந்து செங்கல்பட்டு வரை ரயில் ஓடத் தொடங்கியிருந்தது. பஞ்சக் கூட்டம் செங்கல்பட்டிலிருந்து வந்து குவிந்துகொண்டிருந்தது. நாயகருக்குப் பெருங்கவலையாக இருந்தது. வீடு வாசலின்றி தெரு ஓரங்களில், தர்மாஸ்பித்திரி வட்டாரங்களில் மக்கள் ஒதுங்க ஆரம்பித்திருந்தனர்.

கஞ்சித்தொட்டி அமைத்து டபராக்களில் கஞ்சி ஊற்றிவந்தனர். எல்லோருக்கும் கஞ்சி கிடைப்பதில்லை. சென்ன பட்டணத்துக்கு வந்து சேரும் கூட்டம் நாளுக்கு நாள் அதிகரித்துவந்ததால் காய்ச்சுகிற கஞ்சி எல்லோருக்கும் காணவில்லை.

## கடலில் குதித்த பெண்
### 28

**தா**து வருஷம். சென்னை மாகாணத்தைக் கடும் பஞ்சம் பீடித்தது. 1876-78-ம் ஆண்டுகளில் ஐம்பது லட்சம் முதல் ஒரு கோடி மக்கள் பட்டினியாலும் நோயாலும் மாண்டனர். இப்பஞ்சத்தின் விளைவாக பிரிட்டிஷ் அரசு பஞ்சக் குழுமத்தைத் தோற்றுவித்து பஞ்ச விதிகளை வகுத்தது.

உணவு தானியங்களின் விளைச்சல் இல்லாமல்போனது. கொஞ்ச நஞ்சம் விளைந்தாலும் அதை ஏற்றுமதி செய்வதில்தான் அரசாங்கம் கண்ணும் கருத்துமாக இருந்தது. பதுக்கல் பரவலாகி, உணவு தானியங்களின் விலை கட்டுக்கடங்காமல் போனதால், விவசாயிகள் அடுத்த வருடத்திற்கான விதை நெல்லை உண்ணும் நிலைக்குத் தள்ளப்பட்டனர். விதை நெல்லும் இல்லாமல் போனதால், அடுத்த வருடம் பயிரிடப்பட்ட நில அளவு வெகுவாகக் குறைந்து, உணவுப் பற்றாக்குறை தீவிரமடைந்தது.

தாது வருடப் பஞ்சம் என்று தமிழ்நாட்டு மக்களால் அழைக்கப்பட்ட இப்பஞ்சத்தைப் பற்றி பல பாடல்கள் இயற்றப்பட்டன. வில்லியப்பப் பிள்ளை 'பஞ்சலட்சணத் திருமுக விலாசம்' என்ற நூலை இயற்றினார். 'தாது வருடப் பஞ்சக் கும்மி' என்ற பெயரில் அரசர்குளம் சாமிநாதன், கள்ளப்புலியூர் மலைமருந்தன், வெண்ணந்தூர் குருசாமி ஆகிய மூன்று புலவர்கள் கும்மிப் பாடல்களை எழுதியுள்ளனர்.

இப்படி ஒரு கருப்பை நாயகர் தன் வாழ்நாளில் கண்டதில்லை. ஜனங்கள் சென்னைக்கு வந்துவிட்டால் உயிர் தப்பிவிடலாம் என்ற நோக்கில் தேப்பை தேப்பையாக வந்து குவிந்துகொண்டிருந்தனர். இடுப்பிலே ஒரு முழம் துண்டைக் கட்டிக்கொண்டு ஆடவர்களும் மாராப்பு என்ற போர்வையிலே கூடுதலாக ஒரு முழம் துண்டைப் பெண்களும் சுற்றிக்கொண்டு திரிந்தனர். தோல் போர்த்திய எலும்புக்கூடுகள். பத்து வருஷத்துக்கு முன்னாலே இதேபோல ஒரு பஞ்சம் வந்து அச்சுறுத்தியதால் ஜனங்களுக்கு எச்சரிக்கை உணர்வு அதிகமாகி, கஞ்சித்தொட்டி அருகே தவமிருந்தனர்.

கொஞ்சம் திடமாக இருக்கிறவன் பறித்து, மிரட்டித் தின்றான். பசி எல்லா சட்ட திட்டங்களையும் மாற்றிவிட்டது. பறித்துத் தின்றவனை, 'பாவம் அவன் என்ன செய்வான்' என்றவர்கள் இருந்தனர். போராடி ஜெயிக்கிறவன்தான் தப்பிப் பிழைப்பான். அது உலக இயற்கை என்ற அர்த்தத்திலே சக மனிதர்களும் ஏற்றுக்கொண்டார்கள்.

ஏழை பாழைகள் கற்பை விற்றுப் பிழைப்பு நடத்தும் அவலத்தைக் கேள்விப்பட்டு வேங்கடாசல நாயகர் துடித்துப் போனார். வாழ்க்கையின்மீதும் உலக நடப்புகள் தத்துவங்கள் அனைத்தின்மீதும் ஒருசேர அவநம்பிக்கை ஏற்பட்டுவிட்டது.

''வீட்டினில் தான்யமும் இல்லாமல் ஒன்றை
விற்கவும் கையில் இல்லாமல் கடன்
கேட்ட இடத்தில் கிடைக்காமல் சிலர்
கெஞ்சி இரக்கிறார் பாருங்கடி
எறும்பு வலைகளை வெட்டி அதனில்
இருக்கும் தானியம் தான் எடுத்து
முறத்தால் கொழித்துக் குத்திச் சமைத்து
உண்ணுகிறார் சிலர் பாருங்கடி
குடிக்கத் தண்ணீரும் இல்லாமல் பணம்
கொண்டு திரிந்தாலும் கிட்டாமல்
இடிக்குப் பயந்த பாம்புகள் போலே
ஏங்குகிறார் சிலர் கேளுங்கடி''

சித்தன் ஒருவன் தெருவிலே பாடிக்கொண்டு போனான்.

உதவி செய்ய நினைக்கும் உள்ளங்களும் இன்னும் எத்தனை நாளைக்கு உதவ முடியும்? நாளைக்கு நமக்கே போதாமல் போனால் என்ன ஆகும் என்ற சிந்தனை சுயநலம் நோக்கித் தள்ளியது. 'வாழ்ந்தால் இருபது கோடிப் பேரும் வாழ்வோம். செத்தால் இருபது கோடிப் பேரும் சாவோம்' என யோசிப்பவர்கள் எத்தனை பேர் இருப்பார்கள்.

வீட்டு வாசலில் கஞ்சித்தொட்டி பந்தல் அமைத்து அண்டாவில் கஞ்சி பறிமாறிக்கொண்டிருந்தார் வேங்கடாசலம்.

எலும்புக்கூடாகப் பெண்ணொருத்தி கஞ்சி குடிக்க வந்தாள். மக்களுக்கு, 'இப்படி கஞ்சிக்கு செத்தவனாகப் போய்விட்டோமே' என்ற சுயமரியாதை சூடு இந்தக் கொடிய பஞ்சத்திலும் மிச்சமிருந்தது. அவ்வளவு லகுவாக வந்து யாரும் கஞ்சி குடிப்பதில்லை.

"கொழந்தைக்கு தாகமா இருக்கு." இப்படி சாக்கு சொல்லிவிட்டுத்தான் கஞ்சி வாங்கிக்கொண்டாள். குழந்தைக்கு தாகம் எனச் சொல்லிவிட்டு முதலில் நாம் குடிக்கிறோமே என்ற தர்க்க சிந்தனைக்கு அவளிடம் பதில் இல்லை. குழந்தைக்கு ஒரு வாய். அவளுக்கு ஒரு வாய் என இரண்டு சொம்பு வாங்கிக் குடித்துவிட்டு, அப்படியே பந்தலோரமாக சாய்ந்து உட்கார்ந்தாள்.

வெயில் மண்டையில் நேராக அடித்தது. எல்லோருமே சோர்ந்து அமர்ந்திருந்தனர். சாலையில் அந்த வெயிலில் ஒருவரும் நடமாடவும் அஞ்சினர்போலும். தெரு நாய்கூட கண்ணிலே தென்படவில்லை. சூரியன் சற்றே சாயத் தலைப்பட்டதும்தான் வெப்பத் தாக்கம் ஓரளவுக்குக் குறைந்தது.

செங்கல்வராய நாயகரோ, பச்சையப்ப முதலியாரோ, சில வெள்ளைக்கார தர்மவான்களோ கஞ்சித் தண்ணி ஊற்றி, முடிவுக்கு வந்துவிட்ட வரலாற்றை சற்றே ஒத்தி வைத்திருப்பது போல இருந்தது.

திடீரென ஒரு குழந்தையின் அழுகுரல் அனைவரையும் உசுப்பிவிட்டது. மாணிக்கம் பதறி எழுந்து பந்தல் ஓரத்தில் பார்த்தான். மதிய வேளையில் ஒரு வெளியூர் பெண்மணி குழந்தையுடன் வந்து கஞ்சி குடித்துவிட்டு இந்தப் பந்தல் அருகிலேயே படுத்திருந்தது நினைவு வந்தது. ஆனால், இப்போது அந்தப் பெண்மணியைக் காணவில்லை. குழந்தை மட்டுமிருந்தது.

உறங்கிக்கொண்டிருந்த குழந்தை உறக்கம் கலைந்து எழுந்து அழ ஆரம்பித்தது. அத்தனை ஆரோக்கியமான அழுகை இல்லை அது. ஹீன அழுகை. மாணிக்கம் குழந்தையைத் தூக்கிக்கொண்டு தேற்ற ஆரம்பித்தான்.

"எங்க பூட்சி?" வண்டி மோட்டுக்கு இரண்டு பக்கமும் ஓடி ஓடித் தேடினான்.

அந்தப் பெண்மணி இல்லை. "ஒண்ணுக்கு, ரெண்டுக்கு போயிருக்குமா?" என்றான் அவனுக்குள்ளாகவே.

பாளையம் தர்மாஸ்பித்திரி பக்கம் தேடிப்பார்த்துவிட்டு ஓடி வந்தான். "நாயகரே அந்தப் பொண்ணு ரெண்டு நாளா இங்கயும் அங்கயும் சுத்திக்னு கெடந்துது. பக்கத்துல பல்லாவரம்னு ஒரு ஊர் கீதாம். அங்கருந்து பஞ்சம் பொழைக்க வந்துச்சாம். வயித்துக்கு வழியில்லாம புருஷங்காரன் வுட்டுட்டு ஓடிட்டான்னு அழுதுச்சு. ரெண்டு வயசு பையன வெச்சுக்குட்டு இங்கயும் அங்கயும் லோல்பட்டுப் போச்சாம். படுக்க கூப்புட்டு இம்ச பண்றானுங்க. ஆத்துல கெணத்துல வுழலாம்னு பாத்தா எங்கயும் தண்ணியில்ல. சமுத்திரம் இங்க பக்கத்துல இருக்குதாமே அதுதான் கதின்னு சொல்லி பெனாத்திக்குனு இருந்துச்சு. இந்த கருப்புல எல்லாரும் அப்படிப் பொலம்பறது சகஜமாய்போச்சே? 'அப்பிடில்லாம் பேசாதம்மா'னு சால்ஜாப்பு சொல்லி வெச்சேன். நீங்க இங்க கஞ்சித்தொட்டி வெச்சு கஞ்சி ஊத்தறத பாத்துட்டு, உங்களப் பத்தி விசாரிச்சுக்குனு இருந்துச்சு... யாரும் கஷ்டப்பட்டா தாங்க மாட்டாருன்னு நான்தான் சொன்னேன். உங்களுக்குக் கொழந்த குட்டி எத்தினின்னு கேட்டுச்சு... நா... சொல்லிட்டன் நாயகரே."

வேங்கடாசல நாயகர் நொடியில் புரிந்துகொண்டார்.

வறுமையைப் பயன்படுத்திப் பெண்களை வசப்படுத்திக் கொள்பவனும் இருந்தான். பிள்ளையை விற்றுப் பிழைத்த தாயுமிருந்தாள். எல்லாமே நியாயமாகிவிட்டது பஞ்சத்திலே. இவள் குழந்தையைக் கொல்ல மனமில்லாமல் இங்கே போட்டுவிட்டு சமுத்திரத்துக்கு ஓடியிருக்கிறாள்.

"மாணிக்கம், வண்டிய கட்டு" என்றார்.

கொஞ்சமாவது ஒழுக்கத்தைக் காப்பாற்ற வேண்டுமானால் மக்களுக்கு ஒரு நாளைக்கு ஒரு வேளை உணவையாவது உறுதிசெய்ய வேண்டும். வண்டி மோட்டிலே எப்போதும் வண்டிக்காரர்களுக்கு சாப்பாடு போட்டு அனுப்பும் வேங்கடாசல நாயகர், இன்னும் ஒரு மரக்கால் சேர்த்துப் போட்டு உலை

பொங்கச் சொல்லியிருந்தார். சீதாவால் அத்தனை வேலையையும் இழுத்துப் போட்டுச் செய்ய முடியவில்லை. இதெல்லாம் எத்தனை நாளைக்கு செய்ய முடியும் என்று தெரியவில்லை. இதிலே இந்த மாதிரி குழந்தையைக்கொண்டுவந்து போட்டுவிட்டு சாகப் போயிருக்கிறாள் ஒருத்தி.

கடற்கரையில் இரண்டொரு பிரிட்டிஷ் ஜோடிகள் குடை பிடித்துக்கொண்டு நடந்துகொண்டிருந்தன. கரையோரத்தில் வண்டியை நிறுத்திவிட்டு கடலை நோக்கி ஓடினார். வேட்டியை மடித்துக் கட்டிகொண்டு கடலுக்கு அருகே சென்றார். அதற்குள் அவருடைய ஆள்காரர்கள் பலரும் அங்கே ஓடி வர, இலக்கு இல்லாமல் இங்கும் அங்கும் கடலில் இறங்கி ஏதாவது தட்டுப்படுகிறதா என காலாலே துழாவியபடி நீந்திப் பார்த்தனர். துறைமுகம் கட்டிய பிறகு, படகுக்காரர்களுக்கு மீன்பிடிக்கப் போவதைவிட படகுகளில் கப்பலுக்கு சரக்கை ஏற்றிச் செல்லவும் இறக்கிப்போடவுமே நேரம் சரியாக இருந்தது.

“என்ன தேடறீங்க நாயகரே?” என்றபடி வந்தான் ஒரு மீனவன்.

“பொம்பள ஒண்ணு கடல்ல குதிச்சுடுச்சுன்னு சந்தேகம்.”

“இந்தப் பக்கம் யாரையும் பாக்கலையே.”

“பேரி கம்பெனியாண்ட பாக்க சொல்றதானா?

“அது டொக்காச்சே?” என்றார் நாயகர்.

“அதான் சொல்றேன்.”

ஆட்களையெல்லாம் பாரி கம்பெனி இருக்கும் கடலோரத்துக்கு விரட்டினார்.

கரையோரமே ஆட்களெல்லாம் ஓட, வண்டியில் போய் இறங்கினார் நாயகர்.

“நீ எதுக்கு நாயகரே சும்மா அல்லாடிங்கெடக்குறே? நாங்க தேடிப் பிடிச்சாந்துர்றோம்... நீ போ வூட்டாண்ட” என்றான் சோமு மேஸ்திரி. நாயகருக்கு மனசு கேட்கவில்லை. உயிரோடு அவள் மீண்டும் கிடைப்பதைப் பார்த்துவிட மாட்டோமா என ஒரு நப்பாசை. கடற்கரையில் வண்டியிலேயே நாயகர் உட்கார்ந்திருந்தார்.

பசங்கள் கடலுகுள் இறங்கித் தேடுவது கடலிரைச்சலைவிட அதிகமாகக் கேட்டது. சத்தம் மேலும் அதிகமாகவும் நெருக்கத்திலும் கேட்டபோது, வேங்கடாசலம் வண்டியைவிட்டு கீழே இறங்கி நின்றார். அவர் எதிர்பார்த்ததுபோலவே

தொப்பலாக நனைந்த ஒரு பெண்ணை கடல் நீர் தளும்ப தூக்கிக்கொண்டு வந்தனர்.

"ஐயா உசுர் இருக்குது. தண்ணிய முழுசும் கக்க வெச்சுட்டோம். மயக்கத்தில இருக்குது."

"சரி வண்டியில ஏத்துங்க. கஞ்சித்தொட்டி ஆஸ்பத்திரிக்கு ஓட்டுப்பா."

வண்டி அந்தப் பெண்ணை ஏற்றிக்கொண்டு வேகமாக நகர்ந்தது. மயிலான் நாலு கால் பாய்ச்சலில் ஓட, கூட்டமும் பின்னாலேயே ஓடி வந்தது. அந்தப் பெண் வேங்கடாசல நாயகரின் மடியில் தலைவைத்திருந்தாள். அவளுடைய பலவீனமான கண்களிலிருந்து நீர் வடிந்து கடல் நீரோடு கலந்துகொண்டிருந்தது. அத்தனை மயக்கத்திலும் கையைக் கூப்பி மன்னிப்புக் கேட்டு வணங்கினாள்.

# ஜெகதீசுவரி
## 29

படுக்கைகள் எண்ணிக்கை அதிகரித்திருந்தன. வேங்கடாசல நாயகர் முதலில் அதைத்தான் கவனித்தார். வாந்தி, பேதி, காலராவுக்கு ஜனங்கள் செத்துப்போவது ஆஸ்பத்திரி சுற்றுவட்டாரத்தில் ஓரளவுக்குக் குறைந்துவிட்டது என்றுதான் சொல்ல வேண்டும்.

வண்டியிலிருந்து அந்தப் பெண்ணை வேகமாக மருத்துவ மனைக்குள் தூக்கிக்கொண்டு ஓடினர்.

"யாரு கூட்டிட்டு வந்தது... இந்தப் பொண்ணுக்கு சொந்த பந்தம் யாரு. இந்தப் பொண்ணு பேரு என்ன?" வரிசையாகக் கேட்டாள் செவிலிப் பெண்.

"யார் எந்த ஊருன்னு தெரியாதும்மா... கடல்ல குதிச்சு சாகப் பாத்துது. காப்பாத்திக் கூட்டியாந்தோம்." ஒருவன் சொன்னான்.

"ஊர் பேர் தெரியாத கேஸையெல்லாம் எடுத்து, செத்துத் தொலைஞ்சா யார் பதில் சொல்றது?"

"நீ யாருக்கும் பதில் சொல்ல வேண்டியதில்ல. நாயகரய்யாதான் காப்பாத்திக் கூட்டியாந்தாரு."

அப்போதுதான் அந்த செவிலி, நாயகரைப் பார்த்தாள்.

"ஐயா வாங்க... உங்களுக்குத் தெரிஞ்சவங்களா?" நர்ஸ், அந்தப் பெண்ணையும் நாயகரையும் பார்த்தபோது, அந்தப் பெண்ணும் நாயகரையும் நர்ஸையும் பார்த்தாள்.

நாயகர் உறுதியான குரலில் சொன்னார். "என் பொண்ணுதான்."

"அப்படீங்களா?" என நர்ஸ் யோசனையில் இருக்க, படுக்கையில் இருந்த பெண் அதிர்ச்சியோடு நாயகரைப் பார்த்தாள்.

ஆங்கிலேய டாக்டர் வந்து நிலைமையைப் புரிந்துகொண்டு பெண்ணின் நாடித்துடிப்பைப் பார்த்தார். கடலில் குதித்து உயிரை மாய்த்துக்கொள்ளப் பார்த்தாள் என்ற தகவலை யாரோ சொன்னார்கள்.

பெண்ணின் கண் இமைகளை விரித்துப் பார்த்தார். இரண்டு புஜங்களிலும் தலா ஒரு ஊசிபோட்டார். "ஒன்றும் பிரச்னையில்லை. அரை மணி நேரத்தில் நினைவு திரும்பிவிடும். அழைத்துச் செல்லலாம்" என்றார்.

அந்தப் பெண்ணை வீட்டுக்கு அழைத்து வந்தபோது அரை மணி நேரம் கடந்திருந்தது. அவள் வண்டியிலிருந்து இறங்கி, வீட்டு வாசல் வரை வந்துவிட்டுத் தயங்கி நின்றாள். உள்ளே போகுமாறு நாயகர் சைகை செய்தார்.

"வூட்டுவுள்ளயா?" கன்னத்தில் போட்டுக்கொண்டாள்.

"வீட்டுவுள்ள போவாம... போம்மா உள்ள உம் புள்ள அழுதுங்கெடக்கறான்." அதட்டலுடன் சொன்னார்.

அவள் உள்ளே கால்வைக்க அதிகம் தயங்கினாள். வாழ்வில் முதன்முறையாக வீடென்ற ஒன்றைப் பார்ப்பவளாக, அச்சமும் மிரட்சியும் அடைந்தாள். வேங்கடாசலம் பார்வையால் அவளை உள்ளே தள்ளினார் என்றுதான் சொல்ல வேண்டும்.

அவள் குற்ற உணர்வுடன் பணிவையும் அன்பையும் வெளிப்படுத்த முயன்றாள். அவளுடைய குழந்தை சீதாவின் மடியில் படுத்து உறங்கிக்கொண்டிருந்தது. குழந்தையைப் பாயில் கிடத்திவிட்டு, சீதா எழுந்து வந்து அந்தப் பெண்ணைப் பார்த்தாள்.

தமிழ்மகன் | 199

"உனுக்கு ஒரு குறையும் இல்லம்மா. உன் கொழந்தையோட இங்கயே இரு. இந்த மெரிலாம் பண்ணாத சரியா?" என்றாள் சீதா செல்லக் கோபத்துடன்.

அவள் பெயர் ஜெகதீசுவரி. அவளுடைய பையன் பெயர் ராமசாமி. பிள்ளைக்கு நான்கு வயசு. ஆனால் ஒரு வயசுபோல இருந்தான். மார்பிலே எல்லா எலும்புகளும் வெளியில் தெரியாதது ஒன்றுதான் பாக்கி. அத்தனை எலும்பையும் எண்ணிவிடலாம். கன்னங்களில் தோல் மட்டுமிருந்தது. கண்களாலேயே சாப்பிட முடியும்போல பசி அதிலே தெரிந்தது.

விட்டுவிட்டு ஓடிப்போன கணவனைப் பற்றி அவள் எதுவும் சொல்ல விரும்பவில்லை.

ஜெகதீசுவரி பேருதவியாக இருந்தாள். காலையிலேயே கஞ்சி காய்ச்சி, வண்டி மோட்டுப் பந்தலில் வைத்துவிட்டு, பாத்திரங்களைக் கழுவிப் போட்டு, துணிகளைத் துவைத்துக் காயப்போட்டு, மாடுகளுக்கு வைக்கோல் போட்டு, தண்ணி தவிடு வைத்து... சீதாவின் வேலைகளை மொத்தமாகப் பார்த்துக் கொண்டாள். சுண்ணாம்பு காளவாய்க்கும் வந்து ஒத்தாசையாக இருக்கட்டுமா என்பாள் சில நேரம். குத்தகைக்கு விவசாயம் செய்து வந்தக் குடும்பம் என்பது தெரிய வந்தது.

"ஊரில் செத்த எலியும் கிடைக்காமத்தான் இங்க வந்தோம் அண்ணி." மெல்லிய தெலுங்கு தொனி அவள் பேச்சில் இருந்தது.

# பாரம்
## —30—

ஒரு சொட்டு மழை இல்லை. மண்ணிலே ஈரம் இல்லை. மனசிலும் இல்லை. பிரிட்டிஷாருக்கு மக்களுக்குத் தொடர்ந்து சாப்பாடு, அரிசி, தானியம் வழங்குவதற்கு ஓர் உடனடித் திட்டம் உதித்தது. காக்ரேன் கால்வாயை அடையாற்றுடன் இணைத்துவிட்டால், நெல்லூரிலிருந்து மரக்காணம் வரை நீர்வழிப் பாதை கிடைத்துவிடும். உப்பு ஏற்றி வருவதற்கும் தானியங்கள், காய்கறிகள் ஏற்றி வருவதற்கும் துணி மணிகள், பஞ்சு ஏற்றி வருவதற்கும்கூட இந்த நீரோட்டம் வசதியாக இருக்கும் என நினைத்தனர்.

ஜெகதீசுவரி அன்று வழக்கம்போல எல்லா வேலைகளையும் முடித்துவிட்டு வண்டி மோட்டில் வைக்கோல் பிடுங்கிப் போட்டுவிட்டு வரப் போனாள். போய்விட்டு, சீதாவின் அருகில்

வந்து ஏதோ பேச வந்தவள்போல வேகமாக வந்தாள். ஆனால், வந்த வேகத்தைவிட தயக்கம் வேகமாக வந்துவிட்டது அவளுக்கு.

"சொல்லுடி."

"இல்ல அண்ணி... தப்பா நினைச்சுக்காதீங்க... காவா தோண்ட்ற வேலைக்கு கூப்புடறாங்க... அதுக்குப் போலாமான்னு..."

சீதா அவளை ஏற இறங்கப் பார்த்தாள்.

"அண்ணி நீங்க சொன்னாத்தான் போவேன். எனக்கு நல்ல வாழ்க்க குடுத்த தெய்வம் நீங்க..."

"அப்புறம் எதுக்கு கேட்ட? இங்க எதனா கொறையா உனுக்கு?" சீதா எரிச்சலாகக் கேட்டாள்.

"ஐயோ அப்பிடி இல்ல அண்ணி. உங்களுக்கு பாரமா இருக்க வேணாம்னுதான் இந்த மெரியா பண்ணிட்டேன்."

"தெனத்துக்கும் நான்தான் உன்ன இடுப்பு மேல தூக்கிவெச்சிருக்கேம் பாரு. எனுக்கின்னாடி பாரம்? நீ வந்தியாங்காட்டியம் எம் பாரம் குறைஞ்சுது. ஒண்டிக் கட்டையா அவளை இவளை ஒத்தாசைக்குக் கூட்டிகிட்டு ஓடிக்னு கெடப்பேன். நீதான் எல்லாத்தையும் இழுத்துப் போட்டு செய்ற. மண்ணு வேலைக்குப் போறாளாம். இங்க உனுக்கு என்னா கூலி வேணுமோ கேட்டு வாங்கிக்க... சொல்லிட்டேன்." முகத்தைத் திருப்பிக்கொண்டாள் சீதா.

"உங்க மக இங்க இருக்கும்னு நினைச்சேன். அதனாலம்மா நா இங்க வந்தேன்."

"என்னது? ரத்தினம் பத்தி உனக்கு யார் சொன்னாங்க? அவ இருக்கான்னு வந்தியா?" சீதா கேள்விகளை சந்தேகம் தோய்த்து வீசினாள்.

ஒரு கேள்விக்கும் அவளிடம் பதிலில்லை. அவர்களுக்கு ஒரு மகள் இருப்பது தெரியும் என்றும் அதனால் வந்தேன் என்றும் உளறிவிட்டது அவளுக்கு அச்சத்தை ஏற்படுத்திவிட்டது. இவ்வளவு நாளாக அதை ஏன் மறைத்தாய் என்றால் அதையும் சொல்ல முடியாது. திகைத்து நின்றாள் ஜெகதீசுவரி.

தொபுகடீர் என காலில் விழுந்து, "என்னை மன்னிச்சுடுங்க அண்ணி" என அழ ஆரம்பித்துவிட்டாள் ஜெகதீசுவரி.

"எம் பொண்ணை உனக்குத் தெரியுமா?" என அழுத்தமாகக் கேட்டாள் சீதா.

“சத்தியமா தெரியாதும்மா. இங்க அக்கம் பக்கத்துல சொன்னத வெச்சு சொல்லிட்டேன்.” அவள் காலிலிருந்து எழுந்திருக்கவே இல்லை.

“எழுந்திர்றி... போய் பையனுக்கு சாப்பாடு ஊட்டு போ.” என்றாள். ஜெகதீசுவரி, அண்ணி தன்னை மன்னித்துவிட்ட மகிழ்ச்சியில், கிண்ணத்தில் சாப்பாட்டைப் பிசைந்துகொண்டு அங்கே விளையாடிக்கொண்டிருந்த பையனை அழைக்க வெளியே போனாள். எதிரே வேங்கடாசல நாயகர் வரவே, ஒதுங்கி நின்றவள், அதே சமயத்தில் சீதாவைப் பார்த்து, ‘ஐயாவுக்கு எதுவும் தெரிய வேண்டாம்’ என்பதாக ஜாடை காட்டினாள். சீதாவும் ‘சரிதாம் போடீ’ என்பது போல முந்தானையை இழுத்து சொருகினாள். சதிர் ஆட்டத்தின் கூறுகள் பெண்களுக்கு இயல்பாகவே இருக்க வேண்டும். இல்லையென்றால் ஆயிரம் பேர் இருந்தாலும் பெண்கள் பார்வை பரிபாஷைகள் எப்படி இத்தனை இயல்பாய் இருக்க முடியும்?

இதையெல்லாம் கவனித்த நாயகர், ஏதோ பெண்கள் சமாசாரம் எனக் கண்டுகொள்ளாமலேயே உள்ளே நுழைந்து குடையைக் கொக்கியில் மாட்டிவிட்டு, தலைப்பாகையைக் கழற்றி உதறிக் கொடியில் போட்டார். மனதில் இருக்கும் பாரத்தையும் அப்படிக் கழற்றிக் கொடியில் போடும் வசதி இல்லையே?

கூவத்திலிருந்து ஆற்காடு நவாப் கோட்டையின் பின்புறமாக கால்வாய் வெட்டும் பணி தொடங்கிவிட்டது. அதைப் பார்த்துவிட்டுப் போகும் நோக்கத்தோடுதான் வேங்கடாசலம் அங்கே போயிருந்தார். போதும் போதாததற்கு அங்கு மேஸ்திரி வேலை பார்ப்பவன் இவரது சூளையில் வேலை பார்த்த ராகவன். அவனும், ‘வந்து பார்த்துட்டு போங்க நாயகரே’ என்று இரண்டு தரம் வீடு வந்து அழைத்துவிட்டுப் போயிருந்தான். இவருடைய சூளை மேஸ்திரியாக இருந்து வேலை கற்றுக்கொண்டவன்.

கூவத்துக்கு அருகிலேயே கல்லூரி ஒன்று கட்டியிருந்தார்கள். அங்கிருந்து தோண்டினால், கூவத்தில் இருக்கும் தண்ணீர் உள்ளே பாய்ந்து கால்வாய் வெட்டும் பணி பாதிக்கும் என்பதால், ஒரு பர்லாங் விட்டு நவாப் கோட்டையிலிருந்து வெட்ட ஆரம்பித்திருந்தார்கள். ஆற்காட்டில் இருந்த நவாபை பக்கத்திலே கொண்டுவந்து வைத்துக்கொண்டதில் பிரிட்டிஷாருக்கு இரண்டு நன்மைகள். தூரத்தில் இருந்தால் வேற்று ஆசாமிகளோடு சேர்ந்து நவாபு ஏதாவது கலாபனை செய்வதற்கு வாய்ப்பிருப்பதைத் தவிர்க்க முடியும். இது முதல் நன்மை. இரண்டாவது நன்மை

முக்கியமானது. அவனை அருகிலே வைத்துக்கொண்டால், அவனுடைய சேனைகளை பிரிட்டிஷாரின் பாதுகாப்புக்குப் பயன்படுத்திக்கொள்ளலாம்.

அரசன் என்றுதான் பெயர். பென்ஷன் வாங்கிப் பிழைப்பை ஓட்டும் அரசன். நவாபுக்கு அந்த மரியாதைதான் கடைசியாக மிஞ்சியிருக்கிறது. உள்ளே பெரிய பெரிய விருந்து மண்டபங்கள் உண்டென்றும் அரசிகள் உலவும் அந்தப்புரம் உண்டென்றும் சொல்வார்கள். எந்த அரசியும் யார் கண்ணிலும் பட்டதில்லை. பார்த்ததில்லை. வேலை செய்யும் ஆட்களும் அரசரோ, அரசியோ கண்ணிலே படுகிறார்களா என மாடத்தை அவ்வப்போது நோக்கம் நிறைந்த யதேச்சை உணர்வினாலே பார்த்துக்கொண்டிருந்தனர். இத்தகைய மகிழ்ச்சிகள்தான் மக்களைச் சாகாமல் காத்துக்கொண்டிருக்கின்றன. கோயில்கள், திருவிழாக்கள், அரசர் ஊர்வலங்கள் இவற்றை நீக்கிவிட்டால் இவர்களுக்கு வேறு பொழுதுபோக்கு கிடையாது. ஆனால் இந்தப் பொழுதுபோக்குகளை நீக்கிவிட்டால், இவர்கள் வாழ்வு மகிழ்ச்சியானதாகிவிடும் என்பது நாயகரின் கருத்து.

ஒருவேளை கஞ்சிக்காக மக்கள் படும் அவலத்தைக் காணச் சகிக்காமல்தான் வீடு வந்து சேர்ந்தார் வேங்கடாசல நாயகர். மண்வெட்டி, கடப்பாறை, மண் அள்ளிப் போடுவதற்கான பிரம்புக்கூடை இவைதான் ஆயுதங்கள். செத்து ஜீவனற்றுக்கிடக்கும் மக்கள் பள்ளம் தோண்ட ஆரம்பித்தார்கள். ஒவ்வொருத்தனின் மார்கண்ட எலும்பையும் எண்ணிவிடலாம். எலும்புகள் தோலைக்கிழித்துக்கொண்டு வெளியே வராதது ஒன்றுதான் குறை. உலர்ந்து போன தோல். இடுப்பிலே கட்டுவதற்கு இரண்டு முழம் துண்டு. மண் காவி ஏறி, அழுக்கும் எண்ணெய்க் கசடுமான துணி. பொம்மனாட்டிகளின் நிலைமை இன்னும் மோசம். இந்த நிலைமையிலும் இடுப்பிலே ஒரு குழந்தை, வயித்திலே ஒரு குழந்தை. என்ன ஜீவன் இருக்கும் அவளுடைய உடம்பிலே? மண்ணும் தூசுமாக குழந்தையை இடுப்பிலே கட்டிக்கொண்டு தலையிலே சும்மாடு கோலி, அதிலே மண்கூடையைச் சுமந்துகொண்டுபோய் கரையிலே கொட்டுகிறார்கள். கடவுளுக்கு அடுக்குமா? ஆறடி ஆழமாவது தோண்டினால்தான் கரையிலே கொட்டும் மண்ணையும் சேர்த்து எட்டடி உயரம் கணக்கு வரும். காலையிலிருந்து மத்தியானம் வரை மண் அள்ளிப் போட்டால் கத்திரிக்காயோ, வெண்டைக்காயோ போட்டு ஒரு குழம்பூற்றி சோறு போட்டுவிட்டால், ஜனங்களுக்கு அது தேவாமிர்தமாகிவிட்டது.

வெளியூரிலிருந்து தேப்பைத் தேப்பையாக மக்கள் கூட்டம் வந்து குவிந்தபடி இருக்கிறது. சோறு போடுகிறார்கள் என்பது தந்திப்போல பரவிக்கொண்டிருந்தது. இரண்டு வருஷத்தில் முடிக்க வேண்டிய வேலை ஒரே வருஷத்தில் முடிந்துவிடும்போல இருந்தது.

"சும்மா கெடைக்குதுன்னு தெனமும் கஞ்சித்தொட்டிய பாத்து ஓட முடியுமா நாயகரே? ஏதோ வேலை செஞ்சோம். குடும்பத்தோடு ஒரு வா சாப்பிட்டோம்னு பொழப்பு போவுதில்ல?" என வேங்கடாசல நாயகருக்கு பதில் சொல்லும் சாக்கில் தனக்கே மானம் ஏற்றிக்கொள்வதுபோல சொன்னான் கடப்பாரை போட்டுக்கொண்டிருந்தவன்.

"ஆமா. கூலி குடுத்தாலும் அதை வெச்சு அரிசி வாங்கி, விறகு வாங்கி பொங்கி சாப்பிட வழி தேடணும். கூலியே சோறா கிடைக்குது. அதுவும் சரிதான்." தேற்றுவதற்காக அப்படிச் சொன்னார் வேங்கடாசலம்.

"இல்ல நாயகரே, அவங்களுக்கு சோறு செஞ்சு போடறது சரிப்பட்டு வரல. அதுக்கு பதிலா தெனமும் ஒரு அணா கூலி கொடுக்கறதா பேச்சு."

"ஒரு அணாதானா? என்னடா சொல்றே?"

"அதுகூட கொஞ்சம் கம்போ, கெவுரோ குடுக்கறதா சொன்னாங்க நாயகரே. என்னமோ... மானத்தோட உயிர் பொழச்சி இருந்தா சரி."*

கால்வாய் மேஸ்திரி ராகவன் வந்தான்.

"என்னய்யா ராகவா... இவன் சொல்றது சரிதானா?"

"என்ன சொன்னான், அப்பிடி?"

"சோத்துக்கு பதிலா கூலியே குடுக்கப்போறதா சொன்னானே?"

"ஆ... மா. எத்தனை பேர் வர்றான். எத்தனை பேர் சாப்பிடறான். என்ன சாப்பாடு செய்யறது, எல்லாமே பெரிய ரோதனையா இருக்குது. இதுல பாதி பேர் சாப்பாடு நொள்ளைங்கிறான். சரி கூலிய குடுக்கறோம். கொஞ்சம் அரிசி, கெவுரு குடுக்கறோம். உங்க பாடுன்னு பேசி முடிவு பண்ணிட்டாங்க. நம்ம முடிவு பண்றதா இது. மேலிடத்துல முடிவு பண்றாங்க."

"டெம்பிள் வேஜ்னு சொல்றாங்களே அது இதுதானா?" என்றார் நாயகர்.

"அதுல்லாம் தெர்ரைங்க பேரு. நான் சொல்ல முடியுமா?

*நீங்கதான் புஸ்க்கு புஸ்குனு எந்த கலெக்டரையும் போய் பார்த்துடறீங்க...”*

*“இந்தச் சோழ மண்டல கடற்கரைக்கு இணையா சென்னப் பட்டணத்துக்கு வடக்காலயும் தெற்காலயும் எவ்வளவு தூரத்துக்கு இந்தக் காவா போவுதுன்னு நினைக்கிறே?” மேஸ்திரியின் பேச்சை மாற்றும் விதமாக ஒரு கேள்வியைக் கேட்டார் வேங்கடாசலம்.*

*“வடக்குல ஆந்திரா வரைக்கும் இருக்குதாமே. அதே மெரியா தெக்கால மரக்காணம் வெரிக்கும் போவுதாமே?”*

*“ஆந்திராவுல காக்கிநாடாவிலிருந்து நம்ம மூல கொத்தலம் வரைக்கும் இருக்கிறது வடக்கு காவா. அடையாறுல இருந்து விழுப்புரம் வரைக்கும் இருக்கிறது தெக்கு காவா. இந்தக் காவாக்கு தண்ணி எப்பிடின்னு கேளு. கடற்கரையோரத்துல இருக்கிற உப்பங்கழிங்கள சேர்த்ததுல உருவான தண்ணிதான்.”*

*“கடல் ஓரத்தில தோண்டினா உப்புத் தண்ணிதான இருக்கும். நல்ல தண்ணி வந்தாலும் உப்புத் தண்ணியோட சேந்து உப்பா மாறிடுது.”*

*“இப்ப கூவத்தைச் சேத்தா எல்லாமே நல்ல தண்ணியா மாறிடும்டா.”*

*“கூவத்துல மழை பெஞ்சாதான் தண்ணி. அதச் சொல்லு.”*

*“கொஞ்ச நஞ்சமான தண்ணியா வருது மழ காலத்துல? எல்லாம் கடலுக்கு ஓடிப் போவுது. இனிமே நல்ல தண்ணி இந்தக் காவால ரொம்பிடும்டா.”*

*“ஆமா... ஆமா... அடையாறையும் சேத்துட்டாங்கன்னா முச்சூடும் நல்ல தண்ணியாயிடும். நல்ல ரோசனதான்.” ராகவனுக்கு நினைக்கும்போதே மகிழ்ச்சியாக இருந்தது.*

*“எண்ணூர் வரைக்கும் வெட்டுனது ஞாபகம் இருக்குடா. 1806-ம் வருஷத்துல முதன்முதலா இந்த யோசனை வந்து, எண்ணூர் வரைக்கும் 11 மைல் வெட்டினாங்க. அதுக்கு பணம் போட்ட பிரிட்டிஷ்காரன் பசில் காக்ரேன். அதனாலதான் மொதல்ல காக்ரேன்ஸ் கால்வாய்னு பேர் வெச்சாங்க. பின்னாடி, வடக்குல 25 மைல் தொலைவில இருக்கிற பழவேற்காடு ஏரி வரைக்கும் நீட்டிச்சாங்க. படகுல மக்கள் போய்வர்றதுக்கு வசதியாச்சு. கருவாடு, மீனு, கிளிஞ்சல், காய்கறி எல்லாமே படகு மூலமா சல்லீசா வந்துது. பருத்தி, துணி மணில்லாம் ஆந்திரா வரைக்கும் போய் சேர்றதுக்கு இது சகாய பயணமா இருக்கவே, பிரிட்டிஷ் அரசாங்கம் இதை கையில எடுத்துக்குச்சு. அரசாங்கத்திடம்*

போனதும் வேலை இன்னும் வெரசா நடக்க ஆரம்பிச்சது.”

“கவர்மெட்டு சமாசாரம்னா சும்மாவா? இங்க காலேஜ் கட்றான். அங்க ரயில் வுட்றான். இந்தப் பக்கம் கப்பல் வுட்றான்... எல்லாம் அலுப்பம் சுளுப்பமான வேலையா?” ராகவனுக்கு வெள்ளைக்காரர்களின் அதிரடி வேலைகளில் பெரிய பிரமிப்பு இருந்தது.

“ஆமாண்டா, லாபம் இல்லாமயா செய்றான். அவனுக்கு லாபம்னு ரயில் வுட்றான். அவனுக்கு அதிகாரிங்க தேவைன்னு காலேஜ் கட்றான். நீ சீக்கு வந்து செத்துட்டா யாரை வேலை வாங்குவான்? அதான் ஆஸ்பித்திரி கட்றான்... ஆனா ஒண்ணுடா அவனுக்கு செஞ்சாலும் அதனால நம்ம ஆளுங்க படிக்க ஆரம்பிக்கிறானுங்க. ஒலகத்தைத் தெரிஞ்சுக்குறானுங்க.. அதுதான் முக்கியம்.”

“சரி... எவன் காதுலயாவது உயப் போவுது... நீ காவா கதைய சொல்லு.”

“அதுவும் சரிதான்... ம்ம்ம்... வடக்க கிருஷ்ணா நதிக்கரை வரைக்கும் காவா வெட்டினாங்க. தெற்க மரக்காணம் வரைக்கும் போச்சு. அப்ப கவர்னரா இருந்தவர் லார்ட் கிளைவ். அதனால காக்ரேயன் கால்வாய், கிளைவ்ஸ் கால்வாய்னு மாறுச்சு.”

“பக்கிங்காம் காவான்னு பேரு சொல்றாங்க?...”

“இப்ப தாது பஞ்சத்தால அறுவது லட்சம் பேர் செத்துப் போனான். இவனுங்களுக்கு சும்மா சோறு போடக் கூடாதே... அதான் இந்த காவா வேலைய ஆரம்பிச்சான். இந்த 5 மைல் இடையில இருக்கிற அடையாறு, கூவம் ஆறுகள இணைச்சுடலாம்னு மனுஷனை வேலை வாங்கறான். இப்ப இந்த காவா பக்கிங்ஹாம் காவானு மாறிப்போச்சு. பிரிட்டிஷ் அரசாங்கம் கையில எடுத்த பின்னாடி பேர் மாத்தியாகணும்ல? கவர்னர், டியூக் ஆஃப் பக்கிங்ஹாம் உத்தரவின் பேர்ல வெட்டுனதால பக்கிங்காம் காவாய்னு ஆகிடுச்சு. இதாண்டா கதை.”

எதிர்பாராதவிதமாக இந்த உலகில் எத்தனையோ நிகழ்ச்சிகள் நடக்கின்றன. அப்படியொரு நிகழ்ச்சியாக அங்கே மண்ணள்ளிப் போட்டுக்கொண்டிருந்த நைந்து நொடிந்த பெண்ணொருத்தியை வேங்கடாசலம் பார்த்தார். அது அவளாக இருக்கக் கூடாது என அவர் உள் மனது அடித்துக்கொண்டிருந்தபோதே அது அவள்தான் என புத்திக்கு எட்டிவிட்டது.

கூடையில் மண்ணை மண்வெட்டியில் வெட்டி எடுத்து நிரப்பிக்கொண்டிருந்தவன் அருகில் சும்மாடை உதறி மறுபடி முடிந்துகொண்டிருந்த அவளிடம் நெருங்கி, "ரத்தினம்" என்றார் வேங்கடாசல நாயகர்.

திரும்பிப் பார்த்த அதே வேகத்தில் "அப்பா" வென திடுக்கிட்டாள் ரத்தினம்.

"வூட்டுக்கு வராம இங்க என்ன பண்றே?" என்றார் அதட்டலாக.

"இல்லப்பா..."

"ரெண்டு நாள்ல வரேன்னு சொல்லிட்டு... உன் மனசுல என்னத்தான் நினைச்சுக்கிட்டு இருக்கிற?"

"அப்பா நான் அப்பவே சொன்னேன்ல? அவுரு வந்ததும் சேர்ந்து வர்றோம்னு. ஆனா அதுக்கப்புறம் அது வரவே இல்லப்பா."

கறுத்து, இளைத்துக் கிடந்தாள். வெளுத்து நைந்து கிடந்தது புடவை. ஒட்டடை என ஈரம் இல்லாத தலைமுடி. அடையாளமே மாறிப்போயிருந்தாள்.

"சிங்காரம் எங்க போறேன்னு சொன்னான்?"

"அவர் இங்கதான்பா வந்தாரு. கோட்டையிலே ஏதோ வேலை நடக்குது... அங்க நம்ம சூளைக்கு வருவானே வில்லியம்னு ஒருத்தன் அவனைப் பார்த்துட்டு வரேன்னு வந்தாரு. நீங்க என்ன பாக்க வந்தீங்களே அதுக்கு முதல் நாள் இங்க வந்தார்பா."

"அதுக்கப்புறம் வரவே இல்லையா?"

"வரவே இல்லப்பா."

"வில்லியம்ஸை எதுக்குப் பாக்க வந்தான்?"

"அது... அது வந்து... அது வேண்டாம்பா. அவன் இங்க வந்து ஏன் வரலைன்னு தெரியலபா அதுக்காகக் காத்திருந்து காத்திருந்து எங்க போச்சுன்னு தெரியாம இந்த வேலைக்கு வந்தேன்..."

"நீ ஏன் இப்படி கஷ்டப்பட்டுக்னு இருக்கன்னு எனக்குப் புரியவே இல்லை. சரி வா, நேரா வீட்டுக்கு போலாம்."

"அம்மாவைப் பார்க்கிற மனத் துணிச்சல் எனக்கு இல்லப்பா. எந்த மூஞ்சை வெச்சுக்கிட்டு அங்க வருவேன்? இந்த வேலை முடியட்டும். எப்படியும் அவுரு வந்துருவாரு. அது என்ன வேலையா போச்சு... எங்க இருக்குதுன்னு தெரியலயே." ரத்தினம் அழ ஆரம்பித்தாள்.

"நான் போய் வில்லியம்ஸைக் கேட்டு விசாரிக்கிறேன். இந்த முறை என்னை ஏமாத்திடாதேமா. சிங்காரத்தைக் கையோடு கூட்டிட்டு வரேன். எங்க இருந்தாலும் கூட்டிட்டு வரேன். ஜெகதீசுவரி அங்கதான இருக்குது?"

"அவளை எப்பிடித் தெரியும்?"

"சொன்னாங்க."

"எதையும் முழுசா சொல்ல மாட்டியா? அவளை எப்பிடித் தெரியும்?"

"ரயில் ரோடு போடும்போது அவளும் கூட வேலை செஞ்சா.."

அவள் கண்கள் அலைபாய்ந்தன. "கஞ்சி ஊத்தறாங்க... ஓடிப் போய் வாங்கிட்டு வந்துடட்டுமா?" என்றாள்.

தலையசைத்தார். தொடர்ந்து வேறு எந்தக் கேள்வியும் கேட்டுவிடக் கூடாது என்ற அச்சம் அந்த ஓட்டத்தோடு ஓடியது.

அவளையே பார்த்துக்கொண்டு நின்றார். ராகவன் மெதுவாக அவருக்கு அருகில் வந்து நின்றான்.

"நீங்களும் அந்தப் பொண்ணும் பேசிக்கிட்டு இருந்ததை நான் கேட்டேன். அந்தப் பொண்ணு தெரியாத்தனமா ஒரு வேலை பண்ணிடுச்சிங்கய்யா. செங்கல்பட்டுல சதாசிவ முதலி வீட்டில வேலை செஞ்சிட்டு இருந்துச்சு. அந்தாளு இந்தப் பொண்ணோட நிலைமைய தெரிஞ்சுக்கிட்டு, உனக்கு முழுசா 30 ரூபாய் கொடுத்துடறேன். 15 வருஷத்துக்குப் படியாள் குத்தக பத்திரம் போட்டுக்கிறியான்னு கேட்டிருக்கான்.

30 ரூபாய்க்கு ஆசைப்பட்டு விவரம் புரியாம முதல்ல சரின்னு சொல்லிடுச்சு. அது அடிமை பத்திரம்... என்ன வேணா பண்ணுவான். எல்லா நாளும் வேலை செய்யணும். வேற எங்க வேலை நடந்தாலும் அங்க போய் வேலைசெய்ய சொல்லுவான். கூலிய அவன் வாங்கிப்பான். இப்படி ஒப்பந்தம் போட்டவன் நிலைமைதான் நமக்குத் தெரியுமே... பஞ்சாயத்து முன்னாடி ஒப்பந்தம் கையெழுத்து ஆகுற நேரத்துல இதுல இருக்கிற ஆபத்து தெரிஞ்சு அங்கிருந்து ஓடி வந்துருச்சி ஐயா."

"அறியாத பொண்ணுன்னுகூட பாக்காம இப்படி பண்றானுங்களே? என்னமோ ஒரு வைராக்கியம்... நாம எடுத்த முடிவுக்கு நாமதான் பொறுப்புன்னு அந்தப் பொண்ணு தொடர்ந்து தப்பு பண்ணிட்டே போகுது. வீட்டுக்கு வானு பலமுறை சொல்லிட்டேன். அதுக்கு என்னவோ மனச் சங்கடம்.

இழுத்துக்கிட்டா போக முடியும்? என் பொண்ணோட வைராக்கியம் எனக்குத்தான் தெரியும்.”

ராகவன் இதற்கு என்ன பதில் சொல்வதென்று அமைதியாக இருந்தான்.

‘அவன், வில்லியம்ஸை எதுக்குப் பார்க்க வந்தான்னு தெரியல. ஜெகதீசுவரி பத்தி ரத்தினம் ஏன் கேட்டா’ன்னு தெரியல. என்னைக்காவது அவ என்னைத் தேடி வருவா... ஆனா அந்த முடிவையும் அவதான் எடுக்கணும்.’

வேதனையில் நாயகரின் மனம் துடித்தது. வெயிலில் வீடு வந்து, சாய்வு நாற்காலியில் படுத்தவரின் மனதில் எல்லாமே நாடகம்போல ஓடியது.

* சர் ரிச்சர்ட் டெம்பிள் இந்திய அரசாங்கத்தின் பஞ்சக்குழு ஆணையராக இருந்தவரின் பெயரில் வழங்கப்பட்டது டெம்பிள் ஊதியம். இந்த நிவாரணத் திட்டத்தில், வயது வந்த ஆண்களுக்கும் பெண்களுக்கும் தினமும் ஒரு அணாவும் 450 கிராம் தானியமும் வழங்கப்பட்டன. அதற்காக நாள் முழுவதும் அவர்கள் ஓய்வின்றி உழைக்க வேண்டும்.

அப்போது சர் ரிச்சர்ட் டெம்பிள் இந்திய அரசாங்கத்தின் பஞ்சக்குழு ஆணையராக இருந்தார். சில ஆண்டுகளுக்கு முன் பீகாரில் பஞ்சம் வந்தபோது நிவாரணப் பணிகளுக்கு அதிக பணம் செலவிட்டார் என இவர் மீது குற்றச்சாட்டு எழுந்தது. எனவே இம்முறை சென்னை மாகாணத்தில் பெரிய அளவில் நிவாரணப் பணிகளை மேற்கொள்ள டெம்பிள் தயங்கினார். தானிய ஏற்றுமதியைத் தடைசெய்ய மறுத்து விட்டார். பஞ்சம் தீவிரமடைந்தபின், நிவாரணப் பணிகள் மெல்லத் தொடங்கின.

# மேஸ்திரி

## 31

வீட்டுக்கு வந்த வேங்கடாசல நாயகர், இறுக்கமாக இருந்தார். சீதா ஏதோ கிண்டலாக அவரை வம்புக்கு இழுக்க நினைத்து பக்கத்தில் வந்தாள். ஆனால், நாயகரின் முக வாட்டத்தைப் பார்த்து அமைதியாக இருந்துவிட்டாள்.

ரத்தினத்தின் வாழ்க்கையும் மக்கள்படும் கஷ்டமும் மாறி மாறி நினைவில் ஓடின. அதற்குள் ஜெகதீசுவரி குழந்தைக்கு சாப்பாடு ஊட்டிவிட்டு, உள்ளே கூட்டி வந்தாள். அண்ணனிடம் சீதா எதுவும் சொல்லவில்லை என்பதை சூழ்நிலையிலிருந்து அவளால் யூகிக்க முடிந்தது.

“என்னது.. வந்ததிலர்ந்து ஓரே யோசனையா உக்காந்துட்ட?” என்றாள் சீதா.

“கூவத்தையும் அடையாறையும் சேர்க்கறதுக்கு ஒரு காவா

வெட்றாங்க. நம்ம ராகவன்தான் மேஸ்திரி. கூப்புட்டு வுட்டான். அதான் போயிட்டு வர்றன்."

"இந்த வேவாத வெய்யில்ல முக்கியமான ஜோலியா அத போய் பாத்துட்டு வந்தியாக்கும்? உனுக்கின்னா வயிசு ஏறுதா, ஏறங்குதா? நான் ஒருத்தி இங்க இன்னைக்கோ, நாளைக்கோன்னு இழுத்துட்டுக் கெடக்கிறன். உனுக்கு காவா வெட்ற கண்காட்சி கேக்குதா?" என்றாள் சீதா சலிப்புடன்.

வேங்கடாசலம் கிண்டலாக ஏதாவது பதிலுக்குச் சொல்வார் என்ற எதிர்பார்ப்பில்தான் சீதா அப்படி சீண்டினாள். ஆனால் அவர் அமைதியாக இருந்தார்.

"நம்ம பொண்ணைப் பார்த்தேன்." நிதானமான குரலில் மெல்ல சொன்னார் நாயகர்.

ஜெகதீசுவரி காதிலும் அவர் சொன்னது விழுந்திருக்க வேண்டும். சீதா அதிர்ச்சி அடைந்ததைவிடவும் அதிர்ச்சி அடைந்தவள் அவள்தான். ரத்தினத்தைப் பற்றித் தெரிந்துகொள்ள சந்தர்ப்பம். ரத்தினத்தைப் பற்றி எதுவுமே பேசவில்லையே என எதிர்ப்பார்த்திருந்தவளுக்கு ஏற்பட்ட அதிர்ச்சி அது.

சீதாவுக்கோ, இத்தனை ஆண்டுகளுக்குப் பிறகு ரத்தினத்தை இவர் எங்கே பார்த்தார். ஏன் அழைத்து வரவில்லை என்ற வியங்கோள்கள் முட்டின. ஜெகதீசுவரி குழந்தையை மடிமேல் கிடத்திக்கொண்டு அருகிலே அமர்ந்தாள்.

"காவா வெட்டுற இடத்தில மண்ணு வேலை செஞ்சுக்கிட்டு இருக்கா."

"ஏன் இங்க வரல?... நீங்க ஏன் கூட்டிட்டு வரல?" அடுத்தடுத்து எழுந்த வினாக்களை இரண்டு வினாக்களோடு கட்டுப்படுத்திக் கொண்டாள்.

"கூட்டிட்டு வர்ற நிலைமையிலையா அவர் இருக்கா? பஞ்சத்துல பாழா போய் கிடக்கிறா. உன்ன பாக்குற தைரியம் அவளுக்கு இல்லை சீதா. நான் அவளைப் பார்த்ததைக்கூட உன்கிட்ட சொல்ல கூடாதுன்னு சொல்லிட்டா. நம்ம வீட்டுல வளந்த ரத்தினம் கிடையாது அவ. கெட்டு சீரழிஞ்சு, நொந்து போய் வந்திருக்கா. அவபட்ட கஷ்டம் எதுவும் நமக்குத் தெரியக் கூடாதுன்னு நினைக்கிறா. சிங்காரம் கூடதான் இங்க இருந்து போனா. செங்கல்பட்டில் ஏதோ ஒரு ஊர்ல இருந்தா. ஆனா, அவளை அங்க விட்டுட்டு போன சிங்காரம் திரும்ப வரவே இல்லையாம். கூலி வேலையும் அங்க கிடைக்கல. அந்த

ஊரு ஜமீன்தாரு குத்தகைப் பத்தரம் போட சொன்னாராம். தண்ணிக்கே வழியில்லாத வெத்து நிலங்களை குடுத்து பயிர் செய்ய சொல்வாங்க.”

“அதான் சொல்லியிருக்கியே... மிராசு நிலம் பாத்தியதை பத்தி. வெளையற நிலத்தை அவனுங்க வெச்சுப்பானுங்க, வெங்காட்டை நம்ம தலையில கட்டி பயிர்செய்ய சொல்லுவானுங்க. வெளையாத நெலத்துக்கு நம்மள கிஸ்தி கட்ட் சொல்லுவானுங்க. அந்த மாதிரி சாகடிச்சானுங்களா நம்ம பொண்ண?”

“ஆமா. ஜனங்க பாடா படுதுங்க. இதுக்காகத்தான் நான் போராடிட்டு இருக்கேன். எந்த படுபாவிக்கும் நான் சொல்றது புரியலை. புரிஞ்சாலும் போய் சேர வேண்டிய இடத்தில் சேர மாட்டேங்குது. நம்ம நெலத்தையெல்லாம் அவனுங்ககிட்ட பிடுங்கிக் கொடுத்துட்டானுங்க. நம்மள, கூலி ஆளா மாத்திட்டாங்க. காடு, கரம்புங்களைக் கொடுத்து பயிர்செய்ய சொல்றானுங்க.”

“நம்ம பொண்ணு வாழ்க்கை இப்படி ஆகிப்போச்சே.”

“செங்கல்பட்டு ஜில்லாவுல எல்லாருமே நமக்கு புள்ளைங்கதான். எல்லா பொண்ணுங்களும் நம்ம ரத்தினம் மெரிதான் கஷ்டப்பட்டு செத்துக்கிட்டு இருக்குதுங்க.”

“என்ன பண்ணும்? மழை இல்லை. மழை இருந்தா வெறப்பாடு போட்டு ஏதோ கம்பு, கேவுரு பயிர் செய்யலாம். சென்னையில சோறு போடுறாங்கன்னு தெரிஞ்சிருக்கு. அதான் பொறப்பட்டு வந்திருக்கு.” சீதாவுக்கும் நிலைமை புரியாமல் இல்லை.

“நம்ம வீட்டுப் பக்கத்துலதான் சுத்திட்டு இருந்து இருக்கா. நம்ம வீட்டுக்குள்ள வர்றதுக்கு அவளுக்குத் தயக்கம். நல்ல வேளையா அந்த டெம்பிள் வேஜ்ல ஏதோ சோறு போடுறான்... கம்பு, கேவுரு தர்றான்னு அங்க வேலை செய்யப் போயிட்டா.”

“அவ வரலன்னா என்ன? வாங்க நாம போய் கூட்டிக்னு வருவோம். போலாம் வா” என்றாள் சீதா.

“அவ வரமாட்டா. நம்மள பார்த்தா இந்த வேலையையும் விட்டுட்டு ஓடிப் போயிடுவா. இந்த நிலைமையில அவ நம்மள பார்க்கவே விரும்பல. நம்ம பேச்சை கேட்காம இப்படி ஒரு வாழ்க்கையைத் தேர்ந்தெடுத்ததுக்கான தண்டனையா நினைக்கிறா. புரியுதா உனக்கு?”

“அவ எப்படினா நெனச்சிட்டு போவட்டங்க. நாம வளர்த்த பொண்ணு. வாங்க போய் கூட்டிட்டு வரலாம்.”

"ஏன் சீதா நீ இவ்ளோ சொல்றியே... நான் கூப்பிட்டு இருக்க மாட்டேன்னு நினைக்கிறியா? அவ நம்மள பாக்க விரும்பல. சொல்லப்போனா இப்பவே அங்க அவ இருக்க மாட்டான்னுதான் நினைக்கிறேன். நீ அடம் பிடிச்சுவருவேன்னு அவளுக்குத் தெரியும். அவ இருக்க மாட்டா."

சீதா, "பரவால்ல. அவ எங்க இருந்தாலும் போய் கூட்டிட்டு வந்துடுவோம் வாங்க" என்றாள் கண்ணீரும் கம்பலையுமாக.

ஜெகதீசுவரிக்கு ஓரளவுக்கு ஏதோ புரிய ஆரம்பித்தது. ரத்தினம் எதற்காகவோ இந்தவீட்டைவிட்டுப் போய்விட்டாள். இப்போது சிரமப்படுகிறாள். திரும்ப இதே வீட்டுக்கு வருவதற்கு அவளுக்கு மனம் ஒப்பவில்லை. வர மறுக்கிறாள். கொஞ்ச நேரத்துக்கு முன் நானும் இதே போல ஒரு வேலையை செய்ய நினைத்தோமே இவர்கள் மனது என்ன பாடுபடும் என்று ஜெகதீசுவரி நினைத்தாள்.

"அவளை நான் எந்த நிலைமையில பாத்தேன்னு சொன்னா நீ தாங்க மாட்டே சீதா. நீ அவளைப் பார்க்க வேணாம். தயவு செஞ்சு பாக்க வேணாம்" கணவனின் கண்களில் கண்ணீர் முட்டி நிற்பதை முதன் முதலாகப் பார்த்தாள்.

சீதா அதற்குமேல் அவரைத் தொல்லைப்படுத்தவிரும்பவில்லை.

"சரிங்க. நீங்க சொன்னா சரி. பாக்க வேணாம், விட்டுடுங்க. அவ நல்லா இருந்தா போதும். நாம பாக்கிறதால அவளுக்கு கஷ்டம் வரும்னா, நிச்சயமா பாக்க மாட்டேன்" சீதா முந்தானையால் தன் கண்களைத் துடைத்துக்கொண்டு அதற்கு மேல் அங்கு இருக்கவிரும்பாமல் அவளுடைய உலகமான அடுப்பங்கரைக்குப் போனாள்.

# காய்ச்சல்
## —32—

சளி, இருமல் வந்தால் அவ்வளவு சீக்கிரத்தில் போவதில்லை. கூடவே காய்ச்சல். என்னதான் ஜெகதீசுவரி கூடமாட இருந்தாலும் சீதாலட்சுமி படாதபாடுபட்டுப் போய்விட்டாள். கஷாயம், லேகியம், சூரணம் எல்லாம் தோதுப்படவில்லை. நடமாட்டம் குறைந்துபோய், படுக்கையிலேயே கிடந்தாள். நாராக இளைத்துப் போய்விட்டாள். குசப்பேட்டையில் மாமன் அவளுடைய பெண்ணை வேங்கடாசலத்திடம் ஒப்படைக்கும் போது, ராசா வீட்டிலே பிறந்து வளர்ந்த இளவரசிபோல இருந்தாள். நீண்ட கூந்தல். கால் முட்டியைத் தீண்டுகிற நீளம். கல்யாணம் முடிந்து வில்லு வண்டியிலே உட்கார வந்தவள், கூசியைப் பிடித்துக் கையூன்றி ஒரே தாவாக ஏறியபோது மானின் துள்ளல் இருந்தது. "கல்யாணப் பொண்ணே... அடக்க ஒடுக்கமா ஒக்காரு. மாப்பிள்ளைய குடைசாச்சிடப் போறே" எனத் தெருவிலே பெண்கள் கிண்டல் செய்தனர்.

தமிழ்மகன் | 215

அசைவு இல்லாமல் படுத்துக்கிடந்தவளை, இரண்டு தரம் 'சீதா' என அழைத்துப் பார்த்தவர், அவளுக்கு எழுந்திருக்கத் திராணியில்லை என்பதை அறிந்தார். அலேக்காகத் தூக்கிக்கொண்டு வில்லு வண்டியிலேதூக்கிப் படுக்கப்போட்டார். ஜெகதீசுவரி பின்னாடியே வந்து வண்டியிலே ஏறி, சீதாவுக்கு ஒத்தாசையாக இருக்க பிரயத்தனம் செய்தாள்.

"பரவல்லம்மா. நீ இரு" என்று சொல்லிவிட்டு அவரே வண்டியை ஓட்டினார். வண்டி மோட்டிலே எந்த நேரமும் பத்து பேராவது இருப்பார்கள். யாரையும் கூப்பிட்டு வண்டியோட்ட வைக்க வேண்டும் என்ற விருப்பம் எதுவும் தோன்றவில்லை.

சீதாவை கஞ்சித்தொட்டி ஆஸ்பித்திரியில் சேர்த்துவிட்டார் வேங்கடாசல நாயகர். மருத்துவமனையில் வெகுவாக மாற்றங்கள் நடந்திருந்தன. வருகிற நோயாளிகளையெல்லாம் என்ன வியாதிக்காக வந்திருக்கிறார்கள் என விசாரிப்பதற்கென்றே ஒரு ஆள் போட்டிருந்தார்கள். அவனிடம் மொத்த ஜாதகத்தையும் சொன்னபிற்பாடுதான் உள்ளேஎந்தடாக்டரைப்பார்க்கவேண்டும் என்று சீட்டெழுதிக் கொடுத்தார்கள். அடிபட்டு வந்தவன், பாம்புக்கடி, தேள்கடி, நோயில் வந்தவன், முழுகாமலிருந்து பிரசவ சிகிச்சைகளுக்காக வந்தவர்கள், குழந்தைகள் நோய்ப் பிரிவு எனத் தனித் தனி டாக்டர்கள் போட்டுவிட்டது தெரிந்தது.

பெரிய நோட்டுப் புத்தகம் ஒன்றில் சீதாவின் பெயர், வயது, உடல் நிலை விவரங்களைக்குறித்துக்கொண்டுடாக்டரைப்பார்க்க சீட்டு எழுதிக் கொடுத்தார்கள். இந்த வேலையை கவனிப்பதற்கு ஆஸ்பத்திரியில் நுழைந்ததுமே ஒரு பெரிய டேபிள் போட்டு, நாற்காலி போட்டு வெள்ளை அங்கி போட்ட ஆள் தேவைப்படும் என நாயகர் நினைத்துக்கூட பார்க்கவில்லை. டாக்டரைப் பார்க்க பெருங்கூட்டம் காத்திருந்தது. தான் ஆரம்பத்தில் பார்த்த மருத்துவமனையா இது என வியப்பாக இருந்தது. கருப்பு காலத்தில் கஞ்சி ஊற்றவும் காலரா நோய் வந்தால் காலணா அளவுக்கு மாத்திரை கொடுக்கவும் ஏற்பாடாகியிருந்த கஞ்சித்தொட்டி ஆஸ்பித்திரியா இது என அவருக்கு மூச்சு முட்டும் அளவுக்கு ஆச்சர்யம் இருந்தது. நிறைய மாறிப்போய்விட்டது.

கம்பெனிக்காரர்களுக்கு வேலை செய்வதற்காகவும் நகரத்தில் வேலைவாய்ப்பு தேடியும் மக்கள் கோட்டையைச் சுற்றியுள்ள பகுதிகளில் குடியேறியதுமே இவர்களை நோய் அண்டாமல் காப்பாற்ற ஏதாவது செய்யவேண்டியிருந்தது. அடுத்தடுத்து வந்த பஞ்சமும் நோய்களும் இதற்கான ஏற்பாட்டைத் துரிதப்படுத்தி விட்டன. பின்னி மில், பாரி அண்ட் கோ, கொத்தவால்

சாவடி, அச்சகங்கள், கோர்ட், துறைமுகம், மருத்துவமனை, ராயபுரம் ரயில் நிலையம் என கோட்டைக்கு அருகே நகரம் பக்கவாட்டில் வளர்ந்தது. ஏற்கெனவே இருந்த திருவொற்றியூர், திருவல்லிக்கேணி கிராமங்கள் வரை ஒன்றாக இணைந்துவிடும் அளவுக்கு கோட்டையின் இரண்டு பக்கமும் மக்கள் திரளத் தொடங்கிவிட்டனர். வடக்கே கல் மண்டபம் தொடங்கி திருவொற்றியூர் வரை வீடுகள் முளைத்துவிட்டன. நடுவே பெரிய வண்ணான் துறை. அப்புறம் அங்கங்கே பழைய ஞாபகங்களை சொல்லுகிறாற்போல கொஞ்சம் கொஞ்சம் விளைநிலங்கள் இருந்தன. காக்ரேன்ஸ் ரோடு ஒரு பக்கமும் திருவொற்றியூர் ரோடு ஒரு பக்கமும் இணையாக செல்ல அதற்கு நடுவே ஆந்திராவுக்கு ரயில் ரோடு ஒன்று போடப் போவதாகப் பேச்சு, சென்னப் பட்டணத்தின் வடக்கு பாகம் தெற்கு பாகத்தைவிட படு வேகமாக வளர்ந்துகொண்டிருந்தது. இருக்கிற ஏரிகளும் குளங்களும் வயல்களும் நாம் வாழும் காலத்துக்குள்ளாகவே காணாமல்போய்விடும் எனத் தோன்றியது வேங்கடாசல நாயகருக்கு.

முத்தியால்பேட்டையும் பெத்தநாயகன்பேட்டையும் சேர்ந்தது பிளாக் டவுன். கருப்பர் நகரம். வெள்ளைக்காரர்கள் இருந்த இடம் கோட்டை. என்ன தைரியத்திலோ நம் ஊருக்கு வந்து அவர்கள் இப்படியெல்லாம் பெயர் வைக்கிறார்கள். காலப் போக்கில் பிளாக் டவுன் என்று சொல்வதைக் குறைத்துக்கொண்டு வருகிறார்கள்போலத்தான் இருந்தது.

மக்கள் கூட்டம் சேரச் சேர அடிப்படையாக ஒரு வைத்தியசாலை தேவைப்பட்டது. ஆங்கிலேயர்களுக்குச் சிகிச்சை அளிப்பதற்காகக் கோட்டைக்குள் ஒரு மருத்துவமனை இருந்தது. கோட்டைக்கு வெளியில் இருக்கும் பூர்வகுடி மக்களுக்கு, வந்தேறிகளுக்கு ஒரு மருத்துவமனையைக் கட்டவில்லையென்றால், அத்தனை பேரும் காலராவில் செத்துப் போய்விடுவார்களோ என்ற பயம்தான் காரணம் என்றாலும் கஞ்சித்தொட்டி ஆஸ்பித்திரியிலே டாக்டர்கள் தர்ம சிந்தனையோடு வேலை செய்வதாகத்தான் ஊருக்குள் பேச்சு. காலரா வந்தவனுக்கும் பஞ்சத்தில் சாக இருந்தவனுக்குமாக கஞ்சித்தொட்டி ஒன்றை ஏழு கிணறுக்கு எதிரே இருந்த ராயர் தோட்டத்தில் திறந்து வைத்தபோதே அந்தக் கரிசனம் தெரிந்தது. அதாவது அரசாங்கத்தின் கரிசனம் பற்றி அல்ல... மருத்துவர்களின் கரிசனம் பற்றி.

முதலில் கஞ்சி ஊற்றும் இடத்திற்கு அருகிலேயே மாத்திரை, மருந்து கொடுக்க தற்காலிகமாக ஒரு டெண்ட் கொட்டாய்

தமிழ்மகன் | 217

போட்டு வைத்திருந்தார்களாம். ஆனால், வேங்கடாசலம் இங்கே வாத்தியார் வேலைக்கு வரும்போதே ஐம்பது சீக்காளிகள் படுக்கிற அளவுக்குப் படுக்கைகள் இருந்தன. பிரசவம் பார்ப்பதற்கான வார்டு ஒன்றும் உருவாகியிருந்தது. எந்த பொம்பளை ஆஸ்பித்திரிக்கு வந்து குழந்தை பெற்றெடுக்கிறாள்? எல்லாம் அவளவள் வீட்டில் பெற்றால்தான் பிரசவம் என்று நினைக்கிறார்கள். இங்கிலீஷ்காரன் பிள்ளை பிறக்கும்போது பக்கத்தில் நின்று பார்ப்பதாக ஊரில் கதை உலவுவதால் எவளும் 'செத்தாலும் சாவேனே தவிர கஞ்சித்தொட்டி ஆஸ்பித்திரியில் பிள்ளை பெக்க மாட்டேன்' என அடம்பிடித்தார்கள்.

காலரா, தீராத வயிற்றுவலி, மரத்திலிருந்து விழுந்து காயம் பட்டவர்கள், சிறுத்தை அடித்தவர்கள் இப்படியாகத்தான் சில ஆஸ்பத்திரி பக்கம் தயவு நாடி வந்தனர்.

இப்போது வந்த பஞ்சம் போலவே 1781-ல் மதராஸில் மிக மோசமான பஞ்சம். மதராஸின் சொந்த மக்கள் சோற்றுக்கு வழியில்லாமல் பரிதவித்தனர். இவர்களில் பெரும் பாதிப்புக்கு உள்ளானவர்களில் முக்கியமானவர்கள் இந்தக் கருப்பர் நகரத்தினர். இவர்களுக்கு உதவுவதற்கு மாகாண அரசும், கோட்டையிலுள்ள செயின்ட் மேரி தேவாலயமும் சேர்ந்து நகரத்தின் வடக்கு கேட் அருகே மணியக்கார சத்திரத்தில் பசி போக்கத் தொடங்கியது.

இந்த இடத்தில் மருத்துவமனை கட்டப்பட்டவுடன், 1799-ல் டாக்டர் அண்டர்வுட் கண்காணிப்பாளராக நியமிக்கப்பட்டு, படுக்கைகளுடன் ஆஸ்பத்திரியும் வளர்ந்தது. சென்ன பட்டணவாசி அவன் வீட்டில்கூட அப்படியொரு படுக்கையைக் கண்டிருப்பானா தெரியாது. பஞ்சு மெத்தை படுக்கை.

இரண்டு வளாகங்களில் நான்கு வார்டுகள் எல்லாப் பக்கங்களிலும் தாழ்வாரங்களுடன் கட்டப்பட்டிருந்தன. ஆரம்பத்தில் எல்லா சாதிக்காரனும் அங்கே வைத்தியம் பார்த்துக் கொள்ள வருவதால் பிராமணர் அங்கு வைத்தியம் பார்க்க வரவில்லை. பிராமணர்களுக்கு இல்லாத தயவா? சொல்ல வேண்டிய இடத்தில் சொல்ல வேண்டிய ஆட்கள் மூலமாக சொல்லி, இதிலிருந்து ஒரு வார்டு தனியாகப் பிரிக்கப்பட்டு பிராமணாள் வார்டு ஒன்றும் உருவாக்கப்பட்டது.

நொண்டி, கூன், குருடு, செவிடு, பைத்தியங்களுக்கான காப்பகம், தொழுநோய் மருத்துவமனை, கேட்பாரற்று கண்டெடுக்கப்பட்டு குழந்தைகளுக்கான வார்டுகளும் தொடங்கப்பட்டன. இந்தியா

ராணியார் தலைமையில் வந்த பிறகு, 1858 ஜூலையில் அரசாங்கமே ஏற்று நடத்தத் தொடங்கியது. டாக்டர் சம்பளம், நர்ஸ் சம்பளம், பெருக்குகிறவன் சம்பளம் எல்லாவற்றையும் அரசாங்கமே பார்த்துக்கொண்டது. இதோ வருகிறவர்களின் பெயரை எழுதி சீட்டு கொடுக்கிறானே அவனுக்கும் சம்பளம். ப்ளாக் டவுன் ஆஸ்பித்திரி என்றும் கஞ்சித்தொட்டி ஆஸ்பித்திரி என்றும் மக்கள் அழைப்பது மட்டும் மாறவேயில்லை.

வருஷத்துக்கு ஐயாயிரம் ஆறாயிரம் பேர் வந்து வைத்தியம் பார்ப்பதாகச் சொன்னான் ஓர் உதவியாளன்.

"ஆறாயிரம் பேர் வந்தா எத்தனை பேர் திரும்பிப் போறாங்க?" என இயல்பாகக் கேட்டார் வேங்கடாசல நாயகர்.

"பொண்டாட்டிய இந்த நிலைமைல வெச்சுக்கிட்டு கிண்டலைப் பாரு?" என்றாள் சீதா.

அவன் அசரவில்லை. "எத்தனை பேர் வர்றாங்களோ அத்தனை பேரும் குணமாகிப் போறாங்களே... ஆறாயிரம் பேர்ல ஒரு நூறு பேர் டெட் ஆயிடுவாங்கன்னு வெச்சுக்கயேன். நான் சொல்றதுகூட அதிகம்தான். சர்ஜரி கேஸ்தான் சிலது பாழாப் போவுது" என்றான்.

வயிற்றில் கட்டி என்றால் வயிற்றை அறுத்து கட்டியை அகற்றுவதாகச் சொன்னான். நாயகருக்கு கேட்கவே உடம்பெல்லாம் அதிர்ந்தது. சீதாவுக்கு அந்த மாதிரியெல்லாம் நிலைமை வரக் கூடாது என நினைத்துக்கொண்டார்.

மருத்துவமனையை உருவாக்க சத்திரத்திற்கு அருகில் பெரிய அளவில் இடமும், துணையாக ராயபுரம் மருத்துவப் பள்ளியும் இருப்பது, நோயாளிகளை கவனித்துக்கொள்ள வசதியாக இருந்தது.

"சீதா யாரும்மா... உள்ள வாங்க" என்றாள் வெள்ளைச் சீருடை நர்ஸ்.

கைத்தாங்கலாக சீதாவை உள்ளே அழைத்துச் சென்றார்.

"என்னம்மா செய்யுது உனுக்கு?" என்றார் மருத்துவர். மருத்துவர் ஆங்கிலத்தில் கேட்டார். வேங்கடாசலம் அதைத் தமிழில் பெயர்த்து சொல்வதற்குள். டாக்டர் ஸ்டெதாஸ்கோப்பை காதில் வைத்துக்கொண்டு நாடித்துடிப்பை ஆராயத் தலைப்பட்டதால் நாயகர் எதுவும் பேசவில்லை.

"உங்களுக்கு ஆங்கிலம் புரியுமா?" என்றார் வேங்கடாசலத்தைப் பார்த்து டாக்டர்.

தமிழ்மகன் | 219

"நான் மிஷினரி ஸ்கூல் ரிட்டையர்ட் டீச்சர். புரியும்."

"நுரையீரல் முழுவதும் பாதிக்கப்பட்டிருக்கிறது. எப்போதும் சுடுநீர்தான் குடிக்கவேண்டும். பனியில் செல்லக்கூடாது. பச்சைத் தண்ணீரில் வெகு நேரம் வேலை பார்க்கக் கூடாது. மருந்து கொடுக்கிறேன். வேளை தப்பாமல் சாப்பிட்டு வர வேண்டும். ஒரு மாதம் கழித்து மீண்டும் வந்து பார்க்க வேண்டும்" என்றார்.

"உங்கள் ஆலோசனைகளை நிச்சயம் பின்பற்றும்படி செய்வேன்" என்றார் நயமாக.

வேங்கடாசல நாயகரின் தோற்றத்தையும் உடையையும் பார்த்துவிட்டு, டாக்டர் சற்றே குறைத்து மதிப்பிட்டிருக்கக்கூடும். அது தவறாகிவிட்டதை வேகமாக உணர்ந்து, தலையசைத்து சிரித்தார்.

நாயகர் தன் கைப் பையிலே இருந்த 'மிராசி ரைட்ஸ்' ஆங்கிலப் புத்தகத்தை டாக்டரிடம் கொடுத்தார்.

டாக்டர் தனக்குப் புத்தகம் பரிசளித்த முதல் இந்தியனைப் பார்த்தார். புத்தகத்தின் தலைப்பையும் பார்த்தார்.

"ரிட்டன் பை மீ... பாயக்காரி ஏஜென்ட். அத்திப்பாக்கம் வேங்கடாசல நாயகர்" என்றார் பெருமையாக.

"ஓ... உன்னுடைய கட்டுரைகளை மெட்ராஸ் டைம்ஸில் படித்திருக்கிறேன்" என்றார்.

"நேரமிருந்தால் படித்துப் பார்க்கவும். எங்கள் மக்கள் படும் கஷ்டத்துக்கு விடிவுகாலம் சொல்லுங்கள். உங்கள் அன்புக்கு நன்றி" என்றபடி சீதாவைப் பாந்தமாகத் தோளில் சாய்த்துக்கொண்டு வாசல் நோக்கி நடந்தார். அதே நேரத்தில் ஜெகதீசுவரி வாந்தியும் பேதியுமாக அவதிப்பட்டுக்கொண்டிருந்த ராமசாமியை தூக்கிச் சென்று செல்லியம்மன் கோயில் படியில் போட்டு உருட்டி, அவனுக்கு உடம்பு குணமானதும் மொட்டை அடித்துக் காது குத்துவதாக வேண்டிக் கொண்டிருந்தாள்.

* கஞ்சித்தொட்டி ஆஸ்பித்திரி - இன்றைய சென்னை ஸ்டான்லி மருத்துவமனை.

# ஜெகநாதபுரம்

## 33

விக்டோரியா ராணியின் உத்தரவின் பேரில் லண்டன் அதிகாரிகளிடமிருந்து வேங்கடாசல நாயகரின் பிராது குறித்து மேல் நடவடிக்கை எடுக்குமாறு கடிதம் வந்ததாக ரெவின்யூ போர்டாரிடமிருந்து தகவல் வந்தது. நாயகர் அடைந்த மகிழ்ச்சிக்கு அளவே இல்லை. செங்கல்பட்டு ஜில்லாவில் அதற்கான ஆக்கபூர்வ வேலைகளை ஆரம்பிக்க இருப்பதாகச் சொன்னார்கள். ஆக்டிங் கலெக்டர் பான்புரி, சப் கலெக்டர் அட்சின்ஸ் துரிதமாக சில நடவடிக்கைகளை மேற்கொள்ள ஆரம்பித்திருந்தனர்.

மிராசு பாத்தியம் என ஆயிரம் காணி நிலங்களை ஒருவரே அனுபவித்துவருவதால், பெரும்பகுதி நிலங்களைக் கரம்பாகப் போட்டு வருவதையும் அதை மேல் வாரங்களுக்குப் பயிர் செய்து

வரும் பாயக்காரிகளுக்குப் பிரித்துக் கொடுக்க வேண்டும் என்பது முதற்கட்ட முயற்சி எனத் தெரிந்தது. அது பாயக்காரிகளுக்கு சேர வேண்டிய முழு பாத்தியதையாக இருக்காதெனினும் இல்லாத ஊருக்கு இலுப்பைப் பூ கதைதான்.

எத்தனையோ ஆயிரம் மைல் தூரத்திலிருந்து பல கடல், மலைகளைக் கடந்து எடுக்கப்படுகிற நடவடிக்கை இது. இதுவே பெரியதுதான். இங்கிலாந்து என்ற ஒரு குட்டி நாட்டிலிருந்து உலகையே ஆளுகிற வல்லமை இருப்பதாக ராணியார் நம்புகிறார். நம்பிக்கைதான் உலகிலேயே வலிமையானது. அதனால்தான் உலகையே ஆள முடியும் என்ற உத்வேகத்தை அது அளிக்கிறது.

ராணி விக்டோரியா என்கிற அலெக்சாண்ட்ரினா விக்டோரியா, பிரித்தானியாவும், அயர்லாந்தும் இணைந்த ஐக்கிய ராச்சியத்தின் அரசியாக 1837-ம் ஆண்டு பதவி ஏற்றவர். இப்போது பிரிட்டிஷ் இந்தியாவின் பேரரசி.

தனது ஒன்பது பிள்ளைகளுக்கும் 42 பேரப் பிள்ளைகளுக்கும் ஐரோப்பாவின் பல பகுதிகளிலும் திருமணம்செய்து வைத்ததன் மூலம், ஐரோப்பாவை ஒன்றிணைத்தார். இது அவருக்கு, 'ஐரோப்பாவின் பாட்டி' என்னும் பட்டப் பெயரைக் கொடுத்தது.

ஐரோப்பா பாட்டி செய்த நல்ல காரியம் பாயக்காரிகளுக்கு சாதகமாக அமைய இருந்தது. காஞ்சிபுரம் தாலுகாவில் அரண்வாயில் குப்பம் கொப்பூர் பகுதியிலே கரம்பாய் போட்டு வைத்திருந்த பல்லாயிரம் காணி நிலங்களை மக்களிடம் சேர்க்க நடவடிக்கை எடுக்கப் போவதாக சப் கலெக்டரிடமிருந்து அழைப்பு வந்திருந்தது. வேங்கடாசல நாயகர், விடிகாலையிலேயே பொட்டி வண்டி கட்டிப் புறப்பட்டார். மாணிக்கம் உடம்பு சரியில்லாமல் கிடந்தான். பெரிய கேசவன் வண்டி ஓட்டிக்கொண்டு வந்தான். சுண்ணாம்புக் காளவாயில் இரண்டு கேசவன் இருந்ததால் வயதில் பெரியவனான இவனுக்குப் பெரிய கேசவன் என்பது பெயராகிவிட்டது. பேச்சிலே 'பெரி கேஸ்வன்' என ஏதோ பிரிட்டிஷ்காரன் பேர் போலவே அவனை அழைப்பார்கள். மாட்டை ஒரு நா பொழுது அடித்து ஓட்டிப் பார்த்ததில்லை. மயிலானுக்குப் பிறகு கண்ணான்ட கருப்பு எருது வந்து சேர்ந்தது. இரண்டு கண்களைச் சுற்றிப் பட்டையாய் மை வைத்தது போன்ற காளை. வெள்ளை மாடு. மாரி நாயகர்தான் ஓட்டி வந்தார். வடக்கே ஆந்திரத்தில் போய் பிடித்துவந்தார். நல்ல சுழி இருப்பதாகச் சொன்னார். இரண்டு பல் மாடு என்றார். இள எருது. திமில் கம்பீரமாக இருந்தது. விரசாக நடைபோடுகிற மாடு.

பூந்தமல்லி திருமழிசை தாண்டும்போது பொழுது பொலபொல வென்று விடிந்துவிட்டது. உண்மையில் பாயக்காரிகளுக்கு சேரவேண்டிய மன்னவேடு நிலங்கள் அவை என்பதிலே மாற்றுக்கருத்து இல்லை.

செங்கல்பட்டு ஜனங்கள் ஏன் இத்தகைய வறுமையில் உழன்று வருகிறார்கள் என்பதை நினைக்கும்தோறும் துக்கம் தொண்டையை அடைத்தது. பன்னெடுங்காலமாக மக்கள் பயன்படுத்திவந்த மன்னவேடு நிலங்களை குயுக்தியாகப் பறித்துக்கொண்டதோடு நீர்வரத்து இல்லாத மேட்டு நிலங்களை உழவுசெய்து, பயிர் செய்யுமாறு கொடுமைப்படுத்திக்கொண்டிருப்பதை செங்கல்பட்டு ஜில்லாவில் அவர் ஒவ்வோர் ஊருக்குச் செல்லும்போதும் கவனித்தார்.

பொன்னேரி தாலுகாவில் மக்கள் படும் துயரங்களை நேரிலேயே பார்த்தார். பழவேற்காட்டில் சுண்ணாம்பு ஜல்லி வாங்கிக்கொண்டு தச்சூர் வழியாக மாட்டுவண்டியில் வந்தபோது இந்தக் கொடுமைகளை ஏராளமாகக் கண்டார். உரக்காட்டு நாயுடு ஜமீன்தார் ஆளுமையில் இருந்த பகுதிகள் அவை. மக்கள் தங்கள் வீட்டுக் குடிசை பொத்தலாகிப் போய் மழையும் வெயிலும் வெளியே கட்டாந்தரையில் காட்டும் வேகத்தைவிட வீட்டுக்குள்ளே அதிக ஆவேசம் காட்டினாலும் வனாந்தரமாய் வளர்ந்து கிடந்த பனந் தோப்பிலிருந்த ஓர் ஓலையை வெட்டி பொத்தலை மூட வழியில்லாமல் துன்பப்படுவதைப் பார்த்தார். ஆனாலும் ஒவ்வோர் ஊரிலும் ரெட்டிமார்கள் நிலம், நட்டு ஆதாயங்களோடு கஷ்ட ஜீவனமில்லாமல் வாழ மானியங்கள் இருந்தன. அதே நேரத்தில் வன்னிய ஜனங்கள் கஞ்சிக்கு வழியில்லாமல் ஆடையில்லாமல் மொத்த வெயிலையும் தலைமேல் போட்டுக்கொண்டு, மேட்டு நிலங்களில் நீருக்கும் வழியில்லாமல், கொளுத்தும் வெயிலை அன்னாந்து பார்த்து மழை ஏதும் பெய்து பயிருக்கு உயிர் பிடித்துக்கொள்ளுமா என்று அல்லாடும் நிலையைப் பார்த்தார்.

கிழிந்த கோவணத்தைக்கொண்டு முடிந்த அளவுக்கு மானத்தைக் காப்பாற்றப் போராடும் நிலையில் இளைஞன் ஒருவன் எதிர்ப்பட்டான். வண்டிக்காரனிடம் பெரிய வேப்பமரத்தின் பக்கமாகத் தன் வில் வண்டியை ஓரங்கட்டி நிறுத்தச் சொல்லிவிட்டு நாயகர் என்ன நினைத்தாரோ அவனை அழைத்தார். தோளில் பாதி தேய்ந்து போன மண்வெட்டி இருந்தது.

“தம்பி இந்த ஊர் பேரு என்ன?”

“ஜெகநாதபுரம்யா.”

அவன் கண்களிலும் உடம்பிலும் தெரிந்த பணிவும் அக்கறையும் நாயகரைக் கலங்க வைத்தது.

“இந்த வேகாத வெய்யில்ல மம்பட்டியோட எங்க போறே?”

“ஐயா... தெரியலைங்க. எதாவது செய்யணும்னு தோணுது. என்ன பண்றதுன்னு தெரியல. வெவசாயிக்கு மம்பட்டி, அரிவாதான் ஆயுதம். அதவெச்சு பயிர் செய்யத் தெரியும். நாலு உசுரக் காப்பாத்தத் தெரியும். என்னமோ அதுக்கு வக்கில்லாம போயிட்டோம். இந்த மம்மட்டிக்கி வேலை வாய்ச்சு பல காலம் ஆகிப்போச்சுங்க. ஏரிப் பாசனம் இல்லாத மேட்டு பூமி. குடும்பத்தோட உக்காந்து அழுதாத்தான் பூமிய நனைக்க முடியும். அப்பறம்தான்நான் இந்த தலைல மடை மாத்தணும். வரப்பு கழிக்கணும். அதெல்லாம் எங்க தலைமுறையே மறந்து போச்சுங்க. நானும் சம்சாரிதான்னு காட்றதுக்குத்தான் இந்த மம்பட்டிய தோள்ல தூக்கிட்டு அலையறேன்.”

வேங்கடாசலம் அவன் தோளில் ஒரு கொக்கிபோலக் கிடந்த அந்த மண்வெட்டியைப் பார்த்தார். அது தேய்ந்து போய் இருந்தது. கொலுருபோல இளைத்துக்கிடந்த மண்வெட்டி. ஒரு விவசாயி தன் மண்வெட்டிக்கு வேலை கிடைக்காதா என ஏங்குகிற சோகத்தை மண்டை பிளக்கும் உச்சி வெயிலின் தாக்கத்தோடு தானும் அனுபவித்தார்.

“உன் பேர் என்ன தம்பி?”

“திருவேங்கடம்...”

“என்ன பட்டம் உங்களுக்கு?”

“ரெட்டி பட்டம்ங்க. தமிழ் ரெட்டியார்ங்க.”

வேங்கடாசல நாயகர் சிரித்தார். “தெலுங்கு ரெட்டியார் எப்பிடி இருப்பார்னு தெரியும் கண்ணா.”

அவன் சொல்லும் முன்பே, அவனுடைய நிலைமையை வைத்தே அவனுடைய பட்டத்தை அறிந்துதான் இருந்தார். சொல்லி வைத்ததுபோல குடும்பமே சருகாக உலர்ந்து வெம்பாடு பட்டுக்கொண்டிருக்கிற ஜனங்கள் இவர்களாகத்தான் இருக்கிறார்கள். காஞ்சிபுரம் போனபோதும் உத்திரமேரூர் போனபோதும் திருவிடைச்சுரம் போனபோதும் இந்தக் கொடுமையைக் கண்டார் நாயகர். ஜில்லா முழுக்கவே இப்படி உருக்குலைந்து பஞ்சை பராரியாய் வேறு எவரையும் அவர் பார்க்கவில்லை. விவசாயத்தையே காலம் காலமாகச் செய்து

வரும் இந்த ஜனக்கூட்டம் எப்படி இப்படிச் சீரழிந்து கிடக்கிறது என்ற கேள்வி விஸ்வரூபமெடுத்தபடி இருந்தது அவருக்கு. திருவேங்கடம் தன் மண்வெட்டிக்கு ஒரு வேலை கிடைக்க வேண்டும் என வானத்தை அண்ணாந்து பார்த்துக்கிடக்கிற காட்சி அவரை நிலை குலைய வைத்துவிட்டது. எப்போது மழை பொழிந்து அவன் நிலத்தில் கரைபுரண்டு ஓடி, அதை மடைகட்டி அழகு பார்ப்பான் எனவும் கற்பனையில் காட்சியாக ஓட்டிப் பார்த்தார்.

நாயகர் வண்டியிலிருந்து இறங்கி, மலைப் பாம்புகள்போல புரண்டிருந்த மரத்தின் வேர்மீது அமர்ந்தார். "என்னா வெயிலு." தலைப்பாகையை கழற்றி உதறி தலை, முகம் எல்லாவற்றையும் சேர்த்துத் துடைத்துக்கொண்டார். அத்தனை வெள்ளையாக வேட்டியும் சட்டையும் அணிந்த யாரையும் பார்த்தே இராத அவன், அவர் முன்னாடி குத்துக்காலிட்டு அமர்ந்து அருள் வேண்டி இரைஞ்சியவன்போல பார்த்துக்கிடந்தான்.

"இந்த ஊர்லருந்து கொத்தால் சாவ்டிக்கி எலக்கட்டு எடுத்துட்டு வர்றவங்க யாராச்சும் இருக்காங்களா?" என்றார் நாயகர்.

"மணி நாயுடு, வரதப்ப நாயுடு, நம்ம ஜமீன்தார், அருணாச்சல முதலி எல்லாமே கொத்தால் சாவ்டிக்கி எலக்கட்டு அனுப்புவாங்க சாமி."

"நாயுடுங்க எத்தன பேரு ஊர்ல?"

"மூணு தலகட்டுங்க."

"நீங்க சொன்ன அந்த மூணு பேரு?"

"ரெண்டு பேர் இந்த ஊருங்க. ஜமீன்தார் ஆத்துக்கு அண்ணாண்ட இருக்காருங்க. உரக்காடுங்க." இதைச் சொல்லிவிட்டு ஜமீன் பத்தி எதையாவது உளறிவிட்டோமோ என அக்கம் பக்கம் பார்த்துக்கொண்டான்.

"திருவேங்கடம் ஒண்ணு கேக்கறேன். ஊர்ல நாயுடுங்க, முதலி தவிர வேற யாரும் இல்லையா?"

"பள்ளி ஜனம்தாங்க நிறைய. முப்பது ஊடு இருக்குதுங்க. அகரத்துல ஐயமாரு பத்து பேர். சேரில பத்து ஊடு. அப்புறம் எடமூடு, அம்பட்டன், சக்கிலி, ஆசாரின்னு ரெவ்வெண்டு பேர் இருக்காங்க. எதுக்கு கேக்கறீங்க?"

"இல்ல தம்பி. நீங்க யாரும் வாழை வெவசாயம் செய்யலையா?"

"ஐயா அதுக்கெல்லாம் தண்ணி பாங்கா நெலம் இருக்கணும். ஏரி பாசனம் இருக்கணும். நாங்கல்லாம் மேட்டு நிலம். மழ பெய்ஞ்சா

வெரப்பாடு போட்டுட்டு வானத்தப் பாத்துக்கிடங்கறவங்க. ஒரு தபா பெய்யும். இன்னொரு தபா சாவையா போயிடும். வெளைஞ்சாலும் வெளையலன்னாலும் பாதி நெல்ல அளந்து எடுத்துக்கிட்டு பூடுவாங்க. நாங்க என்ன பண்றதுய்யா? குடும்பமே கெடந்து உழைச்சாலும் சாப்பாட்டுக்குக் காணாது. ஜமீன்தார் மனசு வெச்சார்னா ரெண்டு பாத்தி கேவ்ரு போட்டு கூழோ, கஞ்சியோ காய்ச்சிக் குடிப்போம். அப்பவும் ஒரு பொழுது பட்னி கெடந்தத்தான் சமாளிக்க முடியும்.” திருவேங்கடம் சொல்லச் சொல்ல நாயகரின் நெஞ்சு படபடப்பு கூடிக்கொண்டே இருந்தது.

செங்கல்பட்டு ஜில்லாவில் வடக்கிலே கும்மிடிப்பூண்டி, பொன்னேரி தாலுகா தொடங்கி, தெற்கே உத்தரமேரூர், அத்திப்பாக்கம் வரை இந்த நிலைமைதான். ஆனால் ஒவ்வோர் ஊரிலும் பாதிக்கும் மேலே பள்ளி ஜனங்கள் இருந்தும் யாருக்கும் நிலமே இல்லை. மிராசுகளின் ஆளுமையில் இருந்த நிலங்களைக் குத்தகைக்குச் செய்து பாதிக்கும் மேலே வரியாகக் கட்டிவிட்டு செத்து ஜீவனத்துப் போய்க்கொண்டிருக்கும் இவர்களை மீட்க யாருமே இல்லையா என எண்ண ஓட்டம் பெருக்கெடுத்தது.

“அப்பகூட வர்ஷம் முச்சூடும் சாப்பிட முடியாது போலகிதே?”

“நாயுடுங்க தலையில கூலிக்குப் போவோம். குடும்பத்தில ஒர்த்தர் மிச்சமில்லாம எம்பொண்ணு, பையன், சம்சாரம், அம்மா, அப்பன் எல்லாருமே கழ்னி வேலைக்குக் கூலிக்குப் போவோம். அறுவடைபோது தலைக்கு ஒரு மரக்கா நெல்லு குடுப்பாங்க. அதில உசாரா உசிர புடிச்சுக்குனு இருக்கணும்.”

அந்த நேரத்தில் எலும்பும் தோலுமாகத் தென்பட்ட அவனுடைய சம்சாரமும் பொண்ணும் வந்து சேர்ந்தனர். நைந்துபோன பாவாடையும் மார்பின் குறுக்கே கட்டியிருந்த கச்சையும்தான் பொண்ணுக்கு ஆடை. அம்மாவுக்குப் புடைவை என்ற பெயரில் நாலா பக்கம் கிழிந்த கந்தை.

“களைக்குப் போயிட்டு வருதுங்க.” திருவேங்கடம் தன் மனைவியையும் மகளையும் அறிமுகப்படுத்திவிட்டுச் சொன்னான். அந்நியரைப் பார்த்த அச்சத்தில் அதுகள் இரண்டும் இருபதடிக்கு முன்னாலேயே நின்றுவிட்டன.

“எங்கம்மா போய் வர்றீங்க இந்த வேகாத வெயில்ல?”

“எங்க வூட்ல சொல்லுச்சே... களையெடுத்துட்டு வர்றோம்.” அம்மாக்காரி பவ்யமாகச் சொன்னாள்.

“ஆம்பளைங்கன்னா ஏத்தம் போடுவோம். ஏர் ஓட்டுவோம். நெல்லு செமய களத்து மேட்ல கொண்டாந்து போட்டு, மாடு

கட்டி போரடிப்போம். செம தூத்துவோம். பொம்பளைங்கன்னா களை எடுக்கறது, நாத்து நடுறது. ஆம்பளைங்க எல வெட்றது, மாட்டுவண்டியில எலக்கட்டு ஏத்திக்கிட்டு கொத்தால் சாவ்டிக்கி போயிட்டு வர்றதுன்னு ஏதோ ஓடுதுங்கய்யா. ஒரு நா, ஒரு பொழுது சீக்கு வந்து படுத்துட்டாலும் போச்சு. சாப்பாட்டுக்கு சிங்கி அடிக்கணும்." திருவேங்கடம் வேடிக்கையாக சொல்லிவிட்டதாக நினைத்து, தானே சிரித்துக்கொண்டான்.

"நீயும் எலக்கட்டு எடுத்துக்கிட்டு வருவியா?" என்றார் நாயகர்.

"வருவேன்யா... மணி நாயுடுக்கு நான்தான் ஆளுக்காரன். பட்டணத்துக்கு வண்டி கட்டணும்னா ஐயா என்னத்தான் கூப்பிடுவாரு."

"ம்ம்ம்... சரி அடுத்த மொறை வரும்போது தர்மாஸ்பித்திரி எதிர்ல ஏழ்கெணறு இருக்கில்ல. அது பக்கத்துல ஒரு சந்து போவும் அதுல வந்தா அங்கதான் என் வூடு. வண்டி சத்திரம் இருக்கு. வண்டி மாட்டை அங்க பத்திரமா பாத்துப்பாங்க. அங்க வுட்டுட்டுப் போ."

"சரிங்கய்யா." கைகூப்பினான் திருவேங்கடம்.

"சரி நான் வர்றேன்... பொழுது சாயறதுக்குள்ள போய்ச் சேரணும். நான் சொன்ன இடம் புரிஞ்சுதில்ல?" என்றபடி வண்டியில் ஏறி அமர்ந்தார் நாயகர்.

திருவேங்கடத்துடன் அவன் மனைவி, மகள் மூவரும் தலை வணங்கி நின்றனர்.

நாயகர் என்ன நினைத்தாரோ தலையில் கட்டவிருந்த தலைப்பாகையை திருவேங்கடத்திடம் கொடுத்து, "இந்தா, இதக் கட்டிக்க" என்றார்.

பதறிப்போனான் திருவேங்கடம். "ஐயா சாமி இத்தனை வெள்ளையா நான் எங்க கட்றது? அப்புறம் பொழப்பப் பாக்க முடியுமா? இதெல்லாம் எங்களுக்குத் தகாதுங்க. நீங்க போய்வாங்க பத்திரமா" என்றான்.

அவன் கட்டியிருந்த இடுப்புத் துணி, எந்தவிதத்திலும் வேட்டி இனத்தில் இல்லை. அது கோவணத்துண்டினும் சற்றே பெரிது. அழுக்கேறி இருந்தது. வெள்ளையாய் உடுத்துவதே ஆடம்பரம்போலும் அவன் உடம்பே பதறிப்போனதை அவர் உணர்ந்தார்.

"வர்றேன் தம்பி?" என்றார். வண்டிக்காரன் மாட்டின் முதுகில் லேசாகத் தட்ட, வண்டி நகரத் தொடங்கியது.

## படவேட்டம்மன் பஞ்சாயத்து
### 34

எருக்கஞ்சேரி படவேட்டம்மன் கோயில் ஆடித் திருவிழா விமர்சையாக நடக்கும். அதைவிட விவகாரங்களும் அதிகம் நடக்கும். சம்பாதித்த ஒன்று, இரண்டு பணத்தையும் மொத்தமாகக் கோயிலிலே கொட்டிவிட்டு திண்ணையிலே உட்கார்ந்து விடுவார்கள். எருக்கஞ்சேரியில் கோயிலைச் சுற்றி ஒரு தெரு. அதுதான் மொத்த ஊர். அதற்கு ஒட்டினாற்போல ஒரு தெரு. அதிலே கம்மாளர் வீடுகள். கலப்பை செய்யும் ராமசாமி, கதவு செய்யும் கன்னியப்பன், நகை செய்யும் நைனாசாரி.. வீடுகள். அடுத்து சேரி. ஊரைவிட சேரிதான் செல்வாக்காக இருந்தது. எருக்கஞ்சேரி எனப் பெயர் வந்ததே அதற்குத்தான். ஊருக்கும் சேரிக்கும் நடுவே வண்ணார், அமட்டர் வீடுகள். பொதுவாக அவ்வளவுதான் வீடுகள் இருந்தன. இருப்பது ஒரு கோயில்.

ஊரில் இருந்த ஜனங்களுக்கு அது எங்கள் குலதெய்வம் என்ற பெருமை இருந்தது. ஆரணி படவேட்டம்மன் கோயிலிலிருந்து பிடி மண் எடுத்துவந்து கட்டிய கோயில் என்ற பெருமை. ஊரிலேயே இருக்கும் அமட்டனும் வண்ணானும் கம்மாளனும் என்ன செய்வான். அவனும் திருவிழாவில் பணம் செலவு செய்வான். செலவு செய்யும்போதே பிரச்னை ஆரம்பிக்கும். எங்கள் கோயிலுக்கு நீ எதுக்கு செலவு செய்யறே எனத் தொடங்கும். அட செஞ்சுட்டு போவட்டுமே என்ற எண்ணத்தில் அதை பெரிதுபடுத்த மாட்டார்கள். கோயில் திருவிழாவுக்கு அவனவன் சொந்த பந்தங்களை வரச் சொல்லுவான். திருவிழா தொடங்கும் நாளுக்கு சாமி ஊர்வலம் எங்கள் தெருப்பக்கம் வரவேண்டும் என கம்மாளன் தெருவிலிருந்து அழைப்பு ஆரம்பிக்கும். அடுத்து அம்பட்டன், ‘எங்கள் தெருவுக்கு வர வேண்டும்’ என்பான். கடைசியாக சேரி ஆட்கள் வருவார்கள். என் சாமி, உன் சாமி என பிரச்னை வலுக்கும்.

“இது எங்க குலசாமி... எங்க தெருவைவிட்டுத் தாண்டாது. வேண்டுமானால் நீங்கள் வேறு கோயில் கட்டிக்கொள்ளுங்கள்” எனப் பஞ்சாயத்து சொல்வார்கள்.

அங்கு சுற்றி, இங்கு சுற்றி பிரச்னை வாத்தியார் தலையில் வந்துவிழுந்தது. வேங்கடாசல நாயகருக்கு கோயில் நடப்புகளில் சுத்தமாக ஈடுபாடு இல்லை. கோயில் இல்லை என்றால், இந்த நாட்டில் பாதி பிரச்னை ஓய்ந்துவிடும் என்று நினைப்பவர். சைவன், வைணவன் சண்டை.... சைவனுக்குள்ளயே சண்டை.... இன்னும் வரப்போகிற கோயில்கள் ஏற்படுத்தப் போகிற சண்டைகளை நினைத்து அஞ்சினார். அதே சமயத்தில் இவர்களுக்குக் கோயிலும் இல்லை என்றால் என்ன ஆவார்கள் எனவும் நினைத்தார்.

பஞ்சாயத்தில் உட்கார்ந்ததுமே அது வலங்கையர், இடங்கையர் பிரச்னை எனத் தெரிந்தது.

இடங்கையர் பலர் வலங்கையராகவும் வலங்கையர் பல இடங்கையராகவும் அடிக்கடி மாறிக்கொண்டிருப்பார்கள். அவர் கடைசியாக 1850 ஆண்டு மோடி ஆவணத்தில் படித்தபடி சாதிகள் இப்படிப் பிரிந்து கிடந்தன.

தொழில்கள் மெல்ல மெல்ல ஒரு கட்டுப்பாட்டுக்குள் மாறிப் போய் அதைவிட்டு நீங்க முடியாத வேலியாக - சாதியாக - இருப்பதை வேங்கடாசலநாயகர் உணர்ந்தார். அவர் படித்த காசி யாத்திரை, மோடி ஆவணம் எல்லாமே அப்படித்தான் இருந்தன.

சத்ய நாராயணா ராவ் கொடுத்த மோடி ஆவணத்தை எடுத்தார். விக்டோரியா ராணிக்கு அனுப்ப அவர் தயாரித்த மிராசி ரைட்ஸ் விவாதங்களுக்கு அதில் ஏதாவது விவரம் கிடைக்கிறதா என்பதற்காகக் கையோடு வைத்திருந்தார். இந்தக் கோயில் விவகாரத்துக்கும் அதிலே பதில் இருக்கலாம்.

மராட்டிய அரசர்கள் ஆட்சியில் சாதி வேறுபாடு அழுத்தமாகப் பேணப்பட்டு உள்ளது. தஞ்சை சிவகங்கைக் குளத்தில் குறிப்பிட்ட சாதிகளுக்கென்று படித்துறைகள் ஒதுக்கப்பட்டிருந்தன. ஒரு சாதியினரின் படித்துறையில் வேறு சாதியினர் புழங்குவதைத் தடுக்கக் காவலர்கள் நியமிக்கப்பட்டிருந்தனர்.

'பஞ்ச கம்மாளர்' என்றழைக்கப்படும் தட்டார், கன்னார், கல்தச்சர், கொல்லர், பொற்கொல்லர் ஆகிய ஐந்து கைவினைஞர்களும் 'பாஞ்சாளர்கள்' என்றழைக்கப்பட்டனர். இப்பிரிவினர் தம் திருமணத்தில் மேற்கொள்ளும் நடைமுறைகளைக் குறித்து அரசிடம் உடன்படிக்கை எழுதிக் கொடுத்துள்ளனர். சாதிகள் பின்பற்ற வேண்டிய நடைமுறைகள் வரையறுக்கப்பட்டிருந்ததை இது உணர்த்துகிறது.

இவற்றுள் வலங்கை, இடங்கைப் பிரிவு குறித்த நீண்ட ஆவணம் ஒன்று இருந்தது. இது இரண்டாம் சரபோஜியின் மகன் சிவாஜியின் ஆட்சிக் காலமான 1832-1855 எழுதப்பட்டுள்ளது. வாக்குமூலமாக அமைந்துள்ள இந்த ஆவணத்தில் வலங்கை, இடங்கைப் பிரிவுகளில் இடம்பெற்றுள்ள சாதிகளின் பட்டியல் இடம்பெற்றுள்ளது.

இப்பட்டியல்படி, வலங்கைச் சாதியினராக ரெட்டி வடுகர், கமல வடுகர், துளுவ வடுகர், துளுவச் செட்டி, வெள்ளாளச் செட்டி, குத்திக் கொல்லர், நங்காரி வடுகர், சேணயர், சலுப்பன், இடையர், சாலியர், கோமுட்டி, உப்பிலியன், சாணான், சுண்ணாம்புக்காரன், மாறாயச் செட்டி, சின்ன மேளகாரன், வலையர், தெலுங்கு அம்பட்டன், தமிழ் அம்பட்டன், வண்ணான், வாணியன் என இருபத்திரண்டு சாதியினர் குறிப்பிடப்பட்டுள்ளனர்.

இடங்கைச் சாதியினராக மேலசெட்டி, கைகோளர், பள்ளி, படையாச்சி, மறவர், மேளக்காரர் என ஆறு சாதியினர் குறிப்பிடப்பட்டுள்ளனர்.

ஆவணத்தைப் படித்து மறுபடி பையில் வைத்துவிட்டு நிமிர்ந்தார் வேங்கடாசல நாயகர்.

"இந்த விவகாரத்தை பிரிட்டிஷ் போலீஸார் மூலமாக என்னிடம் விசாரிக்க உத்தரவிட்டிருக்கிறார்கள். உண்மையில நம்ம பிரச்னை அவர்களுக்குத் தெரிவதில்லை. இந்தச் சாதி விவகாரத்தைப் புரிய வைக்கிறதும் சுலபமில்ல. அதனால இதை நாமளே தீர்த்துக்கிறது நல்லது. இல்லை நாங்க சமாதானமாப் போக விரும்பலைன்னு சொன்னா. இதை அவங்க காதுக்கு மாத்திவிட்டுட்டு நான் என் காரியத்தைப் பார்ப்பேன்."

"வாத்தியாரே... நீங்களே சொல்லுங்க. இப்ப இடங்கையர் தெருவுக்கு சாமி ஊர்வலம் வருமா, வராதா? அதுதான் தெரியணும்."

"இப்ப எல்லாம் கலந்து போய்க் கிடக்குது. பத்து வருஷத்துக்கு முன்னாடி இடங்கைல இருந்த சில சாதிங்க இப்ப வலங்கையில கலந்து கிடக்குது. எனக்குத் தெரிஞ்சு பட்டணத்து வாழ்க்கையில பள்ளி வூட்டுக்குப் பக்கத்தில பறையன் இருக்கான்... அமட்டன் வீட்டுப் பக்கத்துல ஆசாரி இருக்கான். செங்குந்தன் வீட்டுப் பக்கத்துல வண்ணான் இருக்கான். இனி இந்தத் தெருவுல இவங்கதான் இருக்கணும்னு சொல்ல முடியாது. அப்ப கோயில் திருவிழா இங்கதான் நடக்கணும்னு சொல்றதில்ல. மெல்ல மெல்ல மாறுது. இனிமே விருப்பப்பட்ட சாமிய விருப்பப்பட்ட மாதிரி கும்பிடவேண்டியதுதான். இதோ இதே தெருவுல நாளைக்கு ஒரு மாதா கோயில் கட்டுவாங்க... அவனோட சாமியும் இந்தத் தெருவுலதான் ஊர்வலம் போவும். புரியுதா... சாமி சக்தி வாய்ந்ததுன்னு நினைச்சீங்கன்னா சாமி தன்னையும் காப்பாத்திக்கிட்டு உங்களையும் காப்பாத்தும்."

"ஐயா நீங்க படிச்சவர். அப்படித்தான் பேசுவீங்க. இருந்தாலும் நம்ம நம்பிக்கை, நம்ம குலதெய்வம்னு ஒண்ணு இருக்கு இல்லையா?"

"மொதல்ல நான் நாஸ்திகன் இல்ல. ஆனா நீங்க கும்பிடுற மாதிரி பெரும்பட்சா கும்படுறவன் கிடையாது. சாமின்னா எளிமை. சடங்குன்னா எளிமை... அதுதான் என் கொள்கை. உலகத்துக்கெல்லாம் ஒரு சாமிதான். குடும்பத்துக்கு ஒரு சாமி. குலத்துக்கு ஒரு சாமின்னு சொல்றது... நம்ம முன்னோரை வழுபடற மாதிரிதான். இது இன்னாருடைய குல தெய்வம்னு கல்லுல செதுக்கி வெச்சுடுங்க. அப்புறம் பிரச்னை வராது. அந்தப் பிரச்னை முடிஞ்சுதா? அப்புறம் மத்தவங்களும் அதை வழிபட்டா பெருமைதான? நம்ம முன்னோர் எல்லோருக்கும் முன்னோரா வழிபாடு செஞ்சா நல்லதுன்னு நினைச்சுக்கங்க."

"ஐயா... நாங்க கால காலமா வழிபடுற கோயில்ல இன்னொருத்தன் வந்து சொந்தம்கொண்டாடினா சரியாங்க?" என்றார் ஒரு பெரியவர்.

"காலம் காலமா நாம பயிர் செஞ்சுக்கிட்டிருந்த நிலத்தை இன்னொருத்தன் சொந்தம் கொண்டாடுறான்னு சொன்னா அதுக்கு யாரும் போராட வரமாட்டேன்றீங்க? நானும் மெட்ராஸ் டைம்ஸ்ல எழுதுறன். அத்தினியம்ல எழுதுறன். ஒருத்தனும் என்னான்னு கேட்கல. கோயில்னா மட்டும் ஒண்ணு சேர்ந்துடறீங்க?"

"சாமி முக்கியமில்லையா?"

"சரிப்பா... இப்ப பிரம்ம சமாஜம்னு வந்திருக்கு. சாதி, சடங்கு வேணாம்னு சொல்றாங்க. பெண்களை சின்ன வயசுலயே விதவை ஆக்கி சாகடிக்காதீங்கன்னு சொல்றாங்க. எல்லா சாமியும் ஒண்ணுதான்னு சொல்றாங்க. சாமிய யாரும் பாத்ததில்ல. அதுக்கு நாம உருவம் ஏற்படுத்த வேணாம்னு சொல்றாங்க. ஏன் நம்மகூட இருந்தவர்தான் ராமலிங்கம். இப்ப வடலூர்ல ஜீவ காருண்ய சங்கம் நடத்துறாரு. ஒரு சின்ன தீபம் ஏத்தி வெச்சு அதுதான் தெய்வம்னு சொல்றாரு. சாதி வேணாம், மதம் வேணாம்னு சொல்றாரு. அதுதானப்பா வளர்ச்சி? இன்னமும் பெரிய பாளையத்துக்குப் போய் கெடா வெட்டி, கண்ட எடத்துல சமைச்சி சாப்பிட்டு வாந்தி, பேதி வந்து சாகறது தேவையா? கடவுள் நம்ம உள்ள இருக்காரு. இந்த உலகம் பூரா இருக்காருன்னு சொல்றீங்க. அப்புறம் இந்தக் கோயில்ல இருக்காரு. என் கோயில்னு அடிச்சுக்கிறீங்க..."

"அவனவன் சக்திக்கு ஏத்த மாதிரி பெரியபாளையம் போறான். ராமேஸ்வரம் போறான்... காசிக்குப் போறான்... எல்லாமே தீபத்துல இருக்குதுன்னு உக்காந்துட முடியுமா? நாம நாலு இடம் போறதே கோயில் குளம்னு தேடித்தானே? அப்புறம் எங்கயுமே போக வேண்டியிருக்காதே?" என்றார் அதே பெரியவர்.

"அப்படி இல்லீங்க... ஒரு பொழைப்பப் பாக்கப் போகணும். படிப்பைத் தேடிப் போகணும். பயணம் போறதுன்னா கோயில் மட்டுமா?" என்றார் வேங்கடாசலம்.

"நீங்க படிச்சீங்க. வேலை தேடிப் போறீங்க. நாங்க எங்க போறது? இதே மம்பிட்டி, கடப்பாறையை எடுத்துக்கிட்டு போய் இதே பொழைப்பைப் பாக்குறோம். இதே சாமியக் கும்பிடறோம். இந்த சாமிதான் எங்களுக்கு சாட்சி. இதுதான் எங்களுக்கு ஆறுதல்..."

வேங்கடாசல நாயகர் யோசித்தார்.

"வலங்கையார் என்ன சொல்றீங்க? இது இடங்கையார் குலதெய்வம்னு சொல்றாங்க... ஒப்புக்கிறீங்களா?"

"அத ஒப்புக்குறோம் ஐயா... ஆனா அத நாங்க கும்பிடக் கூடாதுன்னு சொல்றது சரியா?" வலங்கைத் தரப்பிலிருந்து ஒருவர் முன் வந்தார்.

"இப்ப இவங்களுக்கு குலதெய்வம் இருக்கிற மாதிரி உங்களுக்கும் குலதெய்வம் இல்லையா?" என்றார் வேங்கடாசலம்.

"இருக்குங்கய்யா... குலதெய்வம் இல்லாம எவனாவது இருப்பானா? நாங்க ஆட்கள் குறைச்சல். அதனால பெரிய கோயில்லாம் கட்டல. ஒரு வேப்ப மரத்தடியில ஒரு கல்ல வெச்சு கும்பிடுவோம். அப்பப்ப ஒரு கல்ல வெச்சு கும்பிடுவோம். அதோட விட்டுடுவோம். இந்த மாதிரி கோயிலா இல்ல. அதான் திருவிழா நேரத்துல கலந்துக்கிட்டு கும்பிடுறோம்."

இவர்களுக்கும் வழிபடுவதற்கு இதேபோல ஒரு கோயில் இருந்தால் நிலைமை சரியாகிவிடுமா, அதன் பிறகு இன்னும் அதிகமாகுமா என யோசிக்க முடியவில்லை. 'என்னுடைய தெய்வம்' என்பது எப்பேர்கொத்த அனுபோக மகிழ்ச்சி என்பதை அவரால் கணிக்கவே முடியவில்லை. அவர்களுக்கு சேரவேண்டிய நிலம் போனாலும் சரி. சாமி மட்டும் முக்கியம் என்கிறார்களே என வருந்தினார்.

"இவர்களும் உங்களோடு சேர்ந்து சாமி கும்பிடுறதுல உங்களுக்கு என்ன பிரச்னை?" என இடங்கையரை நோக்கிக் கேட்டார்.

"நாங்க சாமி கும்பிட வேணாம்னு சொல்லலியே... இவங்க வூட்டுப் பக்கம் சாமி ஊர்வலம் வேணாம்னுதானே சொன்னோம்?" என்றார் அதிலே ஒருவர் பெருந்தன்மையாக.

"எங்க தெரு பக்கமும் வந்தா என்னன்னு கேக்குறோம். சாமி எங்க தெரு பக்கம் வராதா?" என்றான் வலங்கை ரோஷக்காரன்.

"அது எங்க சாமிங்கிறேன்.. உங்க தெருவுக்கு வராதான்னு கேக்குற?" என்றான் இடங்கை ரோஷக்காரன்.

அடிதடிக்கான சூழல் அங்கே உருவாவதை உணர்ந்தார் வேங்கடாசலம்.

"நீங்க ரெண்டு தரப்பும் சண்டை போட்டுக்கப் போறதா இருந்தா அது இப்ப வேணாம். நான் கிளம்புறேன். போலீஸ்

வருவாங்க. அவங்ககிட்ட சொல்லுங்க. வழக்கு போடுவாங்க. தீர்ப்பு வரும். அதன்படி பண்ணுங்க” என்று எழுந்தார் வேங்கடாசலம்.

கூட்டம் யோசித்தது. “ஊர்வலம் எல்லாத் தெருவுக்கும் போகும். ஆனா சாமிக்குத் தேங்காய் உடைக்கிற உரிமை குல தெய்வம் சொந்தம் உள்ளவங்களுக்கு மட்டும்தான். அவங்க சூடம் மட்டும் காட்டலாம்” என்று இறங்கிவந்தனர் இடங்கை தரப்பினர்.

“அப்ப கோர்ட்டு, போலீஸ்னு அலைய வேணாம் இல்லையா?”

ஆமாம் என்பது அங்கே மௌனமாக இருந்தது. ஒரு வெள்ளைக் காகிதத்தில் இன்றைய ஒப்பந்தத்தை எழுதினார் வேங்கடாசல நாயகர்.

“அப்படீன்னா இதிலே கையெழுத்து போடுங்க ரெண்டு தரப்பாரும்.”

# வேலி தாண்டிய கிளை
## 35

சீதா, சிலநாட்களில் அதிக ஈடுபாட்டுடன் பேசுவாள். சில நாட்களில் எதிலும் ஆர்வம் இருக்காது. நாயகருக்கு அவளைக் கவனிக்க முடிவதில்லை என்கிற வருத்தம் மட்டும்தான். கவனிக்க முயற்சி எடுக்கக்கூட நேரமில்லாமல் இருந்தார். இத்தனைக்கும் அவரைவிட பத்து வயது இளையவள்.

எதைப் பேசும் முன்னரும் இருமலிலிருந்துதான் தொடங்குவாள். புறக்கடையில் கிணற்று மேட்டில் துணி துவைத்துக் கொண்டிருந்தாள். சீதள உடம்புக்காரி. ராத்திரி பகல் என்று பேதமில்லாமல் தண்ணீரிலேயே கிடந்தாள். நீர் இன்றி இருக்கவே மாட்டாள். போன கருப்பில் கிணற்றில் நீர் வறண்டுபோனது. ஐந்து உறை இறக்க வேண்டியதாகிவிட்டது.

"பிரம்ம சமாஜம் அமைச்சிருக்காங்க தெரியும்ல?" எனப் பேச்சு கொடுத்தார் நாயகர்.

"ஆமா நம்ம பக்கத்துத் தெரு தம்பி சொன்னாப்ல. அவங்களும் கடவுளுக்கு உருவம் வேணாம்னு சொல்றாங்களாமே?"

"ஆமா. நம்ம வள்ளலார் சொல்றதைத்தான் அவங்களும் சொல்றாங்க. ஆனா அவங்க சொல்றது இந்தியா பூராவும் பேசப்படுது. தம்பி சொல்றது அதவிடவும் பெருசுதான். ஆனா, கோயில்ல பிரசங்கம் பண்ற பையன்னு தம்பி பேரு பெருசா உலகத்துக்குத் தெரியல."

"முன்னாடியே சொன்னியே... ஆரிய சமாஜம்னு."

"ஆரிய சமாஜம்* வேற. பிரம்ம சமாஜம் வேற. காரியத்தைக் கெடுத்த போ. நிறைய பேரு ரெண்டுத்தையும் போட்டு குழப்பிக்கிட்டு கெடக்கறாங்க. எதுவுமே முடிவானது இல்ல சீதா. எனக்கு தோணுறது அதுதான். மனுஷங்கிறவன் வேலி தாண்டிய கிளை மாதிரி. அடிமரம் வரைக்கும்தான் வேலிக்குக் கட்டுப்படும். கிளை? அது வேலிக்கு வெளியவும் எட்டிப் பாக்கும். காஞ்சிபுரத்துல அண்ணாசாமி வூட்ல இதப் பத்தி ஒரு நாளெல்லாம் பேசிக்கிட்டுக் கெடந்தோம்."

"எனக்கென்னவோ நம்ம தம்பி சொன்னது சுளுவா புரியுது."

"சுளுவா புரியறது மட்டுமில்ல... அதுதான் சரியானதும். அடையாறுல தியோசபிகல் சொசைட்டியில் நம்ம சிதம்பரம் ராமலிங்கத்தைப் பார்த்துத்தான் பிரம்ம ஞான சபையைத் தொடங்கினாங்களான்னு ஒரு பேச்சு ஓடியிருக்கு. நம்ம முதலியார் போய் கருத்து சொல்லியிருக்காரு. எல்லாருக்கும் ஜீவகாருண்யம் பெருசா இருக்கு. மனுஷன் மேல பரிதாபப்பட்டானோ இல்லையோ, மிருகம் மேல பரிதாபப்பட்டான் சரபோஜி ராஜா.* வேட்டையும் ஆடுவானுங்க. அப்புறம் பரிதாபமும் படுவானுங்க..."

"என்னன்னு?" என்றாள் சீதா.

"குதிரை ஏப்பம் உட்டுதா, மாட்டுக்கு வயிறு உப்புசம் இருக்குதா, எருதுக்கு கழுத்துல புண்ணு இருக்குதான்னு எழுதி வெச்சிருக்கான் மோடி ஆவணத்துல, அதச் சொன்னேன்."

"மெய்யாவா?"

ஆடு, மாடு, கோழி, ஒட்டகம், யானை எல்லாத்துக்கும் வைத்தியம் செய்தது ஏனோ நினைவு வந்தது. ஒரு விநாடி கண்ணை மூடித் திறந்தார் நாயகர். அவருக்கு எல்லாமே வரி வரியாக நினைவுக்கு வந்தன.

“யானைக்கு வாயுவினால் கால் பிடித்திருப்பதால் உள்ளுக்கு மருந்து 45 நாட்களுக்கு மாவுத்துவசம் கொடுப்பது. சுக்கு 2 சேர், அரிசித் திப்பிலி 2 சேர், கண்டத் திப்பிலி 5 சேர், காயம் 5 சேர், கோதுமை படி 2, செவ்வீயம் 3 சேர், அபின் 3 சேர், உப்பு படி 2, பனை வெல்லம் 2 சேர்.”

“தண்ணிப்பாடமா ஒப்பிக்கிறத பாரு. இன்னும் அந்தப் பள்ளிக்கூட புத்தி போவலையே உனுக்கு?” என சலித்துக் கொண்டாள் சீதா.

‘இவ்வளவு செஞ்சவங்க மனிதருக்கு ஒரு மருத்துவமனை கட்ட வேண்டும் என ஏன் நினைக்கவில்லை’ என்றும் நினைத்தார்.

“பிரம்ம ஞான சபைல நம்ம முதலியார் போய் பேசினார்னு சொன்னீங்களே அதக் கேட்டேன்.” என்றாள் சீதா.

“அவரைப் பாத்து செஞ்சதா சொல்லல... நான் ராமலிங்க அடிகளார்கூடத்தான் முப்பது, நாப்பது வருஷமா இருக்கேன். அவர் சாதி, மதம் பாக்கமாட்டாரு. ஜீவகாருண்ய சீலர்னு எடுத்துச் சொல்லியிருக்கார். ஆனா அவர் 1850-லயே ஆரம்பிச்சுட்டாரு. எல்லாருக்கும் வயிறார சாப்பிடணும்னு அணையா அடுப்பு ஒண்ணு ஏத்தி வெச்சுருக்காரு. எந்நேரமும் அங்க போனா சாப்பாடு போடுவாங்க... இதையெல்லாம் சொல்லியிருக்காரு.”

“அது வேற. இது வேறன்னு முடிவு பண்ணியிருப்பாங்க.”

நாயகர் சிரித்தார். ‘புத்தரும் சொல்லிட்டாரு. சித்தரும் சொல்லிட்டாரு. வள்ளலாரும் சொல்லிட்டாரு. அதையே கொஞ்சம் மாத்தி தியோசபிகல் சொசைட்டியிலயும் சொல்றாங்க. நல்லது நடந்தா சரி. சிதம்பரத்துல பிரம்ம சமாஜத்த சேர்ந்தவரும் ராமலிங்கம் தரப்பு ஆளுங்களும் சந்திச்சு விவாதிச்சிருக்காங்க. உருவ வழிபாட்டுல திருப்திபடுறவங்க அதைப் பின்பற்றணும். வேணாம்னு நினைக்கிறவங்க உருவமில்லாமயும் வழிபடலாம்னு ராமலிங்கம் தம்பி சொல்லியிருக்கு. சிதம்பரம் போய் நடராஜரை தரிசித்துவிட்டு வந்த ராமலிங்கம், ஒரு கட்டத்தில ஜோதிவடிவை வழிபட்டா போதும்னு முடிவுக்கு வந்தாரு. அந்த விவாதம்தான் காரணமான்னு தெரியல.”

“சாதியில்ல. மதம் இல்ல. சடங்கு இல்ல, சம்பிரதாயம் இல்லைன்னா உங்களுக்கு குஷியா இருக்கும்.”

நாயகர் மீண்டும் சிரித்தார்.

“நியாயம் முக்கியம். ஒருத்தனே அனுபவிக்கணும்னு இங்க எல்லாச் சடங்கையும் பண்ணி வெச்சிருக்கானுங்க. நில

தமிழ்மகன் | 237

சீர்திருத்தம் பண்ணப்பவும் அவனுங்களே அனுபவிக்கிற மாதிரி செஞ்சுக்கிட்டானுங்க. அதத்தான் கேக்கறேன். சாமி பேரைச் சொல்லி ஏமாத்தாதீங்கன்னு சொல்றேன். நா யாருக்காக மல்லுக்கட்டிக்கிட்டு போராடுறேனோ அவனுக்கே நான் செய்றது பிடிக்க மாட்டேங்குது."

"கொஞ்சம் கொஞ்சமாத்தான் சரியாகும்." சீதா ஆறுதல் போல சொன்னாள். ஒருவேளை இந்த விவாதத்தை முடிக்கும் உத்தியாகவும் இருக்கலாம். அவள் முன்புபோல இல்லை. அடிக்கடி தர்மாஸ்பத்திரிக்குப் போகவேண்டியிருக்கிறது. சிவப்பு நிறச் சாயங்கள் கொடுக்கிறார்கள். குடித்தால் கொஞ்சம் இருமல் குறைகிறது. அதை உத்தேசித்து, அவரும் பேச்சை நிறுத்திக்கொண்டு திண்ணையில் கால் நீட்டிப் படுத்தார்.

# நாவலர்
## —36—

திருவல்லிக்கேணி பார்த்தசாரதி கோயிலையொட்டி முனுசாமி நாயகரின் வீடு. பஞ்சத்துக்கு அப்புறம் முதல் மழை. நான்கு நாட்களாகக் கொட்டித் தீர்த்துக்கொண்டிருக்கிறது. ஈரம் மண்ணுக்கு மட்டுமா? எல்லா ஜீவராசியும் ஈரம் உணர்ந்தன. மாடி ஜன்னலின் வழியே மழையைக் கண்களால் குடித்துக்கொண்டிருந்தார் முனுசாமி.

'நீரின்றி அமையாது உலகு' என்பது என்றைக்கும் உயிருள்ள வாக்கியம்தான். மக்கள் நீரை தெய்வமாகக் கண்டனர். பொய்க்காமல் பெய்தால் அதைவிட வேறு தெய்வம் இருக்க முடியுமா? ஆனால் என்ன செய்வது? அதுவே ஒரு வாரம் விடாமல் பெய்தால் அந்த மழைமீது மக்கள் காட்டுகிற அக்கறை படிப்படியாகக் குறைந்துபோகிறது. இன்னும் ஒரு வாரம் பெய்தால் தெய்வம் சாத்தானாகிவிடுகிறது. மனிதனுக்கு

எப்படித் தேவையோ அப்படிச் செயல்பட முடியுமா இயற்கை? தன்னுடைய தொழில்நுட்பத் திறமைகளால் அவன் இயற்கைக்கு விடுக்கிற சவால்கள்தான் எத்தனை?

கடற்கரைக் காற்றும் மழையும் பத்தடி தூரத்தில் வருகிறவர்களையும் கண்ணிலிருந்து மறைத்தது. மாடியில் நின்று பார்க்கும்போது சாலையில் நடமாடும் மாடுகள் மழையில் நனைந்தபடி புகைபோலத் தெரிந்தன.

யாரோ ஒருவர் இந்த மழையில் குடையுடன் ஓடி வருவதை முனுசாமி நாயகர் கவனித்தார். செம்மண் சாலையில் வழுக்கி விழ இருந்தவர், சுதாரித்து நின்று, யாராவது நம்மை பார்த்து விட்டார்களா என்று சுற்றும் முற்றும் பார்த்தார். அது பஞ்சாபகேசன். தத்துவ வர்ஷினி ஆசிரியர். எதற்காக இப்படி விழுந்து அடித்துக்கொண்டு ஓடி வருகிறார் என்று சிரித்துக் கொண்டார் முனுசாமி.

வீட்டின் வாசலுக்கு அவர் வருவதற்குள் மாடியிலிருந்து கீழே இறங்கிவந்து பஞ்சாபகேசனை வரவேற்றார் முனுசாமி.

"எதுக்கு இப்படி ஓடி வர்றீங்க?"

"ஓடி எல்லாம் வரல. நீர் ஆறாக ஓடிக்கொண்டிருப்பதால் ஒரு தாவி வந்துவிடலாம்னு சின்ன முயற்சி. அது உங்களுக்கு ஓடி வர்றதா தெரியுதா?" என்றவர், குடையைக் கதவின் ஓரத்தில் வைத்துவிட்டு முனுசாமியுடன் மாடிப்படி ஏறினார்.

"என்ன இந்த மழையில?"

"கிளம்பும்போது மழைல்லாம் இல்லை. பாதியிலே பிடிச்சுக் கிச்சு. அங்கிருந்து வீட்டுக்குப் போகணும்னாலும் இங்கே வர ணும்னாலும் ஒண்ணுதான்னு இங்கே வந்துட்டேன். வந்தா ஒரு பொட்டு தண்ணி கிடைக்காத பஞ்சம்... இல்லன்னா இப்பிடியொரு மழை. ரோடெல்லாம் ஒரே சேறு..."

"மெட்ராஸ் ஃபுல்லாவே தார் ரோடு போடப் போறதா சொல்றாங்க." முனுசாமிக்கு வெள்ளைக்காரன் மீதிருந்த நம்பிக்கையில் அப்படிச் சொன்னார்.

"அதெப்படி மெட்ராஸ் முழுக்க தார் ரோடு போட முடியும்? அவளோ தாருக்கு எங்க போவான்?"

"வெள்ளைக்காரன் நினைச்சா போடுவான். நாமெல்லாம் நினைச்சமா? மவுண்ட் ரோடுல இருந்து இப்ப தேனாம்பேட்டை வரைக்கும் தார் ரோடு போட்டுட்டான்."

“பாத்தன். ஏதோ அவன் நடமாடுற இடம் வரைக்கும் சொகுசா போய் வரணும்னு போடறான்.”

“எல்லா ரோடும் தார் ரோடா மாறப் போவுது பாரு.”

“எது? திருவல்லிக்கேணில தார் ரோடு உழுமா? போப்பா. இந்தியா ஃபுல்லாவே தார் ரோடு போடுவான்னுகூட சொல்லுவ. போப்பா வேலையா பாத்துக்கிட்டு.”

“சரி... நீ சேறுல வந்ததுல ரொம்பத்தான் கொழம்பிக் கிடக்கிற... சுக்குக் கஷாயம் குடிக்கிறியா மழைக்கு இதமா இருக்கும்?”

“கேட்கணுமா சீக்கிரம் குடுக்க சொல்லுப்பா உடம்பெல்லாம் சில்லிட்டு போய் கிடக்குது.”

“ஏம்மா கமலா... கமலா” கீழே சமையற்கட்டில் இருக்கிற கமலாவுக்குக் கேட்கிற மாதிரி ஓங்கி இரண்டு முறை கத்தினார்.

“வரேன் வரேன் சுக்குதானே?” என்று சகதர்மினியிடமிருந்து பதில் குரல்.

“ஆமா, ஆமா” என்று ஆமோதித்துவிட்டு, “பத்திரிகை இனிமே நடத்த முடியுமான்னு தெரியல. தலைகீழ நின்னு தண்ணி குடிச்சு பார்த்தாச்சு. ஒண்ணும் வேலைக்கு ஆக மாட்டேங்குது” என்றார்.

“நம்ம உண்மையை எழுதுறோம். உண்மையா இருந்தா எவன் படிக்கிறான்? இவ்வளவு ஏன் வேங்கடாசல நாயகர் வந்து சண்டை போட்டுட்டு போறாரு.”

“எதுக்கு சண்டை?”

“நான் பொய் எழுதிட்டனாம்.”

“வள்ளலார் பற்றி எழுதினதைத்தானே சொல்ற? உண்மையா இருந்தாக்கூட அத எழுதி இருக்க வேணாம்னு என்கிட்டயும் சொன்னாரு.”

“இல்லப்பா நம்ம ஒரு சாமியார் இப்படி எல்லாம் பண்றார்னா அதத்தான எழுதுவோம்?”

“அவரை எப்படிப் பார்க்கணும், மத்த சாமியாரை எப்படி பார்க்கணும்னு இருக்கு இல்ல. ஊரை ஏமாத்துற ஆயிரம் சாமியார் இருக்கான். தமிழ் மொழியைச் சிறந்த மொழின்னு சொன்னவரு. சாதி, மதம் வேணாம்னு சொன்னவரு. கடவுளுக்கு ஒரு உருவம் கிடையாதுன்னு சொன்னவரு. வீணான சடங்கு சம்பிரதாயம் எல்லாம் வேண்டாம்னு சொன்னவரு. சுத்த சன்மார்க்க நெறி... கடவுளை ஒளி வடிவமா பாக்கணும்னு

6

சொன்னாரு. அப்புறம் என்னப்பா... கடவுள் இல்லைன்னு கிட்டத்தட்ட வந்துட்டாரு. அவர பத்தி நீ ஏன் இப்படி எழுதின?""

"அது சரி... ஆறுமுக நாவலர் பிரச்னை எப்படியெல்லாம்போகுது பாத்தியா?"

"ஆறுமுக நாவலருக்கும் வள்ளலாருக்கும் சண்டையை மூட்டி விட்டுட்டு இப்ப குளிர்காயறது யாருன்னு தெரிஞ்சுபோச்சு."

"என்னா சண்டை? அப்படி ஒரு சண்டை போட்டாங்க. அவங்க ரெண்டு பேரும் செத்துப்போனாலும் இன்னும் சண்டை ஓயல."

"ஒருத்தர் நம்ம தொண்டை மண்டலத்தைச் சேர்ந்த அருட்பிரகாச வள்ளலார், இன்னொருத்தர் யாழ்ப்பாணத்தைச் சேர்ந்த தமிழறிஞரான ஆறுமுக நாவலர். இந்த ரெண்டு பேருக்கும் இடையில தோன்றிய கருத்து முரண்பாடுதான், இந்த 'அருட்பா-மருட்பா' தர்க்கத்தின் வித்து." முனுசாமி நாயகர் சொல்ல ஆரம்பித்தார்.

ஆறுமுக நாவலர் போட்ட மான நஷ்ட வழக்கு பெரும் சர்ச்சையாகஓடிக்கொண்டிருக்கிறதுஎன்பதுபஞ்சாபகேசனுக்கும் தெரிந்ததுதான். அது 'அருட்பா-மருட்பா' தர்க்கப்பூசல் என்று சுருக்கமாகச் சொல்வார்கள்.

ராமலிங்க அடிகளார் எழுதிய பாடல்களை திருமுறைகளாகத் தொகுத்து வெளியிட்டதில் தொடங்கியது பிரச்னை. அதை நாவலர் ஆறுமுகம் ஒப்புக்கொள்ளவில்லை. இப்படித்தான் அவர்களுக்குள் எற்பட்ட விவாதத்தைப் பலரும் சொன்னார்கள். அதில் சம்பந்தப்பட்ட பலர் மறைந்த பின்னரும்கூட அந்த தர்க்கம் நிற்கவில்லை. கிட்டத்தட்ட நாற்பது ஆண்டுகளுக்கு அந்த 'அருட்பா-மருட்பா' தர்க்கம் தொடர்ந்தது.

"இரண்டு தரப்புலயும் நியாயமிருந்தது. அதுதான் இதுல சிக்கல்" என்றார் முனுசாமி.

"ரெண்டு பேரும் சைவர்கள்... அப்புறம் என்ன சண்டை?" என்றார் பஞ்சாபகேசன்.

"சைவ மரபில் அருட்பாவாக கருதப்படுவது, தேவாரமும் திருவாசகமும். இந்த நிலையில, அருட்பிரகாச வள்ளலாரின் பாடல்கள் 'அருட்பா' எனப் பெயர்சூட்டப் பெற்றதையடுத்து சைவ மதவாதிகளின் பாரிய எதிர்ப்பைப் பெற்றது. ஆன்ம அனுபூதிநிலையைப் பெற்றவராகக் கூறப்படும் வள்ளலார் தனது பாடல்களில் சமூகப் பிற்போக்குத்தனங்களை விமர்சித்தார்.

கடுமையாகப் பின்பற்றப்பட்டுவந்த சாதிமுறைகளை வள்ளலார் பாடலில் கடுமையா விமர்சிச்சார்.”

“ஆறுமுக நாவலர் கட்டுக்கோப்பான சைவசமயி. சைவத் திருமுறைகளுக்கு நிகராக வள்ளலாரின் பாடல்கள் நிலைபெற்று வந்ததையும் அவற்றுக்கு ‘அருட்பா’ என்று பெயரிடப்பட்டத பார்த்து எரிச்சலான நாவலர், வள்ளலாரின் பாடல்கள் அருட்பா அல்லன்னும், அவை மருட்பான்னும் அறிவிச்சார். ‘அருட்பா-மருட்பா’ தர்க்கம் இப்பிடித்தான் ஆரம்பிச்சது.”

“அப்புறம் அவங்க சிஷ்ய கோடிகள் அதைக் கையில எடுத்துக்கிட்டாங்க, அப்படித்தானே? அவர்களின் ரசிகர்களின் வாதங்கள் எல்லைமீறிப் போச்சு. ஒருத்தர ஒருத்தர் ஏடாகூடமா திட்டிக்க ஆரம்பிச்சுட்டாங்களே. தர்க்க ரீதியா ஆரம்பிச்சி தெருச்சண்டை மாரி போயிட்டாங்க.” பஞ்சாபகேசன் சந்தடி சாக்கில் சாமியார்களைத் தாக்க நினைத்தார்.

“தெருச் சண்டைன்னு சொல்லலாமா? அது அவங்க நம்பிக்கை. அதை உறுதியா தெரிவிக்கணும்னு கொஞ்சம் எறங்கி வந்து அடிக்கிறாங்க. நாம பண்றதில்லையா?” நியாயத்தைப் பேச வேண்டும் என்ற தொனி இருந்தது முனுசாமி நாயகரின் பேச்சில்.

“நீ என்ன நாயகரே விட்டுக்கொடுக்க மாட்டன்றியே? சொல்லட்டுமா? குதர்க்காரணிய நாச மகா பரசு கண்டனம், ராமலிங்கப் பிள்ளை அங்கதப்பாட்டு, குதர்க்கிகளின் பொய்க்கோள் விலக்கு, சைவ தூஷணப் பரிகாரம்னு தலைப்பு போட்டு எத்தனை புக்கு போட்டாங்க தெரியும்ல? இந்தத் தலைப்புகளப் பாக்கும்போதே, ‘அருட்பா-மருட்பா’ தெருச் சண்டையா மாறிட்டது தெரியும்.”

இருதரப்பிலும் சண்டையை வளர்ப்பதில் இன்பம் கொண்டவர்கள் இருந்தார்கள். ‘ஆறுமுக நாவலர் இணையற்றவர்’ என்று நாவலரின் அடிப்பொடிகள் சொன்னால், அதற்குப் பதிலடியாக, ‘ஆறுமுக நாவலர் இணை அற்றவர்... இணை எப்படி இருக்கும்? அதுக்கு அவர்கிட்ட ஆண்மை இருக்கணும் இல்ல?’ என வள்ளலாரின் அடிப்பொடிகள் தூற்றினர்.

ஆறுமுக நாவலரின் அடிப்பொடிகள் சும்மா இருப்பார்களா? வள்ளலாரை “பூப்புப் பெண்களைப் புணர்ந்தார்...” என்றும், “பகலிலே துறவி, இரவிலே காமுகர்” எனவும் “புறப்புணர்ச்சி செய்பவர்” என்றும் தூற்றினர். இந்தப் பிரச்னையில் இரு தரப்புத்தான் உள்ளதென இன்றுவரை பலராலும் கருதப்பட்டு வருகின்ற நிலையில், மூன்றாவது தரப்பொன்று சத்தமில்லாது இந்த இரு தரப்புகளையும் முட்டி மோதவிட்டுக்கொண்டிருக்கிறது.

பஞ்சாபகேசன் இது தெரியாமல்தான் அந்த விவகாரத்தைத் தெருச் சண்டை என்கிறார் என முனுசாமிக்குச் சந்தேகம் வந்தது.

"பஞ்சா.. ஒண்ணு சொல்லட்டுங்களா? இந்தச் சண்டை இவங்க ரெண்டு பெருக்கும் நடந்த சண்டையே இல்ல... மூணாவதா ஒரு தரப்பு உண்டு. அவங்கதான் இந்த சண்டைய இன்னும் அணையாம வெச்சிருக்காங்க" எனப் புதிர் போட்டார்.

"அட அது தெரியாதே... அது யார் மூணாவது தரப்பு?"

"அது சிதம்பரம் தீட்சிதர்கள் தரப்பு! சைவக் கோயிலில் பூசை செய்த போதும் தீட்சிதர்கள், சைவர்களின் நூற்களான தேவாரம், திருவாசகத்திற்கு முக்கியத்துவம் கொடுக்க மறுக்கும் நிலைப்பாடு உடையவங்க. வடமொழிக்கும் அது சார்ந்த பண்பாட்டுக்குமே முன்னுரிமை கொடுப்பாங்க. அவங்களுடைய இந்தப் போக்கு, ஆறுமுக நாவலருக்கு எரிச்சலா இருந்துச்சு."

"இதெல்லாம் தெரியாதே? இதை எழுதியிருக்கலாமே நம்ம பத்திரிகையில?" பஞ்சாபகேசன் ஆர்வமாகக் கண்கள் விரிய, முன்னோக்கி நகர்ந்து உட்கார்ந்தார்.

"சைவ முறைமைகளை மதித்து, சிவபெருமானைப் பூசனை செய்யாதவங்க, சிவதீட்சை பெறாதவங்க, எப்படி தீட்சிதர்கள்னு சொல்லிக்கிறாங்கன்னு ஆறுமுக நாவலர் முழங்கினார். தீட்சிதர்களுக்கும் நாவலருக்கும் இடையில இப்பிடித்தான் பகை உருவாச்சு."

"அதுல நம்ம அடிகளார் எப்படிச் சிக்கினாரு?"

"என்னத்த சொல்றது? அதுதான் தீட்சிதர்களோட சாமர்த்தியம்..."

"ஆறுமுக நாவலர் மட்டுமல்ல, அருட்பிரகாச வள்ளலாரும் தில்லை தீட்சிதர்களுக்கு எதிரான நிலைப்பாடுகொண்டவர்தான்! தில்லையில் தீட்சிதர்கள் சாதி முறைமை உள்ளிட்ட கொடிய சட்டத் திட்டங்களுடன் நடத்தியமை பிடிக்காம போயிருந்தது. இறை எனும் அருட்பெரும் சோதிக்கு முன்னால அனைத்து உயிர்களும் சமம்ன்ற கொள்கையுடைய வள்ளலார், சிதம்பரம் நடராஜ பெருமான் ஆலயத்தை தீட்சிதர்கள்கொண்டு நடத்திய நிலையைப் பார்க்கப் பொறாது, போட்டிக் கோயிலாகவே வடலூர் சத்திய ஞானத் திருச்சபையை நிறுவினார்னு சொல்லுவாங்க."

"அது தெரியாதே?"

"அதனாலதான் வள்ளலாரைப் பத்தி அப்படி எழுதின..."

“சரி சரி... மேல சொல்லுங்க.”

அதற்குள் கருப்பட்டி போட்ட சுக்குக் கஷாயத்தைக்கொண்டு வந்தான் முனுசாமியின் மூத்த மகன்.

ஒரு பேச்சுக்காக, “நல்லா படிக்கிறியா?” எனக் கேட்டார் பஞ்சாபகேசன்.

“சிவில் காண்ட்ராக்ட் வேலை எடுத்துச்செய்றேன்” என்றான் அவன்.

அதைத் தொடர்ந்து என்ன கேள்வி கேட்பது என்பதை அறியாமல், “வெரி குட்” என்றார். அவன் வந்த வேகத்திலேயே கீழே போனான்.

“பசங்களப் பாத்தா எதாவது புதுசா கேளுங்க” என மெதுவாக அறிவுறுத்தினார் முனுசாமி நாயகர்.

“சரி நீ கதையச் சொல்லு.”

“தில்லை சிதம்பரத்தில் இருக்கிறது சிற்றம்பலம். வடலூரிலேயே பேரம்பலம் உள்ளதுன்னு கூறி பக்தர்களை சாதி, மதம், இனம் பார்க்காது இறைவனைத் தொழ அழைசச்சார் வள்ளலார். அவரது இந்தச் செயல் தீட்சிதர்களுக்குச் சுத்தமா பிடிக்கலை. இந்த நிலையில, நாவலரையும், வள்ளலாரையும் மோதவைக்கும் நிலைக்கு ஆளாக்கியவங்க தீட்சிதர் தரப்பே. ஒரு கட்டத்தில ஆறுமுக நாவலர் பக்கமும் இன்னொரு கட்டத்தில வள்ளலார் பக்கமும் நின்னு இந்தப் பூசல் தணிந்துவிடாது பாத்துக்கிட்டாங்க. வள்ளலாரை ஆதரித்து தீட்சிதர் தரப்பு நடத்திய ஒரு கூட்டமே, நாவலர் வழக்கு தொடர்வதற்கு முழுமூலக் காரணம் தெரியுமா?.

அந்தக் கூட்டத்தில், ‘நாவலர்’ என்ற சொல்லுக்குப் பொய்யன், வித்தையில்லாதவன், நாவில் பழிச்சொல்லுடையோன்னு அர்த்தம் வருமாறு வள்ளலார் பேசிட்டார். வள்ளலார் தரப்பு அந்த அளவோடு நிறுத்திக்கொண்டபோதும், தில்லை தீட்சிதர்கள் தரப்பு ஆறுமுக நாவலரை மேற்கொண்டு வசைபாடியது. அதன் உச்ச கட்டமாக, அந்தக் காலத்து தில்லை தீட்சிதர்களுக்குத் தலைமை தாங்கிய சபா நடேச தீட்சிதர் அந்தக் கூட்டத்தில் வைத்து, ‘நாவலரை அடித்து நொறுக்க வேண்டும்’ என்று வெளிப்படையாகவே அச்சுறுத்தல் விடுத்தார். இந்த அச்சுறுத்தலை அடிப்படையாக வைத்தே, மான நஷ்டம் அல்லது அவதூறு தொடர்பான வழக்கை நாவலர் தரப்பு 1869-ம் ஆண்டு தாக்கல் செஞ்சது.”

“ராமலிங்க அடிகள் மேல வழக்கு போட்டதா இல்ல சொன்னாங்க?” சந்தேகத்தைத் தீர்த்துக்கொள்ளும் விதமாகச் கேட்டார் பஞ்சாபகேசன்.

“தெரியாம பேசறாங்க. கடலூர் மஞ்சக்குப்பம் நீதிமன்றத்தில் இடம்பெற்ற இந்த வழக்குத் தொடர்பாகப் பல்வேறு கட்டுக் கதைகள் இன்றும் பரவிக்கிடக்கின்றன. இன்றும்கூட பலராலும் நினைக்கப்படுவதுபோல, இந்த வழக்கு, ‘வள்ளலார் - ஆறுமுக நாவலர் வழக்கு’ அல்ல. அது உண்மையில், ‘சபா நடேச தீட்சிதர் - ஆறுமுக நாவலர்’ வழக்குங்கிறதுதான் உண்மை. இந்த வழக்கின் முதல் எதிரியாக சபா நடேச தீட்சிதரே முன்னிறுத்தப்பட்டார். அவரையடுத்து, மேலும் நான்கு தீட்சிதர்களையே தனது அடுத்தடுத்த எதிரிகளாகக் குறிப்பிட்டு ஆறுமுக நாவலர் வழக்கு தாக்கல் செஞ்சிருந்தார். வள்ளலார் பெயர் ஆறாவது எதிரியா குறிப்பிடப்பட்டது. வழக்கை ரொபேர்ட் என்ற ஆங்கிலேய நீதிபதியே விசாரித்தார்.

நாவலர் மீது சுமத்தப்பட்ட அவதூறு குறித்து வள்ளலார் கிட்ட விளக்கம் கேட்டார் நீதிபதி. தாம் ‘நாவலர்’ என்ற தமிழ்ச்சொல்லுக்கான விளக்கத்தையே சிதம்பரம் கூட்டத்தில் கூறியதாவும் அது ஆறுமுக நாவலர் என்ற மனிதரைக் குறிக்கவில்லைன்னும் வள்ளலார் சாட்சியமளித்தார்னு சொல்றாங்க. இதனால வள்ளலாரை விடுதலை செஞ்சுட்டு, முதலாம் எதிரியான சபா நடேச தீட்சிதருக்கு தண்டனை கொடுத்தார் நீதிபதி. சபா நடேச தீட்சிதருக்கு 50 ரூபா தண்டப்பணம் விதிச்சு தீர்ப்பு எழுதினார்.”

“தீட்சிதர் திருவிளையாடலா இது? தெரியாமப் போச்சே?” என வருத்தப்பட்டார் பஞ்சாபகேசன்.

“இது தெரியாம வள்ளலார் இறந்துபோனதை எழுதி தற்கொலை செஞ்சுக்கிட்டார்னு எழுதினா? எதை எழுதணுமோ அதை விட்டுட்டு...”

“வர்ற மாசம் இந்த முழுக்கதையும் நம்ம பத்திரிகையில போடலாம்னு தோணுது.”

“பாக்கலாம்” என்று மட்டும் சொன்னார் முனுசாமி நாயகர்.

“இந்த மாசம் விவேசினி வந்தாச்சா?” என்றார் பஞ்சாபகேசன்.

“கடைக்கு அனுப்பிச்சுடேனே? இந்தா என்கிட்ட வாங்கிக்க.. இந்துமத ஆசார ஆபாச தர்ஷினி விளம்பரம் வந்திருக்கு பாரு.”

பஞ்சாபகேசன் முதலில் அந்த விளம்பரத்தைத் தேடிப் படித்தார்.

'நாம் கஷ்டப்பட்டு சம்பாதிக்கிற சொத்தை அன்னியர்களுடைய மந்திர தந்திர பகட்டு வேஷங்களாகிய விபரீதச் சடங்கு முதலானவற்றுக்கே அளித்து, நாமும் நம்ம குடும்பங்களும் சகல சவுக்கிய சம்பத்தையுமிழந்து நாசப்படுகிறோமென்றும்; மற்ற எந்தத் தேசக் கண்டத்தாரும் நம்ம தேசத்தாரைப் போலில்லாமல் விவேக மடைந்து சகல கவுக்கிய சம்பத்துடனிருக்கிறார்கள் என்றும், நம்முடைய தேச ஆதி அரசர்கள் முதல் நம்ம வரையில் சொல்ப வீண் கல்பனை விஷயங்களுக்கெல்லாம் பயந்து ஒடுங்கித் திகிலடைந்து எதிலும் துணிவில்லாமல், எதுவும் தோற்றாமல் விதிவினை செயலென்றே முயற்சியில்லாமல் இருக்கிறதினால், நம்முடைய தேசச் செல்வத்தை அன்னிய தேசத்தார் கைக் கொள்ளவுள்ளாகி வறுமையில் இருக்கிறோ மென்றும், அனுபோக திருட்டாந்த பிரத்தியட்சங்களினால் காட்டியிருக்கிறோம். இதை வாங்கி வாசித்துப் பார்ப்பீர்களாகில், அனேக ஆச்சர்ய அனுமான அதிசய ஆபாசங்களை எல்லாங் கண்டு தேர்ச்சியுண்டாகி திட சித்தராய் அல்லலற்று நீடுழிகாலம் குடும்பத்தோடு நித்திய சவுக்கியத்தை அடையலாம். புத்தம் வேண்டியவர்கள் ஏழு கிணற் றண்டை கிரிகுரி தெருவு, கச (14) நெ. வீடு நம்மிடத்தில் தபால் கூலி யுள்பட புத்தகம் க.க்கு சு (1 க்கு 6) அணா விலைக்கு வாங்கிக் கொள்ளலாம்.'

இந்நூலைப் பற்றிய ஓர் அறிவிப்பை முனுசாமி நாயகரும் ஒரு குறிப்பு எழுதியிருந்தார்.

'இந்து மதாசார ஆபாச தரிசனி' என்னும் நூல் ஒன்று ம.ள.ள.ஸ்ரீ பாயக்கார ஏஜண்டு. அ.வேங்கடாசல நாயகரால் இயற்றப்பட்டு தபால் செலவுடன் ஆறு அணா விலைக்கு விற்கப்படுகின்றது. வேண்டியவர்கள் ஏழு கிணற்றையடுத்த கிரிகுரி தெருவில் ஷெயாருக்கு எழுதிப் பெற்றுக்கொள்ளலாம்.

"மனுஷன் கெடந்து போராடுறாரு.. எண்பது வயசுல இவ்ளோ கஷ்டப் படறாரே.. இப்பிடி ஒரு மனுஷன பாத்ததில்ல... ராப் பகலா ஓடிக்கிட்டு கெடக்கிறார். குடும்பம், தொழில் எல்லாத்தையும் விட்டுட்டுப் பாடுபடறார்... அரசாங்கம் திருந்தணும்னு ஒரு பொஸ்தகம் போட்டாரு. ஜனங்க திருந்தணும்னு ஒரு பொஸ்தகம் போட்டாரு.. சாமானியப்பட்ட வேலையா இது." பஞ்சாபகேசன் பெருமை பொங்கச் சொன்னார்.

* ப.சரவணன் எழுதிய 'அருட்பா மருட்பா கண்டனத் திரட்டு' எனும் நூலில்..

# பாவம் அந்த மனுஷன்!

37

குழம்புக்காக அம்மியில் மசாலா அரைத்துக்கொண்டிருந்தாள் ஜெகதீசுவரி. சற்று தூரத்தில் அமர்ந்திருந்த சீதா, அவளையே கவனமாக பார்த்துக்கொண்டிருந்தாள். அவளிடம் கேட்பதற்கு ஒரு கேள்வி வெகு நாளாக உள்ளே குமைந்துகொண்டிருந்தது. அவளும் தானுமே இருக்கிற இந்த நேரத்தில் அதைக் கேட்டுவிட வேண்டும் என்று நினைத்தாள் சீதா.

"ஏண்டி ஜெகதீசுவரி இங்க வா. என்கிட்ட மறைக்காம சொல்லு... ரத்தினம் இங்கே இருக்கும்னு சொன்னாயே... ஏன் அப்பிடி சொன்ன?"

"நான் எப்ப சொன்னேன் அண்ணி?"

"இத பாரு. இந்த பித்தள குண்டான எடுத்து உன் மூஞ்சில வீசுனா மூஞ்சி பேத்துக்கும். ஏண்டி கேட்டேன்னு கேட்டா என்னமோ..."

ஜெகதீசுவரி அமைதியாக அம்மியில் அரைத்துக்கொண்டு இருந்தாள்.

எதுவும் நடக்காததுபோல மசாலாவை எடுத்துக்கொண்டு சமையல் அறைக்குள் நுழையப் போனவளைத் தடுத்து நிறுத்தினாள் சீதா.

"என்னடி நெனச்சிட்டு இருக்க மனசுல? இப்ப சொல்லப் போறியா இல்லையா?"

"சொல்லி என்ன ஆகப் போகுது அண்ணி... அது என் பொண்ணு..."

"உன் பொண்ணா?"

"எங்க வீட்டுக்காரர் பொண்ணு."

"பாண்டுரங்கம் ரெண்டாவது சம்சாரமா நீ?"

"அந்தப் பாவி என்ன அம்போன்னு விட்டுட்டு போயிட்டான். நான் என்னத்த சொல்லி அழுவேன்?"

"எங்க போனான்?"

"பசியும் பட்டினியுமா கடந்தோம். அவனுக்கு சீக்கு வந்து போச்சு. அரை பகோடாக்கு என்ன வித்துட்டுப் போகப் பார்த்தான். நான் குழந்தையைத்தூக்கிட்டு தப்பிச்சு ஓடியாந்தேன். ரத்தினத்து கிட்ட போய் மன்னிப்புக் கேட்டு, உங்க தயவுல ஒரு வீடு எடுத்து வாழலாம்னுதான் வந்தேன். வந்தா, இங்க ரத்தினம் இல்லைன்னு தெரிஞ்சது. அதனாலதான் கடல்ல போய் குதிச்சேன்.

"இங்க வந்தா என் குழந்தையும் காலரால போயிடுச்சு. இருக்கிற ஒரு காலத்தில் இங்கே இருந்துட்டு போயிடலாம்னு இருக்கிறேன் அண்ணி. இனிமே நீ என்னை வெச்சுக்கறதுன்னா வச்சுக்கோ இல்லாட்டி நான் என் வாழ்க்கையைப் பார்த்துட்டுப் போறேன்."

"ஏண்டி எல்லாம் இப்பிடியே நடக்குது? அந்த ஆளு ஒரு லட்சியத்தோடு ஓடிட்டு கிடக்கிறார். இதையெல்லாம் அவர் கிட்ட சொன்னா அவரு மனசு என்ன பாடு படும்? இது நமக்குள்ளேயே இருக்கட்டும். இது எதுவும் அவருக்குத் தெரிய வேணாம். போ, போய் சமையல் வேலையை பாரு."

நமக்கு அப்புறம் இந்த குடும்பம் என்ன கதியாகும் என்று நினைத்துப் பார்த்தாள் சீதா. விரக்தியும் துக்கமும் எதிரே ஒரு காலனைப்போல நின்றுகொண்டிருந்தது. தன் கணவனின் லட்சியத்துக்கு குறுக்கே இல்லாமல் இருந்தாலே போதும் என்று நினைத்தாள். தாம் அமைதியாக இருந்து அவருடைய லட்சியத்துக்கு வழிவிட்டாலே போதும் என்று இருந்தது அவளுக்கு.

# ரெவின்யூ போர்டு

38

அன்று கலெக்டர் அலுவலகத்தில் செங்கல்பட்டு ஜமீன்கள், மிட்டா மிராசுதாரர்கள், பிராமணர்கள், வெள்ளாளர்கள் அனைவருமே கலந்துகொண்டனர். கோட்டையில் கவர்னர் அலுவலக மாடியில் விஸ்தீரணமான அரங்கிலே கூட்டம் ஏற்பாடாகியிருந்தது.

வேங்கடாசல நாயகர், தன்னுடைய போராட்டத்தைத் தன் இன மக்களும்கூட சரியாக உணர்ந்துகொள்ளவில்லை என்பதை நன்றாக அறிவார். எதிர்த்துப் போராடுகிறவார்கள் பகைவனாக மிகத் தவறாகப் புரிந்துகொண்டுவிட்டனர்.

'மிராசுதாரர்களுக்கும் பாயக்காரிகளுக்குமான விவாதம்' நூல் வெளியாகி வேங்கடாசல நாயகருக்குக் கிடைத்த உடனடிப் பலன் என்றால் வெள்ளாளர்கள், பிராமணர்கள், தெலுங்கர்கள் எதிர்ப்பை கைநிறைய சம்பாதித்துக்கொண்டதுதான். நியாயத்தை

தர்மத்தை எழுதினோம் எனப் புரிந்துகொண்டு பேசினவர்கள் அவரைப் பொறுத்தவரை மிகவும் குறைவானவர்கள்தான். பேசினார்கள் என்பதற்காக, புரிந்துகொண்டு பேசினார்கள் என தாமாக நினைத்துக்கொண்டோமா என்பதையும் அவர் யோசிக்கத்தான் வேண்டியிருந்தது.

வண்டலூரில் முகம் தெரியாத நான்கு பேர் வந்து தாக்க நினைத்தபோது ஏதோ வழிப்பறி செய்ய வந்தவர்கள் என்றுதான் நினைத்தார் வேங்கடாசலம். உண்மையிலேயே யாரையும் எதிர்த்து தாம் எழுதியதாக அவர் நினைக்கவே இல்லை. நாட்டிலே நடந்த உண்மையைத்தான் எழுதினோம் என நினைத்தார். சபைகளிலே அதைச் சொல்லவும் செய்தார். மனசாட்சியோடு சகல பட்டக்காரர்களும் இந்த நியாத்துக்கு ஒத்துழைக்க வேண்டும் என்று பார்மர் ஏற்பாடு செய்த பாயக்காரிகள், மிராசுதாரர்கள் கூட்டத்திலும் எடுத்துச் சொன்னார்.

அடிதடி நடக்காதது ஒன்றுதான் குறை. கூச்சலும் கோபமும் குழப்பமுமாக அந்தக் கூட்டம் முடிந்தது. பார்மர்தான் வேங்கடாசலத்தை தனியாக அழைத்து உங்கள் பக்கம் நியாயம் இருக்கிறது என்று சொன்னார்.

கூட்டத்துக்கு நிறைய பேர் வந்திருந்தனர்.

மாணிக்கவேல் முதலியார், செங்கல்பட்டு ரெட்டி ஜமீன்தார் வாரிசுகள், கோர்ட்டிலே வாதாடுகிற சில பஞ்சகச்ச பிராமணர்கள், மகாதான, உத்தரதான, அக்ரஹாரத்து பிராமணர்கள், ரெவின்யூ போர்டு அதிகாரிகள் என 40 பேருக்கு மேல் அங்கே இருந்தார்கள். உண்மையிலேயே பாயக்காரிகள் படும் அவஸ்தையைச் சொல்வதற்கு அங்கே இரண்டே பேர்தான். ஒருவர், வேங்கடாசல நாயகர் இன்னொருவர், தத்துவ விவேசினி ஆசிரியர் முனுசாமி நாயகர்.

“நம்ம சார்பாகவும் நாலு பேரைக் கூட்டிட்டு வந்திருக்கலாம் போல இருக்கு” என்று முனுசாமி நாயகர் காதைக் கடித்தார்.

“பாத்துக்கலாம்” என்றார் வேங்கடாசல நாயகர்.

வெளியே புன்னகையுடனும் உள்ளே உஷ்ணமாகவும் வேங்கடாசல நாயகரைப் பார்த்துக்கொண்டிருந்தனர் பலர்.

கலெக்டர் இன்னும் வரவில்லை என்கிற மெல்லிய பரபரப்பும் ஆழ்ந்த மௌனமும் அங்கே நிலவியது. சொன்ன நேரத்தில் சரியாக வந்து அனைவருக்கும் மதியம் பொழுதின் வணக்கத்தையும் தெரிவித்தார். மணி இரண்டரை.

“எல்லோரும் சாப்பிட்டு விட்டுதானே வந்தீர்கள்?” என்று விசாரித்தார் கலெக்டர்.

“ஆமாம்” என்றனர்.

“கூட்டத்தின் இடையில் ஒரு டீ குடிப்போம், சரிதானே?” என்றார். “நீங்கள் யாரும் குடித்திருக்கிறீர்களா? என்றார். ஒருவரை ஒருவர் பார்த்துக் கொண்டார்களே தவிர யாரும் பதில் சொல்லவில்லை.

“இந்தியாவிலும் இலங்கையிலும் மலைகளிலே பயிராகிற செடியின் இலையைக் கொதிக்கவைத்து தயாரிக்கிற பானம்.”

“எங்கள் பாக்கியம்...”, “மிக்க மகிழ்ச்சி...”, “மிக்க நன்றி” என ஒவ்வொருவிதமாக அனைவரும் பதில் சொன்னார்கள்.

கலெக்டர் பார்மர் சிரித்தார்.

“பாயக்காரி எஜென்ட் என அரசாங்கத்தால் நியமிக்கப்பட்ட வேங்கடாசல நாயகர், நில உடைமை, நிலவரி சம்பந்தமாக எல்லீசு, ப்ளேஸ் ஆகியோர் கலெக்டராக இருந்த காலத்திலிருந்து பல தவறுகள் நிகழ்ந்துவிட்டதாகப் பிராது கொடுத்திருக்கிறார் என்பது உங்களுக்கெல்லாம் தெரியும். மேன்மை தாங்கிய கவர்னர் மன்றோ அவர்கள் விவசாயிகளின் துயரைப் போக்குவதற்காக எவ்வளவோ பாடுபட்டார். ரயட்வாரி முறையை அவர் இந்தியா முழுமையும் இருக்கும் விவசாயிகளைக் கருத்தில்கொண்டே சட்டமாக்கினார். மேன்மை தாங்கிய ராணியார் வரையில் இதில் அக்கறை எடுத்து இந்தப் பிரச்னையைத் தீர்த்து வைக்க வேண்டும் என்ற முயற்சிகள் நடக்கின்றன.”

“குறுக்கிடுவதற்கு மன்னிக்க வேண்டும். உங்கள் நேரத்தை வீணடிக்க வேண்டாம் என்பதற்காகத்தான் இந்தக் கேள்வியக் கேட்க விரும்புகிறேன்” என்றார் பஞ்சகச்ச வக்கீல்.

‘கேளுங்கள்.”

“என்ன தவறு நடந்துவிட்டது என்பதை எங்களால் புரிந்துகொள்ள முடியவில்லை. எந்தத் தவறும் நிலவரி சம்பந்தமாக நடக்கவும் இல்லை என்பதுதான் போர்டார்களின் கருத்தும்” என்றபடி ரெவின்யூ போர்டு உறுப்பினர்களைப் பார்த்தார்.

ரெவின்யூ போர்டு உறுப்பினர்கள் ஆறு பேர் இருந்தனர். நான்கு பேர் பிராமணர்கள். இரண்டு பேர் சைவப் பிள்ளைமார்கள்.

கலெக்டர், பார்வையை வேங்கடாசல நாயகர் மீது

திருப்பினார். 'நான் பதில் சொல்லட்டுமா' என்பதாக எழுந்தார் நாயகர்.

"எனக்கு நம்பிக்கை இல்லாத இதிகாசக் கதை என்றாலும் இந்த இடத்துக்குப் பொருத்தமாக இருக்கிறது என்பதற்காக அதையே உதாரணமாகச் சொல்லலாம் என்று நினைக்கிறேன். இந்த அவை எனக்கு குருஷேத்திரமாகத் தோன்றுகிறது. கௌரவர்கள் 100 பேர் இங்கே இருக்கிறார்கள். பாண்டவர்களாக நானும் முனுசாமியும் நிற்கிறோம். பாண்டவர்களைப் போல நாங்களும் எங்களுக்கான நிலத்துக்காகக் களத்திலே நிற்கிறோம்."

"இது தேவையில்லாத உதாரணம்... இது குருஷேத்ரமும் அல்ல. நாங்கள் கௌரவர்களும் அல்ல. இந்த உதாரணத்துக்காகவே இவர்மீது கனம் கலெக்டர் அவர்கள் வழக்கு தொடுக்கலாம்." வழக்கறிஞர் கொதித்துப்போனார். கலெக்டர் கொஞ்சம் பொறுமையாக இருக்கும்படி அவருக்குக் கை காட்டிவிட்டு, நாயகரைத் தொடரும்படி சைகை காட்டினார்.

"மன்னர்களாக இருந்தவர்களுக்கு நிற்க ஓரடி நிலம்கூட இல்லாமல் விரட்டப்பட்ட கதைதான் மகாபாரதம். நயவஞ்சகமாக சூதிலே ஏமாற்றப்பட்டு, நாட்டையே இழந்து நின்ற மன்னர்களின் கதை அது. தொண்ட மண்டலத்திலே... அதாவது வடபெண்ணை ஆற்றிலிருந்து தென்பெண்ணை ஆறு வரை இருந்த நிலப்பரப்பிலே நிகழ்ந்துவிட்ட ஒரு சூது பற்றிச் சொல்கிறேன்."

முன்பு ஒருதரம் செங்கல்வராய நாயகருக்கு வாசித்துக் காட்டிய அறிக்கை அவரிடம் பத்திரமாக இருந்தது. அதை எடுத்துக் கையில் வைத்துக்கொண்டார்.

"திப்பு சுல்தான் செய்த கலாபனையால் இங்கே நவாபுகள் கையிலே ஆட்சி அதிகாரம் வந்தது. 1760-ம் ஆண்டு தொடங்கி 1790 காலகட்டத்திலே தெலுங்கு பாளையக்காரர்களும் மராட்டிய சரபோஜிகளும் எங்கள் தமிழ் மண்ணிலே செய்துவந்த சிலாவலி வேலைகளுக்கு நடுவே நவாபுகள் வந்து குதித்தது எங்களுக்குப் பெரும் சாபமாக முடிந்துவிட்டது. மன்னர் பரம்பரையில் வந்த மக்களின் மன்னவேடு நிலங்களையெல்லாம் அந்த மன்னர்களின் தயவிலே வாழ்ந்த பிராமணர்களும் நிலங்களைக் கணக்கு வழக்கு பார்ப்பதற்காகக் கொண்டுவந்துவிடப்பட்ட வெள்ளாளப் பிள்ளைமார்களும் முந்நூறு ஆண்டுகளாக எங்கள் மண்ணிலே வேரூன்றிவிட்ட கம்மவார் நாயுடுகளும் பெரிய அளவில் பங்கு போட்டுக்கொண்டனர். அதற்கு முன்பு வரை

இந்த நிலங்களில் ஏழில் நான்கு பங்கு எங்களிடத்தில் இருந்தது என்பதுதான் உண்மை. அதற்கான ஆதாரங்களை முன்னரே வழங்கிவிட்டேன்.

எல்லீசு துரை எங்களை, 'பிராமணர்களின் அடிமைகளான வன்னிய ஜனங்கள்' என்று குறிப்பிடுகிறார். இது அப்பட்டமான பொய். அது இங்கிருக்கிற அத்தனை பேருக்கும் தெரியும் என்றாலும் அதை சொல்ல மறுக்கிறார்கள். நாங்கள் ஒரு போதும் பிராமணர்களின் அடிமைகளாக இருந்ததில்லை. அவர்கள் எங்கள் தயவிலே இருந்தனர். இது எல்லீசு துரை சொன்ன தவறு.

அடுத்தது... பிளேசு துரை. அவரும் வரலாறு அறியாமல் மாபெரும் தவற்றைச் செய்தார். பிளேசு துரை அவர்கள், 'இந்தத் தொண்ட மண்டலப் பகுதி பெருங்காடாக இருந்தது' என்கிறார். 'தொண்ட மண்டலம் சான்றோர் உடைத்து' என்பார்கள். பல அறிஞர்கள் வாழும் பகுதி. வடபெண்ணை ஆற்றுக்கும் தென்பெண்ணை ஆற்றுக்கும் இடையிலிருக்கும் மிக பெரிய விவசாய பூமி. இதை ஏன் காடு என்றார் எனப் புரியவில்லை.

கொண்டுவந்துவிட்ட வேளாளர்கள் இந்தக் காட்டை செம்மைப் படுத்தி பயிர் செய்யும் நிலங்களாக மாற்றினார்கள் என்கிறார். இதுவும் அப்பட்டமான பொய். பல்லவர்களும் சோழ மன்னர்களும் ஆண்ட இந்த பூமியைக் கடந்த ஐம்பது ஆண்டுகளுக்கு முன்பு வரைப் பெரும் காடாக இருந்தது என்பது வரலாறு மன்னிக்காத பெருங்குற்றம். இங்கேதான் பல்லவர்கள் பெரும் கற்கோயில்களைக் குடைந்து கட்டினார்கள். அது உலக அதிசயமாக இருக்கிறது. சீனாவிலிருந்தும் கிரேக்கத்திலிருந்தும் பல தத்துவ அறிஞர்கள் இங்கே காஞ்சிபுரத்துக்கு வந்து கல்வி கற்றுப் போனார்கள். அப்படியிருக்க இதைப் பெருங்காடு என்றது தவறான கருத்து.

இந்தக் காட்டைச் சரிசெய்வதற்காக கொண்டுவிட்ட வேளாளர்கள் பெரிய மேதைகளாக இருந்தார்கள், பெரும் செல்வந்தர்களாக இருந்தார்கள் என்ற புரட்டுக் கதை ஒன்றை சொல்கிறார்கள். பெரிய அறிவாளிகளும் செல்வந்தர்களும் இங்கே வந்து காட்டைத் திருத்த வேண்டிய கட்டாயமென்ன? அவர்கள்தான் இந்தக் கட்டை விவசாய நிலங்களாக மாற்றினார்கள் என்பதிலே இருக்கிற சூது உங்களுக்குப் புரிந்திருக்கும். அப்போதுதானே ஒரு பெருங்காட்டை விளை நிலங்களாக்கியவர்களுக்கு அந்த நிலத்திலே பாத்தியதை

உண்டென்று சொல்ல முடியும்? இந்தக் கட்டுக்கதையை எந்த விசாரணையும் இல்லாமல் நம்பிவிட்டவர் பிளேசு துரை அவர்கள். இந்த நிலங்களை செவைப்படுத்திய வெள்ளாளர்களும் கம்மவார்களும் இவற்றுக்கு சொந்தக்காரர்கள் என்று முடிவு செய்துவிட்டார். பிராமணர்களும் இந்த நிலங்களை சீர்படுத்தியதில் பங்கு இருந்ததாக நினைத்துவிட்டார். காடுவெட்டித் திருத்தியது குடிப் பள்ளிகளே என்பது இங்கே அமையாக அமர்ந்திருப்பவர்களுக்கு நன்றாகவே தெரியும். எந்த பிராமணராவது நிலத்தில் இறங்கி உழுததை, நாத்து நட்டதை, களை பறித்ததை இவர்களில் யாரெனும் பார்த்திருக்கிறார்களா எனக் கேளுங்கள்" என்றார் வேங்கடாசல நாயகர்.

இப்படியொரு கேள்வியை எதிர்பாராத வக்கீல் சங்கரய்யரும் அமைதியாகவே இருந்தார். வேங்கடாசல நாயகர் பதில் கருத்து வராததால் மேற்கொண்டு தொடர்ந்தார்.

"இந்தக் கதைகள் கொஞ்சமும் நம்பும்படியாக இல்லை. இதை இந்த மண்ணிலே வாழ்கிற ஒருவரும் ஒப்புக்கொள்ள மாட்டார்கள். ஆட்சி அதிகாரத்திலே இருந்தவர்களை இந்தக் கதைகளைச் சொல்லி யார் நம்ப வைத்தார்கள் என்பதை நான் சொல்லி அறியவேண்டியது இல்லை. இங்கே பிராமணர்களும் பிள்ளைமார்களுமே அதிகாரிகளுக்கு விசுவாசமாக இருந்து காரியம் சாதித்துக்கொண்டவர்கள். இப்போதும் சாதித்துக் கொண்டிருப்பவர்கள்." வேங்கடாசல நாயகர் பேசிக்கொண்டு போவதை அதற்கு மேலும் பொறுத்துக்கொள்ள மாட்டாமல் எழுந்துநின்று கூச்சல்போட ஆரம்பித்தார்கள். வேங்கடாசலத்துக்கு பதில் சொல்ல முடியாதவர்கள்.

"எங்களைக்கொண்டுவிட்ட வேளாளர் என்று சொல்வதை அனுமதிக்க முடியாது." திருநீற்றுப் பட்டையுடன் ஒருவர் கர்ஜித்தார்.

"அப்படி நான் சொல்லவில்லை. கலெக்டர் பிளேசு சொல்கிற வரலாற்று விவரம் அப்படித்தான் இருக்கிறது. நீங்கள்தான் தொண்ட மண்டலத்தில் இருந்த காட்டையெல்லாம் சீர் திருத்தி உழுது வயலாக்கினீர்களா? பஞ்சை பரதேசியாக பிழைக்க வந்த வந்தேறிகளா நீங்கள்? அதை நீங்கள் ஒப்புக்கொள்ள மாட்டீர்கள். அப்படி இல்லையென்றால் நீங்கள் எப்போதும் செல்வந்தர் என்றால் எதற்காக இங்கே கொண்டு வரப்பட்டீர்கள்? இங்கே பெருங்குடிகளாக இருக்கிற வன்னிய ஜனங்களுக்கு இல்லாத நில பாத்தியதை உங்களுக்கு எப்படி வந்தது? இதற்கெல்லாம

தமிழ்மகன் | 255

பதில் சொல்லுங்கள்."

"நாங்கள் எங்கிருந்தோ பிழைக்க வந்தவர்கள் என்பதை கலெக்டர் சொல்லியிருக்கிறார் என்பதையே நாங்கள் மறுக்கிறோம்." வெள்ளாளரின் ஆவேசம் குறையக் காணோம்.

"கலெக்டர் பிளேசு சொன்னது தவறு என அவர்களே ஒப்புக்கொண்டார்கள்" வேங்கடாசல நாயகர் புன்முறுவலோடு சொன்னார்.

அதற்கு பதில் சொல்ல வெள்ளாளர் தரப்பில் ஒருவர் எழுந்தார்.

கலெக்டர் பார்மர், 'முதலில் வேங்கடாசல நாயகர் சொல்லி முடிக்கட்டும். பிறகு உங்கள் கருத்தைச் சொல்லலாம்" என்றார் கண்டிப்பான குரலில்.

வேங்கடாசல நாயகர், "செங்கல்பட்டு ஜில்லாவைப் பொறுத்தவரை பொதுவாக நிலங்கள் மூன்று பாகமாக இருந்தன. வெள்ளாளருக்கான நிலங்கள் நத்தம் பாகமாக இருந்தது. பிராமணர்களுக்கு வழங்கப்பட்ட நிலங்களின் எல்லைக் கல்லிலே பிராமண அக்கிரகார நிலங்களுக்கு அடையாளமாகக் குடைபிடித்த குள்ள பிராமணன் அடையாளம் கல்வெட்டிலே வடித்திருக்கும். அவை நன்மங்கலம், சாலி மங்கலம் என்ற பெயர்களிலே சொல்லப்படும்.

வன்னியர்களுக்கான நிலங்களில் அக்ஞா சக்கர சின்னம் வடிக்கப்பட்டிருக்கும். அந்த நிலங்களை மன்னவேடு நிலங்கள் என்பார்கள். இங்கேயே காலம் காலமாகக் குடியிருந்த வெள்ளாளர்கள் நிலங்களுக்கு சூலம் அடையாளம். இதுபோல விவசாயம் செய்த இதர குடிகளும் உண்டு. இதிலே மிராசு பாத்தியதை எங்கிருந்து வந்தது? நான் சொன்னபடி திப்பு சுல்தான் ஏற்படுத்திவிட்ட நவாபு ஆட்சிக்கு முன்னாடி மிராசு என்ற வார்த்தையே தமிழ்நாட்டிலே இல்லை. 1760 முதல் 1790 வரை இருந்த நவாபு காலகட்டத்திலே நவாபுகளுக்கு அன்னியோன்னியமாக இருந்த, கொண்டுவந்துவிட்ட வெள்ளாளர்களும் பிராமணர்களும் எங்களுக்கு இருந்த நில பாத்தியதை முற்றிலுமாகப் பறித்துக்கொண்டு விட்டார்கள்.

எல்லீசு துரை அவர்களிடத்திலும் வழக்கம்போலவே பிராமணர்களும் சைவவெள்ளாளர்களும் அவருக்கு அனுகூலமாக நடந்துகொண்டு நவாபு ஆட்சியில் ஏற்பட்ட தகிடுதத்தங்களை ருசுபடுத்திவிட்டார்கள். அதன்பிறகு வந்த மன்றோ பிரபுவும்

பிளேசு துரையும் எங்களை, 'பிராமணர்களின் அடிமைகள்' என்றும் பறையர்களை 'வெள்ளார்களின் அடிமை'யென்றும் இந்த அடிமைகளுக்கு நில பாத்தியதை இல்லை என்றும் எழுதிவிட்டார்கள்." உரக்கப் பேசுவதினாலும் ஆவேசத்தினாலும் நாயகரின் குரலில் கம்மல் ஏற்பட்டு, தொண்டை வறட்சியில் தவிப்பதை கலெக்டர் கவனித்தார். உதவியாளரை அழைத்து நாயகருக்கு தண்ணீர் கொடுக்கச் சொல்லி சைகை காட்டினார்.

இந்த சிறிய இடைவெளியைப் பயன்படுத்திக்கொண்டு, மீண்டும் வக்கில் ஐயர் பேச எழுந்தார். "வன்னியர்கள் எங்களுக்கு அடிமையாக இருந்தார்கள் என்பதில் எனக்கு மாற்றுக் கருத்து இல்லை. இப்போதும் எங்கள் பண்ணையாளாக இருப்பவன் ஒரு வன்னியன்தான்" என்றார்.

தண்ணீர் குடிக்க ஆரம்பித்த வேங்கடாசலம், அதை நிறுத்திவிட்டு, "நான் சொல்ல வேண்டாம் என்று இருந்தேன். எனக்கு ஆண்டான் அடிமை முறைகளில் நம்பிக்கை இல்லை. நான் மனிதர்களை சமமாக மதிக்க வேண்டும் என்பதிலே ஆவல்கொண்டு வாழ்ந்து வருபவன். ஐயர் சொன்னதால் மேற்கொண்டு விளக்க வேண்டியிருக்கிறது. ஐம்பது, நூறு வருஷத்துக்கு முன்னால் பிராமணர்கள் வேண்டுமானால் வன்னியர்களின் ஏவலாளாக இருந்தார்களே ஒழிய, வன்னியன் ஒருபோதும் பிராமணரின் ஏவல்காரானாக இருந்ததில்லை. மன்னவேடு நிலங்களுக்கு சொந்தக்காரர்களாக இருந்தவர்கள் பெரும் படைவீரர்களாகவும் மன்னர்களாகவுமிருந்தவர்கள் என்பது வரலாறு. அவர்களை அனுசரித்துக் காரியம் சாதித்துக்கொள்ளும் நிலையில் இருந்தவர்கள் பிராமணர்கள். இப்போது பிரிட்டிஷ் ஆட்சி வந்தபோது உங்களை அனுசரித்துக் காரியம் சாதித்துக்கொள்வது போலவும் நவாபுகள் ஆட்சியிலே அவர்களை அனுசரித்துக் காரியம் சாதித்துகொள்வது போலவும் சில நூறு ஆண்டுகளுக்கு முன்னே எங்களை அனுசரித்து வாழ்ந்தவர்கள்."

ஐயர், "இந்த ஆளை மேற்கொண்டு பேச வேண்டாம் என்று சொல்லுங்கள்" என உச்சிக்குடுமி துள்ள எழுந்து நின்று குதித்தார்.

வெள்ளாளரும், நாயுடுவும் இதுதான் சமயம் என்று நாயகர் மீது பாய்ந்தனர்.

"இந்த ஆளுக்குப் பைத்தியம் பிடித்துவிட்டது. இல்லாததையும் பொல்லாததையும் பேசிக் குட்டையைக் குழப்புகிறார்" என்றார் ஜம்புலிங்க முதலியார். அவரவர் இருந்த இருக்கையைவிட்டு

எழுந்து நாயகரை சூழ்ந்து நின்று கத்தும் நிலைமைக்கு வந்தனர்.

கலெக்டர் தன் மேசையில் ஓங்கி ஒரு தட்டு தட்டினார். எல்லோரும் அப்போதுதான் சூழ்நிலையை உணர்ந்து கத்துவதை நிறுத்தினார்கள்.

"அவரவர் இருக்கையில் அமருங்கள்" என்றார் கலெக்டர்.

வேங்கடாசல நாயகர் தான் இன்னும் முடிக்கவில்லை என்பதை உணர்த்தும் விதமாக நின்றிருந்தார். கலெக்டர் அசரவில்லை. "நீங்கள் மேற்கொண்டு சொல்லலாம்" என்றார் பார்வையாலேயே.

"பிள்ளைமார்கள் பெரும்பாலும் கணக்குப் பிள்ளைகளாகவுமிருந்ததால், இந்த சதிக்குப் பெரிய உடந்தையாக இருந்தார்கள். ஊரிலே கணக்குப் பிள்ளைகள் வைத்ததுதான் சட்டம். நிலங்களைப் பாயக்காரிகள் எளிதில் அடைய வொட்டாமல் பார்த்துக்கொண்டவர்கள் கணக்குப் பிள்ளைகள். கிராமத்தின் உற்பத்தி 5000 ரூபாய் வரை இருந்தாலும் அதில் கவர்மென்டாருக்கு வருகிற பாகம் குறைவு. 200 ரூபாய் சொற்பத் தீர்வை கட்டுகிறார்கள்."

பேசியபடியே தன் கைப் பையிலிருந்து நோட்டுப் புத்தகம் ஒன்றை வெளியே எடுத்தார் வேங்கடாசலம். ஆதாரங்களை எடுக்கிறார் என்றதும் உட்கார்ந்திருந்த எதிர்த்தரப்பினர் கொந்தளிப்பு அதிகமாகியது. அதைச் சட்டைசெய்யாமல் உறத்தக் குரலில் படிக்க ஆரம்பித்தார் நாயகர்.

"மதுராந்தகம் தாலுகா சூ.ஆறுமுகத்தா முதலிக்கு மூன்று கிராமங்களிலிருந்து வரும்படி.... ஆர்காடு மூவாயிரம் ரூபாய், வில்லியனூர் 2500 ரூபாய், அரசூர் 4500 ரூபாய். ஆக, மொத்தம் பத்தாயிரம் ரூபாய். ஆனால், மூன்று ஊர்களுக்கும் சேர்த்து அவர் கட்டுகிற வரி 340 ரூபாய். அதே பிரகாரம் அதே தாலுகாவில் காளப்ப முதலி என்கிறவர் 30 கிராமங்களை உடைய மிட்டாவாக இருக்கிறார். கடுக்கனூர் சஞ்சீவி ரெட்டியினுடைய புத்திரன் கோட்டை மிடா, கடலூர் குமாரசாமி முதலி 20 கிராமங்களை மிட்டாவாக அனுபவிக்கிறார். கப்பாக்கம் முத்துக்குமரப்ப ரெட்டி மிட்டாவில் 9 கிராமங்கள் அடக்கம். புலம்பாக்கம் முத்து வெங்கட்டராம ரெட்டி அனுபவிக்கிற மிராசு கிராமங்கள் 10. அதிலே என்னுடைய சொந்த ஊரான அத்திப்பாக்கமும் ஒன்று. மேல் மருவத்தூர், கீழ் மருவத்தூர் அதிலே உண்டு."

சங்கரய்யர் ஆவேசமாக எழுந்தார். "எங்களை வெளியே

செல்ல அனுமதிக்க வேண்டும்."

"வேங்கடாசலம் ஏதும் தவறாகச் சொல்லிவிட்டாரா?" கலெக்டர் புரியாமல் கேட்டார்.

"அத்தனையுமே தவறுதான். இதை இனிமேலும் எங்களால் கேட்டுக்கொண்டிருக்க முடியாது. முன்னேறிய சமூகத்தைப் பார்த்து வயிறு எரிகிறார். இவர்கள் வீணாகச் சண்டை சச்சரவிலே காலம் தள்ளிவிட்டு, இப்போது மற்றவர்கள் எல்லாம் முன்னேறிவிட்டார்கள் என்பது நியாயமில்லை."

"சண்டை சச்சரவு என்பதிலே ஒரு திருத்தம். கள்ளு குடித்துவிட்டு தெருவிலே ஒருத்தனோடு ஒருத்தன் குடிவெறியிலே அடித்துக்கொண்டது போல சங்கரய்யர் சொல்கிறார். நாங்கள் போர்க்குடிகளாக இருந்தவர்கள். அரசர்களாக இருந்து போரில் சண்டை போட்டவர்கள் என்பதைத்தான் அப்படி சொல்கிறார். ஏதோ பத்து ஆண்டுகளுக்கு ஒரு முறை போர் ஏற்படும் என்பதால் எந்நேரமும் யாரையோ வெட்டி வீழ்த்திக்கொண்டிருப்பவர்கள் அல்ல. போரற்ற நாட்களில் உழவுத் தொழிலே எங்களுக்குப் பிரதானம். 'மன்னவேடு பாத்தியதை' என்ற குறிப்பு செங்கல்பட்டு ஜில்லாவிலே இருந்து திருச்சி ஜில்லா வரை இருப்பதைப் பார்க்கலாம். ஏழிலே நான்கு பங்கு நிலம் மன்னவேடு பகுதிகளாக இந்த மக்களால் பயிரிடப்பட்டு வந்ததை ஆராய்ந்து அறியலாம்.

ஹைதர் அலி காலத்திலே இந்த நில பாத்தியதையிலே குழப்பம் ஏற்பட்டு, அடுத்து வந்த ஆங்கிலேய கலெக்டர்களும் அதையே பின்பற்றிவிட்டனர் என்பதே என்னுடைய தாழ்மையான விண்ணப்பம். முன்னேறிய சமூகத்தைப் பார்த்து வயிறு எரிவதாக சொன்னார். முப்பதே வருட ஹைதர் ஆட்சி காலத்தில் எப்படி இவர்களால் முன்னேற முடிந்தது என்பதையும் அவர்களே விளக்கட்டும்."

சற்று நேரம் பெரும் கூச்சலும் குழப்பமுமாக இருந்தது. யார் பேசுவதும் யார் காதிலும் விழவில்லை. சேவகர்கள் பிரயத்தனப்பட்டு ஓசையைக் குறைக்க வேண்டியிருந்தது.

வேங்கடாசல நாயகர், தணிந்த குரலில், "எனக்கு ஏராளமான ரெட்டிகளும், பிராமணர்களும் முதலியார்களும் நண்பர்களாக இருக்கிறார்கள். அவர்களை விரோதிக்கும் நோக்கத்தில் இந்த வரலாற்றுக் குறிப்புகளை இங்கே சொல்லவில்லை. இதைப் புரிந்துகொள்ளாமல் மூன்று முறை என்னைக் கொலை செய்ய முயற்சி செய்த நண்பர்களுக்கும் இங்கே ஒன்றை அழுத்தமாகச் சொல்லிக் கொள்கிறேன். வெளியே இருந்து நம்மை ஆட்சி செய்ய

வந்தவர்களுக்கு நம்முடைய நில உரிமைகள் பற்றித் தெரியாது. நீங்கள்தான் நியாயத்தை எடுத்துச் சொல்ல வேண்டும் எனக் கேட்டுக் கொள்கிறேன்."

"நீங்கள் சோம்பேறித்தனத்தால் ஏழ்மை நிலைக்கு வந்ததற்கு நாங்கள் என்ன நியாயம் சொல்ல வேண்டும் என்று எதிரபார்க்கிறீர்கள்?" என்றார் ஆறுமுக முதலி.

"சோம்பேறித் தனத்தால் ஒரு குடும்பத்தில் ஒருவன் ஏழ்மை யாவான். ஊரிலே ஒருவன் ஏழையாவான். செங்கல்பட்டிலே இருக்கிற எல்லா வன்னியனும் பறையனும் எப்படி ஏழையாவான்? அவர்கள் பலவந்தமாக ஏழையாக்கப்பட்டிருக்கிறார்கள்." பொறுமையாக சொன்னார் வேங்கடாசல நாயகர்.

கலெக்டர் எழுந்தார்.

"ஹைதர் அலி இங்கே ஆட்சி செய்வதற்கு முந்தைய காலத்திலே இங்கே நில பிரிவினைகள் என்னவாக இருந்தன என்பதைப் பார்க்கிறேன். அந்த 30 ஆண்டுகளிலே என்ன குழப்பம் ஏற்பட்டது என்பதை நான் ஆராய்வதற்கு அவகாசம் கொடுங்கள். அதிலே உங்களுக்கு ஆட்சேபனை இருக்காது என நினைக்கிறேன்" நிதானமாக சொன்னார்.

"அப்போதும் நில பகிர்விலே சில தவறுகள் இருந்தன சார்" சங்கரய்யர் குறுக்கிட்டார்.

"அப்படியானால் அங்கிருந்து சரி செய்வோம். நிச்சயமாக இப்போது இருக்கிற நிலவரி சரியாக இல்லை என்பது மட்டும் என்னால் நிச்சயமாகச் சொல்ல முடியும்" என்றார் பார்மர்.

அனைவருக்கும் டீ என்ற அந்த பானம் பரிமாறப்பட்டது. பானகம் போலவும் கசாயம் போலவும் இருந்தது அது. அதை என்னவென்று வர்ணிப்பது என ஒருவரை ஒருவர் பார்த்துக்கொண்டனர். பேச்சுவார்த்தைத் தொடங்குவதற்கு முன்பே இதைப் பரிமாறியிருந்தால் இன்னும் சூடாகப் பேசியிருப்பார்களோ என பார்மர் நினைத்தார்.

## பதில் அறியா கேள்வி
### 39

சீதா இரவெல்லாம் இருமியபடியே இருந்தாள். சற்று சாய்ந்து அமர்ந்தால், அவளால் ஓரளவுக்கு இருமலைத் தவிர்க்க முடிந்தது. ஆனால், இரவெல்லாம் அப்படியே உட்கார்ந்து இருக்க முடியாமல் அவளே மெல்ல மெல்ல, சாய ஆரம்பிப்பாள். கூடவே, இருமலும் ஆரம்பிக்கும். ஆஸ்பத்திரியில் கொடுத்து அனுப்பிய சாய மருந்துகளையும் சுண்ணாம்பு மாத்திரைகளையும் கொடுத்துக் கொடுத்து சலித்துப் போனார் வேங்கடாசல நாயகர். மாத்திரை அவளுக்கு ஒவ்வாமையை ஏற்படுத்திவிட்டது. வாயெல்லாம் சிவந்து, மூச்சுவிடவும் சிரமப்பட்டுக்கொண்டிருந்தாள். அவள் படுத்திருந்த கட்டிலுக்கு சற்றுத் தள்ளி நாற்காலி சரிந்து உட்கார்ந்திருந்தார் வேங்கடாசல நாயகர். நோய்க்கு ஒரு மனிதன் என்ன தீர்வுசெய்ய முடியும்? அவள் துவண்டு போயிருந்தாள். கையை, காலை அழுத்திவிட்டு

பார்த்தார். நெற்றியைத் தேய்த்துவிட்டு உடம்பில் சூடு பரப்பினார். மறுபடியும் மருந்து கொடுப்பதில் அவருக்கு நாட்டம் இல்லை. அவள் வெகு நேரம் இடைவெளியில்லாமல் இருமிவிட்டு சோர்வடைந்து நாற்காலியில் சாய்ந்தபடி சோர்வில் தூங்கிப் போனாள். இருமல் சத்தம் ஒரு தாலாட்டுபோல மாறிவிட்டது அவருக்கு. இருமல் கேட்டே நன்கு உறங்கிவிட்டார் வேங்கடாசல நாயகர். சத்தம் அதிகமாகக் கேட்டது.

சீதா ‘கவ், கவ்’ என இருமிக்கொண்டிருந்தாள்.

இருமலின் நடுவே, “ரத்தினம் எங்கதான் இருக்குதுன்னு தெரியாம போச்சே?” என்றாள்.

“இங்கதான் மரக்காணம் பக்கத்துல எங்கேயோ இருக்குது. நாளைக்கு நான் யாரையாவது அனுப்பிச்சு கூட்டி வர சொல்றேன்.”

“இப்படியே 15 வருஷமா சொல்லிட்டே. நிஜமாதான் சொல்றியா?”

“நிஜமா தாம்மா சொல்றேன். இனிமே பொய் சொல்லி என்ன ஆகப்போகுது?”

“நான் நம்பல.”

“நிஜமாதான் சொல்றேன்.”

அவள் அமைதியாக இருந்தாள்.

“நீ நம்ப மாட்ட இல்ல?”

“கொழந்த முதல்ல ஜமீன் ராயப்பேட்டையில் இருந்தா. போதுமா? அங்கதான் அவள மொதல்ல பாத்தேன். மாணிக்கம்கூட தலைல அடிபட்டு வந்தானே அன்னைக்கு. அதுக்கப்புறம் இங்க பக்கிங்காம் காவா வெட்டற வேலைக்கு வந்தா. மரக்காணத்தில காவ வெட்ற வேலை முடிஞ்சுது. அவளும் அங்கயே தங்கிட்டா, எல்லாத்தையும் நான் கவனிச்சுக்கிட்டுதான் இருக்கேன். புரியுதா?”

அவள் பதில் சொல்லவில்லை.

“இதோ இங்க இருந்து ஒரு அம்பது மைல் தூரத்தில இருக்கிறா. அவ வரலனாலும் வண்டில தூக்கிப் போட்டுட்டு வந்துடறேன் போதுமா?”

சீதா அமைதியாக இருந்தாள்.

“இந்த வயசுல உன் எல்லா ஆசையும் நிறைவேறணும் இல்லையா?”

சீதா அமைதியாக இருந்தாள். சீதா உட்கார்ந்த நிலையிலேயே ஆழ்ந்து தூங்கிவிட்டது போல இருந்தது. ஆனால் வேங்கடாசல நாயகருக்கு அந்தத் தூக்கத்தின் மீது மெல்லிய ஐயம் தோன்றி, அவள் நெற்றியில் கைவைத்துப் பார்த்தார். வேங்கடாசல நாயகர் சந்தேகத்துடன் அவளை இன்னும் நெருங்கிப் போய் பார்த்தார். அவள் சலனமே இல்லாமல் இருந்தாள். இரண்டு கண்களும் அவளை அவரையே அலட்சியமாகப் பார்ப்பதுபோல இருந்தது. திருமணம் ஆன அன்று இரவு அவள் தோளில் ஒரு கொடிபோல சாய்ந்தது போலவே இப்போதும் சாய்ந்தாள். எல்லாம் முடித்துவிட்டது.

இன்னும் வெளிச்சம் பரவவில்லை.

அவள் இறந்துவிட்டாள். ஒரு கேள்விக்கும் இன்னொரு கேள்விக்கும் இடையில் அவர் இறந்திருக்கக் கூடும். ரத்தினம் எங்கே இருக்கிறாள் என்றுதான் கடைசியாகச் சொன்னதை அவள் கேட்டிருப்பாளா அல்லது கேட்பதற்கு முன்பே இறந்து விட்டாளா?

வேங்கடாசல நாயகரை கேள்வி ஆழமாக அழுத்தியது.

ஜெகதீசுவரியை எழுப்ப விரும்பவில்லை. சற்று நேரம் சீதாவின் முன்னால் அமைதியாக உட்கார்ந்து இருந்தார். மாமன் மகளை மணமுடித்த நாள் முதல் இன்று வரை அவருக்கு நினைத்துப் பார்க்க பல சுவையான நினைவுகள் இருந்தன. அதை நினைத்துப் பார்ப்பதற்கு இத்தனை நாள் அவகாசம் இல்லை.

“இங்க ஒருத்தி இருக்கேன்னு நினைப்பு இருக்குதா உனக்கு?” என அவள் இப்போது கேட்டால் நன்றாக இருக்குமென விரும்பினார்.

அவளுடைய எந்த ஆசைக்கும் இடம் தராத இறுமாப்புடன் வாழந்துவிட்டோமோ என்ற குற்றம் பரவியது. சுயநலமாகக் காலத்தைக் கழித்துவிட்டோம் என்ற வருத்தம் குமிழிட்டு வளர்ந்தது. மேல் தோளில் இருந்த துண்டை எடுத்து கண்களைத் துடைத்துக்கொண்டார். அவள் விரும்பிய ஒரு கோயிலுக்கு அவளை அழைத்து சென்றிருக்கலாம். பக்கத்தில் இருக்கிற கடற்கரை அவளுடன் சென்று வந்திருக்கலாம். வாழ்க்கை துணைநலம் பேணத் தவறிவிட்டேன்.

நினைக்க ஏராளமான நினைவுகள் அலைமோதின. முக்கியமாக அவளுடைய கிண்டல். அது எல்லை மீறாத, பொறுமையான கிண்டல். அவள் பேச்சில் உரிமை மீறல் இல்லை. எல்லை

மீறாத எச்சரிக்கையும் அன்புமிருந்தன. குழந்தை இல்லை என்ற வருத்தத்தை அவள் எப்போதுமே காட்டியதில்லை. அவள் ஒரு குழந்தையாகவே வேங்கடாசல நாயகருக்குத் தெரிந்தாள். வாழும்போது செய்யாததை அவள் பிணமாக இருக்கும்போது எப்படி நிறைவேற்றுவது என வீணான யோசனை ஏற்பட்டது.

வேங்கடாசல நாயகர் பல்வேறு அவதாரங்கள் எடுத்தவர். ஸ்கூல் வாத்தியார், சூளை அதிபர், லௌகீக சங்க நிர்வாகி, பாயக்காரி ஏஜென்ட், இந்து மத விமர்சகர் என அவருக்குப் பல ரூபங்கள் இருந்தன. சீதாலட்சுமிக்கு ஒரே ஓர் உருவம், ஒரே ஓர் உலகம்தான். பிறந்தாள், வளர்ந்தாள். கணவன்மீது அவளுக்கு வெளியில் காட்டத் தெரியாத மரியாதை இருந்தது. வயது ஏறியது இறந்தாள். ஆனால் அவள் மனசு குயப்பேட்டை, ஏழு கிணறு தாண்டவில்லை. அவளுக்கு ஒரே ஒரு கேள்வி மட்டுமிருந்தது. அது கேள்வி அல்ல, கோரிக்கை. 'ரத்தினம் எங்கே போனாள்' என்பது அவளுக்கு ஒரு கேள்வியாக இருந்து வடிந்தும் விட்டது. ஏன் போனாள் என்ற கேள்வி மட்டும் அப்படியே நங்கூரமாய் நெஞ்சில் நிலைத்துவிட்டது. எத்தனையோ முறை எத்தனையோ விதமாகக் கேட்டுப் பார்த்துவிட்டாள். வேங்கடாசல நாயகர் அதை சொல்லவே இல்லை. சொல்வதற்கு மனம் இறங்கவில்லை என்பது அல்ல. அதைச் சொன்னால் தாங்கிக்கொள்கிற மனசு அவளுக்கு இல்லை. அதைச் சொல்லியிருந்தால் அவள் ஆயுள் அன்றே முடிந்திருக்கும். அவள் எப்போது சொன்னாரோ அந்த சில நாட்களிலேயே அவர் இறந்து போயிருப்பாள். இவ்வளவு நாள் இருந்திருக்க மாட்டாள். ஆனாலும் நெஞ்சில் ஒரு கேள்வியோடு அவள் இறந்துபோய்விட்டது அவருக்கு இந்த நேரத்தில் வருத்தத்தை அளித்தது. கண்ணீரைத் துடைக்கவும் முனைப்பில்லாமல் அவளைத் தோளில் சாய்த்துக்கொண்டு அவர் அமர்ந்திருந்தார்.

# எல்லோருக்கும் போராடுகிறேன்

40

வில்லு வண்டியிலிருந்து இறங்குவது வேங்கடாசல நாயகருக்கு சிரமமாக இருந்தது. யாராவது பக்கத்தில் வந்து நின்று கையைப் பிடித்து இறக்கிவிட்டால் நன்றாக இருக்குமென நினைத்தார். இந்த கலெக்டர் ஆபீஸுக்கு எத்தனை முறை நடந்தோம் என்பது கணக்கில் இல்லை.

நீண்ட தாழ்வாரத்தில் மிக நிதானமாக நடந்தார். சீதாவின் இழப்பு அவரை ஒரே நாளிலேயே பத்து வயது கூடுதலாக மாற்றி விட்டது. கலெக்டர் காத்திருந்தார். வேங்கடாசல நாயகரைப் பார்த்ததும் எழுந்து நின்று வரவேற்றார்.

"உங்கள் மனைவி இறந்துவிட்டதாகக் கேள்விப்பட்டேன். என்னுடைய வருத்தத்தைத் தெரிவித்துக்கொள்கிறேன்" கலெக்டர் ஸ்மித் சொன்னார். பார்மருக்குப் பிறகு செங்கல்பட்டு கலெக்டராகப் பொறுப்பேற்றுக்கொண்டவர்.

"அவங்க நிம்மதியா போய், சேர்ந்துட்டதுல எனக்கு சந்தோஷம் தானுங்க. நான் முப்பது வருஷமா மன்னவேடு நில விவகாரத்துல இறங்குனதில இருந்து அவங்களப் பாத்துக்க முடியல. அதுவே அவங்களுக்கு பெரிய மனக் கஷ்டமா போச்சு. எனக்கும் இதுல இருந்த அக்கறை அவங்க மேல இல்லாம போச்சுங்க." வேங்கடாசல நாயகர் ஆழ்ந்த வருத்தத்துடன் சொன்னார்.

"ஆனால் நீங்கள் எடுத்துக்கொண்ட வேலையை சிரத்தையாகச் செய்துவிட்டீர்கள். இந்த நேரத்தில் உங்களை அழைக்க வேண்டியதாகிவிட்டது."

"இப்போது எதற்கு அழைத்தீர்கள் என்று தெரிந்து கொள்ளலாமா ஐயா" என்றார் வேங்கடாசல நாயகர்.

சற்று அமைதிகாத்தவர், "கவர்னர் கன்னிமரா அவர்களிடமிருந்து ஒரு நோட் வந்திருக்கிறது.... உங்களைப் பற்றி."

வேங்கடாசல நாயகர் ஒன்றும் புரியாமல் பார்க்க, கலெக்டர் ஸ்மித், அரசுக் கடிதம் ஒன்றை எடுத்து நீட்டினார். தயக்கமாக வாங்கி, அதைப் பிரித்துப் படித்தார். கடிதம் அவரைச் சோர்வடைய செய்தது. மெல்ல மெல்ல சோர்வுடன் கோபமும் கூட்டு சேர்ந்தது.

"வன்னியருக்காக என்று மட்டும் போராடுவது என்ன நியாயம்?... கவர்னருக்கு இப்படியொரு புகார் போயிருக்கிறது" கலெக்டர் ஸ்மித் கேட்டார்.

"நான் ஏமாற்றப்பட்ட விவசாயிகளுக்காகப் பேசுகிறேன். செங்கல்பட்டு ஜில்லாவிலே அவர்களில் வன்னியர்கள் அதிகம் இருக்காங்க. பறையர்கள், இடைசாதியினர்னு பல பேர் இருக்காங்க. இந்த செங்கல்பட்டு ஜில்லாவுல அதிகம் இருக்கிறவங்க.. அதிகமா பாதிக்கப்பட்டு இருக்கிறவங்க அவங்கதானே? இதிலே எங்கே நியாயம் குறைந்துவிட்டது?" வேங்கடாசல நாயகர் நிதானமாக எடுத்தியம்பினார்.

"நீங்கள் சொல்வது உண்மைதான். உங்கள் மேல் இப்படியொரு புகார் சொல்கிறார்கள். இதற்கு விளக்கம் வேண்டும்."

"ஒரு போராட்டத்தை இழிவுபடுத்த வேண்டுமானால் அதன் நோக்கத்தை சிறுமைபடுத்த வேண்டும். அவர்கள் சொல்கிறபடியே வைத்துக்கொண்டாலும் செங்கல்பட்டு ஜில்லாவிலே மூன்றிலே இரண்டு பங்கு மக்கள் வறுமையைப்போக்க வாதாடுவதை நான் சிறுமையாக நினைக்கவில்லை. நான் பாதிக்கப்பட்ட மக்களுக்காகப் போராடுகிறேன். நானும் வன்னியனாக இருந்து,

அவர்களும் வன்னியர்களாக இருப்பதினால் என்னை அப்படிப் புகார் சொல்வதிலே நியாயம் உண்டா? ஐயா அப்படித்தானே போராட முடியும்? ஏமாற்றப்பட்ட பெரும் திரளான மக்கள் அவர்கள்தான். அவர்கள் வசமிருந்த நிலங்கள்தான் பறிபோயுள்ளன. ஏமாந்தவர் பக்கத்தில் இவர்கள் நிற்கிறார்கள். ஏமாற்றியவர் பக்கத்தில் பிராமணர்களும் பிள்ளைமார்களும் கம்மவார் மக்களும் இருக்கிறார்கள். இதிலே அவர்களை துவேசிக்கிறேன் என்று நீங்கள் நினைக்க வேண்டாம். இந்தப் பிரச்னை நடந்தது 1760 ஆண்டுகளில். இப்போது நாம் 110 ஆண்டுகள் கடந்து வந்துட்டோம். நான் ஏமாற்றியவர்கள் என்று சொல்வது இப்போது இருக்கிற பிள்ளைமார், பிராமணர்களைப் பார்த்து அல்ல. ஒரு காலத்தில் இது நிகழ்ந்துவிட்டது. அதை சரிப்படுத்த சொல்லுகிறேனே தவிர இப்போது இருக்கிற அந்த மக்களைத் தண்டிக்கும்படி சொல்லவில்லை. அதனால் இதுவே துவேஷம் எதுவும் இல்லை என்று நான் உறுதிப்பட சொல்ல விரும்புகிறேன்.

அடுத்து இந்துமத ஆசார ஆபாச தரிஷினி புத்தகம் எழுதிக்கொண்டிருக்கிறேன். ஒட்டுமொத்த சாதி, சமய, சடங்கு போலிகளைத் தோலுரிப்பதற்காகப் போடுகிற புத்தகம் அது. அதிலே புலையர், பறையர், பிள்ளைமார் என்கிற பேதம் இல்லாமல் அனைவருக்குமாகத்தான் அந்த நூலில் எழுதியிருக்கிறேன். மூடநம்பிக்கைகளை, சடங்குகளை, ஆசாரங்களை விட்டு மக்கள் வெளியே வந்தால்தான் விடிவு கிடைக்க முடியும் என்பது அந்த நூலின் கருத்து. ஜோதிடம், திதி போன்றவற்றை நான் புறக்கணிப்பதால் ஒருவேளை அதை பிராமணர்களுக்கு எதிரான நூலாகச் சொல்லக்கூடும். பிராமணர்களை எதிர்த்து எழுதியிருப்பதாக நினைக்க வேண்டாம். பிராமணர்களும் அந்த நூலை விரும்புவதற்கு வழியுண்டு. அதற்கான வழி, இத்தகைய சடங்குகளை பிராமணர்கள் இனி செய்யாமல் இருப்பதுதான்."

கலெக்டர் ஸ்மித் பெரும் குரலில் சிரித்தார்.

"இங்கே இடங்கை, வலங்கை இரண்டு பிரிவுகள் உண்டு. ஒவ்வொரு பிரிவிலும் நூறு சாதிகளுக்கு மேலே. அதிலே ஒரு பிரிவிலே வன்னியர்களும் எதிர் பிரிவிலே பிராமணர், பிள்ளைமார் போன்றவர்களுமிருந்த ார்கள். எனக்குத் தெரிந்து ஒரு குழுவுக்கும் இன்னொரு குழுவுக்கும் ஏற்பட்ட பொறாமை சார்ந்த கோளாறு."

"புரிகிறது. நீங்கள் வறுமையில் இருக்கிறீர்கள் அப்படித்தானே?

அதைத்தான் எல்லீஸ் அவர்களும் சொன்னார். நீங்கள் அடிமைகளாக இருந்தவர்கள் என்று. சரிதானே?” என்றார் ஸ்மித்.

“இப்படிச் சொல்வது உண்மையாகவே அபத்தம். கலெக்டர் எல்லீசு என்பவர், தன்னுடைய முழு உத்தியோகஸ்தர்கள் கொடுத்த தவறான தகவல்களால் இந்த துரதிருஷ்டமுள்ள வன்னியர்கள் ஒன்றுக்கும் உதவாதவர்கள் என்று மோசம் போனார்கள். அவருடைய பிராமண சிரேஷ்டராகிய போகண்ட சங்கர ராயரினால் இது நடந்தது. வன்னியர்களுக்கு இப்போது ரெட்டியார், பள்ளி, நாயகர், நாட்டார், கவுண்டர், கண்டர், படையாட்சி, பண்டாரத்தார், உடையார், நயினார் முதலிய நாம தானங்கள் உபயோகிக்கப்படுகிறதை கவனிக்க வேண்டியது. வன்னியர்கள் பூர்வீக காலத்தில் ஆளுகை கற்றாக்களாக இருந்தபோதிலும் பின்னிட்டு பயிரிடும் தொழிலில் பிரவேசித்திருந்தார்கள். அப்படிச் செய்து தங்களுடைய கல்வியை அசட்டை பண்ணினார்கள். இதனால் அவர்கள் மீதில் ஏற்கெனவே வேளாளருக்கும் இதரமான முதலியார் சாதியாக ஆகிய அகமுடையாருக்கும் பிராமணருக்கும் உண்டான பொறாமையினால் இந்த செங்கல்பட்டு ஜில்லாவை நவாபுகள் காலத்தில் ஜாகீராகக் கொடுத்திருந்த 30 வருஷ காலத்தில்தான், நானாவிதமான மோசத்துக்கு உட்படும்படியாக நேரிட்டார்கள். அவர்களை ஒடுக்குகிறவர்களோடு சேர்ந்து, கீழ் உத்தியோக உத்தியோகஸ்தர்களும் அவர்களை அதிக துன்பப்படுத்தினார்கள்.

எற்கெனவே நான் பலமுறை சொன்னதையே மீண்டும் சொல்ல வேண்டியிருக்கிறது. தவிர்க்க முடியாத வகையில்... ஒவ்வொரு முறையும் ஒரு புதிய அதிகாரி வந்து கேட்பதால் நானும் அழுத்தமாக சொல்லிக்கொண்டே இருக்கிறேன்.

வன்னியர்களுக்கும் வேளாளர்களுக்கும் இருக்கப்பட்ட குரோதம் வீம்பாகச் சொல்லப்பட்ட மத சம்பந்தத்தினால் உண்டானது அல்ல. வலங்கை, இடங்கை கட்சியினால் உண்டானது.”

ஸ்மித் தலையசைத்து ஆமோத்தபடி கேட்டுக்கொண்டிருந்தார்.

“வன்னியர்கள் தென்னிந்தியாவில் ஆளுகைக்காரர்களாக இருந்தார்கள். ராஜா மகேந்திரவர்மரும் ராஜா பிரதாபருத்திர வன்னியரும், சதுரகிரி கிருஷ்ணராயரும், நகரி சாலுவராயரும், காஞ்சிபுரம் தொலதான பல்லவராயரும், செங்கல்பட்டு காந்தவராயரும், திருவண்ணாமலை வல்லவராயரும், விட்டலராய சோழ வன்னியரும், உடையார்பாளையம் இவுரங்க

உடையாரும், அரியலூர் மழவராயரும், கச்சிராயன் பாளையம் கச்சிராயரும், சிவகிரி வரகுண ராம பாண்டியரும் ஆரணி சம்புவராயரும் இந்த பூமியை ஆங்கிலேயர் வருங்காலத்திலோ, அதற்கு முந்தைய காலத்திலோ ஆண்டுவந்தனர். இவர்களெல்லாம் வன்னிய அரசர்கள் என்பதில் யாருக்கேனும் மாற்றுக் கருத்து உண்டா?

சந்திரகிரி அரசரின் ஆளுகைக்கு உட்பட்ட இந்த சென்னை பட்டணம் ஆங்கிலேயர்களுக்கு 16 ஆயிரம் வராகன் தொகைக்கு குத்தகைக்கு கொடுக்கப்பட்டதை இங்கே இருக்கிற ரெக்கார்டுகளைப் பார்த்து நீங்களே தெரிந்துகொள்ளலாம். விவகாரம் இப்படி இருக்கும்போது எங்களை பார்ப்பனர்களின் அடிமைகள் என்று சொல்வது எப்படி? இந்தக் குழப்பங்கள் எல்லாம் எதிர்காலத்தில் நடந்த குழப்பங்களே... ஆற்காடு நவாபு வம்சத்தினருக்கு இஷாராவாக* 30 ஆண்டுகளுக்கு கொடுக்கப்பட்ட இந்தப் பகுதியில் பிராமணர்களாலும் வெள்ளாளர்களாலும் அரசாங்கத்து கணக்குப் பிள்ளைகளாலும் இந்த மோசடி நிகழ்த்தப்பட்டிருக்கிறது. இது நடந்தது 1760 முதற்கொண்டு 1790 காலம் வரை. எங்கள் வம்சாவளிக்குப் போர்புரிவதில் இருந்த நாட்டம் படிப்பதிலே இல்லாமல் போய்விட்டது. அதைப் பயன்படுத்திக்கொண்டுதான் எங்கள் மீது பொறாமைகொண்டவர்கள் இந்த 30 வருஷத்தைப் பயன்படுத்திக் கொண்டு எங்களைப் பின்னுக்குத் தள்ளி விட்டார்கள். ஆனாலும் இவ்வளவு கஷ்ட ஜீவனத்திலும் தங்கள் நிலங்களுக்கு இந்த மன்னவேடு பகுதி மக்கள் கிஸ்தி கட்டிவந்திருப்பதைப் பார்க்க முடிகிறது."

"செங்கல்பட்டில் மட்டும் இப்படி நடந்துவிட்டதா?"

"செங்கல்பட்டு ஜில்லா மட்டுமல்ல. அதைச் சுற்றியுள்ள வட ஆற்காடு, தென்னாற்காடு ஜில்லாவிலும் இதைவிட பெரிய அநியாயம் நடந்திருக்கிறது. நீங்கள் சொல்வதுபோல அங்கும் மன்னவேடு நிலங்கள் பறிபோயுள்ளன. அங்குள்ள கலெக்டர்கள் இது குறித்து விசாரிக்க ஆரம்பித்திருக்கிறார்கள்." ஆங்காங்கே உள்ள ரெவின்யூ போர்டாரை விசாரிக்கச் சொன்னால் உண்மை தெரிந்துவிடும்."

"இப்போதுள்ள எந்த சாதியார் மீதும் உங்களுக்கு வருத்தமோ, விரோதமோ இல்லை, அல்லவா?"

"ஐயா நான் மூடன் அல்ல. 100 வருஷத்துக்கு முன்பு சிலர் செய்த தவற்றுக்கு இன்று இருப்பவர்மீது விரோதம்

பாராட்டுவேனா? என்மீது பெட்டிஷன் போடுகிறவர்கள் இதை உணர்ந்துகொள்ள வேண்டும். இந்த விவரம் புரிந்துவிட்ட பிராமணர்களும் வெள்ளாளர்களும் ரெட்டியார்களும் எங்களுக்காகப் போராடினால் நான் போராட வேண்டிய அவசியமே இருக்காதே" என்றார் வேங்கடாசல நாயகர்.

"உங்கள் கருத்தை பதிலாக எழுதித் தாருங்கள். நானும் உங்களைப் பற்றி பிரத்யேகமாக எழுதி கவர்னருக்கு அனுப்பி வைக்கிறேன்."

கையெடுத்துக் கும்பிட்டார். "இனிமேலும் என்னால் ஓடி உழைக்க முடியுமா என்று தெரியவில்லை. இந்தப் பாவப்பட்ட ஜனங்களுக்கு நூறு வருஷத்துக்கு முன்பு நடந்த அதே தவற்றை செய்துவிடாதீர்கள்."

கலெக்டரின் அறைக்கு வெளியே வந்தார். அங்கே மனு எழுதுகிறவர்களுக்காகப்போட்டப்பட்ட பெஞ்சுகளில்மைக்கூடு இருக்கிற இடமாகத் தேடினார். தனியாக இருந்த ஒரு மேசையில் அமர்ந்து ஒரு வெள்ளைத் தாளில் தன் விளக்கத்தைத் தன் பட்டை அடிக்கும் பேனாவால் எழுத ஆரம்பித்தார்.

வேங்கடாசல நாயகரின் தோளில் ஒரு கை பாந்தமாக வந்து விழுந்தது. கலெக்டர் ஸ்மித் அவர்களின் கரம் என்பதை உணர்ந்து எழுந்து நிற்க முயற்சி செய்தார் நாயகர்.

"நீங்கள் அமர்ந்திருங்கள். உங்களை அழித்துவிட வேண்டும் எனத் தனிப்பட்ட முறையில் தாக்குதல் தொடுத்தவர்கள், இப்போது உங்களுக்குச் சாதகமாக நடந்துகொள்வதாக கலெக்டர் பார்மர் மீது பெட்டிசன் போட்டுவிட்டார்கள். அதனால்தான் கவர்னர் கன்னிமாரா விசாரிக்கச் சொன்னார்.

அவர்களின் கைகள் லண்டன் வரை சென்று காரியம் சாதிக்கத் தொடங்கிவிட்டன. நீங்கள் தனியொருவராகப் போராடிக் கொண்டிருக்கிறீர்கள். அவர்கள் மாபெரும் கூட்டமாக எதிர்க்கிறார்கள். எச்சரிக்கையாக இருங்கள். நாளை என்மீதும் புகார் சொல்வார்கள்."

ஸ்மித் சென்றுவிட்டார். வெளியே அடை மழை வெளுத்து வாங்கியது. அவர் கண்களிலும் மழையென நீர்வழிந்தது. வேங்கடாசல நாயகர் அனிச்சையாக தன் குடையை எடுத்து பக்கத்திலே பத்திரமாக வைத்தார்.

# "ஒருத்தன் வருவான்!"
## 41

வாழ்வின் மகா தரிசனங்கள் சொந்த அனுபவங்களிலிருந்தே தொடங்குகின்றன. புத்தன், இயேசு எனச் சில தத்துவவாதிகள் உலகத்திலே இருந்தனர். அவர்களுக்கு ஏற்பட்ட அனுபவப் பாடங்கள்தான் ஒரு கட்டத்தில் தத்துவமாக மாறியிருக்கின்றன. தத்துவம் என்று தனியாக எதுவும் மரத்திலே காய்த்துத் தொங்குவதில்லை. இந்தியாவிலேயே எடுத்துக்கொண்டால், புத்தர் காலத்திலிருந்து பிரம்ம ஞான சபை வரை இதுதான் வரலாறு. தத்துவங்களையும்கொண்டு போய், கரை சேர்க்கிற வேலையை அவருடைய சிஷ்ய கோடிகள் செய்யத்தான் வேண்டியிருக்கிறது. ராமகிருஷ்ண பரமஹம்சரின் ஆலோசனைகளைக் கேட்டுத்தான் கேசவ், பிரம்ம ஞான சபையைக் கொண்டு செல்வதாக ஒரு பேச்சு. வழி நடத்த நல்ல ஆள் கிடைத்துவிட்டால் தத்துவம், இயக்கம் தொடர்கிறது.

ராமகிருஷ்ணருக்கு விவேகானந்தர் என்று ஒரு சீடர் கிடைத்து பிரசங்கம் செய்வது இப்போது நடக்கிறது. தத்துவங்கள் சிஷ்யர்களால் கரை சேர்க்கப்படுவதை வேங்கடாசல நாயகர் மனதிலே நினைத்து பிறகு சிரிக்கவும் செய்தார்.

சுண்ணாம்புச் சூளையிலே அவ்வப்போது வந்து அமர்ந்திருப்பது வியாபார நிமித்தமாக இல்லை. அது ஒரு பழக்க தோஷம். அல்லது பழகியவர்களிடம் பேசுவதற்கான போக்கிடம். முன்பு போல வெகு நேரம் நாற்காலியிலே அமர்ந்திருக்க முடிவதில்லை. அதனால் செம்மரத்திலே செய்த பெஞ்சிலே ஓய்வாகப் படுத்திருப்பார்.

நாராயணன் கொஞ்ச வயசுக்காரன். வேங்கடாசல நாயகரால் உருவாக்கப்பட்ட எத்தனையோ சுண்ணாம்பு வியாபாரிகளில் அவனும் ஒருவன்.

“இப்பல்லாம் உங்களுக்கு வியாபாரத்துல அவ்வளவு ஈடுபாடு இருக்கிறதா தெரியல நாயகரே.”

வேங்கடாசல நாயகர் சிரித்தார். “எனக்கு எப்பவுமே வியாபாரத்தில் விருப்பம் இல்ல. ஆனா நான் ஒருத்தன் வியாபாரம் செய்யறதைப் பார்த்துதான் இவ்வளவு பேர் வந்தாங்க. ஒரு நூறு பேர் என்ன பாத்து இப்ப வியாபாரம் செய்றாங்க... நீ உட்பட. அதுதான் எனக்கு சந்தோசம். புள்ளையா குட்டியா? அதனாலதான் எல்லாருக்கும் தொழில் கத்துக் குடுக்கறார்னுகூட சில பேர் நினைக்கலாம். எனக்குக் குழந்தைங்க இருந்தாலும் இப்படித்தான் இருந்திருப்பேன். என்கூட இருக்குற நீங்க எல்லாரும்தான் என் புள்ளைங்க.”

“நாயகரே புள்ள குட்டி இல்லாதவன் எவ்ளோ பேர் இருக்கான்? ஆனா உங்கள மாதிரி மனசு இருக்கணும்.”

“ஏன்டா நம்ம செங்கல்வராய நாயகர் இருந்தாரே? சின்ன வயசுல போய் சேரந்துட்டார். மொத்த சொத்தையுமே எழுதி வைத்துவிட்டாரே, மக்களுக்கு. சொல்லப் போனா நாம யார் இந்த பூமிய இன்னொருத்தருக்கு எழுதி வைக்கிறதுக்கு? இந்த பூமி எத்தனையோ கோடி வருஷமா இருக்கு. லட்ச வருஷமா எத்தனை பேரைப் பார்த்து இருக்கும்? இந்த நிலத்தை யார் ஆள்றதுன்னு எத்தனையோ ராஜா போட்டி போட்டு சண்டைபோட்டு செத்திருக்கான். இதோ இப்ப ஆள்ற பிரிட்டிஷ்காரன் வரைக்கும். நினைச்சுப் பாத்திருப்பமா? சேர சோழ பாண்டிய பல்லவன் ஆண்டான் சரி. எங்கருந்தோ தெலுங்கு ராஜா, மராட்டிய ராஜாவெல்லாம் வந்து ஆண்டாங்க. இப்ப என்னடான்னா

கண்டம்விட்டு கண்டம் வந்த பிரிட்டிஷ், பிரெஞ்சுகாரங்கல்லாம் ஆள்றாங்க. நிலம் அங்கேயேதான் இருக்கு. இதுக்காகப் போட்டி போட்டவன்தான் எங்கே போனான்னு தெரியல."

நாராயணனுக்கு அவ்வளவு தூரம் புரிந்ததா எனத் தெரியவில்லை.

"சரி நாயகரே. நான் இப்போ ஒண்ணு கேக்குறேன். நீங்க இந்த மன்னவேடு நிலத்துக்காகப் போராடிட்டு இருக்கீங்க. நிலம்தான் இவ்வளவு பேரைப் பார்த்து இருக்குன்னு சொல்றீங்களே. நீங்க மட்டும் எதுக்கு சண்டை போட்டுட்டு நிக்கிறீங்க. இதுவரைக்கும் மூணு தடவ உங்கள மடக்கி கொல்றதுக்கு ஆள் வந்தாங்க. அப்பவும் நீங்க இதை விடுறதா இல்ல."

"நாராயணா உனக்கு ஒண்ணு சொல்றேன். மன்னன் மாறலாம். நிலம் இங்க விவசாயம் செய்றவனுக்குத்தான் பாத்தியதை. நம்ம கிட்ட வரி வாங்கறவன் மாறலாம். வரி கட்டறவன் யாரு? வெவசாயிதான். இத வெச்சுத்தான் நம்ம ஊரு... நம்ம உரிமை. நம்ம உணவு.. நம்ம பண்பாடுன்னு சொல்லிக்கிட்டு இருக்கோம். நிலத்தை யாரும் தலைமேல தூக்கிட்டுப் போறதில்ல. ஆனா கால வெச்சு நடக்கிறதுக்கு நிலம் வேணும். தலைமுறை தலைமுறையா நீ செவப்படுத்தி உழுது சாப்பிட்ட நிலம் உனக்கில்லன்னா எப்பிடி? நம்மகிட்ட இருந்த நிலத்தை ஒருத்தன் நம்ம கண் முன்னாடி அநியாயமா திருடிட்டுப் போறான். பசியும் பட்டினியுமா ஜனங்க சாகுது. நம்ம நிலத்தை அபகரிச்சவன்... நம்ம மண்ணுக்கு சம்பந்தமில்லாத ஒருத்தன் சுகமா சொகுசா வாழறான்... அது தப்பு இல்லையா? இதை யாரும் தட்டிக்கேட்க வேண்டாமா? பசியோடும் பஞ்சத்தோடும் சாகறதுதான் ஒரே வழியா? நிலம் எல்லாருக்கும் பொது... ஆனா நமக்கு மட்டும் இல்லைன்னா எப்பிடி?"

"தெரிஞ்சுக்கத்தான் விளக்கம் கேட்டன் ஐயா. உங்க எண்ணம் எல்லாருக்கும் தெரியும்."

"ஆசையா வளர்த்தபொண்ணு காணாப்போச்சு. காலமெல்லாம் எனக்காக வாழ்ந்த என் பொண்டாட்டி போய் சேர்ந்துட்டா. இன்னும் இந்த உடம்புல உயிர் ஒட்டி இருக்குதுன்னா அதுக்கு ஒரு காரணம் இருக்குதுன்னு நினைக்கிறேன். இந்த ஜனங்களுக்கு எதையாவது செஞ்சுட்டுப் போவணும். மூடநம்பிக்கையில எல்லா சொத்தையும் இழந்துட்டு தங்களுக்கு சேரவேண்டிய நிலத்தையும் இழந்து பைத்தியக்காரன் மாறி வாழ்ந்துட்டு இருக்காங்களே இவனுங்களை ஒரு அங்குலமாவது கரையேத்த

முடியுமான்னுதான் பார்க்கிறேன்.”

“மெதுவாத்தான் மாறும். முட்டாப் பசங்களா இருக்காங்களே நாயகரே… இல்லாட்டிப்போனா உங்களையே அடிக்க வருவானுங்களா?”

“எனக்குப் பின்னாடி எவனாவது வருவான். நான் சொன்னதுல உண்மை இருக்குன்னு நினைப்பான். அட அந்த நாள்லயே இப்பிடி ஒருத்தன் பேசி இருக்கான்னு சொல்லுவான். அப்படி ஒண்ணு நடந்துச்சுன்னா அதுதான் வெற்றி. ராமகிருஷ்ணருக்கு விவேகானந்தர் அமைஞ்ச மாதிரின்னு வச்சுக்கயேன்.”

“சாதி, சடங்குகளை இப்பிடி பகைச்சுக்கிட்டே போனா உங்களை ஒரு நாளைக்கு யாராவது அடிச்சே கொன்னுடுவானுங்க ஐயா.”

“இந்த வயசுக்கு அப்புறம் என்ன? இன்னும் தேடி வந்து கொல்லுவானா?”

“ஆபத்துன்னு தெரிஞ்சா அஞ்சு வயசு பையனா இருந்தாலும் கொல்லுவாங்க. 80 வயசு கிழவனா இருந்தாலும் கொல்லுவாங்க. நீங்க ஜாக்கிரதையா இருக்கணும்னு நினைக்கிறேன் நாயகரே.”

“நீங்கல்லாம் இருக்கும்போது எனக்கு என்னடா கவலை?”

“ரத்தினத்த தேடிக் கண்டுபிடிச்சு…” என நாராயணசாமி ஏதோ ஆரம்பித்தான்.

“அதான் என்னப் பாத்துக்க இன்னொரு பொண்ணு ஜெகதீசுவரி இருக்கில்ல?” என்றார்.

நாயகர் அமைதியாக இருந்தார். இந்த வயதில் சில கேள்விகளை அவர் அறவே தவிர்த்தார். சணல் கோணியை தலைக்கு வைத்துக்கொண்டு அப்படியே கண்ணை மூடிப் படுத்தார்.

# கர்த்தரே

—42—

காடு, கழனி எல்லாம் சுற்றியலைந்து பல்லாயிரம் தஸ்தாவேஜுகளைப் புரட்டி தான் கண்டுபிடித்துக் கொடுத்த ரெக்கார்டுகளுக்கு ஒரு புண்ணியமும் இல்லாமல் போய்விடுமோ என்ற அச்சமும் சந்தேகமும் வேங்கடாசல நாயகருக்கு ஏற்பட்டுவிட்டது. கடந்த 30 ஆண்டுகளாக அவர் எடுக்காத முயற்சி இல்லை. அது அவரை மனதால் வாட்டியது. மனைவி இறந்துபோனது, மகள் என்னவானாள் என்றே தெரியாமல் போனது, கொள்ளி போட ஒருத்தன் இருக்கிறான் என நினைத்த ஜெகதீசுவரியின் மகனும் காலராவிலே செத்துப்போனது என அவருக்கு சுயமான வருத்தங்கள் பல இருந்தபோதும் இந்த ஜில்லாவில் இருக்கிற ஐயாயிரத்துக்கும் மேற்பட்ட கிராமங்களில் வசிக்கும் மக்களின் வாழ்க்கை கேள்விக்குறியாகி நிற்பதை நினைத்தே பெரிதும் வருந்தினார்.

ஜெகதீசுவரி நீராகாரத்தைக்கொண்டு வந்து வைத்தாள். அவளுக்குத் தெரிந்த ஒரே பலகாரம் அதுதான். மீன் குழம்பு செய்தால் அதையே மூன்று நாட்களுக்கு சூடு பண்ணிப் பரிமாறுவாள். சூடாக சாப்பிட மனம் ஏங்கியது. இந்தப் பெண்ணிடம் குறைபட்டு ஆவது ஒன்றுமில்லை. அவள் எப்போதாவது ஆசையாகக் கேட்பது ரத்தினம் வந்துவிடுமா என்பது மட்டும்தான். வந்த புதிதில் அடிக்கடி கேட்பாள். இப்போதெல்லாம் அதுவும் குறைந்துவிட்டது.

நாகப்பன் என்பவன் வண்டி ஓட்டுவதற்குப் புதிதாகச் சேர்ந்திருந்தான்.

பழைய ஞாபகத்தில் மாணிக்கம் என்றே அழைத்தார். "தப்பா நினைச்சுக்காதப்பா... அவன் ரொம்ப நாளா கூட இருந்தவன்."

"பரவால்லங்க ஐயா" என்றான் நாகப்பன்.

இன்று கலெக்டர் ஆபீஸில் கூட்டம். கூட்டத்தில் பேச எடுத்து வைத்திருந்த குறிப்புகளை ஒரு பை நிறைய எடுத்துக்கொண்டார். வண்டியில் ஏறி உட்கார்ந்தார். இந்த மிராசி ஆராய்ச்சியில் மூன்று வண்டிக்காரன் மாறிவிட்டான். மூன்று வண்டி மாடு மாறிவிட்டது. வண்டியும்கூட இரண்டு தரம் மாறிவிட்டது. தானும் மாறவேண்டிய கட்டத்தை நினைத்துப் பார்த்தார். பாயக்காரிகள் பிரச்னை ஒவ்வொரு கட்டமாக நகர்ந்து மிராசுதாரர்கள் ஒவ்வொரு படியாக இறங்கி வந்தார்கள். நூற்றிலே ஒரு பகுதியை, பத்திலே ஒரு பகுதியை, காடு கரம்பை விட்டுக்கொடுக்க முன் வந்தார்கள். அதற்கே நடையாக நடக்கவேண்டியிருந்தது.

இதெல்லாம் நல்லபடியாக நடந்துவிடுமா என்று பல பேர் வேங்கடாசல நாயகருக்குத் துணை நிற்க தயங்கினார்கள். சிலரோ வரும்போது பார்த்துக்கொள்ளலாம் என்ற எண்ணத்திலே இருந்தனர். சிலரோ அவர்களின் சொந்த வேலைகளுக்கு நடுவே அவ்வப்போது வந்துவிசாரித்துவிட்டு சென்றனர்.

கலெக்டர் ஆபீஸில் வாதிகள், பிரதிவாதிகள் குழுமியிருந்தனர். தன்னைத் தனிப்பட்ட முறையில் தாக்க முயற்சி செய்தவர்களும் அதிலே இருப்பதைப் பார்த்தார். வேங்கடாசலத்தை நேருக்கு நேர் பார்க்க முடியாமல் தலையைக் குனிந்துகொள்பவர்களாக அவர்கள் இருந்தனர்.

வேங்கடாசல நாயகர் பேச்சை ஆரம்பித்தார்.

"இந்த மிராசு என்கிற வார்த்தையை நாம் கொஞ்சம் ஆழமாகப் புரிந்துகொள்ள வேண்டும். 1774-வது வருஷத்தில் நவாபுகளின்

ஆட்சிக்காலத்திலேயே இந்த வார்த்தை நுழைக்கப்பட்டது. அதற்கு முன்பு இந்த வார்த்தை தமிழில் கிடையாது. ஒரு 30 ஆண்டு ஹைதர் காலத்து கலாபனையில் இது நிகழ்ந்துவிட்டது. பிறகு அதற்கு முன்னே இருந்த நம் தேசத்து ராஜாக்களிடம் வந்தபோது மீண்டும் அந்த மிராசு என்ற வார்த்தை காணாமல் போனது. அதன் பிறகு வந்த பிரிட்டிஷ் ஆட்சியாளர்கள் 1800-களில் கலெக்டர்களை வைத்து ஆராயும்போது மீண்டும் 'மிராசு' என்ற வார்த்தையைத் தேடிப்பிடித்து பொருட்படுத்துகிறார்கள். இங்குதான் சிக்கல் ஆரம்பிக்கிறது.

'மிராசு' என்ற வார்த்தை நவாபுகளின் காலத்தில் நிலத்துக்குச் சொந்தக்காரன் என்ற அர்த்தத்திலேயே வைக்கப்பட்டது. அதில் நிலத்தை ஏமாற்றி பிடுங்கியவன், நிலத்துக்குக் காலம் காலமாக பாத்தியதை உள்ளவன் எல்லோரும் அடங்குகிறார்கள். இதை சரியாகப் புரிந்துகொள்ள முடியாமல் பிரிட்டிஷ் கலெக்டர்களும் ஆளாளுக்கு ஒவ்வொரு முடிவை எழுதுகிறார்கள். இடையில் நிலத்துக்குச் சொந்தக்காரனாகப் பாத்தியதைப்பட்ட ஒருவன், காலம் காலமாக இந்த நிலத்துக்குத் தொடர்புடையவன் இன்னொருவன். இரண்டு பேருக்கும் ஒரே மாதிரியான சட்டங்களைப் போடுகிறார் எல்லீசு துரை அவர்கள்.

ஜகன்னாதா தெர்க்கபஞ்சானனா என்பவர், இந்தியாவுக்கான சட்டவிதிமுறைகளைத் தொகுத்துக் கொடுத்தவர் என்பது உங்களுக்குத் தெரியும். அதில், சொத்தின் சுபாவத்தைக் குறித்தும் இறந்துபோன சுவாதீனக்காரனுடைய பந்துக்களுக்கு அதை சுதந்திரமாக வைக்கும்படியாகவும் சொல்லியிருக்கிறார். 'ஒரு அரசாங்கம் மாற்றப்பட்டால் அரசனுக்கு வரி வாங்கும்படியான பாத்தியம் உண்டு. ஆனால் நிலத்தின் வரும்படி அனுபவிக்கும் படியான பாத்தியம் யார் வசத்தில் இருக்கின்றதோ அவனுக்குப் பூர்த்தியாய் செல்லும். குடியானவன் நிலத்தை விற்பனை செய்யும்போது அதை வாங்குகிறவன் பயிர் செய்யும் பாத்தியத்தை அடைகிறான். ஆனால், வரி அனுபவிக்கும்படியான உரிமை அரசனைவிட்டு நீங்காது' எனவும் சொல்லியிருக்கிறார்.

இதுதான் பன்னெடுங்காலமாக நமது நாட்டிலேயே இருக்கிற நில மரபு உரிமை முறை. எல்லா நிலங்களும் சர்க்காருக்குச் சொந்தமானது. அதற்கு கிஸ்தி கட்டி பயிர் செய்கிற உரிமை குடியானவனுக்கு உண்டு. கிஸ்தி கட்டுகிற குடியானவனுக்கு ஏரி நீர் பாத்தியதை உண்டு. அவன் அதற்கும் சேர்த்துத்தான் கிஸ்தியைக் கட்டுகிறான். ஆனால், இடையிலே ஏற்பட்ட குழப்பத்தினால் எல்லா நிலங்களுக்கும் மிராசுதாரர்களுக்குச்

சொந்தமானதாக மாறிப் போனதோடு அவர்களிடம் குத்தகை செய்கிறவனாக நிலத்தின் உரிமையாளனே மாறிவிட்ட நிலைமை ஏற்படுகிறது.

குடியானவன் கிஸ்தி கட்டுவதோடு நிலத்துக்கு குத்தகை தர வேண்டியவனாகவும் மாறுகிறான். இங்குதான் பிரச்னை ஆரம்பிக்கிறது. ஒரு காணியில் 16 மூட்டை நெல் விளைகிறது என்றால், அதில் ஒன்பது மூட்டையை நிலத்தின் வாரமாக கொடுப்பதோடு வரியையும் செலுத்த வேண்டியவன் ஆகிறான். இதில் பாய்க்காரி உயிரைக் கொடுத்து பயிர்செய்து மொத்தத்தையும் ஜமீன்தார் அவர்களிடம் ஒப்படைக்கிற நிலைமை ஏற்படுகிறது. இதை எல்லீஸ் துரையோ, மன்றோ துரையோ புரிந்துகொண்டாலும் இதற்குத் தீர்வு சொல்ல முடியவில்லை. அவர்கள் இடையே ஏற்பட்ட குழப்பத்தினால் ஜமீன்தார்களே மொத்த நிலத்திற்கும் உரிமையாளர்கள் என்றும் இதர 90 பங்கு மக்கள் அதிலே குடியானவர்களாக வேலை செய்து பிழைப்பவர்களாகவும் பாவித்துவிட்டனர். அதனால்தான் வன்னிய ஜனங்கள் அத்தனை பேரும் பிராமணர்களின் அடிமைகள் என்று எழுதும் நிலை ஏற்பட்டுவிட்டது.

தஞ்சாவூரில் கலெக்டராக இருந்த வால்சு என்பவர், திருநெல்வேலி கலெக்டர் லசிங்டன் என்பவர், திண்டுக்கல்லில் கலெக்டராக இருந்த ஆட்ஸன் என்பவர் எழுதியிருக்கிற நில வரிக்கான விளக்கங்களை படித்தால் இது புரியும். இவர்கள் யாவருமே மன்றோ அவர்கள் கவர்னராக இருந்த காலங்களில் கலெக்டர்களாக இருந்தவர்கள். எல்லா ஊரிலும் எல்லா ஜில்லாக்களிலும் நிலத்தை சாகுபடி செய்கிறார்கள். அவர்கள் அனுபவிக்கிற மேற்படி நிலங்களுக்கு ஒரு சாஸ்தவமான வரியை செலுத்தவேண்டியது. இரண்டாவது, அந்த வரியை அவர் செலுத்திக்கொண்டு வருகிற பரியந்திரம் அந்த நிலம் அவர்களுக்கு சாஸ்வத பாத்தியம் உண்டு என்கிறார் அவர்.

ஒவ்வொரு பகுதியிலும் அவர்களுக்குக் கிடைக்கிற தகவல்படி எங்கள் தலை எழுத்தை அழித்துவிட்டார்கள் என்றுதான் இதை உடைத்துச் சொல்லவேண்டியிருக்கிறது.

எனக்கு உண்டாகிற சந்தேகங்கள் என்னவென்றால் 'மிராசி' என்கிற வார்த்தைக்கு என்ன வியாக்கியானம் செய்திருக்கிறார்கள். தங்களுடைய நிலங்களை என்ன ஏற்பாட்டால் அவர்கள் உடைத்தாயிருந்தார்கள்? மிராசு நிலங்கள் கிராம ஊழியங்களை செய்கிறதுக்கு கொடுக்கப்பட்ட மானியங்கள் அல்லவா? சாகுபடி

செய்யாமலும் சர்க்கார் கிஸ்தியைச் செலுத்தாமலும் போனால் அவருடைய நிலங்களை இழந்துபோவதற்கு அவர்கள் ஏது உள்ளவர்கள் அல்லவா? சாகுபடி செய்யாத நிலங்களை சர்க்கார் தங்களுக்கு இஷ்டமானவருக்குக் கொடுத்துவிட அதிகாரத்தை உடைத்தவர்கள் அல்லவா? தங்களுடைய கைப்பற்று நிலங்களை ரயத்துகள் கவுளின் பேரில் சாகுபடி செய்யும்போது அவர்களை அப்புறப்படுத்தக் கூடுமா?

இந்தச் சங்கதியைக் குறித்து உண்டாயிருக்கிற பலவிதமான காரியங்களையும் சுப்ரீம் கவர்மென்டுக்கும் இந்திய செகரட்டரி ஆஃப் ஸ்டேட்டுக்கும் படிப்படியாகவும் தொடர்ச்சியாகவும் எழுதப்பட்டிருக்கிறது. ஆனால் இந்தப் பெயர் தரத்தினால் உண்டான பிரயோஜனம் என்ன?

மிராசு பாத்தியம் எப்படி உண்டாயிற்று என்றும் எந்த காலத்தில் ஏற்பட்டது என்றும் தங்களுக்கே தெரியாது என்று அவர்கள் சொல்கிறார்கள். தங்கள் வசத்தில் இருக்கப்பட்ட எல்லா நிலங்களுக்கும் தரம் தீர்வைக் கட்ட வேண்டியது. இல்லாவிட்டால் அவர்களை விட்டுவிட வேண்டியது என்று கவர்மென்ட், 1859-ம் வருடம் ஜூன் மாதம் 18-ம் தேதி பிறப்பித்த கட்டளை மிகவும் கண்டிப்பாக இருக்கிறது என்று மிராசுதார்கள் முறையிடுகிறார்கள்.

பல்லாயிரம் காணியை வளைத்து வைத்திருக்கிற இவர்கள், சரியாகப் பயிர் செய்யாமலும் அதற்கு கிஸ்திகட்டாமலும் கிஸ்தி காட்டாத நிலங்களைத் திருப்பிக் கேட்டால் அதை அரசாங்கம் கையகப்படுத்தவிடாமலும் தடுக்கிறார்கள். மிகக் குறைவாகப் பயிரிட்டு, சரியாக வருமானம் இல்லை என்றும் கணக்கு காட்டுகிறார்கள். இதையெல்லாம் அரசாங்கம் கூர்ந்து கவனிக்க வேண்டியது அவசியம். பாயக்காரிகளுக்கு நிலங்களை வழங்காமல் இருப்பது அல்லது நீர்ப் பாசனம் இல்லாத நிலங்களைக் கொடுத்து பயிரிடச் சொல்வது அதைக் கணக்கு காட்டி விளைச்சல் இல்லை என்று வாரம் தர மறுப்பது ஆகிய தவறான காரியங்களை மிராசுதாரர்கள் செய்து வருகிறார்கள்.

என்னுடைய அறுபதாவது வயதில் தொடங்கி, இப்போது நடக்கிற 90-வது வயது வரைக்கும் நான் போராடிப் பார்த்துவிட்டேன். இனியும் இதற்குப் பொருள் கிடைக்குமா என்று தெரியவில்லை. அரசாங்கத்தினர் இதைப் புரிந்துகொள்ளவும் இல்லை. இதற்காக தமிழ்நாட்டில் உள்ள அத்தனை தஸ்தாவேஜுகளையும் தேடி, ஒவ்வொரு நிலத்தையும் கிராமங்களின் வரலாற்றையும்

சொல்லிவிட்டேன். கணக்குப்பிள்ளைகளை விசாரித்து, வரிவிதிப்பில் நடந்த அத்தனை உண்மைகளையும் திரட்டி தந்துவிட்டேன். இந்த வயதுக்கு பின்னாலும் என்னால் போராட முடியும் என்று தெரியவில்லை.

மதிப்புக்குரிய கலெக்டர் அவர்கள் இதை ராணியாரிடம் தெரிவித்து, உரிய நடவடிக்கை எடுக்க வேண்டும் என்பதே என்னுடைய அவா.

கடந்த 100 வருடங்களில் எங்கள் மக்கள் கஞ்சிக்கு இல்லாமல் வாடிவருகிறார்கள். ஒருகாலத்தில் அரசருக்கு நிகராக வாழ்ந்தவர்கள். பெரிய போர்களை வழிநடத்திச் சென்றவர்கள். இப்போது சாப்பாட்டுக்கு வழியில்லாமல் வாழ்வது சரியா? இதை அருள்கூர்ந்து கவனத்தில்கொள்ள வேண்டும். இப்படி பாதிக்கப்பட்டு வாடிக்கொண்டிருப்பவர்கள் 10 பேர், 100 பேர் அல்ல. செங்கல்பட்டு ஜில்லாவில் முக்கால்வாசிப் பேர். இத்தனை ஆயிரம் பேர் பசியால் வாடுவது முறையா? காலம்தோறும் இப்படித்தான் இருந்திருக்கும் என்று நீங்கள் நம்புகிறீர்களா? அவர்கள் மிக சிறப்பாக வாழ்ந்ததற்கான பல ஆதாரங்களையும் உங்களிடம் காட்டிவிட்டேன். ஆகையினால், நான் சொல்வது என்னவென்றால் மக்களின் விகிதாசாரப்படி ஏற்கெனவே இருந்த நில உரிமை முறை இங்கே மீண்டும் வர வேண்டும்.

பிள்ளைமார்களுக்கு என்ன சேர வேண்டுமோ அது, பிராமணர்களுக்கு என்ன சேர வேண்டுமோ அது, பறையர்களுக்கு என்ன சேர வேண்டுமோ அது... கிடைப்பதற்கு வழிசெய்ய வேண்டும்.

கலெக்டர் எல்லீசு துரை, இந்துக்களின் மேன்மை யானவர்களோடு சினேகிதம் செய்தபடியால்தான் எப்போதும் சூழப்பட்டிருந்த பிராமணருடைய தப்பு எண்ணங்களை அங்கீகரித்திருக்கிறார். ஆகையால், இதில் அவருடைய அபிப்பிராயத்தை எள்ளளவும் ஒப்புக்கொள்ளக் கூடாது.

தங்களுடைய நிலங்களை வேண்டுமென்றே சாகுபடி செய்யாதிருந்த மிராசுதாரர்களுக்கு அநியாயமாய் உரிமை கொடுக்கிறார் என்கிற சங்கதியைக் குறித்து மறுபடியும் ரெவின்யூ போர்டாருக்கு மற்றொரு பெட்டிசன் எழுதினதற்கு பாயக்காரி ஏஜென்ட்டாகிய எனக்கு இதன் அடியில் கண்ட இன்ஸால்மென்ட் கிடைத்தது.

'1863-ம் வருஷம் நவம்பர் மாதம் விண்ணப்பக்காரனுக்கு தெரியப்படுத்துகிறது என்னவென்றால், சர்கார் உத்தரவுக்கு

விரோதமாக கரம்பு நிலங்களுக்கு யாராவது உரிமை கொடுத்திருந்தால் அது சங்கதியை கலெக்டருக்குத் தெரியப்படுத்த வேண்டியது. கரம்பு நிலங்களைக் குறித்து கொடுத்த சர்க்காஸ் சங்கதியும் கலெக்டர் இடத்தில் போகவேண்டியது. இந்தச் சங்கதியைக் குறித்து விண்ணப்பக்காரர் கொண்டுவரப்பட்ட மொத்த பிராதுகளில் போர்டார் பிரவேசிக்க மாட்டார்கள். நஷ்டம் அடைந்தவன் முறையிட்டு கொள்ளவேண்டியது.

நிலத்தை குத்தகைக்குக் கொடுக்கிறவனும் அவனோடு உறவாக இருக்கிற கணக்கனும் தங்களுக்குள் இதரமான கிராம உத்தியோகஸ்தர்களும் பயக்காரர்களிடத்திலிருந்து தந்திரமாக தானியத்தை வாங்குவதும் அல்லாமல், கிராமத்தினுடைய வீடுகளில், கல்யாணம் முதலான சடங்குகள் உண்டானால், அதற்கு உண்டான வெகுமானங்களை பாயக்காரர்களிடத்தில் வாங்குகிறார்கள். மேலும் குடிகளை ஏறி வராமல் செய்யும்படியாகவும் இன்னும் தங்களுக்கு வேண்டி வேலைகளை செய்யும்படியாகவும் அவர்களை வருத்துகிறார்கள்."

இந்தக் கடிதம் என்னிடம் முறையாக ஒப்படைக்கப்பட்டு பத்தாண்டுகளுக்கு மேல் ஆகிவிட்டது. ஆனாலும் இந்த ஆணையின்மீது என்ன நடவடிக்கை நடந்திருக்கிறது என்பது தெரியவில்லை. ஒரு ஆணை, காகிதமாக இருப்பதால் என்ன புண்ணியம் இருக்க முடியும்? நீங்களே சொல்லுங்கள்."

அழகிய ஆங்கிலத்தில் கோவையாகச் சொல்லிக்கொண்டு வந்தவர், கலெக்டரை நோக்கி கண் கலங்கி நாத் தழுதழுக்க கேட்டார் வேங்கடாசல நாயகர்.

"கலெக்டர் ஸ்மித், வேங்கடாசல நாயகரின் அருகில் வந்து பாந்தமாக அவரை அணைத்துக்கொண்டார்.

"நீங்கள் ஏறத்தாழ உங்கள் வாழ்நாள் முழுவதும் எங்களிடம் முறையிட்டு விளக்கம் தந்துவிட்டீர்கள். இதற்குத் தீர்வு ஏற்படாமல் இருப்பதற்குக் காரணம், உங்கள் தரப்பில் இல்லை. நிச்சயமாக அது எங்கள் தவறுதான்."

"என் வாழ்நாள் முழுவதையும் செலவிட்டு இதைப் புரியவைத்துவிட்டேன். இனிமேல் இதற்குத் தீர்வு கிடைப்பது உங்கள் கையில்தான் இருக்கிறது. அல்லது கர்த்தர் கையில் இருக்கிறது. நிச்சயமாக என் கையில் இல்லை." சமயோசிதமாக பதில் சொன்னார் வேங்கடாசலம்.

"நிச்சயமாக." ஸ்மித் சிரித்தார்.

## நிலம் என்னும் நல்லாள்
### 43

இந்து மத ஆசார ஆபாச தர்ஷினி நூல் விளம்பரம் தத்துவ விவேஷினியில் வெளிவந்தது. தமிழ்மக்களுக்குத் தான் ஆற்ற வேண்டிய மகத்தான கடமையை செய்து முடித்து விட்டதாக அவர் நினைத்தார்.

தத்துவ விவேசினியில் நூலின் ஆதார உண்மைகளைக் குறிப்பிட்டு விளம்பரம் செய்தார். அவர்களே நூலின் அருமை பெருமைகளை எழுதினார்கள். இத்தனை விளம்பரங்கள் கொடுத்தும் பயன் ஒன்றும் இல்லை. வீட்டிலே கட்டுக் காட்டாக நூல்கள் அப்படியே கிடந்தன. பத்து ஆண்டுகளுக்கும் மேலான பின்னும் பாதி புத்தகம் தேங்கிவிட்டது.

. பாயக்காரி விவாதம் நூலுக்கோ நிலத்தை இழந்துவிடுவோம் என்ற அச்சத்தில் சிலருக்குக் கோபம் ஏற்பட்டது. இந்துமத

ஆசார ஆபாச தரிசினி நூலை எழுதியதும் ஒட்டு மொத்தமாக, தமிழ் படிக்கத் தெரிந்த அனைவரையும் பகைத்துக்கொண்டதாகி விட்டது.

சடங்குகளுக்காக தண்டமாகச் செலவுசெய்து அழிந்து போகாதீர்கள் என்றால் இந்தியாவில் இருக்கிற 20 கோடி பேரும் அடிக்கவருகிறார்கள்.

98 வயதிலும் கொள்கையில், தேடலில் அவர் சிரத்தையாக இருந்தார். காலமெல்லாம் அவர் ஒரு நியாயத்தைத் தேடிக்கொண்டே இருந்தார். அதுவே அவருடைய வாழ்நாள் லட்சியமாகவும் மாறியது. அதற்காகவே அலைந்தார். செங்கல்பட்டு ஜில்லாவையே சுற்றியலைந்தார். வாதித்தார். கடிதங்கள் எழுதினார். கட்டுரைகள் எழுதினார். பிரிட்டிஷ் அதிகாரிகள் தன் வாழ்நாளுக்குள் அவர்கள் செய்த பிழையை உணர்வார்கள் என நம்பினார். இதோ இப்போது பார்வை மங்கிவிட்டது. பத்தடி தூரத்தில் இருப்பவனும் மப்பாகத் தெரிக்கிறான். நடப்பது தடுமாற்றமாக இருக்கிறது. சீதா இறந்த பிறகு துயரம் மறக்கும் மட்டும் ஓடிக்கொண்டே இருந்ததில், இருபது ஆண்டுகள் ஓடியதே தெரியவில்லை. இப்படி ஓய்ந்து உட்கார்ந்த நேரத்தில் பலதையும் அசைபோட்டுக்கொண்டிருந்தார்.

தத்துவ விவேசினி * முனுசாமி நாயகர், சூளை சோமசுந்தர நாயகர் இருவரும் இரண்டு துருவங்கள் என்றாலும் ஒன்றாகச் சேர்ந்து வந்திருந்தார்கள். முனுசாமி சாமியில்லை, பூதமில்லை என்கிற பராட்லா கட்சி. சோமசுந்தரம் நெற்றி முழுக்க திருநீற்றுப் பட்டை அணிந்த சித்தாந்தி. அவர்கள் உள்ளே வந்து உட்கார்ந்த நேரத்தில் வெகு நாட்களுக்குப் பிறகு ஒரு கடிதம் வந்தது. ஜெகதீசுவரி கொண்டு வந்து கடிதத்தைக் கொடுத்தாள். முனுசாமியிடம் பேசிக்கொண்டிருந்த ஆர்வத்தில் கடிதத்தைப் பிறகு படித்துக்கொள்ளலாம் என்று அப்படியே வைத்துவிட்டார். கடிதம் எழுதியவரின் பெயரை மட்டும் பார்த்தார். அது இதுவரை அவர் கேள்விப்படாத பெயராக இருந்தது.

"இந்தக் காலத்து பசங்கள நல்லா படிக்க வெக்கணும். செங்கல்வராய நாயகர் பண்ண மாதிரி இன்னும் நிறைய பள்ளிக் கூடங்கள் உருவாகணும், கல்லூரிகள் உருவாகணும். இதுதான் இப்போ என்னோட ஆசையெல்லாம்."

"அதைச் சொல்லத்தான் நாங்களும் வந்தோம்" என்றார் முனுசாமி.

"அக்னிகுல மித்திரன் பத்திரிகையிலே உங்களுடைய

வேண்டுகோளைப் பார்த்துட்டு இரண்டு பேர் பள்ளிக்கூடம் ஆரம்பிச்சுட்டாங்க. உங்கள மாதிரி நல்ல வாத்தியார் கிடைக்கணும்... அதுதான் இப்ப எங்களுடைய யோசனையெல்லாம்.”

அவருடைய மேசை மீது ‘ஹிஸ்டரி ஆஃப் நேச்சர்’ புத்தகமிருந்தது. பேசியபடி அந்த நூலை எடுத்துப் பார்த்தார் முனுசாமி நாயகர்.

“இப்பதான் வந்தது.”

“எங்கண்ணா புடிச்ச?” என்று ஆர்வமாகக் கேட்டார் முனுசாமி.

“மவுண்ட் ரோட்ல ஹிக்கின்பாதம்ஸ் இருக்குல்ல. தெரியுமா, தெரியாதா?”

“தெரியும்ணா. படிக்கறதுதானே நம்ம பொழைப்பே?”

“அதான்... புதுசா கடை ஆரம்பிச்சிருக்கான். லண்டன்ல இருந்து இப்பதான் வந்த புத்தகம், அடுத்த ஆறு மாசத்துல இங்க வந்திருக்கு. படிக்கத்தான் சிரமமா இருக்குது. பார்வை மோசமாயிடுச்சு.”

“ஜார்ஜ் டவுன்ல ஒரு ஆஸ்பித்திரி கட்டினானே.. *முன்னாடிலாம் வெள்ளைக்காரனுக்கு மட்டும்தான் அனுமதி. இப்ப நம்மாளுக்கும் தொறந்து உட்டுட்டான். நல்லா கவனிக்கறானுங்க..”

“இங்கிலீஷ் எழுத்து ‘ஹெச்’ மாதிரி இருக்குமே அதுவா?”

“ஆமாண்ணே. அது எதிர்லதான் வடக்க போற ரயில் ஸ்டேஷன்.”

“அட அது தெரியும்.. டெல்லி, கல்கத்தா எல்லாத்துக்கும் ரயில் போவுதே? எங்க போறது.. உடம்பு ஒத்துழைக்கணும்ல? இதோ இங்க நுங்கம்பாக்கம் பக்கத்துல லைப்ரரி கட்டியிருக்கான்.. மியூசியம் கட்டியிருக்கான் எல்லாம் கேள்விதான். போவ முடியல.”

“தென்னம்பேட்டைன்னு சொல்வாங்களே... திருமலை நாயகரோட தென்னந்தோப்பு... அதுக்குப் பக்கத்துல ஒரு பெரிய ஏரி இருந்ததே, அதை இப்ப போயஸ் கார்டன்னு மாத்திட்டாங்க.. சர்ச் கட்டி வுட்டுட்டான். வெள்ளைக்காரனுக்கு அது போதுமே... பெரும்பட்சா போய் குடியேறி இருக்கானுங்க.”

“கோயில் இல்லா ஊரில் குடியிருக்க வேணாம்னு எல்லா மதத்துக்காரனுமே நினைக்கிறானுங்க. சோமசுந்தரம் இப்ப என்ன பண்றாரு?”

“அவர் ஒரு பாதைல ஆதிசங்கருக்கு எதிரா குரல் கொடுக்கிறார். நல்ல தமிழ் அபிமானி. சைவ சித்தாந்தி. சித்தாந்தத்தில் சூளை சோமசுந்தர நாயகரை அடிச்சுக்க ஆள் இல்லை.” முனுசாமி பெருமையாகச் சொன்னார்.

அத்திப்பாக்கம் வேங்கடாசல நாயகர் வரலாற்றின் பேராற்றில் எல்லாமே கடுகென அடித்துச் செல்வதைப் பார்த்தார். சாதி சமய நெறிகளில் இன்னும் எத்தனை புதிய புதிய மாற்றங்கள் உருவாகும் என்று அவருக்கு ஆர்வமாகவும் அச்சமாகவுமிருந்தது.

இந்துமத ஆசார ஆபாச தர்ஷினி என்ற நூலை எழுதிய நாள் முதல் வேங்கடாசல நாயகர் பட்ட துன்பம் கொஞ்ச நஞ்சமல்ல. தமிழ்நாட்டிலே எத்தனை சாதிகள் உண்டோ அத்தனையும் சேர்ந்து அவரை வறுத்து எடுத்தார்கள். பாயக்காரிகள் நூல் எழுதியதற்கு பிள்ளைமார், கம்மவார், பிராமணர் விரோதத்தை சம்பாதித்தார். இந்த நூலுக்கோ ஒருத்தர் பாக்கி இல்லாமல் பிராமணன் முதல் பறையன் வரை ஆவேசம்கொண்டு அடிக்க வருவதை அவர் அறிந்தார்.

வீட்டைவிட்டு வெளியே எங்கும் செல்ல வேண்டாம் என நண்பர்கள் அறிவுரை சொன்னார்கள். இந்த நூலை அச்சடித்து தருவதற்கு ஆளில்லாமல்போனது தனி கதை. இவருக்கு அச்சிடுவதற்கு சற்றே ஒத்தாசையாக இருந்த சபாபதி முதலியாரும் எனக்கு எந்த வம்பும் வேண்டாம் என்று ஒதுங்கிக்கொண்டார். ‘சாமியை, சடங்கை, காலம் காலமாக நிலைத்துவரும் நம்பிக்கைகளைப் பழித்துவிட்டு என்ன செய்வதாக உத்தேசம்’ என்று அவர் கேட்டார். ‘இவை எல்லாவற்றையும் அழித்துவிட்டு புதிதாக ஒன்றை செய்ய வேண்டும் என்பதுதான் என் விருப்பம்’ என்று நொடியில் பதில் சொன்னார் வேங்கடாசல நாயகர்.

பத்திரிகை பெரிய அளவில் போய் சேராத வருத்தத்தில் தத்துவ விவேசினியை கூடிய சீக்கிரத்தில் ஏறகட்டிவிட்டனர். இத்தனைக்கும் ஆங்கிலத்தில் ‘தி திங்க்கர்’ என்று அடித்ததில் ஓரளவு விற்பனையானது என்றுதான் சொல்ல வேண்டும். 200, 300 பேரைத் தேடிப்பிடித்து வாங்க வைப்பதற்கே உன்னைப் பிடி என்னை பிடி என்று ஆகிவிட்டது. இன்னும் 100 வருஷங்கள் கழித்துச் செய்ய வேண்டியதை முன்கூட்டியே செய்துவிட்டதாக தத்துவ விவேசினி ஆசிரியர்கள் வருத்தப்பட்டார்கள். அச்சுக்கூலி, தபால் செலவு, ஆட்களுக்கு சம்பளம் என்று பெரிய பெரிய பற்றாக்குறைகள் நீண்டுகொண்டே போயின. தத்துவ விவேசினி இந்த இதழோடு நிற்கிறது என்றபோது முனுசாமி முதன் முதலாக அவர் வாழ்க்கையில் கண்கலங்குவதைப் பார்த்தார்.

வேங்கடாசலம் "ஏண்டா தம்பி கலங்குற? இதெல்லாம் சகஜம்" என்று ஆறுதல் சொல்லிவிட்டு வந்தார். முனுசாமிக்கு இதையொட்டி ஒரு முரட்டு உற்சாகம் புறப்பட்டது என்றுதான் சொல்ல வேண்டும். மறுபடியும் தத்துவ விவேசினியை தொடங்கியே தீருவேன் என்று காடு, கழனியையெல்லாம் விற்றுக்கொண்டுவந்து பத்திரிகை நடத்த திட்டமிட்டார். காஞ்சிபுரம் அண்ணாசாமி நாயகர்தான் 'வேண்டாம்' என்று குறுக்கே விழுந்து தடுத்துவிட்டார்.

"இந்த ஜனங்களை என்னதான் பண்றது? இவ்ளோ முட்டாள்களாக இருக்கிறதே" என்று துடித்தார் முனுசாமி.

"ஒவ்வொரு காலகட்டத்திலும் ஒருத்தன் வருவான். அவன் இந்த சமுதாயத்தை ஒரு அடி நகர்த்தி வைப்பான். அதுதான் உன் கடமை. நானே இமயமலை வரைக்கும் தூக்கிட்டு போய் வைக்கணும்னு நினைச்சா அது நடக்காது. எதை தொடங்கறமோ அதை நாமே முடிக்கணும்னு நினைக்கக் கூடாது. அது நம்ம வேலையே இல்லை. நாம ஒண்ணை ஆரம்பிச்சோம். அத முடிகிறதுக்கான வயசு எவ்வளவு இருக்கோ அதுவரைக்கும் முடிச்சோம். மனுஷன் என்ன ஆயிரம் வயசா இருக்க முடியும்? நாம எடுத்துக்கிட்டது ஆயிரம் வயசுக்கான வேலைப்பா. அடுத்து செய்ய வேண்டியதை இன்னொருத்தன் வந்து செய்வான். மனித சமூக வரலாறுங்கிறது இது வரைக்கும் பிறந்த அத்தனை மனுஷனுடைய வயசும் சேர்ந்ததுதானே? இந்த உலகத்துல முதல் மனுஷன் பொறந்திலிருந்து வரலாறு உருவாகுது.

எவன் ஒருத்தன் நெருப்பை கண்டுபிடிச்சானோ அவனுடைய தொடர்ச்சிதான் இந்த இந்து மத ஆசார ஆபாச தர்ஷினி. நாளைக்கு ஒருத்தன் வருவான். அந்த நெருப்பைக் கண்டுபிடிச்ச ஒரு மனிதனுடைய தொடர்ச்சியா... ஆபாச ஆசார தரிஷினியின் தொடர்ச்சியா. என்னோட புத்தகத்தைக் கொண்டுபோய் சேர்ப்பான். அவ்வளவுதான். அப்படித்தான் திருப்திப் படணும். இப்ப நம்ம செய்ய வேண்டியது மக்களுக்குப் படிக்கிற பழக்கத்தை ஏற்படுத்துணும். இவனுங்க கொஞ்சமாவது படிக்கணும். இல்லாட்டிப் போனா இந்த உலகத்தை அவனுங்க புரிஞ்சுக்கவே மாட்டானுங்க. உருப்படாம போயிடுவானுங்க. நம்மள ஆதிக்கம் செலுத்தறவன் செய்யற எல்லாத்தையும் நாமளும் பழகிக்கணும். பெரிய பெரிய ராஜாங்க உத்தியோகத்தில சேரணும். மிலிட்டரிக்கு போகணும். இதெல்லாம்தான் என்னுடைய ஆசை. அப்பதான் இந்த சமுதாயம் உருப்படும். எனக்கப்பறம் வண்டி மோடு, சூளை எல்லாத்தையும் வித்து லௌகீக சங்கத்துக்கு கொடுக்கணும்னு

உயில் எழுதி வெச்சசுட்டேன். ஜெகதீசுவரி இந்த வீட்டுல இருக்கலாம். அவ செலவுக்கு மாசம் பத்து ரூபா குடுக்கணும். அவளுக்கப்பறம் வீட்டையும் சங்கத்துக்கு மாத்திடணும். எல்லாம் முனுசாமிக்குத் தெரியும்."

"தெரியும்ணே... வக்கீல் கிட்ட பேசி வெச்சசுட்டேன். ஜனங்க மூடத்தனத்தில இருந்து வெளிய வரணும்." முனுசாமியின் எண்ணமெல்லாம் மூடத்தனம் ஒழிய வேண்டும் என்பதிலேயே இருந்தது.

"சரியாச் சொன்னீங்க. ஆனா, எப்படித்தான் இவ்வளவு அடிமையாக இருக்கிறார்களோ?" என்றார் சோமசுந்தரம்.

"பொறந்ததும் ஜாதகம் பார்க்கிறான். தொட்டில்ல போட, பேர் வெக்க நாள் பார்க்கிறான். பள்ளிக்கூடம் அனுப்புறதற்கு நாள் பார்க்கிறான். பொண்ணு வயசுக்கு வந்தா நாள் பார்க்கிறான். நிச்சயதார்த்தம்னா ஐயரைத் தேடுறான். கல்யாணம், காதுகுத்து, வீடு அஸ்திவாரம் போடறதுக்கு, குடிபோறதுக்கு நாளு பார்க்கிறான். செத்தா நாள் பாக்குறான். காரியத்துக்கு ஐயர்கிட்ட ஓடுறான். திதி கொடுக்கிறதுக்கு ஐயர் கிட்டதான் ஓடுறான். இது தவிர காசி, ராமேஸ்வரம்னு ஊர் சுத்துறான். எல்லாத்துக்கும் ஐயர் வேணும் இல்லையா? உலகத்துல ஐயர்னு ஓர் ஆள நம்பி இவ்வளவு வேலைகளை செய்யறவன் இந்த உலகத்துல வேற எந்த நாட்டுலயாவது உண்டா? இது அடிமை புத்தி இல்லையா? இதுல இருந்து நம்ம மனுஷன் வெளிய வரணும்னுதான் இவ்வளவு பாடுபட்டேன். 800 பாட்டு எழுதினேன். கடைசியில் என்ன ஒதுக்கி வெச்சிட்டாங்க. அவனுங்களை ஒதுக்கிவைடான்னா என்ன ஒதுக்கி வெக்கிறான். இப்ப தெரியுதா? வயித்துக்கு சோறில்லனாலும் சடங்குகளையெல்லாம் ஒழுங்கா பண்றான்."

முனுசாமி இதற்கு பதில் சொல்ல முடியாமல் தலையில் அடித்துக்கொண்டார்.

"நீங்க என்ன சொல்றீங்க சோமசுந்தரம்? நான் சொல்றது எதுவும் உங்களுக்கு வருத்தமா இருக்கா?" என சோமசுந்தர நாயகரைப் பார்த்துக் கேட்டார் வேங்கடாசலம்.

"ஐயா இதுல எனக்கு ஒரு வருத்தமும் இல்லை. சொல்லப்போனா மகிழ்ச்சிதான்."

"ஆன்மீகவாதியாச்சே நீங்கன்னு கேட்டேன்."

"நீங்க சொல்ற இந்து மதமும் நான் சொல்ற சைவ சமயமும் வேற வேற. நா ராமலிங்க அடிகளாரின் கட்சி. 'சாதி சமய

சழக்கை அறுத்தேன் அருள் ஜோதியைக் கண்டேனடி' என்கிற கட்சி.

உங்கள் நூலின் தலைப்பே தவறுதான். இந்து மதம் என்றே ஒன்று இதுவரை நமது சமயத்தில் இல்லை. பல்வேறு சமய நெறிகளை ஒன்னா சேர்த்து அதற்கு இந்து தர்மம் என்று பெயரிட்டு இருப்பதையே நான் ஏத்துக்கலை. அது வெள்ளைக்காரன் அவன் வசதிக்காக வெச்ச பேரு. ஒரு அம்பது வருஷத்துக்கு முன்னாடி வரைக்கும் இந்து மதம்னு ஒண்ணு இல்லவே இல்ல."

நாயகர் சிரித்தார். சிரிப்பின் இடையிலேயே இருமல் வந்தது.

"அதுவும் சரிதான்" என்றவர், வெள்ளைக்காரன் வந்ததுல பல நன்மை இருக்கு. ஆனாலும் பல குளறுபடிகளைப் பண்ணிட்டாங்க. நமக்கெல்லாம் சேர்த்து ஒரு நாடு, நமக்கு எல்லாத்துக்கும் சேர்த்து ஒரு மதம், அதுக்கு ஒரு சட்டம் எல்லாமே அவங்க வசதிக்குப் பண்ணிட்டாங்க. இந்தப் பிரச்னை அவ்வளவு சீக்கிரத்தில் முடியுமான்னு தெரியல. இந்துன்னு ஒரு மதம் இல்லன்னு சொன்னீங்க. இந்தியான்னு ஒரு நாடுகூடத்தான் இல்ல? இதெல்லாம் நம்ம மேல போர் தொடுக்க எங்கிருந்தோ வந்தவங்க நம்மளை அடையாளப்படுத்துறதுக்கு அவங்களா வெச்ச பேர். சிந்து நதிக்கு அந்தப் பக்கமிருந்தவங்க எல்லாம் சிந்து மக்கள்னு சொன்னான். அவனுக்கு சிந்துன்னு சொல்ல வராது. இன்டஸ்'னு சொல்லுவான். இங்க இருந்தவங்களை இன்டூஸ்னு சொன்னான். ஏதோ பேர் வெச்சான்னு பார்த்தா இதுவே பிரச்னையா மாறும் போல இருக்குதே? கடவுள் இருக்குன்னு சொல்றவனும் இல்லன்னு சொல்றவனும் எல்லாரும் சேர்ந்து போராடினாத்தான் முடியும்."

"நீங்க சொல்றதும் சரிதான் சோமு... எனக்கு ஒரு பிரண்டு இருந்தான் சோமசுந்தரம்னு அவனை அப்படித்தான் கூப்பிடுவேன் சோமு. இப்பிடி கூப்பிட்டா பரவால்லயா?"

"நீங்க கூப்பிடுங்க ஐயா. ஒரு கேள்வி கேக்கலாமா? நீங்க ஆசையா வளர்த்த பொண்ணு ரத்தினம்.. அது எங்க இருக்கு எப்படி இருக்குன்னு ஏதாச்சும் தெரிஞ்சுதா ஏன் திடீர்னு உங்கள விட்டு போயிடுச்சு?"

ஆழ்ந்த யோசனையில் ஆழ்ந்தார் வேங்கடாசலம். தவறாகக் கேட்டுவிட்டோமோ என சோமசுந்தரம் வருந்தினார்.

"அவ, பூமி. நிலம். மண். இங்க மண் சுமந்தா. ஜமீன் ராயப்பேட்டையில பாத்தப்ப மண் சுமந்தா. அப்புறம்

சென்னையில பாக்கிங்க்காம் கால்வாய்ல மண் சுமந்தா. இந்நேரம் அவ மண்ணாவே மாறியிருப்பா. இந்த பூமியவிட பொறுமைசாலி. அகழ்வாரைத் தாங்கும் நிலம் போல பொறுமை. ஒருத்தனை நம்பிப் போனா... அவனுக்காகவே வாழந்தா. நிலம் யாருக்கு பாத்தியதையோ அவனுக்கு பங்களிப்பதுபோல. மண்ணும் பெண்ணும் ஒண்ணு கண்ணா. மண்ணாசைக்கு ஒரு கதை, பாரதம். பெண்ணாசைக்கு ஒரு கதை ராமாயணம். இன்னைக்கு வரைக்கும் இந்த ரெண்டு ஆசைதான் உலகத்தை உருட்டிக்கிட்டு இருக்கு."

சோமசுந்தரம், தான் கேட்டதற்கான பதில் இதுவல்லவே என நிலைகொள்ளாமல் பார்த்தார்.

"பூமிதான் தாய். தாயே பூமி." என்றார் விளக்கும் விதமாக.

"புரியுதுணா" என்றார் முனுசாமி, சோமுவை தடுத்து.

"இந்த வயசுல இப்படி ஏன் அலைஞ்சி திரிகிறீர்கள் என்று எனக்குப் புரியல. போற வழியில எதனா ஆச்சுன்னா உங்களுக்கு தானே பிரச்னை?" என்றார் சோமசுந்தர நாயகர்.

"எனக்கு என்ன பிரச்னை? உங்களுக்குத்தான் பிரச்னை."

"அதுவும் சரிதான். இன்னும் ரெண்டு வருஷம் போனா உங்களுக்கு நூறுவயசு கொண்டாடுற மகிழ்ச்சி கிடைக்கும் எங்களுக்கு. ஏன் புதுசா அடுத்த நூற்றாண்டே பொறந்துடும். 19-ம் நூற்றாண்டு எப்பிடி இருக்குதுன்னு பார்த்துடலாம்" என்று சிரித்தார் முனுசாமி.

"எங்க தெருவுல சதாசிவ ஐயர்னு ஒருத்தர். வயசு 96. தடி கம்பு ஊனிக்கிட்டுதான் டான் டான் டான்னு நடந்து போவாரு. அப்படி எங்கதான் போறேன்னு கேட்டா, கிழம், 'அங்க ஒரு ஃபிரெண்டு இருக்கான்... அவனைப் பார்த்துட்டு வரப் போறேன்னு சொல்லும். திரும்பி சாவகாசமா வந்து சேரும். என்ன உங்க ஃபிரெண்டைப் பார்த்தியான்னு கேப்பாங்க. அவன்தான் செத்துட்டானாமே அப்படின்னு சொல்லும். டெய்லி இந்த மாதிரி ஒவ்வொரு ஃபிரெண்டா போய் பாக்குற.. அவங்க எல்லாம் செத்து 40 வருஷம் ஆகுது. நீ அவனுங்க மாதிரி டபுள் வயசு இருந்துகிட்டு, என்னமோ சின்ன வயசுல செத்துப் போய்ட்டானுங்கமாதிரிசொல்லிட்டுஇருக்குற. பேசாமபடுன்னு அவங்க வீட்ல எல்லாரும் திட்டுவாங்க." சோமசுந்தர நாயகர் சிரிக்காமல் சொன்னார்.

"ஹா ஹா ஹா ஹா ஹா" என்று சிரித்தார் வேங்கடாசல

நாயகர்.

“சாவு என்னைக்குன்னு தெரிஞ்சிட்டா நிம்மதியா இருக்க முடியுமா, அது வரும்போது வருது. எப்போ பிறந்தோமோ அப்பவே முடிவானதுதானே?” பொதுவாக ஆறுதல் போல சொல்லிக்கொண்டிருந்தார் முனுசாமி நாயகர்.

“சாவு எப்ப வரும்னு தெரிஞ்சுட்டாலும் மனுஷனுக்கு சுமைதான்.” என்றார் சோமசுந்தர நாயகர்.

“நான் ஒண்ணு சொல்லட்டுமா? பரீட்சித்து மகாராஜா கதை தெரியும் இல்ல? அவரு சுகர் முனிவர் கிட்ட, தனக்கு ஏற்பட்ட சாபத்தைச் சொன்னார். நாளைக்கு வெடிகாலைல மரணம் சம்பவிக்கும்னு சொல்லி சாபம் கொடுத்துட்டாங்க. ‘நாளைக்கு காலையில சூரிய உதயத்துல என் ஆட்டம் முடிஞ்சது’ன்னு புலம்புனாரு பரீட்சித்து மகாராஜா. அதுக்கு சுகர் என்ன சொன்னார் தெரியுமா? ‘உன் ஆயுள் நாளைக்கு வெடிகாலையில வரைக்கும் கெட்டி. அதுக்கு நடுவுல உனக்கு சாவு வந்துறாது. எங்க நிலைமை அப்படி இல்ல... அடுத்த நிமிஷமேகூட ஏதாவது ஆகலாம். அப்ப நீதான் கொடுத்து வெச்சவன்’ அப்படின்னு ஆறுதல் சொன்னாரு.”

“நாத்திகம் பேசிக்கிட்டு இந்தக் கதையெல்லாம் வேற படிக்க ஆரம்பிச்சிட்டீங்களா நீங்க?” என்றார் சோமசுந்தரம்.

“நாங்கதான் அதிகமா படிக்கவேண்டியிருக்கு. குப்பைய கிளறினாத்தானே அதுல என்னத்தையெல்லாம் கொட்டி வெச்சுருக்கானுங்கன்னு சொல்ல முடியும்?” என பதிலளித்தார் முனுசாமி.

சோமசுந்தரம் தீர்க்கமாக எதையோ சொல்ல முற்பட்டார். மேற்கொண்டு அதிலேயே கவனம்போகவேண்டாம்போலமுடிவு செய்த முனுசாமி, “ஐயாவுக்கு நிரம்ப நேரம் உக்காந்துருக்கறது சிரமமா இருக்கும். ஒரு நல்ல தகவலைச் சொல்லிட்டு உத்தரவு வாங்கிக்கிறேன். செங்கற்பட்டு, சீர்வாடி பக்கத்துல புன்னமைனு ஒரு ஊர். அங்க... முருகப்ப நாயகர் பையன் தியாகராய நாயகர் தெரியும்ல?” எனப் பேச்சைத் திருப்பினார் முனுசாமி.

“நல்லாத் தெரியுமே” என்ற வேங்கடாசல நாயகர், உடனடியாக அவரைப் பற்றித் தனக்குத் தெரிந்த தகவல்களைச் சொல்லி அவற்றை உறுதிப்படுத்தவும் ஆரம்பித்தார்.

“கட்டட மேஸ்திரி, கான்ட்ராக்ட் வேலை எடுத்துச்செய்வார். முத்தியால்பேட்டையில் இரும்பு பிசினஸும் செஞ்சார்.”

“அவரேதான். இப்ப திருக்கழுகுன்றத்துல 4000 ரூபா செலவுல இலவச கல்விச் சாலை ஆரம்பிச்சுருக்கார். காஞ்சிபுரத்துலயும் ஒரு பள்ளிக்கூடம். மதுராந்தகத்துலயும் 3000 ரூபா செலவுல இலவச பள்ளிக்கூடம் கட்டியிருக்கார்.”

“இத செலவுன்னு சொல்லக் கூடாது. முதலீடு. கல்வி முதலீடு. நாடு முன்னேறுகிற செயலைச் செஞ்சுட்டு எப்பிடிச் செலவு செஞ்சதா சொல்றது? இப்ப என்னான்னா அவருக்குப் பின்னாடியும் பள்ளிக்கூடம் நடக்கணும்... தொடர்ந்து நடக்கணும். அதுக்கான வழியையும் நாம செய்யணும்” வேங்கடாசல நாயகர் தொலைநோக்கில் சொன்னார்.

“ரூபாய் 8000 தனியா எடுத்து சொசைட்டியில வட்டிக்குக் கொடுத்துட்டார். வட்டியைக்கொண்டு கல்வி சாலைகளைப் பராமரிக்கும்படி உயில் எழுதிவெச்சுட்டார்.

தம் குடும்பத்தின் சந்ததியாரில் ஒருவரை சேர்த்துக்கொண்டு, இந்த தருமத்தைப் பழுதுவராமல் செய்ய வேண்டுமென திருக்கழுக்குன்றம் பள்ளிக்கூடத்துல கல்வெட்டு எழுதிவெச்சிருக்கார்” என்றார் சோமசுந்தரம்.

“இதைச் செய்ய தவறினால், சிவ துரோகம் செய்தவர் போகும் பாவத்துக்கு உள்ளாவார்கள், இது சத்தியம், சத்தியம். கடவுள் துணை’ன்னு கல்வெட்டில இருக்குது.” சிரித்தார் முனுசாமி.

‘இந்த நாட்டுல சாதி, மதம், கடவுள் கொள்கை ஆழமா ஊறிப்போயிருக்குது. அதைக்கொண்டு ஒருத்தன ஒருத்தன அடிச்சுகிட்டு சாகறான். அதைவெச்சு உருப்படியா ஒரு காரியம் செய்யறது நல்லதுதானே?” வேங்கடாசலத்தின் பேச்சில் கனிவும் அக்கறையும் அதிகமிருந்தது. சோர்வும் அதிகமிருந்தது.

முனுசாமி நாயகரே வீட்டுக்குள் போய், ஜெகதீசுவரியிடம், எல்லோருக்கும் நீர் மோர் கொடுக்கும்படி கேட்டார்.

“சாதியில்லைன்னு சொல்றதுக்கும் நாலு பேர் தேவை. அதுக்கும் மொதல்ல அவனவன் சாதியில இருந்துதான் துணைக்கு வர்றான். இப்ப நாம மூணு பேருமே நாயகருங்க. அதுக்கு என்ன பண்ண முடியும்?” என்றபடி வந்து அமர்ந்தார் முனுசாமி.

“எல்லாம் அப்பிடிதான்.” தலையசைத்தார் வேங்கடாசலம்.

“சாமிக்கு பயந்தாவது பள்ளிக்கூடம் நடத்தினால் சரிதான்.” வேங்கடாசல நாயகர் ஆமோதிப்பார் என எதிர்பார்த்து முனுசாமி சொன்னார்.

மோர் வந்ததும் அன்றைய பேச்சு முடிவுக்கு வந்தது போல இருவரும் விடைபெற்றனர்.

நண்பர்கள் சென்றதும் மேசைமீது வைத்த கடிதத்தை எடுத்துப் பிரித்துப் பார்த்தார். அரசாங்கக் கடிதம்.

ஒவ்வொரு வரியாகப் படிக்க ஆரம்பித்ததும் வேங்கடாசல நாயகரின் கண்கள் ஆச்சரியத்திலும் மகிழ்ச்சியிலும் பரவசத்திலும் விரிந்தன.

'தங்கள் கோரிக்கை பரிசீலிக்கப்பட்டு செங்கல்பட்டு ஜில்லாவில் நில ஆவணங்கள், நில வரிகள் தொடர்பான தவறான நடவடிக்கைகளை சீர்செய்யும் முயற்சியில் இறங்கியுள்ளோம். முதல் கட்டமாக காஞ்சிபுரம், மாமல்லபுரம், செங்கல்பட்டு, கும்மிடிப்பூண்டி பகுதிகளில் விவசாயக் குடிகளின் நிலங்கள் கையகப்படுத்தப்பட்டு, காலம் காலமாக அனுபோகத்தில் இருந்தவர்களின் பெயரில் பட்டா செய்து ஓலைச்சீட்டு வழங்கப்பட்டுள்ளது.

அதன்படி இந்த நான்கு தாலுகாவில் உள்ள சுமார் 1000 காணி நிலங்கள் உரியவருக்கான பெயர்களில் பட்டா செய்யப்பட்டது. மேலும் 5000 காணி நிலங்கள் அடுத்த கட்டமாகப் பரிசீலிக்கப் பட வேண்டியுள்ளது. கலெக்டர் ஸ்மித் அவர்கள் கல்கத்தாவுக்கு மாற்றல் செய்யப்பட்டுவிட்டதால் புதிய கலெக்டர் நியமிக்கப்பட்டவுடன் வேலைகள் தொடரும்.

'ஒப்பம் ரெவின்யூ போர்டு சேர்மன்'

கடிதத்தைப் படித்து முடித்த பின் வேங்கடாசல நாயகரின் கண்களில் அவர் அறியாமலேயே கண்ணீர் துளிர்த்தது.

எறும்பு ஊரக் கல்லும் தேயும் என்று ஒரு முதுமொழி உண்டு. 'தெய்வத்தால் ஆகாதெனினும் முயற்சி தன் மெய் வருத்தக் கூலி தரும்' என்பது வள்ளுவன் வாக்கு. 'முயற்சி உடையார் இகழ்ச்சி அடையார்' என்பது அனுபவ வாக்கு. எல்லா தமிழ் வாக்கியங்களும் முட்டி மோதி அவரைத் திக்கு முக்காடு செய்தன.

ஏறத்தாழ 50 ஆண்டுக்கால போராட்டத்துக்கும் மக்களிடம் ஏற்பட்ட எதிர்ப்புகளுக்கும் ஒரு பதில் கிடைத்துவிட்டது. ஆவியைக் கையில் பிடித்துக்கொண்டு இத்தனை காலம் உயிர் வாழ்ந்தது பொருள்படும்படி அமைந்துவிட்டது. நிகழ்ந்துவிட்ட மாபெரும் மோசடிக்கு ஒரு விடிவு காலம் பிறந்துவிட்டது. பறிபோன ஒரு லட்சம் காணி நிலங்களில் ஆயிரம் காணி நிலங்கள் உரியவருக்கு வந்து சேரப் போகின்றன. நிறைவேற்றப்பட வேண்டிய பணியில்

நூற்றில் ஒரு பங்கு முடிந்தது. கலெக்டர் ஸ்மித் மீது புகார் எழுதிப் போட்டு வேறு இடத்துக்கு மாற்றியிருப்பார்கள் எனப் புரிந்தது. இனி புதிய கலெக்டர் வந்தால், மிராசுதாரர்கள் எப்படி வேண்டுமானாலும் காரியத்தைச் சாதித்துக்கொள்வார்கள். தமிழ்நாட்டில் பெரும் பகுதி மக்கள் பிச்சைக்காரர்களாகவாழ்ந்த நிலை சிறிதளவு மாறும் என்பது ஒரு புள்ளியாக நம்பிக்கை அளித்தது. பொருளாதாரத்திலே மேம்பாடு கண்டுவிட்டால் அடுத்து அறிவு மேம்பாடு ஏற்பட வேண்டும்.

இந்துமத ஆசார ஆபாச தரிஷினி நூலின் சில விருத்தங்களைப் படித்தார். இதெல்லாம் மக்களிடத்திலே போய்ச் சேர வேண்டுமே என மனதார விரும்பினார். புத்தகத்தை மார்போடு சாய்த்துக்கொண்டு கண்களை மூடினார்.

உயிருக்கும் உடலுக்குமான ஒட்டுறவு மிகவும் பலவீனமாக இருந்தது. எதற்காகத் தன் வாழ்நாளெல்லாம் போராடினாரோ அதைத் தன் இறுதி நாளிலேயே ஓரளவுக்குக் கண்டுவிட்டதில் உடல் சுமந்து வந்த உயிருக்கு சற்றே திருப்தி.

கூவத்திலிருந்து அடையாறுக்குக் கால்வாய் தோண்டும் சத்தம் மெல்ல மெல்ல ஒலிக்க ஆரம்பித்தது. மண்வெட்டிகள், கடப்பாரைகள், மண் கூடை சுமக்கும் பெண்களின் வளையல் சிணுங்கல்.... ஒவ்வொன்றாய் ஒலிக்கத் தொடங்கின. ரத்தினம் பூத்துக் குலுங்கும் புதுமலர் போல அவர் முன் நின்றாள்.

இரு கை ஏந்தி, "வாம்மா" என்றார் வேங்கடாசல நாயகர்.

வீட்டின் முன்பு இருந்த பூவரசு மரத்திலிருந்து ஒரு பழுத்த இலை, தன் முயற்சியின்றி கிளையிலிருந்து பிரிந்து காற்றிலே சுழன்று வந்து அவர் காலடியில் விழுந்தது.

*தத்துவ விவேசினி - தமிழில் வெளிவந்த முதல் நாத்திக இதழ் 1882 முதல் 1886 வரை வெளி வந்தது.

*ராஜீவ் காந்தி அரசு பொது மருத்துவமனை என இப்போது அழைக்கப்படுகிறது.

▶ **பின்குறிப்பு**

பெரியார் தொண்டர் வே.ஆனைமுத்து அவர்கள் எழுதிய நூலிலிருந்து:

அத்திப்பாக்கம் அ.வேங்கடாசல நாயகர் குறித்து அறிய 1993இல் தீவிரமாக முயற்சி மேற்கொண்ட போது, எதிர்பாராதவிதமாக, அ.வேங்கடாசல நாயகரைப் பற்றிய செய்திகளடங்கிய பழைய ஏட்டுத் தொகுப்பு ஒன்று, தன்னுடைய நண்பர் சென்னை சிந்தாதிரிப்பேட்டை சா.சிவசங்கரன் என்பாரிடம் இருப்பதாகப் பெரியார் பெருந்தொண்டர் அம்பத்தூர் குப்பம் தே.முத்து 1993 மே திங்களில் என்னிடம் கூறினார். உடனடியாக நாங்களிரு வரும் சிந்தாதிரிப்பேட்டைக்குச் சென்றோம். அங்கு அ.வேங்கடாசல நாயகரின் உற்ற நண்பரான காஞ்சிபுரம் கா.அண்ணாசாமி நாயகரின் பெயரனும், அண்ணாசாமி நாயகர் வாழ்ந்த அதே வீட்டில் இன்றும் வாழ்பவருமான சா.சிவசங்கரன் அவர்கள், மிகவும் இற்றுப் போய்க் கிழிந்து சிதலம் அடைந்த தன்மையில் உள்ளதும், அச்சிட்ட இதழ்களின் தொகுப்பானதுமான பெரிய பழந்தொகுதி ஒன்றைக் காட்டினார். நான் படித்துப் பார்ப்பதற்கென அன்புடன் அதை அளித்தார். அன்றிரவே அப்பெருந்தொகுப்பின் பல பகுதிகளை நான் புரட்டிப் பார்த்தேன்.

அத் தொகுப்பில் பு.முனுசாமி நாயகர் அவர்களால் வெளியிடப்பட்ட 'The Thinker' என்ற ஆங்கில வார ஏடு, 'தத்துவ விவேசினி' என்ற தமிழ் வார ஏடு இவற்றின் 1882, 1883, 1884, 1885, 1886 ஆகிய ஆண்டுகளின் இதழ்கள் முறையாகவும் வரிசையாகவும் அமைந்திருப்பதைக் கண்டேன்.

'தத்துவ விவேசினி' ஏட்டில் 1883 பிப்ரவரி 4 முதல் நவம்பர் 4 வரை பல சமயங்களில் அ.வேங்கடாசல நாயகர் அவர்கள் எழுதிய கட்டுரைத் தொடர் வெளிவந்துள்ளது. இத்தொடரில் செங்கற்பட்டு மாவட்டத்து வன்னியர் களிடமிருந்து பிராமணரும் வேளாளரும் பறித்துக்கொண்ட மன்னர் வீடு ஊர்கள் அல்லது மன்னவேடு ஊர்கள் பற்றித் தொடர்ச்சியாக இவர் எழுதியிருப்பதைப் படித்தேன்.

இது 'மிராசு பாத்தியதை' என்ற இவருடைய நூலின் பகுதியாக இருக்குமோ என்பதை நான் அறிய விரும்பினேன். எனவே 'தத்துவ விவேசினி' ஏட்டின் முழுமையான தொகுதி இலண்டனில் இருக்கலாம் என எண்ணி, சென்னை பேராசிரியர் முனைவர் பொன்.கோதண்டராமன் (பொற்கோ) அவர்கள் மூலம் எஸ்.யோகநாதன், எஸ்.செல்வ நாயகம் ஆகியோர்க்கு இலண்டனுக்கு 18.05.1993இல் மடல்கள் எழுதிக் கேட்டேன்.

இலண்டனில் 'தத்துவ விவேசினி' ஏடு இல்லை என்பதை உறுதி செய்து எஸ். யோகநாதன் உடனே விடை மடல் விடுத்தார்.

இந்திய நில உடைமை அமைப்பு, தமிழக நில உடைமை அமைப்புகள் பற்றி 1980 வரையில் நான் புரிந்துகொண்ட செய்திகள் இரண்டு. வருணாசிரம அமைப்பில் மேல்சாதி, கீழ்ச்சாதி என்கிற வடிவில் படிக்கட்டுச் சாதிபேதம் அமைந்துள்ளது போலவே, இந்திய வேளாண்மை சார்ந்த பொருளாதாரத்தின் அடித்தளமான நில உடைமை அமைப்பு என்பதும் மேல்சாதி, கீழ்ச்சாதியினரிடையே பெருத்த வேறுபாட்டுடன் அமைந்துள்ளதுஎன்பதுமுதலாவது. பெருநிலஉடைமையாளர்கள் என்பவர்களில் பெரும்பாலோர் சிறுபான்மை எண்ணிக்கையினரான மேல்சாதியினராக உள்ளனர்; சிறு நில உடைமைக்காரர்களாகவும் நிலவுடைமை பெறாதவர்களாகவும் இருப்பவர்களில் பெரும்பாலோர் கீழ்ச்சாதியினராக உள்ளனர் என்பது இரண்டாவது.

அ.வேங்கடாசல நாயகர் அவர்களின் கட்டுரைகள் என்னுடைய இந்த எண்ணத்துக்கு அரண் செய்வதாக உள்ளன என்று நான் கருதினேன்.

எனவே அரசியல் விடுதலையையும் பொருளாதார விடுதலையையும் அடித்தளமாகக்கொண்டே சமூக விடுதலை அமையும் என்கிற புரிதலுடன் செயல்படும் மார்க்சியப் பெரியாரியப் பொதுவுடைமைக் கட்சியின் சார்பில் இந்நூலை இப்போது வெளியிட முடிவு செய்தேன்.

இந்நூலை வெளியிட ஒப்புதல் நல்கிய மார்க்சியப் பெரியாரியப் பொதுவுடைமைக் கட்சியினர்க்கும், இந்நூலைத் தொகுப்பதற்கான மூலச் சான்றுகளை அளித்ததோடு பாதுகாத்து வைத்த கா.அண்ணாசாமி நாயகர் அவர்களைப் பற்றிய வரலாற்றுக் குறிப்புகளையும் மனமுவந்து அளித்த சென்னை சிந்தாதிரிப்பேட்டை சா.சிவசங்கரன் அவர்களுக்கும் என்றும் நன்றியுடையேன்.

இவ்விடத்து, 'இந்துமத ஆசார ஆபாச தரிசனி' என்ற நூலைச் செவ்விய இரண்டாம் பதிப்பாக 1948-ல் வெளிக்கொணர்ந்த திருப்பூரைச் சார்ந்தவரும், அவ்வூரில் 1946 வரையில் திராவிடர் கழக இலவச நூல் நிலையச் செயலாளராக இருந்தவரும், பின்னாளில் சென்னையில் தங்கசாலைத் தெருவில் வாழ்ந்தவருமான அறிவியக்க நூற் பதிப்பக உரிமையாளர் குரு.இராமலிங்கம் அவர்களை நாம் நினைவு கூர்வது சாலவும் பொருந்தும்.

அன்னாருக்கு இந்நூலின் சிதைந்த படியொன்று 1944இல் கிடைத்தது. அவர் வருந்தி முயன்று சென்னை பேராசிரியர் ச.த.சற்குணர் அவர்களிடமிருந்து இதன் முழுமையான படியினை 1946-ல் பெற்று, 1948-ல் இரண்டாம் பதிப்பாக வெளியிட்டார். அவ்வாறு அவர் வெளியிடாமற் போயிருப்பின் தமிழகத்துக்கு இந்நூல் கிடைத்திருக்க வாய்ப்பிராது போயிருக்கும். இந்நூலின் இரண்டாம் பதிப்புக்கு அவர் எழுதிய பதிப்புரை இந்நூலில் இடம்பெற்றுள்ளது.

இனி அத்திப்பாக்கம் அ.வேங்கடாசல நாயகரைப் பற்றியும், ‘பிராமணரும் வேளாளரும் பறித்துக்கொண்ட வன்னியரின் மன்னவேடு ஊர்கள்’ பற்றியும் சில கூறுவோம்.

இவர் வருணாசிரம அமைப்பை எதிர்த்தவர் என்பதை, குன்னம் முனிசாமிப்பிள்ளை என்பவர் இயற்றிய ‘சாதி சங்கிரக சாரம்’ என்ற நூலுக்கான ஆதாரங்களை இவர் தேடித் தந்தார் என்பதன் வழியாக அறிகிறோம்.

ஆங்கிலேயர் தமிழகத்தில் முதலில் காலூன்றியது செங்கற்பட்டு மாவட்டத்திலேயேயாகும் என வேங்கடாசல நாயகர் குறிப்பிட்டுள்ளார். சென்னை மகாகாண ஆளுநராக பெண்டிங் பிரபு இருந்த காலத்தில் இந்த மாவட்டத்தை ஆங்கிலேயர்கள் லார்ட் பெண்டிங் ஆளுநராக இருந்த காலத்தில் நவாப்பிடமிருந்து பெற்றுக்கொண்டார்கள் என்பதையும் 04.03.1883இல் அன்னார் எழுதிய கட்டுரையில் குறிப்பிட்டுள்ளார். அச்சமயம் நவாப்பிடத்தில் செல்வாக்கான பதவிகளிலிருந்தவர்கள் மாத்துவப் பிராமணர்களேயாவர். குறிப்பாக கான்கோய்றாயஜி என்கிற பிராமணர் நவாப்பிடம் திவானாகப் பணியாற்றினார். இந்தச் செல்வாக்கை வைத்து இவர்கள் நவாப்பைத் தூண்டியதன் பேரில் ஆங்கிலேயர்கள் முப்பதாண்டுக் காலத்திற்குக் கீழ்க் குத்தகைக்கு மீண்டும் நவாப்பிடமே செங்கற்பட்டு மாவட்டத்தை ஒப்படைத்தனர். வன்னியர்களுக்கு சொந்தமான மன்னவேடு பாத்திய நிலங்களைத தங்கள் செல்வாக்கால் பரித்துக்கொண்டனர். அடுத்து வந்த பிரிட்டிஷாரும் அதை பறித்துக்கொண்டவர்கள் வசமே ஒப்படைத்தனர்.

இவற்றினூடே, அ.வேங்கடாசல நாயகர் முன்வைத்த கோரிக்கைகள் யாவை? ஆதிப் பொதுப்பாத்தியப் படிக்கு அந்தந்தச் சாதியார் கிராமங்களை அந்தந்தச் சாதியாருக்கே காயப்படுத்த வேண்டும். இது முடியாவிட்டால் அந்தந்தக் குடிகளின் கைப்பற்று நிலத்தை அந்தந்தக் குடிகளின் பேரிலாவது ரயத்துவாரி பட்டா பண்ணி வைக்க வேண்டும்.

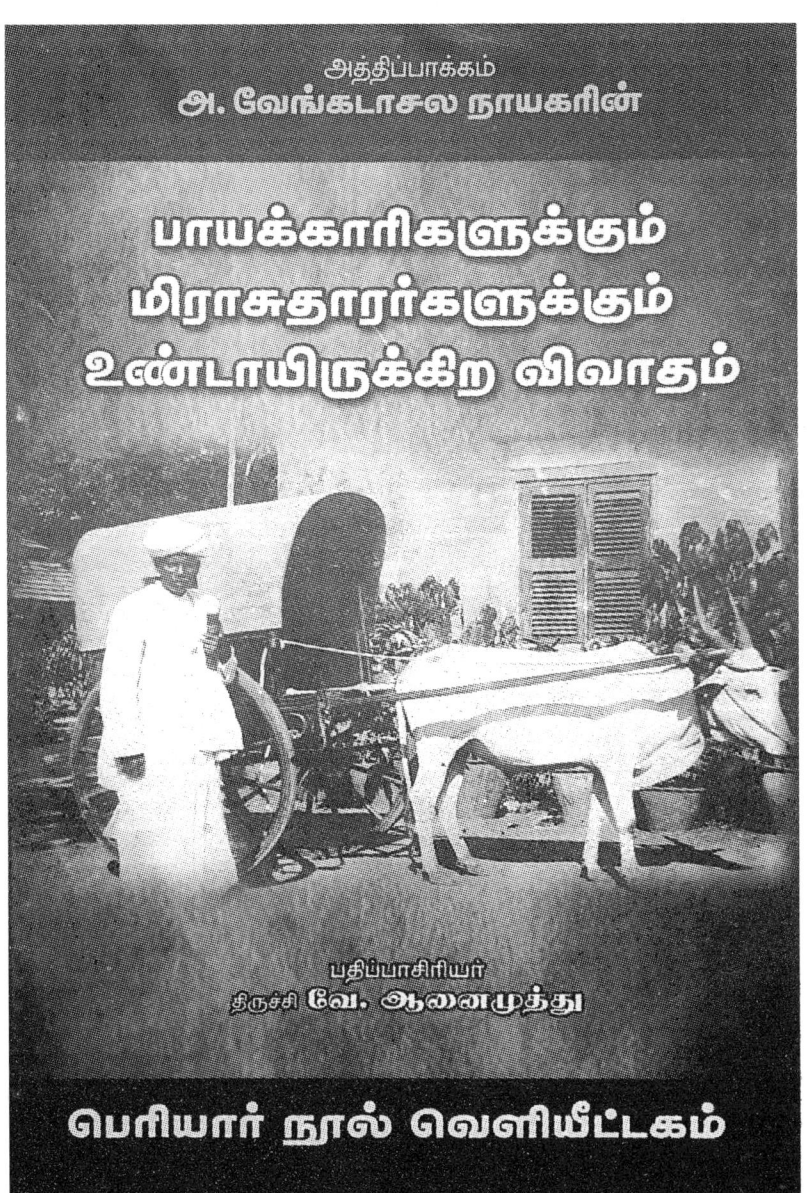

நில உரிமைப் போராட்டத்தைச் சொல்லும் நூல்.

வேங்கடாசல நாயகரின் வாழ்வையும் காலத்தையும் உணர்த்திய நூல்

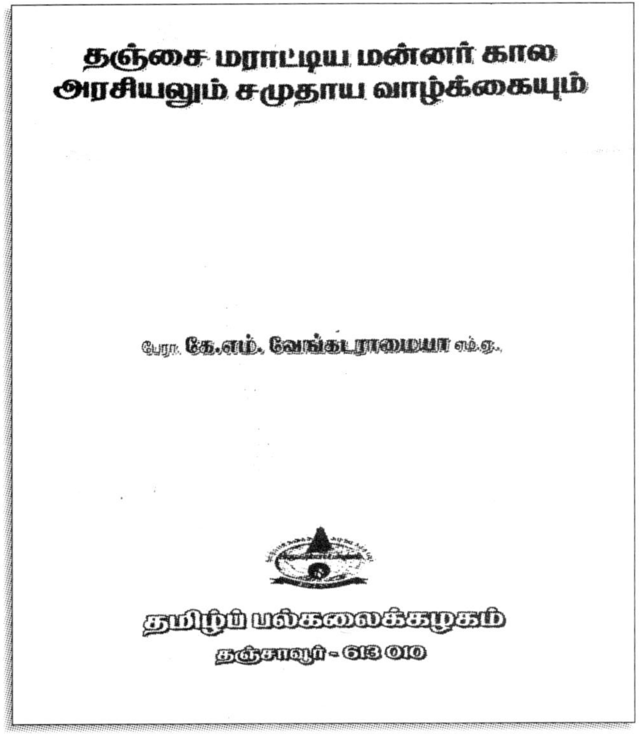

# தஞ்சை மராட்டிய மன்னர் கால அரசியலும் சமுதாய வாழ்க்கையும்

பேரா. கோவி. வேங்கடராமையா எம்.ஏ.,

தமிழிசை பல்கலைக்கழகம்
தஞ்சாவூர் - 613 010

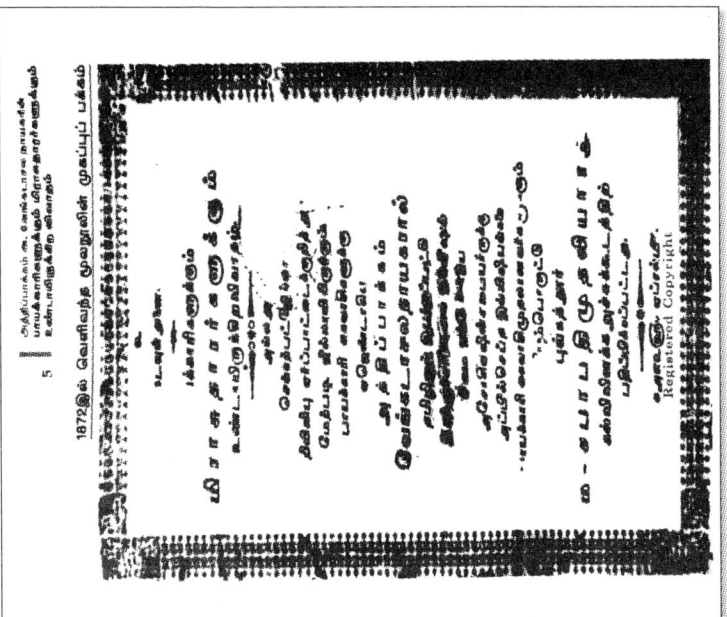

1872இல் வெளிவந்த நூலின் முதற்பக்கம்

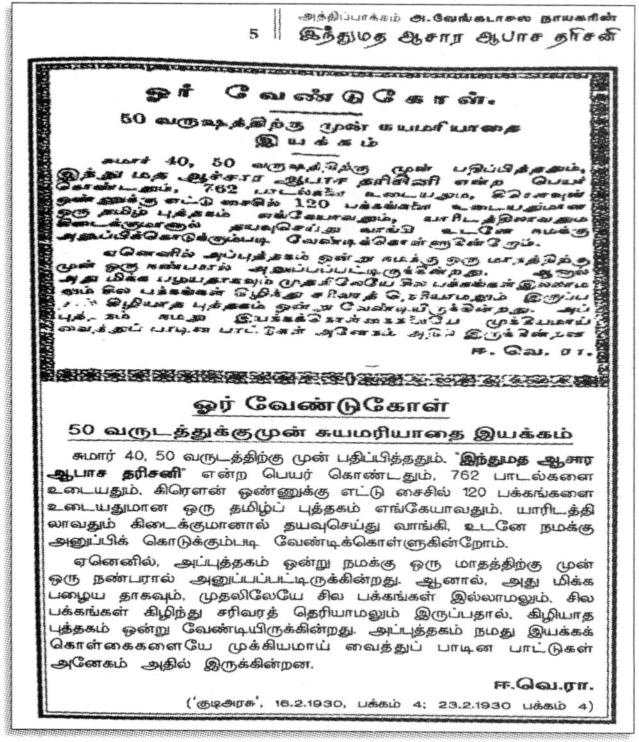

5 | அத்திப்பாக்கம் அ. வேங்கடாசல நாயகரின்
இந்துமத ஆசார ஆபாச தரிசனி

ஓர் வேண்டுகோள்.

50 வருஷத்திற்கு முன் சுயமரியாதை இயக்கம்

ஈ. வெ. ரா.

## ஓர் வேண்டுகோள்

### 50 வருடத்துக்குமுன் சுயமரியாதை இயக்கம்

சுமார் 40, 50 வருடத்திற்கு முன் பதிப்பித்ததும், **"இந்துமத ஆசார ஆபாச தரிசனி"** என்ற பெயர் கொண்டதும், 762 பாடல்களை உடையதும், கிரௌன் ஒண்ணுக்கு எட்டு சைசில் 120 பக்கங்களை உடையதுமான ஒரு தமிழ்ப் புத்தகம் எங்கேயாவதும், யாரிடத்திலாவதும் கிடைக்குமானால் தயவுசெய்து வாங்கி, உடனே நமக்கு அனுப்பிக் கொடுக்கும்படி வேண்டிக்கொள்ளுகின்றோம்.

ஏனெனில், அப்புத்தகம் ஒன்று நமக்கு ஒரு மாதத்திற்கு முன் ஒரு நண்பரால் அனுப்பப்பட்டிருக்கின்றது. ஆனால், அது மிக்க பழைய தாகவும், முதலிலேயே சில பக்கங்கள் இல்லாமலும், சில பக்கங்கள் கிழிந்து சரிவரத் தெரியாமலும் இருப்பதால், கிழியாத புத்தகம் ஒன்று வேண்டியிருக்கின்றது. அப்புத்தகம் நமது இயக்கக் கொள்கைகளையே முக்கியமாய் வைத்துப் பாடின பாட்டுகள் அனேகம் அதில் இருக்கின்றன.

ஈ.வெ.ரா.

('குடிஅரசு', 16.2.1930, பக்கம் 4; 23.2.1930 பக்கம் 4)

குடியரசு இதழில் பெரியார் வெளியிட்ட வேண்டுகோள்

ஏனிகல் வீராசாமி அய்யரின் காசி யாத்திரைச் சரித்திரம்
ENUGULA VEERASWAMY'S
JOURNAL
(KASIYATRA CHARITRA)

எனுகுல வீராசாமி எழுதிய காசி யாத்திரை ஆங்கிலப் பதிப்பு

பேராசிரியர் வீ.அரசு தொகுத்த தத்துவ விவேசினி, தி திங்க்கர் நூல் வரிசை

சிந்தனையாலர் வே.அனைமுத்து தொகுத்த தத்துவ விவேசினி னூல்வரிசை

செங்கல்வராயர் உயில் நூல்